AF762619

ഗ്രീൻബുക്സ്

മെഡിവഴിപാട്

അതിജനിതകം

ടോംസ് (തോമസ് രൻജിത്ത്)

പുത്തൻചിറയിൽ ജനനം.
കോഴിക്കോട് മെഡിക്കൽ കോളേജിൽ നിന്ന്
ബിരുദവും ബാംഗ്ലൂർ സെന്റ് ജോൺസിൽ നിന്ന്
ബിരുദാനന്തര ബിരുദവും. 2012 മുതൽ
എറണാകുളത്ത് CIMAR ആശുപത്രിയിൽ
ശിശുരോഗവിദഗ്ധനായി ജോലി ചെയ്യുന്നു.

ഇമെയിൽ: toms.thomas.ranjit@gmail.com

ഓർമ്മ

മെഡിവഴിപാട്

അതിജനിതകം

ടോംസ്

ഗ്രീൻ ബുക്സ്

green books private limited
gb building, civil lane road, ayyanthole,
thrissur- 680 003, kerala, ph: +91 487-2381066, 2381039
website: www.greenbooksindia.com
e-mail: info@greenbooksindia.com

branches:
thrissur 0487-2422515
thiruvananthapuram 0471-2335301
calicut 0495 4854662

malayalam
medivazhipadu-athijanithakam
memoirs
by
toms

published january 2023
reprinted april 2023

cover design : shani kkv
illustrations : medivazhipadu - shani kkv

printed in india
repro india ltd

isbn : 978-93-95878-49-4

GBPL/1278/2023

മുഖക്കുറി

ഈ പുസ്തകത്തിലൂടെ കടന്നുപോകുമ്പോൾ, നമ്മുടെ മനസ്സിൽ തെളിയുന്നത് രണ്ട് വ്യത്യസ്ത ജീവിതസാഹചര്യങ്ങളിൽനിന്നും വന്ന ജീവസ്സുറ്റ ഒരു യുവാവിന്റെയും യുവതിയുടെയും ഒന്നിച്ചു ചേർന്നുള്ള സന്തോഷവും കുസൃതിയും നിറഞ്ഞ ജീവിതത്തിന്റെ നാൾവഴികളാണ്. ജീവിതത്തിലെ ബുദ്ധിമുട്ടുകളെല്ലാം എഴുത്തുകാരന്റെ കാഴ്ചപ്പാടിലൂടെ ഏറ്റവും ആസ്വാദ്യകരമായ മുഹൂർത്തങ്ങളായി മാറുന്നു. ഒരു ഡോക്ടർ തന്റെ രോഗികളോട് എങ്ങനെ ഇടപെടുന്നു എന്നത്, അവരെ സൂക്ഷ്മമായി നിരീക്ഷിച്ച് അവയെ സുന്ദരമായി അവതരിപ്പിക്കുന്നത്, കുടുംബജീവിതത്തിന്റെ രസാത്മകത, പ്രണയത്തിന്റെ മാസ്മരികത, മക്കളോടുള്ള വാത്സല്യം, കരുതൽ തുടങ്ങിയവ ഒരു നോവലിന്റെ ചാരുതയോടെ അവതരിപ്പിക്കുമ്പോൾ, അനുഭവത്തിന്റെ പുതിയ അർത്ഥതലങ്ങളിലേക്കാണ് ടോംസ് വായനക്കാരെ കൂട്ടിക്കൊണ്ടുപോകുന്നത്. കുടുംബജീവിതവും തിരക്കേറിയ ഔദ്യോഗിക ഉത്തരവാദിത്വങ്ങളും ഒന്നിച്ചു കൊണ്ടു പോകേണ്ട സാഹചര്യങ്ങളിൽ ഇന്നത്തെ യുവാക്കൾ നേരിടുന്ന പ്രതിസന്ധികളിൽ, പരസ്പരം പഴിചാരി വിഷമിക്കുന്ന വർത്തമാനകാലത്ത്, ഈ കൃതി വായനക്കാരന്റെ കാഴ്ചപ്പാടുകളെ മാറ്റുവാൻ ഉതകുന്ന ഒരു വഴികാട്ടിയാണ്. നർമ്മത്തിൽ പൊതിഞ്ഞ ഈ അനുഭവക്കുറിപ്പുകൾ സന്തോഷകരമായ വായനാനുഭവമായിരിക്കും.

എഡിറ്റർ

ഉള്ളടക്കം

ആമുഖം

ബോധക്കേടും തൊലിക്കട്ടിയും ജന്മനാ കൂടുതലായിരുന്നതുകൊണ്ട് വളരെ ചെറുപ്പം മുതൽ തന്നെ സ്റ്റേജിൽ നടക്കുന്ന എല്ലാ പരിപാടികൾക്കും കയറുമായിരുന്നു. സഭാകമ്പം എന്നൊരു സംഭവമുണ്ടെന്ന് പോലും അറിയില്ലായിരുന്നു. പക്ഷേ, എഴുത്തുമായി ബന്ധപ്പെട്ട് ഒന്നിനും സ്കൂളിലോ കോളെജിലോ വച്ച് പങ്കെടുത്തിട്ടില്ല.

എം.ബി.ബി.എസിന് തകർത്ത് നടന്ന കോഴിക്കോട് മെഡിക്കൽ കോളെജിൽ നിന്ന് എം.ഡി. പീഡിയാട്രിക്സ് ചെയ്യാൻ പോയത് അതുവരെയുണ്ടായിരുന്ന ജീവിതചര്യകൾ മൊത്തമായി തകർത്തുകളഞ്ഞ ബാംഗ്ലൂർ സെ. ജോൺസിലേക്കായിരുന്നു. ഉറക്കവും ഭക്ഷണവും കമ്മിയായിരുന്ന കാഷ്വാൽറ്റി ഡ്യൂട്ടികൾക്കിടയിൽ, രോഗികൾ തമ്മിലുള്ള ഇടവേളകളിൽ, ക്ഷീണം മറക്കാനായി, കൂടെ ജോലി ചെയ്തിരുന്നവരോട് കോളേജിലെ പഴങ്കഥകൾ പറയുന്നത് ഒരു പതിവായി. അടുത്ത ഡ്യൂട്ടിക്ക് ചെല്ലുമ്പോൾ പഴയ കഥയുടെ ബാക്കി ചോദിച്ചവരാണ് എന്നിലെ കഥാകാരനെ ഉണർത്തിയത്.

പഠനം തീർത്ത് ജോലിക്ക് കയറിയതോടെ കഥാകാരൻ വീണ്ടും ഉറങ്ങിപ്പോയി. എങ്കിലും ആശുപത്രിയിൽ ചില സ്പൂഫ് നാടകങ്ങളൊക്കെ ചെയ്ത് കലാജീവിതത്തിന്റെ ജീവൻ നിലനിർത്തി. ആയിടയ്ക്കാണ് 'ബ്ലോഗ്' ശ്രമിച്ചുകൂടേ എന്ന് എന്നോടൊരാൾ ചോദിക്കുന്നത്. അതെന്താണ് സാധനമെന്ന് പോലും അന്നറിയില്ലായിരുന്നു. എഴുത്തുള്ള കൂട്ടത്തിലല്ല. വായന അത്ര പോലുമില്ല. ആ ചോദ്യം തന്ന പ്രചോദനത്തിൽ ഫേസ്ബുക്കിൽ 'മെഡിവഴിപാട്' എന്നൊരു പേജ് തുടങ്ങി, പഴയ സ്കൂൾ/ കോളേജ് കഥകൾ ഓരോന്നായി എഴുതിത്തുടങ്ങി. ഞെട്ടിക്കുന്ന പ്രതികരണമായിരുന്നു ലഭിച്ചത്.

തോമസ് രൻജിത്ത് എന്ന കനമുള്ള പേരിടുന്നതിന് മുൻപ് അപ്പനും അമ്മയും ഇട്ടുതന്ന ടോം എന്ന പേര് ഒന്ന് പുതുക്കിയാണ് ടോംസ് എന്ന തൂലികാനാമം പേജിന് തിരഞ്ഞെടുത്തത്. കാര്യങ്ങൾ ഇവിടം വരെയെത്തുമെന്ന് അന്നൊന്നും പ്രതീക്ഷിച്ചിരുന്നില്ലല്ലോ. ഇതേ പേരിലുള്ള ഒരു ഇതിഹാസം മുൻപ് ജീവിച്ചിരുന്നതുകൊണ്ട് ഒരു റീബ്രാണ്ടിങ് ആവശ്യമായിരുന്നു. ഒരുപാട് ചിരിബോംബു കൾ പൊട്ടിക്കാനാകട്ടെ എന്നാശംസിച്ചുകൊണ്ട്, സുഹൃത്ത് സെന്തിലാണ് ഒറ്റ നോട്ടത്തിൽ TOMS ആണോ BOMB ആണോ എന്ന് തിരിച്ചറിയാനാകാത്ത ലോഗോ വരച്ച് തന്നത്.

പുസ്തമാക്കുന്ന കാര്യം പരിഗണിക്കാനുള്ള നിർദ്ദേശം മുന്നോട്ട് വച്ചത് വായനക്കാരിൽ ചിലരാണ്. അങ്ങനെ യാണ് അതിനായി തുനിഞ്ഞിറങ്ങുന്നത്. എണ്ണി നോക്കിയ പ്പോൾ കുറിപ്പുകൾ നൂറിന് മുകളിലുണ്ടായിരുന്നു. അതിൽ ചിലത് വെട്ടിക്കളഞ്ഞും ചിലത് കൂട്ടിച്ചേർത്തും ചിലത് കാച്ചിക്കുറുക്കിയും എല്ലാംകൂടി തുന്നിക്കെട്ടി. ഒറ്റ പുസ്ത കമാക്കാൻ ശ്രമിച്ചാൽ ഒരു ഇംഗ്ലിഷ്-ഇംഗ്ലിഷ്-മലയാളം നിഘണ്ടുവിന്റെ വലിപ്പമാകുമെന്നതിനാൽ രണ്ടാക്കി പകുത്തു.

ഒരു മനുഷ്യൻ ജീവിച്ചിക്കുമ്പോൾ അവൻ എന്താണോ അതെല്ലാം ഒരു പരിധി വരെ തീരുമാനിക്കുന്നത് അവന്റെ ജെനെറ്റിക്സ് (genetics) ആണെന്നാണ് പഠനങ്ങൾ ഇത്രയും കാലം പറഞ്ഞിരുന്നത്. എന്നാൽ പുതിയ പഠന ങ്ങൾ പ്രകാരം, അവനെ രൂപീകരിക്കുന്നതിൽ ജെനെറ്റി ക്സ്നോളം തന്നെ സ്വാധീനം ചെലുത്തുന്നതാണ് എപി ജെനെറ്റിക്സ് (epigenetics) എന്ന് തെളിഞ്ഞിരിക്കുന്നു. അതായത് ഒരാളുടെ ജീനുകളിൽ എങ്ങനെ പെരുമാറ ണമെന്ന് തീരുമാനിക്കുന്നത് സാഹചര്യങ്ങളാണത്രേ! ജീനുകൾ പകർന്നു തരികയും പകർന്ന് കൊടുക്കുകയും ചെയ്ത വീട്ടുകാരുടെ കഥകൾ കൂടുതലായി ഉൾ ക്കൊള്ളിച്ച പുസ്തകത്തെ 'ജനിതകം' എന്നും, ആ ജീനു കളെ ഉറക്കുകയും ഉണർത്തുകയും ചെയ്ത സുഹൃത്തു ക്കളുടെ കഥകൾ കൂടുതലായി ഉൾക്കൊള്ളിച്ച പുസ്ത കത്തെ 'അതിജനിതകം' (ഇത് എപിജെനെറ്റിക്സിന്റെ കൃത്യമായ പരിഭാഷയൊന്നുമല്ല. തൽക്കാലം എന്റെ വക മലയാളത്തിനൊരു സംഭാവന. അത്രേയൊള്ളൂ!) എന്നും നാമകരണം ചെയ്തു.

അതിനിടയിൽ എന്റെ 'കണവ', മിനു, എഴുത്ത് തുടങ്ങിയിരുന്നു. പിന്നീടൊരിക്കൽ ഒരു ഭീഷണിയാകരുതല്ലോ എന്ന് കരുതി അത് മുഴുവനും ജനിതകം വിഭാഗത്തിൽ, Papez Circuit (വികാരങ്ങളും ഓർമ്മകളും കൈകാര്യം ചെയ്യുന്ന മസ്തിഷ്കവിഭാഗം. ന്യൂറോളജിസ്റ്റിന് തലച്ചോറ് വിട്ടൊരു കളിയില്ല) എന്നൊരു ഉപവിഭാഗമാക്കി, ചേർത്തുവച്ചു. ഒരു കീലേരി അച്ചു മൂവ്!

ഒരു കഥയ്ക്ക് ഒരു പടം എന്ന ചിന്ത മനസ്സിൽ കുത്തിവച്ചത് കൃഷ്ണരാജ് എന്ന സുഹൃത്താണ്. ഏതാനും വരകൾ അദ്ദേഹം അയച്ചുതരികയും ചെയ്തു. പക്ഷേ ജോലിത്തിരക്കുകളാൽ അദ്ദേഹത്തിന് അത് പൂർത്തിയാക്കാനായില്ല. പകരം ഷാനിയെ പരിചയപ്പെടുത്തിയതും കൃഷ്ണരാജ് തന്നെയായിരുന്നു. കവർ ഡിസൈൻ അടക്കം എല്ലാം ഷാനിയുടേതാണ്; 'കാലൊടിഞ്ഞ കിനാവുകൾ' എന്ന കഥയിലെ ഒരെണ്ണമൊഴികെ. കൃഷ്ണരാജ് ഏറ്റവും ആദ്യം വരച്ച സ്കെച്ചാണ് അതിൽ ചേർത്തിരിക്കുന്നത്.

പുസ്തകമാക്കാൻ തീരുമാനമെടുത്തത് മുതൽ അത് പുറത്തിറങ്ങുന്നത് വരെയുള്ള ഓരോ ഘട്ടത്തിലും ആവശ്യത്തിനുള്ള പ്രോത്സാഹനവും പിന്തുണയും നല്കിയത് വിശാലമനസ്കൻ എന്ന സജീവേട്ടനായിരുന്നു. അദ്ദേഹം തന്നെയാണ് എന്നെ ഗ്രീൻ ബുക്സിൽ എത്തിച്ചതും. ഒരു തുടക്കക്കാരനായ എന്നെ കൈപിടിച്ച് വളരെ ക്ഷമയോടെ വഴി നടത്തിച്ചത് നരേന്ദ്രൻ സാറാണ്. ആദ്യപുസ്തകമായതിനാൽ വിവരമുള്ള ആരുടെയെങ്കിലും അവതാരിക ആവശ്യമാണെന്ന് പറഞ്ഞുതന്നതും അദ്ദേഹമാണ്. കൊച്ചുമകളെ ചികിത്സിക്കുന്ന ബന്ധം വച്ച് ആദ്യം സമീപിച്ചത് ശ്രീരാമൻ സാറിനെയാണ്. അദ്ദേഹത്തിന്റെ എഴുത്തുകൾ മുൻപ് വായിച്ചിട്ടുള്ളതുകൊണ്ട് ഇതിലുള്ളതുപോലുള്ളവ എങ്ങനെയെടുക്കുമെന്ന് നല്ല ഭയമുണ്ടായിരുന്നു. വായിച്ച് തുടങ്ങി അധികം വൈകും മുൻപ് തന്നെ 'വായിക്കുന്നു. രസണ്ട്.' എന്നൊരു മെസ്സേജ് അയച്ച് അദ്ദേഹം എന്റെ പിരിമുറുക്കം മയപ്പെടുത്തി. രതീഷിനോടും മിഥുനോടും ഇതേ ആവശ്യം ഉന്നയിക്കുന്നത് സൗഹൃദം മുതലെടുത്തുകൊണ്ടായിരുന്നു. നാലാളറിയുന്ന സംവിധായകർക്ക് നമ്മളെ അറിയാം എന്ന് പറയുന്നത് ഒരിതല്ലേ!

എഴുത്തിന്റെ ജനിതകം പകർന്നുതന്ന അപ്പനോടാണോ, എന്തെഴുതിയാലും നല്ലതെന്ന് പറയുന്ന അമ്മയോടാണോ, ക്രിയാത്മക വിമർശനങ്ങൾ നടത്തുന്ന മിനൂസിനോടാണോ (നമ്മൾ ചിലരെ ഭയഭക്തിബഹുമാനത്തോടെ ബഹുവചനത്തിൽ അഭിസംബോധന ചെയ്യുന്നതുപോലെ ഞാൻ മിനൂസ് എന്നാണ് വിളിക്കാറ്), എഴുതുന്നത് കണ്ടാൽ ബുദ്ധിമുട്ടിക്കാതെ മാറിപ്പോകുന്ന പുത്രൻസിനോടാണോ (നീൽ & നീവ് അഥവാ റിച്ചുക്കുട്ടൻ & ജോർജ്കുട്ടി), കഥകൾക്കുള്ള മരുന്ന് ഇടതടവില്ലാതെ തന്ന് സഹായിക്കുന്ന സുഹൃത്തുക്കളോടും രോഗികളോടുമാണോ, പ്രോത്സാഹിപ്പിച്ച് ഇവിടംവരെയെത്തിച്ച വായനക്കാരോടാണോ, ആരോടാണ് ഏറ്റവുമധികം നന്ദി പറയേണ്ടത് എന്നറിയില്ല.

ഇഷ്ടമാവും എന്ന പ്രതീക്ഷയോടെ,

ടോംസ്

അവതാരിക

വി.കെ. ശ്രീരാമൻ

ജീവിതം ഒരു പ്രഹേളികയാണ്. അർത്ഥം മറഞ്ഞു തന്നെ ഇരിക്കുന്നു. ജീവിച്ചവരാരും അതിന്റെ പൊരുളെന്തെന്നറി ഞ്ഞതില്ല. പലരും പല തരത്തിൽ വ്യാഖ്യാനിച്ചു. തങ്ങൾ ക്കാവുംപോലെ. ജീവിതം സങ്കീർണ്ണവുമാണ്. മനുഷ്യ ശരീരം പോലെ. എത്ര പഠിച്ചാലും അതെന്തെന്ന് ഒരു ഡോക്ടർക്ക് പൂർണ്ണമായും മനസ്സിലായിക്കൊള്ളണമെ ന്നില്ല. എന്താണ് ജീവൻ, പ്രാണൻ എന്നൊക്കെയുള്ള സംജ്ഞയാൽ അർത്ഥമാക്കുന്നത്? അതറിഞ്ഞവൻ ജനി മൃതികളെ ജയിക്കുന്നു. പുല്ലിലും പുഴുവിലും ഒരുപോലെ വർത്തിക്കുന്ന ആ അന്തര്യാമിയെ അറിഞ്ഞവൻ സർവ്വ ത്തിനേയും അറിഞ്ഞവനാവുന്നു.

സ്വന്തം ജീവിതത്തെ ലാഘവത്തോടെ നിരീക്ഷിക്കുന്ന ഡോ. തോമസ് ഒരുപക്ഷേ ആ പ്രഹേളികയുടെ പൊരുള റിഞ്ഞവനാകുന്നു. അതറിഞ്ഞവനേ ഇത്രയും ലളിതമായി, സരസമായി സ്വന്തം ജീവിതത്തെയും തനിക്കു ചുറ്റുമുള്ള ലോകത്തേയും അനുഭവിക്കാനും പുനഃസൃഷ്ടിക്കാനും കഴിയൂ. 'ജനന മരണ സ്പന്ദനങ്ങളോടെയുള്ള പ്രപഞ്ച സംഗീതം ആസ്വദിക്കുന്നവന് മരണമില്ല' എന്നൊരു ചൊല്ലുണ്ട്. വളരെ പ്രിയപ്പെട്ട പലരും ആട്ടം നിർത്തി തിരശ്ശീലയ്ക്കു പിന്നിലേക്കു മറഞ്ഞുപോവുമ്പോഴും ഒരു ചെറുചിരിയോടെ തോമസ് മുന്നോട്ടു നടക്കുന്നു.

ദുഃഖങ്ങളെഴുതി വായനക്കാരെ വിഷമിപ്പിക്കുന്നില്ല. താൻ നേരിട്ട പ്രതിസന്ധികൾ പെരുപ്പിച്ചു കാട്ടി ആരേയും ബുദ്ധിമുട്ടിക്കുന്നില്ല. ഒരു ചെറുപുഞ്ചിരി, തന്നെ കേൾക്കു ന്നവനായി അയാൾ കരുതിവെക്കുന്നു.

കഥയെഴുത്തുകാരന്റെ പ്രാരാബ്ധങ്ങളൊന്നും തോമസിനെ ബാധിച്ചിട്ടില്ല. വളരെ കാലത്തിനുശേഷം കണ്ടുമുട്ടുന്ന സുഹൃത്തിനോടെന്നപോലെ അയാൾ തന്റെ ജീവിതകഥ പറയുന്നു. പറച്ചിലിന്റെ താളവും അനായാസതയുമാണ് ഈ സ്മരണകൾക്ക്; എഴുത്തിന്റെ വൃത്തവും വ്യാകരണവുമല്ല.

ഒന്നു ഞാൻ ഉറപ്പുതരാം. തോമസിന്റെ ജീവിതകഥയിലൂടെ സഞ്ചരിക്കുമ്പോൾ ഏതൊരു വായനക്കാരനും ജീവിതത്തെക്കുറിച്ച് 'ഇങ്ങനെയും കാണാമല്ലോ' എന്നൊരു ചിന്തയുദിച്ചെന്നിരിക്കും. ഒരാത്മധൈര്യം കൈവന്നെന്നിരിക്കും. അങ്ങനെയാവണം ഈ പുസ്തകം സാർത്ഥകമാവുന്നത്.

■

അവതാരിക

മിഥുൻ മാനുവൽ തോമസ്

ആദ്യമായാണ് ഒരു പുസ്തകത്തിന് അവതാരിക എഴുതുന്നത്. ഇങ്ങനെ സാഹിത്യസംബന്ധമായ സാഹസങ്ങൾക്ക് പൊതുവേ ഞാൻ മുതിരാറില്ല. കാരണം വളരെ ലളിതമാണ്. ഞാനൊരു അഡ്ജസ്റ്റ്മെന്റ് റൈറ്റർ ആണ്. ഈ തിരക്കഥകൾ ഒക്കെ എഴുതുന്ന ആൾ എങ്ങനെ അഡ്ജസ്റ്റ്മെന്റ് റൈറ്റർ ആകും എന്ന ചോദ്യം തൽക്കാലം ഇവിടെ പ്രസക്തമല്ല. കാരണം ഇവിടെ പ്രസക്തമായ കാര്യം ഡോക്ടർ തോമസ് രൻജിത്തും അയാൾ എഴുതിയ മെഡിവഴിപാട് എന്ന പുസ്തകവുമാണ്. (ഈ പേര് ആദ്യം കേട്ടപ്പോൾ ഞാൻ ഓർത്തത് സർ നെയിം ആദ്യം എഴുതിയതാണ് എന്നാണ്. പിന്നീട് പുസ്തകം വായിച്ചപ്പോൾ അല്ലേ ഇവർ അപ്പനപ്പൂപ്പന്മാർ ആയിട്ട് വിഗ്രഹ ഭ..ഭ..ശ.., അല്ലെങ്കിൽ വേണ്ട, എതിർനടപ്പുകാർ ആണെന്ന് മനസ്സിലായത്).

നോ പറയാൻ പറ്റും മുൻപ് ഡോക്ടർ പി.ഡി.എഫ്. അയച്ചുതന്നു. ടിയാൻ എന്റെ മകൻ മാത്തന്റെ ഡോക്ടർ ആണ്. അവതാരിക എഴുതിക്കൊടുത്തില്ലെങ്കിൽ, ഇനി ഇയാളെങ്ങാനും അടുത്ത തവണ ഫോൺ വിളിക്കുമ്പോൾ ഒ.പി.യിൽ ഇല്ലെന്നു പറഞ്ഞ് ഒഴിവാക്കിയാലോ? ഇനി അവതാരിക എഴുതിക്കൊടുത്ത് ഇയാൾടെ പുസ്തകം സൂപ്പർഹിറ്റായി ഇയാൾ ഡോക്ടർപണി നിർത്തി മുഴുവൻസമയ എഴുത്തുകാരനായാൽ ഞാൻ വേറെ ഡോക്ടറെ തപ്പേണ്ടിവരുമല്ലോ? അങ്ങനെ contradicting ആയ പലപല ചിന്തകൾകൊണ്ടാണ് തോമസ് അയച്ചുതന്ന പി.ഡി.എഫ് തുറന്നു വായന തുടങ്ങിയത്.

ഒള്ളത് പറയാല്ലോ. ഇയാൾക്ക് എഴുത്ത് വഴങ്ങും. ആഖ്യയും ആഖ്യാതവും ഉള്ള എഴുത്താണോ എന്നെനിക്കറിയില്ല, പക്ഷേ, ഒന്നാംകുറിപ്പ് മുതൽ അതീവസരസമായി ഡോക്ടറുടെ ജീവിതത്തിലെ കുറേ ഓർമ്മകൾ അവതരിപ്പിച്ചിരിക്കുന്നു.

അൽപ്പം വിശദമായി, സിനിമാ നിരൂപണത്തിന്റെ ഭാഷയിൽ പറഞ്ഞാൽ 'മെഡിവഴിപാട്' നല്ലൊരു entertainer ആണ്. ഒറ്റ ഇരുപ്പിനുതന്നെ വായിച്ചുതീർക്കാൻ തോന്നിപ്പിക്കുന്ന, കഴിയുന്ന, ചെറുകുറിപ്പുകളുടെ ഒരു രസികൻ സമാഹാരം. ചില കഥകളിലെ ഡോക്ടറുടെ സാഹചര്യങ്ങളിൽ എനിക്ക് എന്നെത്തന്നെ കാണാൻ കഴിഞ്ഞു. ക്രൗൺ തീയറ്ററും കോഴിക്കോടും ഒക്കെ വന്ന ചില കുറിപ്പുകളിൽ (ജനിതകം) മറ്റേ സാമാനം നൊക്കാച്ചിയ ശെരിക്കും അടിച്ചു. ജിമ്മിൽ പോകുന്നത് പോലുള്ള ചില എപ്പിസോഡുകൾ, സോറി അദ്ധ്യായങ്ങൾ, ശരിക്കും ചിരിപ്പിച്ചു. Madam, can we give KFC to this baby? എന്ന അദ്ധ്യായം (അതിജനിതകം) വളരെ അപ്രതീക്ഷിതമായിരുന്നു. അത് ഉള്ളിൽ തൊട്ടു, കണ്ണൊന്നു നനഞ്ഞു. ഡോക്ടറുടെ ചില ഒറ്റവരി നിരീക്ഷണങ്ങൾ ശരിക്കും ചിരിപ്പിക്കുകയും ചിന്തിപ്പിക്കുകയും ചെയ്യുന്നവയാണ്. മിക്ക കുറിപ്പുകളിലെയും കഥാപാത്രങ്ങൾ തമ്മിലുള്ള സംഭാഷണങ്ങളിലെ കൗണ്ടറുകൾ നർമ്മത്തിന്റെ മർമ്മത്തിൽതന്നെ കൊള്ളുന്നവയാണ്. കൂടുതൽ വിശകലനം അവതാരികയിൽതന്നെ നടത്തിയാൽ spoiler ആകും എന്നതുകൊണ്ട് തൽക്കാലം ഈ പുസ്തകനിരൂപണ അക്രമത്തിന് ഞാൻ വിരാമം ഇടുകയാണ്.

പറയുമ്പോൾ മറ്റൊരു കാര്യം കൂടി പറയണമല്ലോ. ഡോക്ടർ തോമസ് രൻജിത് നന്നായി എഴുതുമെന്ന് പറയുമ്പോൾ ഇയാളപ്പോൾ ചികിത്സയിൽ ശ്രദ്ധ കൊടുക്കാതെ പിന്നാക്കം നിൽക്കുന്ന ഒരു ഡോക്ടർ ആണോ എന്ന് നിങ്ങൾക്ക് സംശയം തോന്നിയേക്കാം. അല്ല, അല്ലേയല്ല. ഇയാൾ ശെരിക്കും ഒരു ഭിഷഗ്വരപ്രവരൻ തന്നെയാണ്. 'രാമനാഥന് എഴുത്തും വശമുണ്ടോ?' എന്നേ ഇദ്ദേഹത്തോട് നമുക്ക് ചോദിക്കാൻ തോന്നൂ. എന്തായാലും മെഡിവഴിപാട് ഒരു വലിയ വിജയം ആകട്ടെ, പുസ്തകശാലകളിൽ ബെസ്റ്റ് സെല്ലർ ബോർഡുകളുടെ

താഴെ ഇടം പിടിക്കട്ടെ, നിതാന്ത ഫിനോയിൽ വാസന യുള്ള ആശുപത്രികളുടെ ഇടനാഴികളിൽനിന്നും സാഹിത്യ വാസനയുള്ള ഡോക്ടർമാർ ഇനിയും ഉണ്ടാകട്ടെ. ഈ അവസാനത്തെ ആശംസ വേറൊന്നും കൊണ്ടല്ല, ഇയാൾക്ക് കട്ട കോമ്പറ്റീഷൻ വന്ന് ഇയാളുടെ എഴുത്ത് കൂടുതൽ മിഴിവാർന്നതാകാൻ വേണ്ടിയാണ്. മാത്രമല്ല നമ്മൾ തലമുറകളായിട്ട് monopolyക്ക് എതിരുമാണ്. വണ്ടി വലിയ്ക്കുന്ന കാളയ്ക്ക് ....ണ്ടി ഒരു ഭാരമല്ലാത്തത് പോലെ, (ആ പ്രയോഗം ഈ പുസ്തകത്തിലെ (അതി ജനിതകം) തന്നെ ഒരു അധ്യായത്തിന്റെ പേര് കടം കൊണ്ടതാണ്. അല്ലാതെ ഇത്തരം ഒരു പ്രയോഗം മനസ്സു കൊണ്ടുപോലും കുലപുരുഷൻ ആയ ഞാൻ നടത്താ റില്ല എന്ന് വായനക്കാരോട് ഏറ്റം സത്യസന്ധതയോടെ അറിയിക്കുന്നു) ഡോക്ടർ തോമസിന് തന്റെ എഴുത്തും പീഡിയാട്രിക്സും ഇനിയും നിർബാധം തുടരാൻ കഴി യട്ടെ. ആശംസകൾ...

■

അവതാരിക

രതീഷ് ബാലകൃഷ്ണൻ പൊതുവാൾ

അസിഡിറ്റികൊണ്ട് അവതാരികക്കാരൻ വലഞ്ഞിരുന്ന ഒരു സമയം. ആയിടയ്ക്കാണ് വീടിനടുത്ത ടൗണിലെ സഹകരണ ആശുപത്രിയിൽ ഒരു കിടിലൻ ആയുർവേദ ഡോക്ടർ പ്രത്യക്ഷപ്പെട്ടത് അറിവിലേക്കടുത്തത്. തെക്കു വടക്ക് ഇടംവലം നോക്കാതെ രോഗി അപ്പോയിന്റ്മെന്റ് കൈക്കലാക്കി. രണ്ടുകാലും തളർന്നുകിടന്ന ഒരുവനെ സെന്റർ ഫോർവേഡ് ആക്കി ആർസെനലിലേക്കോ ബാർസലോണക്കോ അയച്ച ഡോക്ടറുടെ ഇടംവലം എന്തിനു നോക്കണം?

മരുന്ന് കഴിച്ചു രോഗം പൂർണമായും ഭേദമായി. അസിഡിറ്റിയുടെ കൂട്ടത്തിൽ ഒരു കോംപ്ലിമെന്റ് ആയി വലതു കൈയിലെ ടെന്നീസ് എൽബോയും അദ്ദേഹം മാറ്റി ത്തന്നു. സഹകരണം, ആശുപത്രി ബോർഡിൽ മാത്രമല്ല അദ്ദേഹത്തിന്റെ മനസ്സിലും നോട്ട്പാഡിലും പ്രകാശിച്ചു നിന്നിരുന്നു. മൂന്നുമാസത്തിനുശേഷം ഡോക്ടർ ജയിലിലായ പത്രവാർത്ത വായിക്കാൻ ഇടവന്നു. എന്റെ അസുഖം മാറ്റിയതിനല്ല അയാൾ വ്യാജനായിരുന്നത്രേ! ഡോക്ടറെക്കുറിച്ച് പിന്നെ വിവരമൊന്നും അറിഞ്ഞില്ല. ഡോക്ടർ പോയവഴിക്കുതന്നെ പക്ഷേ അസിഡിറ്റിയും ടെന്നീസ് എൽബോയും പോയി!

തോമസ് രൻജിത്തിന്റെ കഥകളെക്കുറിച്ച് പറയുമ്പോളെന്തിനാടോ താൻ വ്യാജ ഡോക്ടറുടെ കഥ പറഞ്ഞ് വിഷയം മാറ്റുന്നത്, തന്റെ അസുഖം മാറിയില്ലേ? എന്റെ പ്രശ്നം അതല്ല, എത്ര നാളായെടോ തോമസേ ഞാൻ എന്റെ മകളുടെ ചുമയെക്കുറിച്ച് പറയുന്നു? ഒരു മരുന്ന്

എഴുതാൻ പറഞ്ഞാൽ കേൾക്കാത്ത താങ്കൾക്കു കഥകളെ ഴുതാൻ ഒരു മടിയുമില്ലല്ലോ!

മരുന്നിനുമാത്രം കഥ എഴുതും എന്നു പറഞ്ഞു താങ്കൾ ഒരു ഓപ്പൺ ഹാർട്ട് സർജറിക്കുള്ള വകുപ്പുതന്നെ നിരത്തിവച്ചിട്ടുണ്ടല്ലോ! നാട്ടുകാരും വീട്ടുകാരും വിദേശി കളും സ്വദേശികളും മതങ്ങളും ശാസ്ത്രവും കപട ശാസ്ത്രവും ദൈവവും എന്ന് വേണ്ട വഴിയിൽ കൂടി വെറുതെ നടന്ന് പോയവരടക്കം സർജിക്കൽ നൈഫ് കൊള്ളാത്തവരില്ല തന്നെ. ഇനി ആക്ഷേപിക്കാൻ വേറെ ആരെയും കിട്ടാത്തപ്പോൾ ടേബിളിലേക്കു നേരെ കേറി ക്കിടന്നു സ്വന്തം കരളും കുടലും ഹൃദയവും പുറത്തെ ടുത്തുവെക്കുന്നുമുണ്ട് ഡോക്ടർ. എനിക്ക് നൊന്താലും വേണ്ടില്ല നിങ്ങളൊക്കെ ഒന്ന് ചിരിച്ചു കണ്ടാൽ മതി എന്ന മട്ടാണ് നമ്മുടെ വിശുദ്ധ ഡോക്ടർക്ക്.

മെഡിവഴിപാട് എന്ന ഈ ഓർമ്മക്കുറിപ്പടികളിൽ ഓരോ പുറത്തിലും ചിരിക്കുള്ള മരുന്ന് കുറിച്ചിട്ടുണ്ട് കക്ഷി. ഇഗ്നൂവിൽനിന്നും ഉരുളക്കുപ്പേരിയിൽ ബിരുദാ നന്തരബിരുദം എടുത്തവരാണ് ഡോക്ടറിന്റെ കഥാപാത്ര ങ്ങൾ എന്ന് തോന്നും അവർ തമ്മിലുള്ള വാചകമടി കണ്ടാൽ. ഒറ്റയിരിപ്പിന് വായിച്ചു തീർക്കേണ്ടതല്ല ഈ പുസ്തകം. കാരണം, ഓരോ കുറിപ്പിലും വർഷങ്ങളുടെ ഓർമ്മകൾ അടങ്ങിയിട്ടുണ്ട്. അവ ഇടയ്ക്കിടെ വായന ക്കാരെ സ്വന്തം ഓർമ്മകളിലേക്കും കുടുംബചരിത്രത്തി ലേക്കുമൊക്കെ കൊണ്ടുപോയെന്ന് വരും. ചിരിച്ചും ചിന്തിച്ചും ഇടവേളകളെടുത്ത് വായിക്കുന്നത് നല്ലൊരു അനുഭവമായിരിക്കും.

അധ്യായങ്ങൾ നിരത്തിയിട്ടുള്ളതിലും ക്രമമായ ഒരു വളർച്ച കാണാം ഈ രചനയിൽ. ആദ്യം തന്റെ നാടി നെയും നാട്ടുകാരെയും പരിചയപ്പെടുത്തി, പിന്നീട് തന്റെ വലിയ കുടുംബത്തെ പരിചയപ്പെടുത്തി, അവിടെ നിന്ന് കൂടുതൽ ആഴത്തിലുള്ള വ്യക്തിബന്ധങ്ങളിലേക്കും കടന്ന്, അതിനൊപ്പം സ്വന്തം വളർച്ചയും തളർച്ചയും ഓർ മ്മിച്ച്, പാർപ്പിടത്തിലേയും (ജനിതകം) പണിയിടത്തി ലേയും (അതിജനിതകം) നുറുങ്ങു നർമ്മങ്ങളും ഹൃദയം തൊടുന്ന അനുഭവങ്ങളും പങ്കുവെച്ച്, അങ്ങനെയങ്ങനെ

മുന്നോട്ട് പോകുമ്പോൾ പതിയെ തെളിഞ്ഞു വരുന്നത് ഒരു ആത്മകഥ തന്നെയാണ്.

അവസാനത്തെ അധ്യായങ്ങളിൽ (ജനിതകം) തൂലിക തന്റെ നല്ല പാതിക്ക് കൈമാറിയിട്ടുണ്ട് ഡോക്ടർ. ഇതൊരു അനുകരണീയമായ മാതൃക തന്നെ. മാത്രമല്ല, മറുവശത്തു നിന്നും ഡോക്ടറെ നോക്കിക്കാണാൻ വേറെ തന്നെ രസമുണ്ട്. ആദ്യ അധ്യായങ്ങളിലൊന്നിൽ താൻ പെണ്ണ് കാണാൻ പോയതിനെപ്പറ്റി ഡോക്ടർ വിവരിച്ചത്, അവസാനം സ്ത്രീപക്ഷത്തുനിന്ന് അദ്ദേഹത്തിന്റെ പ്രിയപ്പെട്ട 'കണവയുടെ' ആഖ്യാനത്തിൽ പുനരവതരിപ്പിച്ചപ്പോൾ ആ ചിത്രങ്ങൾക്ക് കൂടുതൽ പൂർണത ലഭിച്ചു എന്ന് പറയാതെ വയ്യ. ചുരുക്കിപ്പറഞ്ഞാൽ ഉൾക്കാമ്പുള്ള, അകക്കാഴ്ചയുള്ള, ഓർത്തോർത്ത് ചിരിക്കാനുള്ള ഓർമ്മക്കുറിപ്പുകളാണ് ഈ മെഡിവഴിപാട്. വായനക്കാർക്കൊരു വിരുന്നു തന്നെ.

ഡോക്ടറോട് ഒരു സ്വകാര്യം 'പോയ ബുദ്ധി ഇനി ആന പിടിച്ചാലും കിട്ടോ' എന്ന കഥയുടെ ബാക്കി പറഞ്ഞു തരാമെങ്കിൽ ഒരു സർപ്രൈസ് ഗിഫ്റ്റ് തരാം!

രണ്ടാം സ്വകാര്യം മകളുടെ ചുമ... ഖോ... ഖോ... കഫ്... കഫ്...

■

വിക്രം വേദാ

"എനിക്ക് കൊറച്ച് കാലം ബോർഡിങില് നിന്ന് പഠിക്കണം. എന്നാലാ ലൈഫിന് ഒരടക്കും ചിട്ട്യോക്കെ വരൊള്ളോ. ഇല്ലെങ്കിലേ, ഞാൻ ഒറ്റപ്പുത്രനായിട്ട് വളർന്ന് ഒന്നിനും കൊള്ളാത്തോനായി പോവും."

അപ്പന്റെ ട്രാൻസ്ഫർ കാരണം, സ്കൂൾ മാറേണ്ടിവരും എന്നുറപ്പായപ്പോഴാണ് നടുക്കുന്ന ഈ പ്രസ്താവന ഞാൻ നടത്തുന്നത്. മകനെ പിരിയുന്ന വിഷമമോർത്ത് അമ്മയും ഓർമ്മവച്ചകാലം മുതൽ ബോർഡിങിൽ നിന്നതിന്റെ അനുഭവത്തിൽ അപ്പനും എന്നെ പിന്തിരിപ്പിക്കാൻ ആവുന്നതും ശ്രമിച്ചു. പക്ഷേ, എന്റെ നിലപാട് ഉറച്ചതായിരുന്നു.

അങ്ങനെ എട്ടാം ക്ലാസ്സിൽ, ഞാൻ വിശ്വവിഖ്യാതമായ ഇരിഞ്ഞാലക്കുട ഡോൺബോസ്കോ ബോർഡിങിൽ ചേർന്നു. അപ്പനും അമ്മയും ഒരു മാസത്തോളം ശ്രമിച്ചിട്ടും തൂണുപോലെ ഉറച്ചുനിന്ന എന്റെ നിലപാട്, ഒരൊറ്റയാഴ്ചത്തെ ബോർഡിങ് ജീവിതംകൊണ്ട്, ഇബ്രാഹിംകുഞ്ഞിന്റെ കാലത്ത് പണിത പാലാരിവട്ടം മേൽപ്പാലത്തിന്റെ തൂണ് പോലെയായി! ഫോണിലൂടെയുള്ള കരച്ചിലും മറുതലയ്ക്കലുള്ള തേങ്ങലും കത്തിലൂടെയുള്ള പരാധീനതയും മറുപടിയിലുള്ള കണ്ണീരുമെല്ലാം പതിയെ മടുത്തു.

ഞാൻ ബോർഡിങ് ജീവിതം മെല്ലെ ആസ്വദിച്ചുതുടങ്ങി. കലാകായിക ജീവിതം പുഷ്ടിപ്പെട്ടെങ്കിലും വിദ്യാഭ്യാസ ജീവിതം കുറച്ച്... അല്ല... കുറച്ചധികം ശോഷിച്ചു. ഒരു മാർക്ക് നഷ്ടമായാൽപോലും കരഞ്ഞിരുന്ന ഞാൻ, പാസ്സായാൽതന്നെ സന്തോഷിച്ചുതുടങ്ങി. എല്ലാ വിഷയവും പാസ്സാവുന്നവന് ബോർഡിങിൽ ഒരു സിനിമാതാരത്തോളം വിലയുണ്ടന്ന്. പഠനം കൈവിട്ട് പോവുകയാണെന്ന് എനിക്ക് മനസ്സിലായി. ഇക്കാര്യം അല്പം ഗൗരവമായിതന്നെ വീട്ടിലവതരിപ്പിച്ചു.

അങ്ങനെ ഒൻപതാം ക്ലാസ്സിൽ വച്ച്, എന്റെ പഠനം പരിപോഷിപ്പിക്കാനായി ജോലിയുപേക്ഷിച്ച് അപ്പനും കൂടെ അമ്മയും നാട്ടിലേക്ക് പോന്നു.

ഇടതുപക്ഷത്തിനൊപ്പം ചേർന്ന മാണിക്കുഞ്ഞ്, വലതുപക്ഷത്തിനെ നോക്കുന്നതുപോലെയാണ് പിന്നീട് ഞാൻ ബോർഡേഴ്സിനെ നോക്കിയിരുന്നത്. ബോർഡേഴ്സിന്റെ ജീവിതരീതിയിൽ നിന്ന് തികച്ചും വ്യത്യസ്തമായിരുന്നു ഡേ സ്കോളേഴ്സിന്റേത്. ബോർഡേഴ്സിന്റെ കളികൾ പ്രധാനമായും ബാസ്കറ്റ്ബോളും ടേബിൾ ടെന്നീസുമാണ്. അവർ കളിക്കുന്നത് വൈകുന്നേരവും. ഞങ്ങൾ ഡേ സ്കോളേഴ്സിന്റെ കളിസമയം ഉച്ചയ്ക്കാണ്. മഴയുടെ സ്ഥിതിയനുസരിച്ച് ഫുട്ബോളും ക്രിക്കറ്റും മാറിമാറി വരും. ഫുട്ബോളെന്ന് പറഞ്ഞാൽ, ചെരുപ്പുകൊണ്ട് പോസ്റ്റ് വച്ച്, ചെറിയ റബ്ബർ ബോളുകൊണ്ട് കളിക്കുന്ന, എല്ലാവരുടെയും വലത്തെ കാല് ചതയുന്ന, തികച്ചും ജനകീയമായ ഫുട്ബോൾ. ക്രിക്കറ്റെന്ന് പറഞ്ഞാൽ,

ബാറ്റ് കൊണ്ടുവരുന്നവന് ആദ്യം ബാറ്റിങ്ങും ബോള് കൊണ്ടുവരുന്നവന് ആദ്യം ബൗളിങ്ങും ലഭിക്കുന്ന തികച്ചും ബൂർഷ്വാസിയായ ക്രിക്കറ്റ്.

മിക്കവാറും എല്ലാവരും ക്രിക്കറ്റും ഫുട്ബോളും കളിക്കും. ഫുട്ബോൾ തീരെ കളിക്കാനറിയാത്തവനാണെങ്കിൽ ഗോളി നില്ക്കും. എന്നാൽ 'ഹാരിത്ത് അഹമ്മദ് മുഹമ്മദ്' ക്രിക്കറ്റ് മാത്രമേ കളിക്കൂ. പേരിലെ കൗതുകം കാരണമാണ് അവനെ ആദ്യം ശ്രദ്ധിക്കുന്നത്. ഓൾ റൗണ്ടറായിരുന്നു, ക്രിക്കറ്റിൽ മാത്രമല്ല. സ്ഥിരം ഒന്നാം റാങ്ക്. ഇറങ്ങുന്ന ഒരുവിധം എല്ലാ സിനിമകളും ആദ്യത്തെ ആഴ്ചതന്നെ കാണും. കടുത്ത മമ്മൂട്ടി ആരാധകൻ. പത്ത് മോഹൻലാൽ ഫാൻസിനെ വരെ അവനൊറ്റയ്ക്ക് കൈകാര്യം ചെയ്യും.

ഞങ്ങൾ തമ്മിൽ പെട്ടെന്നടുത്തു. അതിനിടയിൽ എന്റെ പഠനം ട്രാക്കിൽ വീണു. ഞാൻ വീണ്ടും ആദ്യത്തെ മൂന്ന് റാങ്കുകൾക്കുള്ളിൽ വന്നുതുടങ്ങി. ഗ്രൗണ്ടിൽ ഹാരിത്തും സ്റ്റേജിൽ ഞാനും നിറഞ്ഞു നിന്നു. ഞങ്ങൾ ക്ലാസ്സ് ലീഡറും ഹൗസ് ലീഡറുമെല്ലാം മാറിമാറി ആയിക്കൊണ്ടിരുന്നു. അങ്ങനെ പത്താം ക്ലാസ്സിലേക്ക്. എല്ലാവരും പഠനം മാത്രം. ഹാരിത്തിനെ ഒരു പ്രാവശ്യമെങ്കിലും മറികടക്കണമെന്നൊരു ചിന്ത എന്റെയുള്ളിൽ മുളപൊട്ടി. ഒരിക്കൽ രണ്ട് മാർക്കിന്റെ വ്യത്യാസം വരെയെത്തി. എനിക്ക് ചെറിയ നിരാശ.

അന്നവൻ എന്നോട് ചോദിച്ചു, "തൊമ്മാ... ഈ പ്രാവശ്യോം നടന്നില്ലല്ലേ?"

ശ്ശെടാ... ഇവനിതെങ്ങനെയറിഞ്ഞു. എന്റെ ജാള്യത ഞാൻ പുറത്ത് കാണിച്ചില്ല.

പരീക്ഷകൾ പലതും നടന്നെങ്കിലും എന്റെ ലക്ഷ്യം മാത്രം നടന്നില്ല. എസ്.എസ്.എൽ.സിക്ക് അവന് എന്നേക്കാളും ഇരുപത് മാർക്കിനടുത്ത് കൂടുതലുണ്ടായിരുന്നു. ഞങ്ങൾ രണ്ടുപേരും തൃശ്ശൂരെത്തി. എൻട്രൻസ് ക്ലാസ്സിൽ മാർക്കിന്റെ അടിസ്ഥാനത്തിൽ ബാച്ച് തിരിച്ചപ്പോൾ ഞാൻ വീണ്ടും ഊഞ്ഞാലാടി. അവൻ A ബാച്ച്. ഞാൻ B ബാച്ച്.

രണ്ട് വർഷത്തെ അധ്വാനത്തിനുശേഷം എൻട്രൻസ് പരീക്ഷ. രണ്ടുപേരുടെയും ഫലം പത്രത്തിൽ വരുന്നതിന് മുൻപ് ഞാനറിഞ്ഞു. എനിക്ക് അവനേക്കാൾ നല്ല റാങ്ക്. സന്തോഷം. ഒടുക്കത്തെ സന്തോഷം. ഞാനവനെ വിളിച്ചു.

"എടാ ഹാരി, റിസൾട്ട് വന്നൂട്ടാ."

"ആ... ഞാനറിഞ്ഞ്."

അവന്റെ സ്വരത്തിൽ വല്ലാത്തൊരു നിരാശ. എന്റെ റാങ്കും അവനറിഞ്ഞിട്ടുണ്ടായിരിക്കുമെന്ന് ഞാനൂഹിച്ചു. അല്ലാതെ, അത്യാവശ്യം നല്ല റാങ്ക് കിട്ടിയ അവന് വിഷമിക്കേണ്ട കാര്യമൊന്നുമില്ലല്ലോ.

ഞാൻ ഒന്നുമറിയാത്തതുപോലെ ചോദിച്ചു, "എന്താടാ ഒരു വെഷമം?"

"ആകെ കൊളായെടാ തൊമ്മാ. എനിക്ക് എൻജിനീയറിങ് മതി. മെഡിസിനിത്ര നല്ല റാങ്ക് വേണ്ടായിരുന്ന്. ഇതിപ്പോ ആകെ പണിയായി."

ഒരുമാതിരി മറ്റേ പണിയായിപ്പോയി! ജയിക്കുമെന്നുറപ്പായ കളി ഡക്ക്വർത്ത്‌ലൂയിസ് നിയമപ്രകാരം തോറ്റപോലെയായി എന്റെ അവസ്ഥ.

വീട്ടുകാരുടെ നിർബന്ധത്തിന് വഴങ്ങി അവന് മെഡിസിന് ചേരേണ്ടിവന്നു. അങ്ങനെ, ഞങ്ങൾ രണ്ടുപേരും കോഴിക്കോട് മെഡിക്കൽ കോളെജിലേക്ക്. വ്യത്യസ്ത ഹോസ്റ്റലുകളിലായതോടെ ഞങ്ങളുടെ കൂട്ടുകെട്ടുകളും വെവ്വേറെയായി. ഹാരിത്തിന് ഇങ്ങനെയൊരു ഭൂതകാലം MBBS സഹപാഠികൾക്ക് സങ്കൽപ്പിക്കാനാകുമായിരുന്നില്ല. ഹോസ്റ്റലിൽ ഒരിക്കലവൻ പഠിക്കാനിരുന്നപ്പോൾ അത് കാണാൻ ആള് കൂടിയിരുന്നു! അത്രയും അത്ഭുതമുളവാക്കുന്ന കാഴ്ചയായിരുന്നത്രേ അത്! MBBS പരീക്ഷകളിൽ എനിക്കവനേക്കാൾ മാർക്ക് ലഭിച്ചിരുന്നു. പക്ഷേ, അതിലഭിമാനിക്കാൻ ഒന്നുമില്ലായിരുന്നു. അവന്റെ MBBS പഠനംതന്നെ എന്തിനോ വേണ്ടി തിളയ്ക്കുന്ന സാമ്പാറായിരുന്നല്ലോ.

"ഞാൻ MBAക്ക് പോവാണ്." MBBS പൂർത്തിയാക്കിയതും അവൻ പ്രഖ്യാപിച്ചു.

"എന്ത്!"

"എനിക്കീ രോഗികളെ കാണുമ്പതന്നെ ഒരുമാതിരി ചൊറിഞ്ഞ് കേറാണിഷ്ടാ."

കേട്ടവർക്കെല്ലാം തോന്നിയത് അവന് കാര്യമായി എന്തോ പറ്റിയെന്നാണ്. പക്ഷേ, പറ്റിയത് ഞങ്ങൾക്കായിരുന്നു. ഞങ്ങളിൽ പലരും PGക്ക് കയറുന്നതിന് മുൻപുതന്നെ അവൻ MBA കഴിഞ്ഞിറങ്ങി, ജോലിക്ക് കയറി.

വർഷങ്ങൾക്ക് ശേഷം, ഞങ്ങളുടെ സ്കൂൾബാച്ചിന്റെ ഒത്തുകൂടലിന്, ഓരോരുത്തരും അവരവരുടെ മേഖലകൾ പറയുകയാണ്.

"ഞാൻ MBBS കഴിഞ്ഞ് MBAയ്ക്ക് പോയി."

ഹാരിത്ത് ഇത് പറഞ്ഞതും എല്ലാവർക്കും അത്ഭുതം. ഇതെന്ത് കോമ്പിനേഷൻ! എന്നാലും, എല്ലാവരും പൊളിഞ്ഞ വാ പിടിപ്പിച്ച തലയാട്ടിക്കൊണ്ട് കയ്യടിച്ചു. ചെയ്തത് ഹാരിത്താവുമ്പോൾ സംഭവം എന്തായാലും മോശമാവില്ലല്ലോ! MBBS കഴിഞ്ഞ് MDക്ക് പോയ എന്നെ ചിലർ പുച്ഛത്തോടെ നോക്കുക പോലുമുണ്ടായി.

ഒന്ന് വഴി തെറ്റിയെങ്കിലും അതിലൂടെയല്ല തന്റെ ലക്ഷ്യസ്ഥാന മെന്ന് തിരിച്ചറിഞ്ഞ് റൂട്ട് മാറി സഞ്ചരിച്ച റഞ്ചോഡ്ദാസ് ശാമൾ ദാസ് ചാഞ്ചഡ് ആണവൻ. അവന്റെ ഇപ്പോഴത്തെ മേഖലയിൽ അവൻ പുരസ്കാരങ്ങൾ വാരിക്കൂട്ടുന്നുണ്ട്.

■

കളിക്കളം, ഇത് പടക്കളം

പത്ത് കഴിഞ്ഞതോടെ നേരെ തൃശ്ശൂർക്ക് വച്ചുപിടിച്ചു. എന്റെ പേരുള്ള രണ്ട് സ്ഥാപനങ്ങളിലായിരുന്നു പിന്നീടുള്ള അഭ്യാസം. അതിലൊന്ന് ഒരു കോളെജും മറ്റൊന്ന്, കോളെജിലെ അധ്യാപകർ യൂണിവേഴ്സിറ്റിയെന്ന് കളിയാക്കി വിളിച്ചിരുന്ന എൻട്രൻസ് കോച്ചിംഗ് സെന്ററും.

കോളെജിലെ അഡ്മിഷൻ വലിയ ബുദ്ധിമുട്ടില്ലായിരുന്നു. എന്നാൽ യൂണിവേഴ്സിറ്റിയിലേത് അത്ര എളുപ്പമായിരുന്നില്ല. കേരളത്തിലെ മിക്ക അഞ്ഞൂറാന്മാരും (SSLCക്ക് 500+ കിട്ടിയിരുന്നവർ) അന്നവിടെയാണെത്തിയിരുന്നത്. പ്രത്യേകിച്ച്, പത്രത്തിൽ പടമൊക്കെ വന്നവർ. ശിപാർശ എന്ന കലാപരിപാടിക്ക് അവിടെ പുല്ലുവിലയാണ്. ഒരുവിധം സ്ഥലത്തേക്കെല്ലാം ഫോൺ വിളിച്ചു പറഞ്ഞും കത്തിൽ ഒപ്പിട്ടുകൊടുത്തും മറ്റുള്ളവർക്ക് സീറ്റ് വാങ്ങിക്കൊടുക്കുന്നവരെല്ലാം ഇവിടെയെത്തിയാൽ നല്ല മര്യാദാരാമന്മാരായി വരിനിന്ന് അപേക്ഷ പൂരിപ്പിച്ച് കൊടുക്കുന്നത് കാണാം. ഞാൻ നേരിട്ട് കണ്ട ആദ്യത്തെ സമത്വസുന്ദരമായ കേരളം. ഇവിടെ അഡ്മിഷന് മൂന്നേ മൂന്ന് മാനദണ്ഡം മാത്രം. SSLC മാർക്ക്... SSLC മാർക്ക്... SSLC മാർക്ക്... അതില്ലാത്തവർക്ക് മനദണ്ഡം മാത്രം. സ്കൂളിലെ പുലികളെല്ലാം ഇവിടെ എലികൾ. ഞാൻ വെറും എലിവാൽ. പുലിവാൽ പിടിച്ചൊരു എലിവാൽ!

ഉയരങ്ങളിലേക്ക് നടന്നുകയറാനുള്ള പാസ്പോർട്ട്, വിസ, തിരിച്ചറിയൽ രേഖ, നോട്ട്സ് എന്നിവയെല്ലാം താഴെനിന്ന് കിട്ടി. അതെല്ലാം, ആദ്യമേ കൈയിലുണ്ടായിരുന്ന നോട്ടുപുസ്തകം, പേന, പെൻസിൽ, സ്കെയിൽ, റബ്ബർ എന്നിവയോടൊപ്പം ചേർത്തുകെട്ടി ഒരു ഒറ്റവരി സ്റ്റെപ്പിലൂടെ മുകളിലെത്തി. 525ന് മുകളിൽ മാർക്കുള്ളവരെയെല്ലാം ആദ്യത്തെ മുറിയിലേക്കും 500നും 525നും ഇടയിലുള്ളവരെ അതിനപ്പുറത്തെ മുറിയിലേക്കും അതിലും താഴെയുള്ളവരെ ഏതോ ഒരു ഇടനാഴിയിലേക്കും ആനയിച്ചിരുത്തി. ഓരോ മുറിയിലും

വലതുവശത്ത് സെക്കൻഡ് ഗ്രൂപ്പുകാരും ഇടതുവശത്ത് ഫസ്റ്റ് ഗ്രൂപ്പുകാരും. 530 ഉള്ള ഞാൻ ആദ്യത്തെ മുറിയിൽ വലതുവശത്ത് ഏറ്റവും പുറകിൽ നിന്നും മൂന്നാമത്തെ വരിയിലിരുന്നു. ഞാൻ പോയി ഇരുന്നതല്ല. മാർക്കനുസരിച്ച് ഇരുത്തിയപ്പോൾ എനിക്ക് കിട്ടിയത് ആ സ്ഥലമാണ്. എങ്കിലും A ബാച്ചിൽ തന്നെയാണല്ലോ, ആശ്വാസം. അവിടെ കയറാൻ പറ്റാതെ മുന്നോട്ട് നടക്കുന്നവരെ വളരെ സഹതാപപൂർവ്വം നോക്കിയിരുന്നു. ഡിസ്റ്റിങ്ഷൻ ഒക്കെയുണ്ടെന്ന് പറഞ്ഞ് ഞെളിഞ്ഞവരുടെയൊക്കെ ഒരവസ്ഥ!

മുന്നിലെ ബോർഡിനരികിലെ വാതിൽ തള്ളിത്തുറന്ന് ഒരു മനുഷ്യൻ പെട്ടെന്ന് മുറിയിലേക്ക് ഒന്നെത്തിനോക്കി. നീണ്ട മുടിയിഴകൾ ഒരു കൈ കൊണ്ടൊതുക്കി, 36 പല്ലും (ഏകദേശ കണക്കാണ്. എന്നാലും അദ്ദേഹത്തിനത്രയെങ്കിലുമുണ്ട്) കാണിച്ച് ചിരിച്ച്, ഒരൊറ്റ ഡയലോഗ്.

“നിങ്ങടെയ്യാക്കെ ഭാഗ്യണ്. നിങ്ങക്ക് എൻട്രൻസ് കിട്ടീന്നാ കൂട്ടിക്ക്യോ. ആ പൊറത്തേക്കോടെ നടക്കണോർടട്ത്ത് അധികം സംസാരിക്ക്യാരിക്ക്യോ. അവർക്കൊന്നും കിട്ടാനൊള്ളതല്ലാ. അവരോടൊക്കെയ്യാന്ന് മിണ്ട്യാത്തന്നെ എൻട്രൻസ് കിട്ടാനൊള്ള നിങ്ങടെ ചാൻസാ കൊറയും. മാഷ് പറയണത് മനസ്സിലാവ്ണ്ടാ?”

എല്ലാവരും തലയാട്ടി. അദ്ദേഹം അപ്പുറത്തേക്ക് കടന്ന് വാതിലടച്ചു. വീണ്ടും തുറന്ന്, ഒരിക്കൽകൂടി ചിരിച്ചുകാണിച്ചിട്ട് തിരിച്ചുപോയി. ഞാൻ ചുറ്റും നോക്കി. മറ്റുള്ളവർ പുറത്തുള്ളവരോട് സംസാരിക്കുന്നത് പോയിട്ട്, കുനിഞ്ഞിരിക്കുന്ന തലയൊന്ന് പൊക്കി നോക്കാനുള്ള സാദ്ധ്യതപോലും കണ്ടില്ല. നടന്നുപോകുന്നവരോടുള്ള എന്റെ സഹതാപം മെല്ലെ പുച്ഛത്തിന് വഴിമാറി. പെട്ടെന്ന് മറ്റൊരാൾ കടന്നുവന്നിട്ട് പറഞ്ഞു. “സെക്കൻഡ് ഗ്രൂപ്പ്കാരില് 530ഉം അതിന് മുകളിലുള്ളവരും മാത്രം ഇവിടെയിരിക്ക്യാ. ബാക്കിയുള്ളവര് തൊട്ടപ്പുറത്തെ മുറിയിലേക്ക് പോകാ.”

മുന്നിലിരിക്കുന്നവർ മെല്ലെ തിരിഞ്ഞുനോക്കുന്നുണ്ട്. നടുക്കുള്ളവർ തലയനക്കുന്നില്ല. ഏറ്റവും പുറകിലുള്ളവർ ശ്വാസം വിടുന്നതുപോലുമില്ല. മുന്നിലെ പുള്ളി വീണ്ടും വിളിച്ചുപറഞ്ഞു. “സെക്കൻഡ് ഗ്രൂപ്പ്കാരില് 530ഉം അതിന് മുകളിലുള്ളവരും മാത്രം ഇവിടെയിരിക്ക്യാ. ബാക്കിയുള്ളവര് തൊട്ടപ്പുറത്തെ മുറിയിലേക്ക് പോകാ. ആ അവസാനബെഞ്ചിലെ കുട്ട്യോളെഴുന്നേറ്റ് നടന്ന് തുടങ്ങിക്കോളൂ.”

കുറച്ചാളുകളിറങ്ങിപ്പോയി. പകരം മറ്റ് ചിലർ കയറിവന്നു. അവരവരുടെ മാർക്കനുസരിച്ച് അവരെല്ലാം ആ ക്ലാസ്സിൽ അലിഞ്ഞുചേർന്നു. മുന്നിലിരുന്ന ചിലർ പുറകിലേക്കിറങ്ങേണ്ടി വന്നു. ഞാൻ അവസാനത്തെ ബെഞ്ചിലെത്തി. മെല്ലെ പാളി നോക്കി. ദേ നിൽക്കുന്നു

അഞ്ചാറെണ്ണം കൂടി പുറത്ത്. ഇവർക്കൊക്കെ വെറുതെ ഒരു വയറിളക്കം വന്ന് ചത്തുപോയിരുന്നെങ്കിലെന്ന് ഞാൻ ആത്മാർത്ഥമായി ആഗ്രഹിച്ചു. പക്ഷേങ്കില് അവരുടെ ആഗ്രഹത്തിന്... അല്ല... മാർക്കിന്... എന്റെ പ്രാർത്ഥനയേക്കാൾ കനമുണ്ടായിരുന്നു. വീണ്ടും അറിയിപ്പ്.

“530ന് മുകളിലുള്ളവർ മാത്രം ഇവിടെയിരിക്ക്യാ. 530ഓ അതിന് താഴെയോ ഉള്ളവരുണ്ടെങ്കി തൊട്ടപ്പുറത്തെ മുറിയിലേക്ക് പോകാ.”

കൈയിൽ കിട്ടിയ ക്രിക്കറ്റ് വേൾഡ് കപ്പ് തെന്നിപ്പോയ സൗത്ത് ആഫ്രിക്കൻ ടീമിന്റെ അവസ്ഥ. പോയി... എൻട്രൻസ് പോയി... സീറ്റ് പോയി... ഭാവി പോയി... ജീവിതം പോയി!

525 മാർക്കുള്ള ഫസ്റ്റ് ഗ്രൂപ്പുകാരൻ ഇരിക്കുമ്പോൾ സെക്കൻഡ് ഗ്രൂപ്പായതിന്റെ പേരിൽ അ ബാച്ചിൽനിന്ന് പുറത്താക്കപ്പെടുന്ന 530കാരൻ. ‘ഇതെന്ത് ന്യായം? ഇതെന്ത് നീതി? പറയൂ പറയൂ സർക്കാരെ?’ പാടി മുഴുമിക്കാൻ വിട്ടില്ല. ചേർത്തുപിടിച്ച് ഒരൊറ്റ തള്ള്. നേരെ അപ്പുറത്തെ മുറിയിലെത്തി. B ബാച്ച്. കിട്ടാത്ത സീറ്റിനായി വെറുതെ ശ്രമിക്കുന്നവരുടെ ബാച്ച്. ഏറ്റവും മുന്നിലേക്ക് നടന്നു. പുറകിലെ ബെഞ്ചുകളിലിരിക്കുന്നവർ നോക്കി ചിരിക്കുന്നുണ്ട്.

ആക്കുന്നതാണോ? ഒരു സംശയം? ഏയ്... സംശയിക്കണ്ട. അത് തന്നെയാണ് അവർ സന്തോഷത്തിലാണ്. അവർക്കറിയില്ലല്ലോ ഈ മുറിയിലുള്ളവർക്ക് എൻട്രൻസ് കിട്ടാനുള്ളതല്ലെന്ന്. നായികയുടെ രോഗവിവരം മറച്ചുപിടിച്ച് സന്തോഷം അഭിനയിക്കുന്ന നായകനെ പോലെ ഞാനവരോട് ഒന്നും പറയാതെ മുന്നോട്ട് നീങ്ങി. മറ്റേ മുറിയിൽനിന്നും നേരത്തെ ഈ മുറിയിലെത്തിയവർ നിർവികാരത യോടെ മുന്നിലിരിക്കുന്നുണ്ട്. ഞാനും എന്റെ കൂടെ അപ്പുറത്തു നിന്ന് അവസാനം എടുത്തെറിയപ്പെട്ട മറ്റ് കറിവേപ്പിലകളും കൂടി ഏറ്റവും മുന്നിലെ ബെഞ്ചിന്റെയടുത്ത് പോയിനിന്നു. നായകന്മാർ ഒന്ന് ചുംബിക്കുമ്പോഴേക്കും വഴങ്ങിക്കൊടുക്കുന്ന പഴയകാല നായികമാരെപോലെ, അവിടെയിരുന്നവരെല്ലാം വേഗം പുറകിലേക്ക് മാറിയിരുന്നു.

പെട്ടെന്ന്, മുന്നിലെ ബോർഡിനരികിലെ വാതിൽ തള്ളിത്തുറന്ന് മറ്റേ മനുഷ്യൻ മുറിയിലേക്ക് ഒന്നെത്തിനോക്കി. നീണ്ട മുടിയിഴ കൾ ഒരു കൈ കൊണ്ടൊതുക്കി, 36 പല്ലും (ഏകദേശം ഉറപ്പായി. അദ്ദേഹത്തിനത്രയുണ്ട്) കാണിച്ച് ചിരിച്ച് ഒരൊറ്റ ഡയലോഗ്.

“അഗ്രികൾച്ചറും വെറ്റിനറ്യൊക്കെ നല്ല ബെസ്റ്റ് കോഴ്സാട്ടാ. പൊറത്തൊക്കെ ജ്ജാതി സ്കോപ്പല്ലേ?”

മുറി മാറ്റിയപ്പോഴേക്കും ലക്ഷ്യവും പുനർനിർണ്ണയപ്പെട്ടിരിക്കുന്നു, കിളിയുടെ കണ്ണിൽനിന്ന് മരത്തിന്റെ കൊമ്പിലേക്ക്. അദ്ദേഹം തുടർന്നു, “ആ പൊറത്തേക്കോടെ നടക്കണോർടടത്ത് അധികം സംസാരിക്ക്യാരിക്ക്യോ. അവർക്കൊന്നും കിട്ടാനൊള്ളതല്ലാ. അവ രോടൊക്കെയ്യാന്ന് മിണ്ട്യാത്തന്നെ എൻട്രൻസ് കിട്ടാനൊള്ള നിങ്ങടെ ചാൻസാ കൊറയും. മാഷ് പറയണത് മനസ്സിലാവ്ണ്ടാ?”

പുറകിലുള്ളവർ തലയാട്ടി. ഞാൻ വേണു നാഗവള്ളിയെപോലെ ഇരിക്കുന്നത് കണ്ടിട്ടാവണം, അദ്ദേഹമെന്നോട് ചോദിച്ചു, ‘യെന്താ നിന്റെ പേര്?”

“തോമസ്.”

“തോമാസെവിട്യാ പഠിച്ചേ?”

“ഡോൺ ബോസ്കോ.”

“ബസ്സിന് കല്ലേറ്യാനൊക്കെ പോവാറ്ണ്ടോ?”

“ഇല്ല. അത് ചെലപ്പൊ മണ്ണുത്തിക്കാരായിരിക്കും. ഞാൻ ഇരി ഞ്ഞാലക്കൊട്യാ.”

“ഒക്കെ ഒരേ ഫാമില്ല്യെന്നെ. സ്പീഷീസ് മാത്രാ വ്യത്യാ സൊള്ളോ. നീയവടത്തെ ഫസ്റ്റാ?”

"അല്ലാ."

"ഇരിക്ക്."

അദ്ദേഹം അപ്പുറത്തേക്ക് കടന്ന് വാതിലടച്ചു. വീണ്ടും തുറന്ന്, ഒരിക്കൽ കൂടി ചിരിച്ചുകാണിച്ചിട്ട്, തിരിച്ചുപോയി. എല്ലാവരും എന്നെ നോക്കി ചിരിച്ചു. അങ്ങിങ്ങായി ചിലർ മാത്രം എന്നെ നോക്കി പ്പേടിപ്പിക്കുന്നുണ്ടായിരുന്നു. അവർ മണ്ണുത്തി ഡോൺ ബോസ്കോ ക്കാരായിരുന്നെന്ന് പിന്നീട് ഞാൻ മനസ്സിലാക്കി. നേരത്തെ വന്നത് അവിടത്തെ ബയോളജി സാറാണെന്നും.

അല്പം കഴിഞ്ഞപ്പോൾ മറ്റൊരാൾ കയറിവന്നു. ചുറ്റും നോക്കി എണ്ണമൊക്കെയെടുത്ത് തിരിഞ്ഞു. പെട്ടെന്ന് നടുക്കിരുന്നിരുന്ന ഒരുത്തനെ ചൂണ്ടിയിട്ട്, "നിനക്കൊക്കെ വല്ല കാളവണ്ടിയും വലി ക്കാൻ പൊക്കൂടെ? ഈ വക തുണിയുമിട്ടോണ്ട് ഇങ്ങോട്ട് വരാൻ പറ്റില്ല. നാളെത്തൊടങ്ങി മര്യാദയ്ക്ക് വരണം."

എല്ലാവരും അവനെ തിരിഞ്ഞുനോക്കി. അവൻ ഇരുകൈകൾ കൊണ്ട് മാറ് മറച്ചിരുപ്പാണ്. പക്ഷേ അവന്റെ കുപ്പായത്തിന് പ്രത്യേ കിച്ച് കുഴപ്പമൊന്നും തോന്നിയില്ല. പിന്നീടറിഞ്ഞു, അദ്ദേഹമാണ് യൂണിവേഴ്സിറ്റിയിലെ ചാൻസലറെന്നും അദ്ദേഹത്തിന് ടിഷേർട്ട് കാണുന്നത് മനോരമയ്ക്ക് പിണറായിയെ കാണുന്നതുപോലെ യാണെന്നും.

മുന്നോട്ടുള്ള രണ്ട് വർഷങ്ങൾ എങ്ങനെയാവുമെന്നൊരു രൂപ രേഖയായതോടെ അന്നത്തെ ക്ലാസ്സ് തീർന്നു. സ്കൂളിലെ സുഹൃത്തും സന്തതസഹചാരിയും, സാഹചര്യങ്ങളുടെ സമ്മർദ്ദം മൂലം A ബാച്ചിൽ പെട്ടുപോയവനുമായ ഹാരിത്തിനെ കണ്ടപ്പോൾ ഞാൻ കൈ വീശി. ഇല്ല, അവൻ പ്രതികരിക്കുന്നില്ല. വീണ്ടും വീശി. അവൻ മെല്ലെ നടന്നകന്നു. എന്റെ ഭാഗത്തും തെറ്റുണ്ട്. ഞാനൊരിക്കലും അങ്ങനെ ചെയ്യാൻ പാടില്ലായിരുന്നു. എന്നോട് സംസാരിപ്പിച്ച് ഞാനെന്തിന് വെറുതെ അവന്റെ എൻട്രൻസ് സാദ്ധ്യതയില്ലാതാ ക്കണം.

അന്ന് വൈകുന്നേരം ഞാനും അപ്പനും അമ്മയും യൂണി വേഴ്സിറ്റി ചാൻസലറെ കാണാൻ പോയി. സ്വന്തം നാട്ടുകാരനാണ്. പുത്തഞ്ചിറക്കാരൻ. A ബാച്ചിലേക്ക് കയറിപ്പറ്റാനുള്ള ഒരവസാന ശ്രമം. ഫസ്റ്റ് ഗ്രൂപ്പിന്റെ ഭാഗത്തിരുന്നോളാം. അല്ലെങ്കിൽ വേണ്ടാ, ഏറ്റവും പുറകിൽ നീണ്ട് നിവർന്ന് നിന്നോളാം. അല്ലെങ്കിലതും വേണ്ടാ, വരാന്തയിൽ പാ വിരിച്ച് കിടന്നോളാം. അനക്കമില്ല. ദേശീ യത, സ്വജന പക്ഷപാതം, സെന്റിമെന്റ്സ് ഒന്നും വർക്കൗട്ടായില്ല. പക്ഷേ ഒടുവിൽ അദ്ദേഹം പറഞ്ഞു, "ഇക്കൊല്ലം അവസാനം ഒരു

പരീക്ഷ നടത്തും. അതിലെ മാർക്കനുസരിച്ച് അടുത്ത കൊല്ലം ബാച്ച് ഒന്നുകൂടിയൊന്ന് ഷഫിള് ചെയ്യും. സാധാരണ ചെയ്യാറില്ല. ഇപ്രാവശ്യം ഒരു എക്സ്പെരിമെന്റ് നടത്തിനോക്കാണ്. അപ്പോ A ബാച്ചിലേക്ക് കയറാൻ പറ്റുവോന്ന് നീയൊന്ന് നോക്ക്."

പിന്നെയുള്ള ഒരു വർഷം അതിനുള്ള ശ്രമമായിരുന്നു. പേടിച്ചു വിറച്ചിരുന്ന ഫിസിക്സ് ക്ലാസ്സുകൾ, രസിച്ചിരുന്ന ബയോളജി ക്ലാസ്സുകൾ, കുളിച്ചിറങ്ങിയിരുന്ന കെമിസ്ട്രി ക്ലാസ്സുകൾ, ഗോപി കഫെയിൽ ഒളിച്ചിരുന്നിരുന്ന ചാരന്മാരുടെ കണ്ണുവെട്ടിച്ച് പോയിരുന്ന അജിത് സാറിന്റെ മാത്സ് ക്ലാസ്സുകൾ, അങ്ങനെയങ്ങനെ...

ഒടുവിൽ, ഒന്നാം വർഷം അവസാനം നടത്തിയ പരീക്ഷയുടെ മാർക്കിന്റെ ബലത്തിൽ രണ്ടാംവർഷം ഞാൻ A ബാച്ചിലെ നടുക്കുള്ള ഏതോ ഒരു ബെഞ്ചിലെത്തി. അത്രയെ ഉദ്ദേശ്യമുണ്ടായിരുന്നുള്ളൂ. തൊട്ടടുത്ത പരീക്ഷയിൽ അതേ ബാച്ചിലെ അവസാന ബെഞ്ചിലേക്ക്. കയറ്റിപ്പോയില്ലേ, ഇനി ഇറക്കാൻ പറ്റില്ലല്ലോ. ആ വർഷം മുഴുവൻ ഞാൻ ആ ബെഞ്ചിൽ തന്നെയായിരുന്നു. പിന്നീടൊരിക്കലും അവിടെ ഈ ബാച്ച് ഷഫിളിംഗ് പരീക്ഷ നടന്നിട്ടില്ല എന്നാണറിവ്.

ഈ രണ്ടാംവർഷമാണ് എനിക്ക് പല തിരിച്ചറിവുകളുമുണ്ടാവുന്നത്. ഞാൻ പഠിച്ചുകൊണ്ടിരുന്ന ആ സ്ഥാപനത്തിൽ, അതേ കെട്ടിടത്തിൽ പെൺകുട്ടികൾക്കും ക്ലാസ്സുകൾ നടക്കാറുണ്ടത്രേ! സെന്റ് തോമസ് കോളെജിന് തോപ്പിൽ സ്റ്റേഡിയം എന്നൊരു ഗ്രൗണ്ടുണ്ടത്രെ! തൃശ്ശൂര് അഞ്ചാറ് സിനിമ തിയറ്ററുണ്ടത്രെ! പതിനെട്ട് വയസ്സിന് മുകളിലുള്ളവർക്ക് മാത്രമായുള്ള ചലച്ചിത്ര ശാഖ, അതിന് താഴെയുള്ള അത്യാവശ്യക്കാർക്കും കാണാമത്രെ!

രണ്ടാം വർഷം ഏകദേശം പകുതിയോടെ ഒരു പ്രത്യേക സാഹചര്യത്തിൽ പെട്ടെന്ന് ബോധോദയമുണ്ടായി. പരീക്ഷയ്ക്ക് മൂന്നാല് മാസങ്ങൾ ബാക്കിയുള്ളപ്പോൾ എല്ലാ ക്ലാസ്സുകളും നിർത്തി. നോട്ട്സ് പലരിൽ നിന്നായി ഒപ്പിച്ചു. വീട്ടിലിരുന്ന് പഠനം. മോഡൽ പരീക്ഷകൾ എഴുതാനായി മാത്രം സെന്ററിൽ പോയി. പിന്നെ വെയിൽ കൊള്ളുന്നത് യൂണിവേഴ്സിറ്റി പരീക്ഷയ്ക്കും എൻട്രൻസ് പരീക്ഷയ്ക്കും പുറത്തിറങ്ങിയപ്പോൾ മാത്രം.

All is well that ends well എന്നാണല്ലോ! 1997 സെപ്റ്റംബറിൽ കോഴിക്കോട് മെഡിക്കൽ കോളെജിൽ കാല് കുത്തി. സഫരോം കി സിന്ദഗി...

■

ആ ദിനങ്ങൾ

"Let conversation cease. Let laughter flee. This is the place where the death delights to help the living." കയറുമ്പോൾതന്നെ ഇങ്ങനെയെഴുതിവെച്ചിരിക്കുന്ന സ്ഥലമാണ് കോഴിക്കോട് മെഡിക്കൽ കോളെജിലെ ഡിസ്സെക്ഷൻ ഹാൾ. മരിച്ച് പോയവർ ജീവിച്ചിരിക്കുന്നവരെ പഠിപ്പിക്കുന്ന സ്ഥലം. പക്ഷേ അവിടെ ഒരിക്കലും സംസാരം നിന്നില്ല. ചിരി പറന്ന് പോയില്ല...

ആദ്യമൊക്കെ, പുറത്തിറങ്ങിക്കഴിഞ്ഞാലും ഭക്ഷണം കഴിക്കാനൊരു മടിയും വെറുതെയിരിക്കുമ്പോഴും ഫോർമലിന്റെ മണവുമെല്ലാം തോന്നിയിരുന്നെങ്കിലും ആ ഡിസ്സെക്ഷൻ ഹാൾ പതിയെ ഞങ്ങളുടെ ജീവിതത്തിന്റെ ഭാഗമായി മാറി. ചിലർക്കെങ്കിലും സ്വന്തം മുറിയിലേക്ക് പോകുന്നതിനേക്കാൾ താൽപര്യം ആ മുറിയിലിരിക്കാനായിരുന്നു. മുന്നോട്ടുള്ള ജീവിതത്തിലെ നിർണ്ണായകമായ പല കൂട്ടുകെട്ടുകളും പിറന്നത് ആ ചുവരുകൾക്കുള്ളിലായിരുന്നു, ആ മൃതദേഹങ്ങൾക്കിടയിലായിരുന്നു. ഒരുപക്ഷേ, ഞങ്ങളിൽ പലരുടെയും മനോവിചാരങ്ങളും നാഡിമിടിപ്പിന്റെ വ്യതിയാനങ്ങളും ഞങ്ങളേക്കാൾ കൂടുതൽ മനസ്സിലാക്കിയത് അവിടെ കിടന്നിരുന്നവരായിരിക്കണം.

ഒരു ഡിസ്സെക്ഷൻ ടേബിളിന് ഇരുപതോളം അവകാശികളാണുള്ളത്. എന്നാൽ അവരെല്ലാം മുഴുവൻ സമയവും ആ ടേബിളിന് ചുറ്റുമായിരിക്കും എന്നു കരുതരുത്. ഉദാഹരണത്തിന് ഞങ്ങളുടെ ടേബിൾ. സ്ഥിരമായി ഡിസ്സെക്ഷൻ ചെയ്യാൻ രണ്ട് പേരുണ്ടായിരുന്നു. രണ്ട് പേരും മറ്റൊരു വൈദ്യശാഖ പാതി വഴിയിൽ ഉപേക്ഷിച്ച് വന്നവർ. ഞങ്ങളേക്കാളൊരൽപം മൂപ്പ് കൂടിയവർ. മുറിക്കാൻ അവർക്കും തെറിക്കാൻ ഞങ്ങൾക്കും സന്തോഷമേ ഉണ്ടായിരുന്നുള്ളൂ. അവർക്ക് വേണ്ട സഹായങ്ങൾ നൽകാനുള്ള അധികാരം രണ്ട് പേർക്കായിരുന്നു.

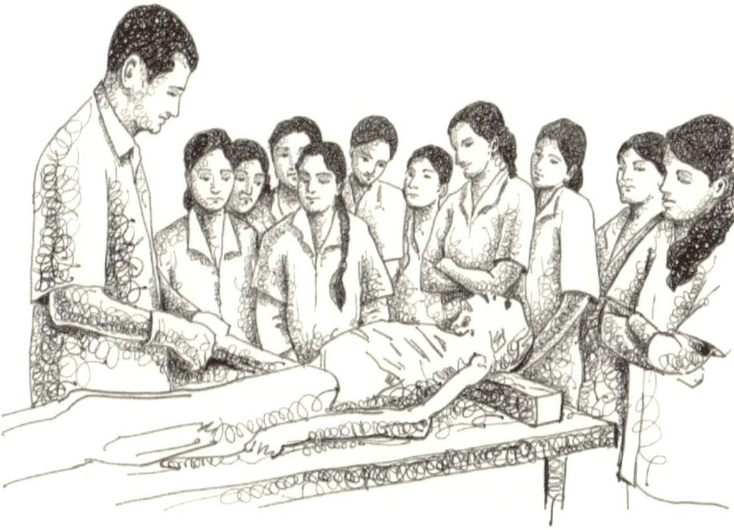

രണ്ട് സോഡാ കണ്ണാടി പഠിപ്പിസ്റ്റുകൾക്ക്. അവരാണ് കണ്ണിങ്ഹാം വായിച്ച് മുറിക്കുന്നവർക്ക് വേണ്ട നിർദ്ദേശങ്ങൾ നൽകിയിരുന്നത്. കണ്ണിങ്ഹാം ഒരു ടെക്സ്റ്റ് ബുക്കാണ്, മതഗ്രന്ഥങ്ങൾ പോലെയുള്ള ടെക്സ്റ്റ് ബുക്ക്. അതിലെല്ലാം വ്യക്തമായി പറഞ്ഞിട്ടുണ്ടെന്ന് ചിലർ പറയും. അവർക്കിഷ്ടമുള്ളതുപോലെ അവരത് വ്യാഖ്യാനിക്കും. എന്നാൽ ഭൂരിപക്ഷം ആളുകൾക്കും ഒന്നും പിടികിട്ടാറില്ല. കടുത്ത പാർട്ടിവിരുദ്ധർക്ക് പോലും ചൗരസിയയുടെ ചുവപ്പിനെ പുൽകാതെ തരമില്ലായിരുന്നു. കുറച്ച് കാലം കഴിഞ്ഞപ്പോൾ മുൻപ് പറഞ്ഞ രണ്ട് വായനക്കാരിൽ ഒരാൾ മുറിക്കാനുള്ള ഉത്തരവാദിത്വം ഏറ്റെടുക്കുകയും മറ്റേയാൾ നിർദ്ദേശങ്ങൾ തുടരുകയും ചെയ്തു. അവരിപ്പോഴും അത് തുടരുന്നു. ഒരു മകളുമുണ്ട് ഇപ്പോൾ കൂട്ടിന്.

ഒരുത്തൻ അതിനിടയിലൂടെ മതപ്രബോധനം നടത്തി ആളുകളെ രക്ഷിക്കാൻ ശ്രമിച്ചുകൊണ്ടിരുന്നു. അനാറ്റമി പഠിക്കാനോ നരകാഗ്നിയിൽനിന്ന് രക്ഷപ്പെടാനോ സമയം കളയാനില്ലാത്തത് കാരണം ഞാനും യാഷിനും സദാസമയവും കൂലങ്കഷമായ ചർച്ചകളിലായിരിക്കും. യുദ്ധങ്ങളായിരുന്നു കൂടുതലും. മമ്മൂട്ടി-മോഹൻലാൽ യുദ്ധങ്ങൾ! ചുരുക്കിപ്പറഞ്ഞാൽ എല്ലാവരും സാമ്പാർ കഷ്ണങ്ങൾ പോലെയായിരുന്നു. എന്താണെന്ന് ആർക്കും അറിയില്ലെങ്കിലും, എല്ലാവർക്കും അവരവരുടേതായ കർമ്മങ്ങളുണ്ടായിരുന്നു.

ഏറ്റവും പ്രധാനപ്പെട്ട രണ്ട് പേരെ വിട്ടുപോയി. എന്തിനെക്കുറിച്ചും ആധികാരികമായി സംസാരിക്കുന്ന രണ്ട് പേർ. ഉദാഹരണത്തിന്... ഒരിക്കൽ ഒളിഞ്ഞ് കേട്ട അവരുടെ ചർച്ച ഡ്രൈവിങ്ങിനെക്കുറിച്ചായിരുന്നു. ഒരാൾ ആറാമത്തെ ഗിയറിൽ വണ്ടിയോടിക്കുന്നതിന്റെ സുഖത്തെപ്പറ്റി പറയുന്നു. അപ്പോൾ മറ്റേയാൾ ഓട്ടോമാറ്റിക് ഗിയറിൽ വണ്ടിയോടിക്കുന്നതിന്റെ ബോറടിയെപ്പറ്റി പറയുന്നു. ഉടനെ ആദ്യത്തെയാൾ ലോറിയോടിക്കുന്നതിന്റെ ബുദ്ധിമുട്ടിനെപ്പറ്റി പറയുന്നു. എടുത്ത വഴി രണ്ടാമത്തെയാൾ എക്സ്കവേറ്റർ ഓടിക്കുന്നതിന്റെ ത്രില്ലിനെപ്പറ്റി പറയുന്നു. ഒന്നാമൻ ആൺകുട്ടി... രണ്ടാമത്തെയാൾ പെൺകുട്ടി. ഇതിൽ അസ്വാഭാവികമായി ഒന്നും തോന്നുന്നില്ലായിരിക്കാം. പക്ഷേ, ഈ സംസാരം നടക്കുന്നത് 1997ൽ, ഇന്ത്യയിൽ വച്ച്, പതിനെട്ട് വയസ്സിന് താഴെയുള്ള... അതായത് ലൈസൻസ് പോലുമില്ലാത്ത രണ്ട് പേർ തമ്മിലായിരുന്നു എന്നതാണ് അതിന്റെ പ്രധാന ഗുട്ടൻസ്! ഇനി ഈ കഥയിലെ നായകനെ മാത്രം കൂടെനിർത്തി മറ്റവളെ തൽക്കാലം ഒഴിവാക്കാം. തുള്ളൽപ്രസ്ഥാനത്തിന്റെ ഉപജ്ഞാതാവായ കുഞ്ചനെ മനസ്സിൽ ധ്യാനിച്ച് തള്ളൽപ്രസ്ഥാനത്തിന്റെ ഈ അതികായനെ നമുക്ക് കഞ്ചൻ എന്ന് വിളിക്കാം.

ഒരു ചെറിയ അവധിക്ക് ശേഷം കോളെജ് തുറന്ന ദിവസം. പതിവുപോലെ ഡിസ്സെക്ഷൻ ടേബിളിന് ചുറ്റും എല്ലാവരും സ്വന്തം ഫീൽഡിൽ സ്പെഷലൈസ് ചെയ്തുകൊണ്ടിരിക്കുന്നു. കഞ്ചൻ ചുറ്റും നോക്കി. പാർട്ട്ണർ വന്നിട്ടില്ല. പുള്ളി തൊട്ടടുത്ത ടേബിളിലെ ഒരു പെൺകൊച്ചിന് നേരെ തിരിഞ്ഞു.

"ഇതെങ്ങനെയുണ്ട്ഡാ?"

"ഏതാടോ?"

"ഇത്..." സ്വന്തം മുഖത്തേക്ക് ചൂണ്ടിക്കാണിച്ചുകൊണ്ടവൻ ചോദിച്ചു.

"എന്ത്ന്നാത്?"

"ഈ മീശഡാ."

"അയ്യേ... ഇതാടോ മീശ. ഇയ്ലും നല്ലത് എനക്കിണ്ടാല്ലാപ്പാ."

സത്യത്തിൽ ആള് കുറവുള്ള മനുഷ്യച്ചങ്ങലപോലെയായിരുന്നെങ്കിലും അവന്റെ മൂക്കിന് താഴെ ചുണ്ടിന് മീതെ ചെറിയൊരു നിറവ്യത്യാസമൊക്കെയുണ്ടായിരുന്നു. പുഴുങ്ങിയ മുട്ടയുടെ തൊണ്ട് കളഞ്ഞപോലെയുള്ള മുഖവും വച്ച് എനിക്കും യാഷിനും ചിരിക്കാൻ ഒരവകാശവുമില്ല. എങ്കിലും ഞങ്ങൾ ആഞ്ഞുചിരിച്ചു. അസൂയ

മറച്ചുവെച്ചൊരു ആക്കിച്ചിരി. അവൻ ഞങ്ങളുടെ നേരെ തിരിഞ്ഞു. ബൈസെപ്സ് ഉരുട്ടിക്കാണിച്ചിട്ട് പറഞ്ഞു. "ഇത് കണ്ടോഡാ?"

"മൊഴച്ചിട്ടുണ്ടല്ലോ! ഒരു ബയോപ്സി എടുത്ത് വിടാർന്നില്ലേ."

"പോഡാ... ഇത് വർക്കൗട്ട്ഡാ."

"നീ ഉരുട്ടിക്കേറ്റണ്ടട്ടോ. ഭയങ്കര തടി തോന്നും."

"ആണോ? എനിക്ക് തടിയിണ്ടോഡാ?"

"തടി കൊറച്ചിണ്ടെങ്കിലും ഹൈറ്റ് തീരെല്ലല്ലോ. അപ്പോ ള്ളതിലും കൂടുതല് തോന്നും." യാഷിൻ സ്ലോഗ് മോഡിലാണ്.

പുള്ളിയതോടെ തകർന്നുപോയി. ഒറ്റയ്ക്കൊരറ്റത്തേക്ക് നീങ്ങി യിരുപ്പായി. ഇടയ്ക്കിടെ മീശ തടവുന്നുണ്ട്. ചുണ്ട് കൂർപ്പിച്ച് നോക്കു ന്നുണ്ട്. ബൈസെപ്സ് ഉരുട്ടി നോക്കുന്നുണ്ട്. ഞങ്ങൾക്ക് പാവം തോന്നി. പുള്ളിയെ കുറച്ച് നേരം ഒറ്റയ്ക്ക് വിടാൻ തീരുമാനിച്ചു. അപ്രിയ സത്യങ്ങൾ അരിച്ചിറങ്ങണമല്ലോ. അന്നൊന്നും ഈ ബോഡി ഷേമിങ് ഒരു വൃത്തികെട്ട ഏർപ്പാടാണെന്നുള്ള ബോധ മൊന്നുമില്ലായിരുന്നു.

"എന്ത് പറ്റീഡാ? You look sick." കഞ്ചൻ ഞങ്ങളുടെ ടേബിൾ മേറ്റ് തന്നെയായ ഒരു പെൺകൊച്ചിനോട് ചോദിക്കുന്നത് കേട്ടാണ് ശ്രദ്ധിച്ചത്. അവൻ പറഞ്ഞത് ശരിയായിരുന്നു. അവളാകെ വിളറി വെളുത്തിരിക്കുന്നു.

"നല്ല സുഖല്ല്യ. ഒരു തലവേദനപോലെ."

"ഹോസ്റ്റലീ പോണോഡാ?"

"ആ... ഞാൻ പോവാ. അവള് ചോദിയ്ക്കാൻ പോയിട്ട്ണ്ട്." മാഡ ത്തോട് അനുവാദം വാങ്ങുന്ന സഹമുറിയത്തിയെ ചൂണ്ടിക്കൊണ്ട വൾ പറഞ്ഞു.

"ഞാൻ കൊണ്ടാക്കാഡാ."

"വേണ്ട... ഞങ്ങള് പൊക്കോളാ."

എനിക്ക് ബുദ്ധിമുട്ടൊന്നുല്ലഡാ."

"എനിക്കിണ്ട്."

അവളുടെ ക്ഷമ നശിച്ചുതുടങ്ങി. അപ്പോഴേക്കും കൂട്ടുകാരി വന്ന് അവളെ കൂട്ടിക്കൊണ്ടുപോയി. ഞങ്ങൾക്ക് സംഭവമെന്താണെന്ന് ഒരൂഹം കിട്ടി. എന്നാൽ പരസ്പരം അതിനെപ്പറ്റി ഒന്നും മിണ്ടി യില്ല. ഏകദേശം അര മണിക്കൂർ കഴിഞ്ഞപ്പോൾ ഞങ്ങളുടെ അനു മാനങ്ങൾ ശരിവച്ചുകൊണ്ട് അവർ രണ്ട് പേരും തിരിച്ചുവന്നു. എല്ലാ വരും ഒന്നും സംഭവിക്കാത്തതുപോലെ സ്വാഭാവികമായി പെരു മാറാൻ പരമാവധി ശ്രമിക്കുന്നുണ്ടായിരുന്നു.

"You look perfectly normal now. What was your problem? എന്ത് മരുന്നാഡാ കഴിച്ചത്?" കഞ്ചൻ വിടാൻ ഭാവമില്ല. അവൾ കേൾക്കാത്തതുപോലെയിരുന്നു, ഞങ്ങളും.

യെവനൊന്നും പ്രകാശ് കോത്താരി വനിതയിലൂടെ പഠിപ്പിച്ചു തന്നതൊന്നും പഠിച്ചില്ലേടെയ്. പഠിക്കാൻ വഴിയില്ല. ആള് മലയാളി യാണെങ്കിലും വളർന്നത് ചെന്നൈയിലാണ്. കോത്താരിക്ക് തമിഴറി യില്ലല്ലോ.

"ഹാ... ഒന്ന് പറയെഡാ... ഞങ്ങളും ഒന്നറിയട്ടെഡാ."

'ഞങ്ങൾക്കൊന്നുമറിയണ്ടാന്ന് ഈ മറുതായോടാരെങ്കിലുമൊന്ന് പറഞ്ഞ്കൊടുക്കെടാ'ന്ന് ഉറക്കെ വിളിച്ചുപറയണമെന്നുണ്ടായിരുന്നു. ആണുങ്ങളുടെ സെൻസെക്സ് സൂചിക നിലത്തടിക്കാൻ ഒരുങ്ങി യിറങ്ങിയിരിക്കുകയാണ്. പട്ടി!

"വല്ല്യ ജാടയാണല്ലോ!"

'ഒന്ന് മിണ്ടാതിരിയെടാ കെഴങ്ങാ'ന്നൊരായിരം വട്ടം കണ്ണ് കൊണ്ടും കൈ കൊണ്ടും കാല് കൊണ്ടും ഞങ്ങൾ മാറി മാറി കാണിച്ചുകൊണ്ടിരുന്നു. ഒടുവിൽ അവൾതന്നെ വാ തുറന്നു.

"കൊറച്ചാലോചിച്ചാ നിനക്ക്തന്നെ മനസ്സിലാവും."

"ഓ പിന്നെ. എന്താ പവർ. നിനക്ക് മാത്രല്ലേ അസുഖം വരൊള്ളൂ. Next time എനിക്കെന്തെങ്കിലും വന്നാ ഞാൻ നിന്നോടും പറയില്ല. നോക്കിക്കോ."

അപ്പുക്കുട്ടൻ പോലും ഇത്ര ഓവറാക്കി ചളമാക്കി കാണൂല്ല. എൻട്രൻസ് എഴുതി മെറിറ്റ് സീറ്റില് മെഡിസിന് കയറിയവന് സംഭവം എന്താണെന്ന് അറിയാത്തതുകൊണ്ടാവില്ല എന്നുറപ്പല്ലേ. അപ്പോൾ ആ സമയത്ത് കത്തിയില്ല. കത്തിയ ഞങ്ങൾ ചമ്മല് കാരണം പറ ഞ്ഞതുമില്ല. അനുഭവിച്ച അവൾക്കത് തുറന്നുപറയാനുള്ള ആർജ്ജ വുമുണ്ടായതുമില്ല. ഇത് നടക്കുന്നത് 1997ൽ.

ഇപ്പോൾ അതിനൊക്കെ ഒരുപാട് മാറ്റം വന്നു, ഇല്ലേ?

■

അഡൽറ്റ്സ് ഒൺളി (A)

ഒന്നാം വർഷം MBBS... രണ്ടാം ബ്ലോക്ക് മെൻസ് ഹോസ്റ്റൽ... മൂന്നാം ആവരേജ് കഴിഞ്ഞ ദിവസം... എല്ലാ ആണുങ്ങളും കൂടി യൊരു തീരുമാനമെടുത്തു. സിനിമയ്ക്ക് പോകാൻ! അയ്യേ! ഇതെ ന്തോന്ന് തീരുമാനം എന്നല്ലേ ചിന്തിച്ചത്. എന്നാൽ ഇതൊരൊ ന്നൊന്നര തീരുമാനമായിരുന്നു. കാരണം ദ പടം വാസ് ബേസിക് ഇൻസ്റ്റിൻക്റ്റ്! ന്യൂട്രലായ രണ്ടാം ഭാഗമല്ല. തികച്ചും അസിഡിക്കായ ഒന്നാം ഭാഗം!

റീറിലീസായിരുന്നു. ക്രൗണിൽ. താമസിക്കുന്നത് മെൻസ് ഹോസ്റ്റലിലാണെന്നേയുള്ളൂ. എല്ലാവരും ആൺകുട്ടികളായിരുന്നു. പ്രായപൂർത്തിയാവാത്തവരും കഷ്ടിച്ചായവരുമായ ആൺകുട്ടികൾ. അതിൽതന്നെ പലരും ടെക്സ്റ്റ് ബുക്കിൽ നിന്നുമാത്രം അനാറ്റമി പഠിച്ചവർ. ചുരുക്കം ചിലർ മാത്രമേ അന്ന് പുറത്തുനിന്നുള്ള മെറ്റീരി യൽസ് കളക്റ്റ് ചെയ്ത് പഠിച്ചിരുന്നുള്ളൂ. അതുകൊണ്ട്, പത്തിരു പത് പേരെ പറഞ്ഞ് ബോധ്യപ്പെടുത്തി ഈ പടത്തിന് കൊണ്ടു പോവുക എന്നത് പൂ പറിക്കുന്നപോലെ ഈസിയായൊരു ജോലി യായിരുന്നില്ല. പടം കാണാൻ വീട്ടിൽ വിളിച്ചുചോദിച്ചവർ വരെ യുണ്ടായിരുന്നു! പടമേതാണെന്ന് വീട്ടുകാർക്ക് മനസ്സിലാകാഞ്ഞ താണോ അതോ ഇനി പിള്ളേര് വളർന്നെന്ന് അവർ മനസ്സിലാക്കി യതാണോ എന്നൊന്നും അറിയില്ല. എന്തായാലും ഞങ്ങളെല്ലാ വരും അന്നുണ്ടായിരുന്നു, ക്രൗണിൽ സെക്കൻഡ് ഷോ കാണാൻ.

തിയറ്ററിലെത്തി പോസ്റ്റർ കണ്ടതും ചിലർ വീട്ടിൽ പോകണ മെന്ന് പറഞ്ഞ് കരച്ചിലായി. അവരെയെല്ലാം ഒരുവിധത്തിൽ സമാ ധാനിപ്പിച്ച് ടിക്കറ്റെടുത്തു. പരിചയക്കാർ ആരെങ്കിലും കാണുന്ന തിന് മുൻപ് അകത്ത് കയറാൻ തിരക്കുകൂട്ടിയപ്പോൾ, അവിടെ ടിക്കറ്റ് കീറാൻ നിന്നിരുന്ന അപ്പൂപ്പൻ നല്ല സ്റ്റൈലൻ ഇംഗ്ലീഷ് തെറി. പിടിച്ച് നില്ക്കാൻ തുടങ്ങിയ പ്രായം തൊട്ട്, ചാരി നിൽക്കേണ്ട പ്രായമാ യിട്ടും ക്രൗണിലുതന്നെ പണിയെടുക്കുന്നതിന്റെ ഗുണം. വേറെ വല്ല

തിയറ്ററിലുമായിരുന്നെങ്കിൽ ചിലപ്പോൾ 'തെറ്റ് ചെയ്യാത്തവരായി ആരുമില്ല ഗോപൂ'ന്നൊക്കെ പറഞ്ഞുകളഞ്ഞേനെ. ഒടുവിൽ, അപ്പൂപ്പനെ മറികടന്ന് എല്ലാവരും ഒരുവിധത്തിൽ അകത്ത് കയറിപ്പറ്റി. പടം തുടങ്ങാൻ അക്ഷമരായി കാത്തിരിക്കുന്നവർ, പരിചയക്കാരാരെങ്കിലും കാണുന്നുണ്ടോയെന്ന് പേടിച്ചിരിക്കുന്നവർ, ഈ പടം ഞാൻ കണ്ടാൽ ഞാനെന്നെപ്പറ്റി എന്ത് വിചാരിക്കും എന്ന് കരുതിയിരിക്കുന്നവർ ആരും ഒന്നും മിണ്ടുന്നില്ല. എവറെഡി ബാറ്ററിയുടെ പരസ്യം രണ്ട് തവണ വന്നു. ഈ പടമായതുകൊണ്ട് കുറച്ച് കൂടുതൽ ചാർജായിക്കോട്ടെയെന്ന് കരുതിയിട്ടൊന്നുമല്ല. ക്രൗണിൽ എന്നും ആ പരസ്യം രണ്ട് വട്ടം കാണിക്കുമായിരുന്നു. പടത്തിന്റെ സർട്ടിഫിക്കറ്റ് കാണിച്ചു. വലിയ അക്ഷരത്തിൽ A എന്നെഴുതിയിരിക്കുന്നു. അത് കണ്ട് കരഞ്ഞ ഒരുത്തന്റെ ശബ്ദം പുറത്ത് കേൾക്കാതിരിക്കാൻ, അവന്റെ വായിൽ തൊട്ടടുത്തിരുന്നവൻ സ്വന്തം പൈസകൊണ്ട് വാങ്ങിയ പോപ്കോൺ തിരുകി.

പേരെഴുതി കാണിക്കുന്ന സമയത്തെ കാഴ്ചകൾ പലരും വിരലുകൾക്കിടയിലൂടെയാണ് കണ്ടത്. മെല്ലെ മെല്ലെ കൈകകൾ താഴ്ന്നുവന്നു. കണ്ണുകൾ വിടർന്നുവന്നു, വാ പൊളിഞ്ഞുവന്നു, ജിജ്ഞാസ ഉയർന്നുവന്നു. ഇന്റർവെൽ സമയത്ത് ആരും പുറത്തിറങ്ങിയില്ല. അതിന് മുൻപോ ശേഷമോ ഒരു ഇന്റർവെല്ലിനും അത്ര നീളമുള്ളതായി തോന്നിയിട്ടില്ല. അവസാനം പടം കഴിഞ്ഞ് എല്ലാവരും പുറത്തിറങ്ങി. ആരുമൊന്നും മിണ്ടുന്നില്ല.

കുറച്ച് നേരം ബസ്സ്റ്റോപ്പിൽ നിന്നപ്പോൾ മനസ്സിലായി, ഇനി ബസ് ഒന്നുമില്ലെന്ന്. എല്ലാവരും മെല്ലെ നടന്നു. മാനാഞ്ചിറ ചുറ്റി,

കൊച്ചിൻ ബേക്കറി കടന്ന്, ഗൾഫ് ബസാറിന് മുന്നിലൂടെ, രുചി ഹോട്ടലിന് അരികിലൂടെ KSRTC ബസ്സ്റ്റാൻഡിന് മുന്നിലേക്ക്. അവിടെ രണ്ട് ജീപ്പ് കിടക്കുന്നുണ്ടായിരുന്നു. ഒരു ജീപ്പിൽ പതിനഞ്ച് പേരോളം കയറി. മറ്റേതിൽ പത്തിൽ താഴെ. നിറഞ്ഞ ജീപ്പിലെ ഡ്രൈവർ കയറി, വണ്ടി സ്റ്റാർട്ടാക്കി. അതിലെ ആളുകൾ മറ്റേതിലെ ആളുകളോട് കണ്ണുകൊണ്ട് യാത്ര പറഞ്ഞു. പക്ഷേ വണ്ടി അനങ്ങുന്നില്ല. അവസാന ട്രിപ്പാത്രെ. രണ്ടും ഒരുമിച്ചേ എടുക്കൂത്രെ. രണ്ടാമത്തെ വണ്ടിയും നിറയണത്രെ.

ഒടുവിൽ ഈ വണ്ടിയിൽനിന്ന് ഞങ്ങൾ കുറച്ചാളുകൾ റോഡിലിറങ്ങി മറ്റേ വണ്ടിയുടെ അടുത്ത് പോയിനിന്ന് 'മെഡിക്കൽ കോളേജ്... മെഡിക്കൽ കോളേജ്...' എന്ന് വിളിച്ചുപറഞ്ഞ്, തൃശ്ശൂർക്ക് ബസ് കാത്തുനിന്നവനെവരെ അതിനകത്ത് കയറ്റി. അങ്ങനെ രണ്ട് വണ്ടികളും പുറപ്പെട്ടു. അപ്പോഴും ആരുമൊന്നും മിണ്ടുന്നില്ല.

ബേബി മെമ്മോറിയൽ കഴിഞ്ഞപ്പോൾ ഞാൻ മെല്ലെ വാ തുറന്നു, "ഞാനൊരു സംശയം ചോയ്ച്ചോട്ടെ?" എല്ലാവരും ആകാംക്ഷയോടെ എന്റെ നേരെ തിരിഞ്ഞു. "ശരിക്കും അവളെന്ന്യാണോ അവര്യൊക്കെ കൊന്നേ?"

എല്ലാവരും എന്നെ ദഹിപ്പിക്കുന്നൊരു നോട്ടം നോക്കി. പക്ഷേ, ആദ്യം ആരുമൊന്നും മിണ്ടിയില്ല. പിന്നെ എല്ലാവരും ചേരിതിരിഞ്ഞ് വാഗ്വാദമായി. കൈനടിയുടെ മുന്നിലെത്തിയപ്പോഴേക്കും എനിക്കൊരു കാര്യം മനസ്സിലായി. വണ്ടിയിലുള്ളവർക്കാർക്കും അത് മനസ്സിലായിട്ടില്ല. ഡ്രൈവറാണെങ്കിൽ വണ്ടിയിലേയില്ല. പുള്ളി പുറത്തെവിടെയോ ആണ്. കൈ സ്റ്റീയറിങ്ങിലുണ്ടെന്ന് മാത്രം.

പെട്ടെന്ന് പുറകിൽ നിന്നും പുച്ഛം വാരിവിതറിയ ഒരു സ്വരം ഉയർന്നുവന്നു. "ന്റെ പൊന്ന് ചങ്ങായ്മാരെ. ഒന്ന് മിണ്ടാണ്ടിരിക്ക്യോ മണ്ടത്തരം പറയാണ്ടെ. ഓളെന്ന്യാ ല്ലാരേം കൊന്നത്."

"നിനക്കെന്താ ഇത്ര ഒറപ്പ്?"

"ന്റെ ചങ്ങായീ! ഞാനീ പടം ഒരു പത്ത് പ്രാവശ്യം കണ്ട്ക്ക്ണ്. ഓര് തീയേറ്ററില് പകുതീം വെട്ടിക്കളഞ്ഞ്. അതാ ങ്ങക്കൊന്നും മനസ്സിലാവാഞ്ഞത്."

പിന്നെ അവനാ പടത്തിന്റെ കഥ പറഞ്ഞു. അവളെക്കുറിച്ച് പറഞ്ഞു. അവനെക്കുറിച്ച് പറഞ്ഞു. അവന്റെ ഭാര്യയെക്കുറിച്ച് പറഞ്ഞു. അവളുടെ കാമുകന്മാരെക്കുറിച്ച് പറഞ്ഞു. ന്യൂ ടോപ്സ് ബേക്കറി എത്തുന്നതുവരെ അവൻ പറഞ്ഞുകൊണ്ടേയിരുന്നു. ഞങ്ങളുടെയെല്ലാം മുഖം ഷാരൊൺ സ്റ്റോണിനെ ചോദ്യം ചെയ്ത പൊലീസുകാരന്റേതുപോലെ വിയർത്തൊലിച്ചു. ഒടുവിൽ, ഞങ്ങൾ

കണ്ടത് ആ പടം തന്നെയാണോ എന്ന് വർണ്ണ്യത്തിലാശങ്ക ഉൽപ്രേക്ഷാഖ്യാലംകൃതിയായി.

ഞങ്ങൾ കുറച്ചാളുകൾ നിരാശ മാറ്റാനായി മെഡിക്കൽ കോളെജ് ജംഗ്ഷനിലിറങ്ങി. മറ്റ് ചിലർ വിഷമം താങ്ങാനാകാതെ നേരെ ഹോസ്റ്റലിലേക്ക് പോയി. ഞങ്ങൾ തട്ടുകടയിലെ ബ്രെഡ് ഒമ്ലെറ്റ് ചവച്ചിറക്കിയും മിൽമ ബൂത്തിലെ ബൂസ്റ്റ് വലിച്ചുകയറ്റിയും ഒരു പരിധിവരെ നിരാശ നിയന്ത്രണവിധേയമാക്കി. കണ്ടവ മധുരം കാണാത്തവ അതിമധുരം, എന്ന യാഥാർത്ഥ്യം മനസ്സിലാക്കി കിടന്നുറങ്ങി.

പിന്നീടൊരിക്കൽ ഞാൻ ആ പടം കണ്ടു. "Basic Instinct - The uncensored version." അവനന്ന് പറഞ്ഞതിൽ പകുതിയിലധികവും പടത്തിലുണ്ടായിരുന്നില്ല. ആദ്യം അവനോട് തോന്നിയ ദേഷ്യം പിന്നീടവനോടുള്ള ആരാധനയ്ക്ക് വഴിമാറി. അവൻ കണ്ട ബേസിക് ഇൻസ്റ്റിൻക്റ്റിൽനിന്ന് അവനുണ്ടാക്കിയ കഥയോളം വരില്ല, എം.ടി. മഹാഭാരതത്തിൽ നിന്നുണ്ടാക്കിയ ഒരു രണ്ടാമൂഴവും. അവനന്ന് കാണിച്ചുതന്ന വിഷ്വൽസിനോളം വരില്ല, രാജമൗലി കാണിച്ചുതന്ന ഒരു ബാഹുബലിയും!!

■

പരീക്ഷകൾ പരീക്ഷണങ്ങൾ

MBBS ജീവിതത്തിലെ ആദ്യത്തെ പരീക്ഷയെന്ന് പറയുന്നത് അനാറ്റമി വൈവയാണ്. പരീക്ഷയുടെ തലേന്ന് നോക്കുമ്പോൾ എല്ലുകളുടെ പേരൊക്കെ തെറ്റിപ്പോകുന്നു. "കയ്യിലെ എല്ല് Humerus. കാലിലെ എല്ല് Femur. അപ്പോ Femerus ഏതാ? കോപ്പ്! അങ്ങനെയൊരെണ്ണല്ല്യടാ. കൈ മാത്രേ പരീക്ഷയ്ക്കൊള്ളോ. Humerus മാത്രം പഠിച്ചാതി." അവിടെ ചിലർ വിരലിന്റെയറ്റത്തെ പൾപ് സ്പേസിന്റെ ബ്ലഡ് സപ്ലൈയൊക്കെ പഠിക്കുമ്പോൾ ഞാൻ ഒരു മൂലയിലിരുന്ന് എല്ല് ഏത് വശത്തെയാണെന്ന് കണ്ടുപിടിക്കാൻ കഷ്ടപ്പെടുകയായിരുന്നു.

വൈവയ്ക്ക് വന്നത് ഡിപാർട്ട്മെന്റിലെ ഏറ്റവും കണ്ണിൽ ചോരയില്ലാത്ത മാഡം. Pick any one എന്ന് പറഞ്ഞപ്പോൾ, ഞാൻ ചാടിക്കയറി Clavicle എടുത്തു. 'It is the only long bone that lies horizontally. It is subcutaneous throughout. It is the first bone to start ossifying.'

'Wait... wait... wait... Everyone before you picked the same one. I am fed up. Keep it there and choose another one.'

അവർക്കൊക്കെ ഏത് എല്ലിനെ കുറിച്ചും അറിയാം. പറയാം. എന്നിട്ടും... എനിക്ക് കരച്ചിൽ വന്നു. ബാക്കി എല്ലാ എല്ലുകളും എനിക്ക് ഒരുപോലെയാണ്. ഞാനാകെ മരവിച്ചുപോയി.

"Start talking."

"I am Thomas Ranjit. I was a very studious boy during my school days. I will definitely study for the next..."

"No... no... start talking about this."

അപ്പോഴാണ് അവരുടെ കയ്യിലെ Scapula ഞാൻ കാണുന്നത്. അതിനെക്കുറിച്ചും പഠിച്ചതാണ്. പക്ഷേ ഓർക്കുമ്പോൾ ഒരു പുക പോലെ. മുൻപേ വായിക്കേണ്ടതായിരുന്നു. ആകെ കുറ്റബോധം.

മനസ്സിൽ കുറ്റബോധം തോന്നിത്തുടങ്ങിയാൽ പിന്നെ ചെയ്യുന്നതെല്ലാം യാന്ത്രികമായിരിക്കും എന്നാണല്ലോ മഹാകവി വിൻസെന്റ് ഗോമസ് പറഞ്ഞിരിക്കുന്നത്. സത്യമാണത്. എങ്ങനെയുണ്ടായിരുന്നെന്ന് ചോദിച്ചാൽ, ഒരഭിപ്രായം പോലും പറയാൻ കഴിയാത്ത പെർഫോർമൻസ്.

റിസൾട്ട് വന്നപ്പോൾ എനിക്ക് പത്തിൽ ആറ് മാർക്ക്. ഇപ്പോഴത്തെ ചാനൽ ചർച്ചകൾ പോലെ, തലേന്ന് കമ്പൈൻഡ് സ്റ്റഡി നടത്തുമ്പോൾ ഉള്ളതും ഇല്ലാത്തതുമൊക്കെ വിളിച്ചുപറഞ്ഞ് ബാക്കിയുള്ളവരുടെ ഉള്ള ആത്മവിശ്വാസം തകർത്തുകളഞ്ഞ പൾപ്പ് സ്പേസ്കാർക്കൊക്കെ എന്നേക്കാളും കുറവ്. അതോടെ ഒരു കാര്യം മനസ്സിലായി, ഇതൊക്കെ ഇത്രയേ ഒള്ളൂ. ആ മനസ്സിലായത് തെറ്റായിരുന്നു എന്ന് മനസ്സിലാക്കാൻ കുറേക്കൂടി സമയമെടുത്തു. ആദ്യത്തെ അനാറ്റമി തിയറിക്ക് അൻപതിൽ പന്ത്രണ്ട്. ബയോക്കെമിസ്ട്രി, ഫിസിയോളജി കഷ്ടി പാസ്സ്. അത് രണ്ടും പാസ്സായത് കാരണം രണ്ടാമത്തെ പരീക്ഷയ്ക്ക് അനാറ്റമി മാത്രം ശ്രദ്ധിച്ചു. അതുകൊണ്ട് മറ്റേത് രണ്ടും ഭേഷാ പൊട്ടി. പക്ഷേ അനാറ്റമിക്ക് കിട്ടിയത് അൻപതിൽ പതിനെട്ട്.

യൂണിവേഴ്സിറ്റി എഴുതാനുള്ള അൻപത് ശതമാനമെന്ന യോഗ്യതാ കടമ്പപോലും കടക്കുമോ എന്ന പേടിയിലാണ് മൂന്നാമത്തെ പരീക്ഷയെഴുതാൻ തയ്യാറെടുക്കുന്നത്. സ്കൂളിൽ പഠിക്കുമ്പോൾ ചട്ട മുതൽ ചട്ട വരെ നിരവധി തവണ വയിച്ചുതീർത്ത വിദ്യാർത്ഥിയായിരുന്നു ഞാൻ. അങ്ങനെയുള്ള ഞാനാണ് ഈ അവസ്ഥയിൽ! മറിച്ചുതീർക്കാവുന്നതിലധികം പേജുകൾ പഠിക്കാനുണ്ട്. അതോർത്ത് തലപുകച്ച് കുറേ ദിവസങ്ങൾ കഴിഞ്ഞു. മൊത്തം ഒറ്റയടിക്ക് തീർക്കാനാവില്ല എന്ന ബോധ്യം വന്നപ്പോൾ സെലക്ഷൻ, ന്യൂക്ലിയസ് അങ്ങനെ പല പേരിൽ അറിയപ്പെടുന്ന സ്ഥിരം ചോദ്യങ്ങളുടെ കളക്ഷൻ വായിച്ചുതുടങ്ങി. മെല്ലെ മെല്ലെ പരീക്ഷയെഴുതണോ എന്ന ചിന്ത മാറി, എഴുതി നോക്കാം എന്ന അവസ്ഥയിലെത്തി.

പരീക്ഷയുടെ തലേ രാത്രി ഞാൻ ഉറങ്ങാതിയിരുന്ന് വായിക്കുകയാണ്. കൂടെ സഹമുറിയനുമുണ്ട്. രണ്ട് രണ്ടരയായിക്കാണും. അവൻ മെല്ലെ ബെഡിലേക്ക് ചാഞ്ഞു."എടാ... ഞാൻ കൊറച്ച് നേരം ഒറങ്ങാൻ പോവാണേ. നീയെന്തായാലും കെടക്കില്ല്യല്ലോ. എന്നെയൊരു രണ്ട് മണിക്കൂർ കഴിയുമ്പോ വിളിക്കണേ."

"വിളിക്കാടാ... കെടന്നോ..."

"Just in case, ഞാൻ എഴുന്നേറ്റില്ല്യെങ്കി, എനിക്ക് അനാറ്റമി ആവെറേജ് കൊറവാണ്ന്നൊന്ന് ഓർമ്മിപ്പിച്ചാ മതി."

മൂന്നിനും പ്രശ്നമുള്ള ഞാനവനെ ദയനീയമായി നോക്കി. രണ്ട് മണിക്കൂർ കഴിഞ്ഞപ്പോൾ എനിക്ക് ചെറുതായിട്ട് ഉറക്കം വന്നുതുടങ്ങി. എങ്കിലും ഉറങ്ങാൻ പറ്റില്ല. പിടിച്ചിരിക്കണം. അപ്പോഴാണ് അവനെ വിളിക്കുന്ന കാര്യം ഓർക്കുന്നത്.

"നായരേ... നായരേ..." അനക്കമില്ല. "എടാ അനൂപേ..."

"അച്ഛാ..."

"ആര്ടച്ഛൻ?"

"ആരോ അനൂപേന്ന് വിളിച്ചു!"

പാവം, അവിടെ ആരും അവനെ അങ്ങനെ വിളിക്കാറില്ല. പെട്ടെന്ന് കേട്ടപ്പോൾ ഞെട്ടിയതാണ്.

"ഞാനാ വിളിച്ചത്."

"ങാ! നീയായിരുന്നോ!"

അവൻ പിന്നെയും കിടന്നു. ഞാൻ തുറുപ്പെടുത്തു വീശി. "എടാ... എഴുന്നേക്കെടാ... നിനക്ക് അനാറ്റമിയ്ക്ക് ആവെറേജില്ലാത്തതാണ്. എഴുന്നേക്ക്."

"എനിക്ക് അനാറ്റമി മാത്രല്ലേ ഇല്ല്യാത്തതൊള്ളൂ. നിനക്ക് മൂന്നൂ ല്ല്യല്ലോ. നീ നിന്റെ കാര്യം നോക്കിയാ മതീട്ടോ."

ഞാനാകെ തകർന്നുപോയി. ഉറക്കവും പോയി. വായിക്കാനും പറ്റുന്നില്ല. വായിച്ചത് ഒന്നുംതന്നെ ഓർമ്മയുമില്ല. അപ്പോൾ വീണ്ടും ചിന്തിച്ചു... എഴുതണോ? അങ്ങനെ നിരാശപ്പെട്ട് നിരാശപ്പെട്ട് നിരാശ യുടെ അവസാനം എനിക്ക് കുട്ടിശങ്കരനോട്... ഛേ... എനിക്കൊരു ചിന്ത വന്നു... ഒടുക്കത്തെ ധൈര്യം തരുന്നൊരു ചിന്ത. "ഈ പരീക്ഷ തോറ്റൂന്ന്വച്ചട്ട് ന്തൂട്ട് തേങ്ങ്യാണ് ണ്ടാവാൻ പോണേ? കൂടി വന്നാ ഒരു കൊല്ലാ പോവും. അല്ലാണ്ട് കൊല്ലാനൊന്നും പോണില്ലല്ലോ? ഒരു പത്ത് കൊല്ലം കഴിയുമ്പോ ആരണ്ടാ ഈ പോയ കൊല്ലത്തിന്റെ കാര്യോർക്കണത്."

അപ്പോഴേക്കും അവൻ എഴുന്നേറ്റു. "എടാ... എന്താ എന്നെ വിളി ക്കാഞ്ഞത്?"

"മിണ്ടരുത് നീ."

ഉണ്ടായതെല്ലാം പറഞ്ഞപ്പോൾ അവൻ, "നീ ക്ഷമിക്ക്. ഞാൻ നല്ല ഒറക്കപ്പിച്ചിലായിരുന്നേ. എനിക്കൊന്നും ഓർമ്മയില്ല്യാ ട്ടോ."

"എനിക്ക് മൂന്നെണ്ണത്തിനും ആവെറേജില്ലാന്ന് നിനക്ക് ആ ഉറ ക്കപ്പിച്ചിലും നല്ല ഓർമ്മിണ്ടായിരുന്നല്ലോടാ മൈ....."

അത്തവണ അവൻ അനാറ്റമിക്ക് ആവെറേജുണ്ടാക്കി, ഞാൻ മൂന്നെണ്ണത്തിനും. യൂണിവേഴ്സിറ്റി പരീക്ഷയെഴുതി. കബഡിയാ ണേലും പരീക്ഷയാണേലും വര തൊട്ടാൽ പാസ്സാണ്. അതോടെ ഒരു പാഠം കൂടി പഠിച്ചു. തുടക്കം മുതൽ കഷ്ടപ്പെട്ടാലും അവസാനം എന്തായാലും കഷ്ടപ്പെടണം. അതുകൊണ്ട് സെക്കൻഡ് ഇയർ ഒട്ടും മോശമാക്കിയില്ല. തുടക്കം മുതൽതന്നെ മനസ്സാക്ഷിക്കുത്തില്ലാതെ ഉഴപ്പി.

അങ്ങനെ രണ്ടാം വർഷത്തെ ആദ്യത്തെ പരീക്ഷ വന്നു. പത്തോ ളജി പുസ്തകം തുറന്നപ്പോൾതന്നെ മനസ്സിലായി... മനസ്സിലാവി ല്ലെന്ന്. മൈക്രോബയോളജി ഒരു പ്രാവശ്യം മറിച്ചുനോക്കിയപ്പോൾ എല്ലാ ബാക്ടീരിയകളും വിജയ് കഥാപാത്രങ്ങൾ പോലെയിരിക്കുന്നു. ഒന്നിനെയും തിരിച്ചറിയാൻ പറ്റുന്നില്ല. ഫാർമക്കോളജി പിന്നെ നമ്മുടെ ടൈപ്പല്ലെന്ന് തുറക്കാതെതന്നെ മനസ്സിലായി. ഫൊറെൻ സിക് മുത്തായിരുന്നു. അതിൽ ഒരു താജ്മഹാൽ പണിതു. അപ്പോ ഴാണ് സീനിയേഴ്സ് എനിക്ക് മെഡിസിൻ സജസ്റ്റ് ചെയ്തത്. ഇതിന്റെ കൂടെയുള്ള മെഡിസിൻ പരീക്ഷ പാസ്സാകാൻ എളുപ്പമാണ്, ഫൈനൽ ഇയർ കട്ടിയാണെന്ന്. ബാക്കിയെല്ലാവരുടെയും തല ച്ചോറ് മുഴുവൻ രണ്ടാം വർഷ വിഷയങ്ങൾ കവർന്നെടുത്തപ്പോൾ

ഞാൻ അതെല്ലാം മെഡിസിന് വേണ്ടി മാറ്റിവച്ചു. അങ്ങനെ അഞ്ച് പരീക്ഷകളും കഴിഞ്ഞു.

ആദ്യമാദ്യം വന്ന റിസൾട്ടുകൾ പ്രത്യേകിച്ച് ചലനങ്ങളൊന്നുമുണ്ടാക്കാതെ കടന്നുപോയി. ആസ്ത്രേലിയ വേൾഡ് കപ്പെടുത്തു. നദാൽ ഫ്രഞ്ച് ഓപ്പൺ പൊക്കി. ഫെഡെറർ വിംബിൾഡൻ ജയിച്ചു. അവൻ പത്തോളജി ടോപ്പർ. ഇവൾ ഫാർമക്കോളജി പൊളിച്ചു. മറ്റവന് മൈക്രോബയോളജിയിൽ റെക്കോർഡ് മാർക്ക്. ഞാൻ ഫൊറെൻസിക് പാസ്സായി. പേടിക്കണ്ട, ബാക്കി മൂന്നിലും നല്ല സ്റ്റൈലായി തേഞ്ഞിട്ടുണ്ട്.

അങ്ങനെയിരിക്കെ ഒരു ദിവസം ഉച്ചയ്ക്കുള്ള തിയറി ക്ലാസ്സിലേക്ക് കയറിയപ്പോൾ എല്ലാവരും എന്നെ തുറിച്ചുനോക്കുന്നു. പതിവില്ലാതെ ക്ലാസ്സിൽ കയറിയതുകൊണ്ടാണെന്നാണ് ആദ്യം കരുതിയത്. പക്ഷേ, നോട്ടത്തിന് അതിലും തീവ്രത. പുറകിൽ ചെന്നിരുന്നപ്പോൾ ആരോ പറഞ്ഞു. “എടാ ചങ്ങായി... അറിഞ്ഞാ? ഇജാണ് മെഡിസിൻ ടോപ്പർ! അറുപതില് നാപ്പത്തെ്യട്ട്!”

അടിപൊളി! അപ്പോൾ അടുത്ത രണ്ട് പരീക്ഷ പൊട്ടിയാലും പിടിച്ചുനിൽക്കാം. അതങ്ങനെ. അപ്പോഴത്തെ ആവേശത്തിൽ ചുമ്മാ വിചാരിച്ചതൊന്നുമല്ല. കാണിച്ചുകൊടുത്തു. അല്ലെങ്കിലും എന്റെ MBBS ജീവിതം മുഴുവൻ ഇങ്ങനെയായിരുന്നു. ആദ്യത്തെ പരീക്ഷയിൽ നല്ല മാർക്ക് കിട്ടിയാൽ പിന്നെ ആ സബ്ജക്റ്റ് പോക്കാണ്. ബാക്കിയുള്ളവ പിന്നെ ആദ്യത്തെ പരീക്ഷ മുതലേ പോക്കാണ്.

■

ഒരു പേരിലെന്തിരിക്കുന്നു?

ബാംഗ്ലൂർ പഠിക്കുന്ന കാലത്ത്, കല്യാണം ക്ഷണിക്കാൻ വന്നിരുന്ന തമിഴ് നഴ്സ്മാരാണ് പേരിടുന്ന സമയത്ത് ഭാവിയെക്കുറിച്ച് ഒരു ബോധം വേണമെന്ന അവബോധം സൃഷ്ടിക്കുന്നത്. മേരി, അന്ന, ഫ്ളോറ എന്നൊക്കെ വിളിച്ചിരുന്ന അവരുടെ കല്യാണക്കുറി വായിച്ചപ്പോഴാണ് അവരുടെയൊക്കെ മുഴുവൻ പേര് വെർജിൻ മേരി, വെർജിൻ അന്ന, വെർജിൻ ഫ്ളോറ എന്നൊക്കെയായിരുന്നെന്ന് മനസ്സിലായത്. കല്യാണം കഴിയുന്നതോടെ അവർ ഗസറ്റിൽ പ്രസിദ്ധീകരിച്ച് പേര് മാറ്റേണ്ടതല്ലേ? ഇല്ലെങ്കിൽ വഞ്ചനാക്കുറ്റം ചുമത്തി കേസെടുക്കാനുള്ള വകുപ്പില്ലേ?

കേരളത്തിലാണെങ്കിൽ, പേര് കേട്ടാൽ ഏത് തലമുറയാണെന്ന് ഒരു പരിധിവരെ മനസ്സിലാകും. ഒരിടയ്ക്ക്, അപ്പന്റെയും അമ്മയുടെയും പേരുകൾ ലഘു- ഗുരു തിരിച്ച്, അതിൽനിന്ന് പെറുക്കിക്കൂട്ടി പേരിടുന്നതായിരുന്നു ട്രെൻഡ്. ആ മക്കൾക്ക് മക്കളായതോടെ ആ പരിപാടി നിന്നു. ഈയിടെയായി പുണ്യപുരാതന പേരുകൾ ശക്തമായ തിരിച്ചുവരവ് നടത്തുന്നുണ്ട്, കൂടെ ഓരോ ജാതി വാലുകളും. ചില പെൺകുട്ടികൾ നേരിടുന്ന പ്രശ്നം മറ്റൊരു വാലാണ്, മോൾ എന്ന വാൽ. ബിറ്റിമോൾ, ഷിറ്റിമോൾ, റ്റിറ്റിമോൾ അങ്ങനെയങ്ങനെ. ചിലപ്പോൾ തോന്നും ആ മോൾ കൂടെയില്ലായിരുന്നെങ്കിൽ അവരുടെ സ്ഥിതി ഇതിലും മോശമായേനെയെന്ന്. ആൺകുട്ടികളുടെ പ്രശ്നം വേറൊന്നാണ്. ഒരേ പേരിൽ ഒരുപാട് പേരുണ്ടാകും. അതായത്... ഒരേ പേരുള്ള ഒരുപാടാളുകളുണ്ടാകും. ഒരു മാതിരി, ബെവെറെജിൽ കുപ്പികൾ നിരത്തിവെച്ചിരിക്കുന്നതുപോലെ! അപ്പോൾ, അപ്പന്റെ പേര് തന്നെയോ അല്ലെങ്കിൽ അതിന്റെ ലോപ/ആഗമ/ദ്വിത്വ സന്ധിയോ ഒക്കെയായി പരിണമിച്ച പേരായിരിക്കും അവന്റെ വിളിപ്പേര്.

ഒരേ പേരുള്ള രണ്ട് പേർ ഞങ്ങളുടെ ബാച്ചിലുമുണ്ടായിരുന്നു.

ഒരിക്കൽ അതിലൊരുത്തൻ മറ്റവന്റെ വീട്ടിലേക്ക് വിളിച്ചിട്ട്, "ഹലോ... അനൂപുണ്ടോ?"

"ണ്ടല്ലോ. ആരാത്?"

"അനൂപാണ്."

"ഇങ്ങള് ആളെ കളിയാക്കാ!"

"അയ്യോ! ആന്റി... ഞാൻ അനൂപ് നായരാണ്. അനൂപ് നരേന്ദ്രനെ കിട്ടാൻ വിളിച്ചതാ."

അന്ന് മുതൽ അവർ നായരും നരിയുമായി. അതിനുശേഷം കോളെജിലെ ആരും ഒരിക്കൽപോലും അവരെ അനൂപേ എന്ന് വിളിച്ചിട്ടില്ല (ഞാനൊരിക്കൽ ഒരു പരീക്ഷയുടെ തലേന്ന് വിളിച്ചിരുന്നു).

പക്ഷേ പിന്നീടുള്ള ഫോൺ വിളിയിൽ നടന്നത്, മുൻപ് നടന്നതിലും ഭീകരമായിരുന്നു.

"ഹലോ... നരിയില്ലേ?"

"ണ്ടല്ലോ... കൊടുക്കേ... ദേ... ങ്ങക്ക് ഫോൺ."

"എനക്കോ! ഈ നേരത്തോ!"

"ഫ്രെണ്ട്സാരോ ആന്ന്. ഈടെ ആരും ങ്ങളെ അങ്ങനെ വിളിക്കലില്ല. ന്തായാലും ങ്ങള് പോയി ഫോണെടുക്കീ."

"ഹലോ..."

"എടാ മൈ.... എവിടെപ്പോയി കെടക്കാടാ!"

"ഒരു മിനിറ്റ്. പ്പൊ കൊടുക്കേ. മോനെ അനൂ... ദേ അനക്ക് ഫോൺ."

"ആഹാ... ഫോൺ ഓനായിരുന്നോ? എടുത്തപ്പത്തന്നെ ങ്ങക്കെങ്ങനെ മൻസ്സിലായി?"

"ഈടെ ആരും ന്നെ അങ്ങനെ വിളിക്കലില്ല."

അതോടെ അവരുടെ പ്രശ്നം സോൾവായി. എന്റെ പ്രശ്നം മറ്റൊന്നായിരുന്നു. എന്റെ പേര് കേട്ടാൽ എന്റെ അപ്പന്റെയാണെന്നും അപ്പന്റെ പേര് കേട്ടാൽ എന്റെയാണെന്നും തോന്നും. കാരണം എനിക്ക് ഇട്ടുതന്നത്, മിക്ക മലയാളി ക്രിസ്ത്യാനികളെയുംപോലെ, എന്റെ അപ്പന്റെപ്പന്റെ പേരായിരുന്നെങ്കിലും അപ്പന് ഇട്ടുകൊടുത്തത് അപ്പന്റപ്പന്റെപ്പന്റെ പേരല്ലായിരുന്നു.

സ്കൂൾ കാലം മുതൽ എന്നെ ആളുകൾ അപ്പന്റെ പേരാണ് വിളിച്ചിരുന്നത്. MBBS തുടങ്ങിയപ്പോൾ, പേര് ചോദിക്കുന്നവരോട്, തോമസ് എന്ന് മാത്രം പറഞ്ഞുതുടങ്ങി. അങ്ങനെയാണ് രൻജിത്ത് എന്ന വിളിപ്പേരൊന്ന് മാറി... തൊമ്മൻ, തൊമ്മി, തൊമ്മു, തോമാ, തോമാച്ചൻ ഒക്കെയായത്.

ഒരു ദിവസം, ക്ലിനിക്സിനിടയിലെ ക്ലാസ്സിൽ കയറാൻ ഞാനൽപം വൈകി. പ്രൊഫസ്സർ അടിമുടി നോക്കി.

"What is your name?"

"Thomas Ranjit."

"What!"

"Thomas Ranjit."

"Ranjit Thomas?"

"No sir. Thomas Ranjit."

"You are Thomas and your father is Ranjit!"

"Yes sir."

"Your father cheated you. He took the nice name & gave you old name. Ha ha ha."

ക്ലാസ്സ് മൊത്തം ചിരിച്ചു. ജനിച്ച ദിവസം മുതൽ കേൾക്കുന്നതാണെങ്കിലും ഞാനും ചിരിച്ചു. പരീക്ഷ പാസ്സാവണ്ടേ! പക്ഷേ ആ പ്രോത്സാഹനം അദ്ദേഹം കാര്യമായിട്ടെടുത്തു. ആ പോസ്റ്റിംഗ് തീരുന്നതുവരെ എന്നും ഈ തമാശ പറഞ്ഞ് പറഞ്ഞ് പറഞ്ഞ്... ഹ... ഹ... ഹ... ഹയ്യോ... ഹമ്മേ... വെറുത്തോയി!

അമ്മയുടെ അനിയത്തി ഒരു പട്ടാളക്കാരനെ കല്യാണം കഴിച്ച്, നോർത്തിലൊക്കെപ്പോയി, കണ്ടുപിടിച്ച് കൊണ്ടുവന്നതാണ് ചിൻറു എന്ന പേര്. അന്ന് ഇന്ത്യയിൽ രണ്ട് പേരെയാണ് വീട്ടിൽ ആ പേര് വിളിച്ചിരുന്നത്. ഒന്ന് എന്നെ. പിന്നെ ഋഷി കപൂറിനെ. പക്ഷേ എന്റെ പേര് അപ്പനും അമ്മയും അടക്കമുള്ള ബ്ലഡീ മല്ലൂസ് വിളിച്ച് വിളിച്ച് അത് ചിന്തു എന്നായി മാറി. പുവർ മീ! അത് പോട്ടെന്ന് വയ്ക്കാം. വീട്ടിൽ വിളിക്കുന്ന പേര് കാരണം നാട്ടുകാർക്ക് പണി കിട്ടിയത് കേട്ടിട്ടുണ്ടോ?

കോഴിക്കോട് ജീവിതം അവസാനിപ്പിച്ച് ഞങ്ങൾ നാട്ടിലേക്ക് വന്ന സമയം. നാടെന്ന് പറഞ്ഞാൽ തനി നാട്ടിൻപുറമാണ്. വർഷങ്ങളായി അടച്ചിട്ടിരുന്ന വീട്ടിലേക്ക് താമസക്കാർ എത്തിയതിന്റെ ആകാംക്ഷ ചില നാട്ടുകാരുടെ മനസ്സിൽ. ആരായിരിക്കും? എത്ര പേരുണ്ടാകും? അതിൽ ആണുങ്ങളെത്ര? പെണ്ണുങ്ങളെത്ര? ചെറുപ്പക്കാരെത്ര? വയസ്സായവരെത്ര? അങ്ങനെ ഒരുപാടൊരുപാട് ചോദ്യങ്ങൾ! ഒരു ദിവസം കുറേ പയ്യന്മാർ വീട്ടിലേക്ക് വന്നു. അപ്പൻ പുറത്തിരുന്ന് പത്രം വായിക്കുന്നുണ്ട്.

"ചേട്ടാ, ഞങ്ങള് പള്ളീന്നാ. മിഷ്യൻ സൺഡേടെ ഭാഗായ്ട്ട് പിരിവിനെറങ്ങീതാ."

"കാശായ്ട്ടൊന്നും വേണ്ട. വല്ല തേങ്ങ്യോ ശർക്കര്യോ പൻസാര്യോ... അങ്ങനെന്ത്യെങ്കിലും."

അപ്പൻ അകത്തേക്ക് നീട്ടിവിളിച്ചു. "മോളേ..."

പയ്യന്മാർക്ക് ആകെ വെപ്രാളം. അവർ ഏന്തിവലിഞ്ഞ് നോക്കി. മോളെ കാണാനില്ല. അപ്പൻ വായന തുടർന്നു. മോളെ കാണാതെ വിഷമിച്ച പയ്യന്മാർ വീണ്ടും ദയനീയമായി അപ്പനെ നോക്കി. ആൾ പത്രത്തിൽ മുഴുകിയിരിക്കുകയാണ്. പയ്യന്മാർ ശ്രദ്ധ പിടിച്ചുപറ്റാൻ എന്തൊക്കെയോ ശബ്ദങ്ങളുണ്ടാക്കുന്നുണ്ട്. അപ്പൻ തലയുയർത്തി

നോക്കിയപ്പോൾ പയ്യന്മാർ പുള്ളിയെതന്നെ നോക്കി നിൽക്കുന്നു. ഒന്നും തന്നില്ല്യേങ്കിലും കൊഴപ്പില്ല്യ ചേട്ടാ. മോളെ ഒന്നുംകൂടി യൊന്ന് വിളിക്ക്. കണ്ടട്ട് ഒടനെ പൊക്കോളാം എന്നൊരു ഭാവം എല്ലാവരുടെയും മുഖത്ത്. അപ്പോൾ പെട്ടെന്ന് ഉള്ളിലൊരനക്കം. മോളെ പ്രതീക്ഷിച്ചു നിന്ന അവന്മാരുടെ മുന്നിലേക്ക് അതാ വരുന്നു ഏകദേശം നാൽപ്പത്തിയഞ്ച് വയസ്സ് പ്രായമുള്ള മോൾ! എന്റെ അമ്മ! തേങ്ങയും മാങ്ങയുമൊന്നും വാങ്ങാൻ നിൽക്കാതെ പയ്യന്മാർ സ്ഥലം കാലിയാക്കിയെന്ന് ചരിത്രരേഖകളിൽ കാണുന്നു. ഞാനത് കാരണം ഭാര്യയെ പേരാണ് വിളിക്കണത്. വെറുതെ നാട്ടുകാരുടെ പ്രാക്ക് വാങ്ങിക്കൂട്ടണ്ടല്ലോ!

■

ഫലൂഡ

ഒരിക്കൽ, ഒരു പുതിയ വീട് കാണാൻ പോയി. വീടൊക്കെ ആസ്വദിച്ച് കണ്ടുകഴിഞ്ഞപ്പോൾ ചായ-കടികളുടെ നടുവിലേക്ക് ആനയിക്കപ്പെട്ടു. കപ്പിലെ ചായ കണ്ടുപരിചയമുണ്ട്. പാത്രത്തിൽ വച്ചിട്ടുള്ള സാധനങ്ങൾ തിരിച്ചറിയാൻ പറ്റുന്നില്ല. ബ്രൗൺ നിറത്തിൽ ഒരു സാധനം. വെണ്ണ നിറത്തിൽ മറ്റൊന്ന്.

"ഞാൻ സാധാരണ വൈകുന്നേരങ്ങളിൽ നട്ട്സാണ് കഴിക്കാറ്. അതാവുമ്പോ ഹെൽത്തിയാണ്." ഗൃഹനാഥൻ ബോൽത്തി.

അതുവരെ കണ്ട് പരിചയമുള്ള നട്ട്സ് എന്ന് പറയുന്നത് കപ്പലണ്ടിയും പിന്നെ വല്ലപ്പോഴും കശുവണ്ടിയുമാണ്. പിന്നെ അടയ്ക്ക. പറഞ്ഞുവരുമ്പോ അതും ഒരു നട്ടാണല്ലോ. പിന്നെ ഈ ഗണത്തിൽ പെടുത്താവുന്ന ഒരു സാധനം ഉണക്കമുന്തിരിയാണ്. Dry fruits and nuts are rich in vitamins & minerals എന്ന് ബയോളജി പുസ്തകത്തിൽ വായിച്ചിട്ടുണ്ട്. പക്ഷേ പാത്രത്തിലുള്ള രണ്ട് ഐറ്റംസും ഇതിന് മുൻപ് കണ്ടിട്ടേയില്ല.

"ഇതൊക്കെ ഭയങ്കര വെലയല്ലേ?" കൂടെ വന്ന ആന്റിയാണ്.

മനുഷ്യന്റെ വില കളയാനായിട്ട്. ഇതൊക്കെ സ്ഥിരം കഴിക്കുന്ന പോലെയങ്ങിരുന്നാ പോരെ! ആകെ നാണക്കേടായി. ഞാൻ ആന്റിയെ വളരെ പുച്ഛത്തോടെ നോക്കി. ആന്റിക്കും ചമ്മലായി. ഗൃഹനാഥനാണെങ്കിൽ കിട്ടിയ അവസരം മുതലാക്കി കത്തിക്കയറുവാണ്.

"കൊറച്ച് കോസ്റ്റ്ലിയാണ്. എന്നാലും ഇതാവുമ്പോ പേടിക്കാണ്ട് കഴിക്കാലോ. പിന്നെ സീസണായാൽ Alphonso mango & Mangosteen."

"അൽഫോൻസാമ്മ?" വായിൽനിന്ന് ചാടിപ്പോയതാണ്. അരുതായിരുന്നു. ഗൃഹനാഥന്റെ തള്ള് സഹിക്കാം. പക്ഷേ പകരം വീട്ടാൻ നോക്കിയിരിക്കുന്ന ആന്റി!

"അൽഫോൺസോ നീ കേട്ടട്ടില്ലേ? നമ്മടെ തറവാട്ട് പറമ്പിലിണ്ടായ്രുന്നു." ആന്റി നഷ്ടപ്രതാപം തിരിച്ചുപിടിക്കാനുള്ള ശ്രമത്തിലാണ്. "അൽഫോൺസോ മാത്രല്ല. ബ്ലാക്ക് ആൻഡ്രൂസ്, മൽഗോവ, പ്രിയൂർ, നീലൻ, മല്ലിക, ജഹാംഗീർ, ഭംഗാനപ്പിള്ളി, സിന്ദൂരം, കിളിച്ചുണ്ടൻ, മൂവാണ്ടൻ, ചക്കരക്കുട്ടി, ഗുദാദത്ത് ഒക്കെണ്ടായിരുന്നു."

വീണ്ടും കളഞ്ഞു. കിടിലനായി തുടങ്ങി പിന്നെ ഉള്ള ലോക്കൽ പേരുകളെല്ലാം പറഞ്ഞ് നശിപ്പിച്ചു. അവസാനം പറഞ്ഞ പേരിന് ലേശം സഭ്യതക്കുറവുള്ളതായും തോന്നി.

"ഞാൻ അൽഫോൺസോ മാത്രേ കഴിയ്ക്കാറൊള്ളൂ. ഇപ്പോ നിങ്ങളിത് കഴിച്ച് നോക്ക്. ഇത് ബദാം. ഇത് പിസ്ത." പുള്ളിക്കാരൻ പരിചയപ്പെടുത്തി.

"ഓ... അവരായിരുന്നോ ഇത്. കേട്ട്ണ്ട്, ആദ്യായിട്ടാ കാണണേ." ഞാൻ വലിയ പ്രതീക്ഷയോടെ ആദ്യം ബദാം വായിലിട്ടു. വലിയ രസമൊന്നുമില്ല. കടിച്ച് ചവച്ച് തിന്നുനോക്കി. എനിക്കിഷ്ടപ്പെട്ടില്ല. എങ്കിൽ മറ്റവനെ പരീക്ഷിക്കാം. പിസ്ത... അതൊരെണ്ണം എടുത്ത് നോക്കി. ഭയങ്കര കട്ടി. വാ തുറന്ന്, അതിലേക്കിട്ടു. കടിച്ച് നോക്കി. പൊട്ടുന്നില്ല. വീണ്ടും നോക്കി. വീണ്ടും പൊട്ടുന്നില്ല. വീണ്ടും വീണ്ടും നോക്കി. വീണ്ടും വീണ്ടും പൊട്ടുന്നില്ല. പെട്ട്! ഇനിയെന്ത് ചെയ്യും. ചെറിയ ഉപ്പുരസം കിട്ടുന്നുണ്ട്. അത് ചപ്പിയെടുത്തു. എന്നിട്ട് മെല്ലെയത് ഷർട്ടിന്റെ പോക്കറ്റിലേക്ക് തട്ടി. എന്നാലും ഇതെന്താ ഉപ്പ് രസം? ഇതെന്താ ഈ നിറം! പിസ്ത ഐസ്ക്രീം ഇളംപച്ച നിറമാണല്ലോ, മധുരവും.

"അങ്കിള് കഴിക്ക്ണില്ല്യേ?"

പുള്ളി എങ്ങനെയാണ് കഴിക്കുന്നതെന്ന് നോക്കി പഠിക്കാല്ലോ.

"ഏയ്... എന്റെ ഇന്നത്തെ ക്വോട്ട കഴിഞ്ഞു. എന്നും ടെൻ നമ്പേർസ് ഈച്ച്."

“ഹോ... നൈസ്.” അപ്പോൾ ആ വഴി അടഞ്ഞു.

എന്നാലും പത്തെണ്ണം! വായയ്ക്ക് എക്സെർസൈസ് കൊടുക്കാനായിരിക്കുമോ! അന്നൊക്കെ TVയിൽ വന്നിരുന്നൊരു പരസ്യമുണ്ടായിരുന്നു. “മുഖവ്യായാമത്തിന് ദിവസവും നുണയൂ Wrigley’s double lingam.” ഇതിനിയിപ്പോൾ അങ്ങനെ വല്ലതും. എന്തായാലും ഒന്നൂടെ ശ്രമിച്ചുനോക്കാം. ആ ഒരെണ്ണത്തിന്റെ പ്രശ്നമാണെങ്കിലോ? അടുത്തത് വായിലേക്കിട്ടു. വീണ്ടും പെട്ടു. അതും പോക്കറ്റിൽ ബ്ലാക്ക് മണിയായി.

വീട്ടിൽ തിരിച്ചെത്തിയപ്പോൾ ഞാൻ എന്റെ പോക്കറ്റിലെ രണ്ട് പിസ്റ്റയും പുറത്തെടുത്തു. അപ്പോഴതാ എല്ലാവരും രഹസ്യ സങ്കേതങ്ങളിൽനിന്ന് ഒന്നും രണ്ടും വച്ച് പുറത്തെടുക്കുന്നു. പിന്നീട് എത്രയോ കാലം കഴിഞ്ഞാണ്, ആ തൊണ്ട് പൊളിച്ചുകളഞ്ഞ് അതിന്റെ ഉള്ളിലുള്ളതാണ് കഴിക്കേണ്ടതെന്ന് മനസ്സിലായത്. പക്ഷേ, അതെനിക്ക് തീരെ ഇഷ്ടപ്പെട്ടില്ല എന്നതാണ് സത്യം. എനിക്കിപ്പോഴും പിസ്തയുടെ കട്ടിയുള്ള ആ തൊണ്ടിനോടാണ് സോഫ്റ്റ് കോർണർ. അതിനൊരു ഉപ്പുരസമെങ്കിലുമുണ്ട്.

ഹോസ്റ്റലിൽ ഞങ്ങളുടെ സഹമുറിയന്റെ വീട്ടുകാർ ഒരിക്കൽ ഗൾഫിൽനിന്ന് വന്നു. അവർ ടാജിലാണ് താമസം. അവൻ വൈകുന്നേരം അവരെ കാണാൻ അങ്ങോട്ടുപോയി. ഞങ്ങൾ ഉറങ്ങിക്കഴിഞ്ഞ് പാതിരാത്രിയിൽ എപ്പോഴോ ആണ് തിരിച്ചെത്തിയത്. ഞങ്ങൾ രാവിലെ എഴുന്നേറ്റ് കോളെജിലേക്ക് പോകാനുള്ള തയ്യാറെടുപ്പ് തുടങ്ങി. പെട്ടന്നാണ് മേശപ്പുറത്തൊരു പാക്കറ്റ് ശ്രദ്ധിച്ചത്. വളരെ നേർത്ത, തൂവെള്ള തെർമോകോൾ അടിയിൽ. അതിന് മുകളിൽ പുളിയുറുമ്പിന്റെ നിറത്തിലുള്ള വലിയ വലിയ ഉണക്കമുന്തിരികൾ അടുക്കിവെച്ചിരിക്കുന്നു. അതിന് മുകളിൽ നേർത്ത പ്ലാസ്റ്റിക് പാടകൊണ്ട് പൊതിഞ്ഞിരിക്കുന്നു. പിന്നീട് ഒരുപാട് കണ്ടിട്ടുണ്ടെങ്കിലും അന്ന് ആ പാക്കിങ് ആദ്യമായി കാണുകയാണ്. അതുവരെ നമുക്ക് ആകെ പരിചയമുള്ളത് പലചരക്ക് കടയിലൊക്കെ പത്രക്കടലാസിൽ പൊതിഞ്ഞ് ചാക്കുചരട് കൊണ്ടുള്ള പാക്കിങ്. ഒരു തിരി, ഒരു വലി, ഒരു പിരി, കഴിഞ്ഞു.

ഞങ്ങൾക്ക് ഇരിക്കപ്പൊറുതിയില്ലാതായി. അത് ഞങ്ങൾക്ക് വേണ്ടിയുള്ളതാണോ എന്നുറപ്പില്ല. അവനെ ഉറക്കത്തിൽനിന്നും എഴുന്നേൽപ്പിച്ച് ചോദിക്കാനൊരു മടി. പതുക്കെ പൊളിച്ച് ഒരെണ്ണം മാത്രമെടുത്ത് തിരിച്ചടച്ചുവച്ചാലോ? അഞ്ചെട്ട് പേരങ്ങനെ പതുക്കെ പൊളിച്ച് ഒരെണ്ണം മാത്രമെടുത്ത് തിരിച്ചടച്ചുവച്ചാൽ എന്തായാലും മനസ്സിലാവും. അതുകൊണ്ട് ആ പ്ലാൻ വേണ്ടെന്നുവച്ചു. അവസാനം ഞങ്ങളെല്ലാവരും പോകാൻ റെഡിയായി. മൂന്നാളുകൾ പാക്കറ്റിന്

ചുറ്റും നിരന്നു. ബാക്കിയുള്ളവർ അവന് ചുറ്റുമിരുന്ന് ശബ്ദമുണ്ടാക്കിക്കൊണ്ട് കട്ടിലൊക്കെ പതിയെ ഇളക്കി. അവൻ മെല്ലെ കണ്ണ് തുറന്നു.

"Oh shit man! I am late."

അവൻ കുളിക്കാനോടി. പൊതിയെക്കുറിച്ച് അവനൊന്നും പറഞ്ഞില്ല. ഞങ്ങൾ ചോദിച്ചുമില്ല. വീണ്ടും കാത്തിരുപ്പ്. അവൻ തിരിച്ചു വന്നു. അവന്റെ ശ്രദ്ധ പൊതിയിലേക്ക് തിരിക്കാൻ എല്ലാവരും പരമാവധി ശ്രമിച്ചുകൊണ്ടിരുന്നു. എല്ലാവരുടെയും തല, കിഴക്കുനോക്കി യന്ത്രംപോലെ അതിലേക്ക് തിരിഞ്ഞിരിക്കുകയാണ്. അവന്റെ മാത്രം തിരിയുന്നില്ല. പാന്റ്സ് വലിച്ചുകയറ്റി അതിനടിയിൽനിന്ന് തോർത്ത് വലിക്കുന്നതിനിടയിൽ, പെട്ടന്നവൻ തിരിഞ്ഞുനോക്കിക്കൊണ്ട് പറഞ്ഞു. "Hey guys, I had brought some dry fruits. It must be lying there somewhere."

സന്തോഷം കണ്ണിലുണ്ട്, വെള്ളം വായിലുണ്ട്, സാധനം കയ്യിലുണ്ട്. ഒരൊറ്റ കടിയിൽ എല്ലാം തീർന്നു. ചിലർ ഡിപ്ലോമാറ്റിക്കായും മറ്റ് ചിലർ തീരെയല്ലാതെയും സാധനം തുപ്പി. എല്ലാവരുടെയും എല്ലാ ദ്വാരങ്ങളും ഒറ്റയടിക്കടഞ്ഞു. ചിലർ രണ്ട് കാലുകളും X പോലെ അടച്ചുപിടിച്ചു. എല്ലാ മുഖങ്ങളിലും വിരിഞ്ഞ ഭാവവും ചില വായിൽ നിന്നുവന്ന വരിയും ഒന്നായിരുന്ന്. "ഇതെന്ത് മൈ....."

അവൻ പറഞ്ഞു. "You guys didn't like apricot? I too didn't like it."

ലേറ്റായത് കാരണം, സാധാരണ കഴിക്കാറുള്ള, മെസ്സിലെ ബ്രേക്ക്ഫാസ്റ്റ് പോലും അന്ന് മിസ്സായി. ഉച്ചവരെ വിശന്നിരിക്കേണ്ടി വന്നു.

പിന്നെയും ഒരു വർഷം കഴിഞ്ഞിട്ടുണ്ടാകണം. ഞങ്ങൾ സ്ഥിരമായി ജ്യൂസ് കുടിക്കാൻ പോകുന്ന സുരൻസ് കൂൾബാറിന് മുന്നിൽ നല്ല ഭംഗിയുള്ള ഒരു പെട്ടി. സ്ട്രോബെറി! അരുൺ ഐസ്ക്രീം പരസ്യത്തിൽ കാണുന്ന കടും ചുവപ്പ് നിറമല്ല. ഒരു ഇളം പിങ്ക് നിറം. വലിപ്പവും കുറവ്. എങ്കിലും കാണാൻ കൊള്ളാം. ഒരു പെട്ടി വാങ്ങിയാലോ? ആപ്രികോട്ട് ഏൽപ്പിച്ച മുറിവുണങ്ങിയിട്ടില്ല. എങ്കിലും അതുപോലെയല്ലല്ലോ ഇത്. അതിന്റെ പേരിൽ തന്നെയുണ്ട് ആപ്പാണെന്ന്. ഇത് എത്ര കാലമായി നമ്മൾ ഐസ്ക്രീമായിട്ടും ക്രീംബിസ്കറ്റായിട്ടുമൊക്കെ തിന്നുന്നതാണ്. വാങ്ങിയേക്കാം. കട്ടയിട്ടാൽ മാത്രം തിന്നാൻ കിട്ടുമെന്ന് കട്ടായം പറഞ്ഞപ്പോൾ എട്ട് പേര് ചേർന്ന് നൂറ്റിയിരുപത് രൂപ മുടക്കി സാധനം വാങ്ങി. അവിടെ വച്ചുതന്നെ തുറന്നാൽ വേറെ തെണ്ടികൾ ചോദിച്ചാലോ എന്ന് പേടിച്ച് നേരെ മുറിയിലേക്ക് വച്ചുപിടിച്ചു.

പത്തെണ്ണം എങ്ങനെ എട്ട് പേര് വീതിക്കും എന്ന് സംശയമായി. എല്ലാവർക്കും ഓരോന്ന്. പിന്നെ ബാക്കി വരുന്ന രണ്ടെണ്ണം എല്ലാവരും ഓരോ കടി കടിച്ച് തീർക്കും. ആദ്യം കൂട്ടക്കടി. പിന്നെ ഒരെണ്ണം ആസ്വദിച്ച് തിന്നാം. പക്ഷേ എട്ട് പേര് വിചാരിച്ചിട്ട് പോലും ഒരെണ്ണം തിന്നുതീർക്കാൻ പറ്റിയില്ല. അടഞ്ഞ ദ്വാരങ്ങൾ തുറക്കാൻ ആപ്രികോട്ടിനേക്കാൾ സമയമെടുത്തു. ഇത്തവണ ശരിക്കും സങ്കടം വന്നു. മറ്റേത് പോലെയല്ല. ഇത് കാശ് മുടക്കി വാങ്ങിയതാണ്.

ഞങ്ങൾ വാ കഴുകാൻ പുറത്തേക്കിറങ്ങിയപ്പോൾ രണ്ട് പേരോടുന്നു.

"എങ്ങോട്ടാ കത്തിച്ച് വിടണേ?"

"സുരേട്ടന്റെ കടേൽയ്ക്ക്. അവടെ സ്ട്രോബെറി വന്നട്ട്ണ്ട്! വേഗം പോയാ കിട്ടും."

"അതിനങ്ങോട്ട് പോണ്ടാ. ഞങ്ങള് തരാം."

"നിങ്ങക്കെവ്ടന്ന് കിട്ടി?"

"അവ്ടന്നന്നെ വാങ്ങീതാ."

"അപ്പോ നിങ്ങക്ക് വേണ്ടേ?"

"ഞങ്ങള് രണ്ട് പെട്ടി വാങ്ങ്യാർന്നു. ഒരു പെട്ടി കഴിഞ്ഞു. രണ്ടാമത്തെ പെട്ടി ജസ്റ്റ് പൊട്ടിച്ച് ഒരെണ്ണെടുത്തു. ബാക്കി വേണേ തരാം."

ഞാനവനെ നോക്കി. സഹമുറിയൻ ഒരു ഭാവമാറ്റവുമില്ലാതെ നിന്നു തള്ളുവാണ്. മറ്റവന്മാർ പരസ്പരം നോക്കി. അവൻ അവരെയുംകൂട്ടി മുറിയിലേക്ക് പോയി. പെട്ടിയെടുത്ത് കൈയിൽ കൊടുത്തു.

"എൺപത് രൂപ തന്നാ മതി. ഒരെണ്ണം ഞങ്ങളെടുത്തല്ലോ."

അവർ പൈസയും തന്ന് സന്തോഷപൂർവ്വം എടുത്തിട്ടുപോയി, ആ ജൂനിയർ മാൻഡ്രേക്ക് പെട്ടി. അതിന് ശേഷം കുറേ കാലത്തേക്ക് അവർ ഞങ്ങളോട് മിണ്ടിയില്ല. പക്ഷേ സഹമുറിയന്റെ സമയോചിതമായ മസ്തിഷ്ക പ്രവർത്തനംമൂലം ഞങ്ങൾക്ക് മുടക്കിയ പതിനഞ്ച് രൂപയിൽ, പത്ത് രൂപയും തിരിച്ചുകിട്ടി. സ്ട്രോബെറിയുടെ തനിക്കൊണവും മനസ്സിലായി.

അതിനുശേഷം പിന്നെയും ഇത്തരം അനുഭവങ്ങളുണ്ടായിട്ടുണ്ട്. ബാംഗ്ലൂർ വച്ച് കസിന്റെ ബർത്ത്ഡേ പ്രമാണിച്ച് മുറിച്ച ബ്ലാക്ക് ഫോറെസ്റ്റ് കേക്കിന് മുകളിലെ കുരുവുള്ള ചെറി, ഒരു ന്യൂ ഇയറിന് കൊച്ചിയിൽനിന്നും കഴിച്ച കിവി ഐസ്ക്രീം, വിദേശത്ത് ഏതോ ഒരു ഹോട്ടലിൽ നിന്നും ഒരു ഗ്ലാസ്സ് നിറച്ച് കൊണ്ടുവന്ന് മോന്തിക്കുടിക്കാൻ തുടങ്ങിയ ഗ്രേപ് ഫ്രൂട്ട് ജ്യൂസ്. (ഗ്രേപ് ഫ്രൂട്ട് എന്നാൽ മുന്തിരിയല്ല. മനുഷ്യനെ ആസനസ്ഥനാക്കുന്ന എന്തോ ഒരു

സാധനമാണ്. ആസനവും അസ്ഥാനവുമെല്ലാം അസ്വസ്ഥമാക്കുന്ന ഒരു കയ്ക്കുന്ന കായ!) അങ്ങനെ ജീവിതത്തിൽ ചിന്തുവിനെ ചതിച്ച വരുണ്ട്. പലരും... പലവട്ടം...

ഈയിടെ മറ്റൊരു ഐറ്റം കണ്ടു. ഈന്തപ്പഴത്തിന്റെ കുരുവിന് പകരം അവിടെ കശുവണ്ടി വച്ചത്. മനുഷ്യന്റെ തൊഴിലില്ലായ്മയും മടിയും എത്രത്തോളം രൂക്ഷമാവാം എന്നുള്ളതിന് ഉത്തമദൃഷ്ടാന്തം.

ക്ലിനിക്കൽ ഇംപ്ലിക്കേഷൻ:

"കണ്ടിട്ട് വൈറൽ പനി പോലെയേ തോന്നണൊള്ളൂ. ഒരാഴ്ച യെടുക്കും മാറാൻ. തല്ക്കാലം ഈ മരുന്ന് കൊടുത്താ മതി. അഞ്ച് ദിവസം കഴിഞ്ഞ്ട്ടും കൊറവില്ലെങ്കി ഒന്നൂടി കൊണ്ടന്ന് കാണി ക്കണം."

"ഭക്ഷണം?"

"എല്ലാം കൊടുക്കാം. പക്ഷേ കുത്തിക്കേറ്റാൻ നോക്കരുത്."

"പാല് കൊടുക്കാൻ പറ്റ്വോ?"

"കൊടുക്കാം."

"പഴം?"

"കൊടുക്കാം."

"അപ്പോ കഫം?"

"അത് കൊടുക്കണ്ട."

"അല്ല... അതല്ല... അതൊക്കെ കഴിച്ചാ കഫം ഇണ്ടാവില്ലേ?"

"അങ്ങനെയൊന്നൂല്ല."

"അപ്പോ പഥ്യം ഒന്നുല്ലേ?"

"പഥ്യം... ആ... പിസ്ത തൊണ്ട് പൊളിക്കാണ്ട് കൊടുക്കരുത്."

"അതെന്താ?"

"പനിയൊക്കയല്ലേ... കടിച്ച് പൊട്ടിക്കാൻ പാടാവും."

"ഓ..."

"ആ... പിന്നെ അധികം പഴുക്കാത്ത സ്ട്രോബറി... അത് കൊടു ക്കണ്ട."

"അതെന്താ? കഫം ഇണ്ടാവോ?"

"ഇല്ല... നല്ല പുളിയിണ്ടാവും."

"ങേ!"

"ങാ!"

■

ദാ അങ്ങോട്ട് നോക്കൂ...
ദേ വരുന്നൊരാചാരം!

ഒരിക്കൽ കാലിക്കറ്റ് മെഡിക്കൽ കോളെജിലെ ലേഡീസ് ഹോസ്റ്റലിൽ നിന്ന് കുറച്ചാളുകൾ 'ഇന്റർനാഷണൽ വിമൻസ് ഡേ' പ്രമാണിച്ച് കോഴിക്കോട് ബീച്ചിൽ പോയി. ബീച്ചിൽനിന്ന് തിരിച്ചു പോരാൻ നേരം ഒരാളുടെ തലയിൽ ആപ്പിൾ വീണു. ആഘോഷം കൂടുതൽ 'ഇവന്റ്ഫുൾ & മെമറബിൾ' ആക്കാൻ ഹോട്ടൽ ടാജിൽ കയറാം! സ്വല്പം ബോധമുള്ളവരുടെ എതിർപ്പുകൾ മറികടന്ന് എട്ട് പേർ നേരെ ഹോട്ടലിലേക്ക് വച്ചുപിടിച്ചു.

ഡിന്നർ സമയമായിട്ടില്ലായിരുന്നു. അതുകൊണ്ട് തിരക്ക് തീരെ കുറവും. എട്ട് ചെറുപ്പക്കാരികളെ ഒരുമിച്ച് കണ്ടതും അവർക്ക് രാജകീയ സ്വീകരണം ലഭിച്ചു. രണ്ട് മേശകൾ അടുപ്പിച്ചിട്ട് അവർക്കായി സ്ഥലമൊരുക്കി. എട്ട് പേരും നിരന്നിരുന്നു. മെന്യു കാർഡ് ചോദിച്ചു. എട്ട് പേർക്കും കിട്ടി ഓരോന്ന്.

വിലകൾ കണ്ടതും എല്ലാവരും പരസ്പരം നോക്കി. കൈയിൽ ബാക്കിയുള്ള പണം എണ്ണിത്തിട്ടപ്പെടുത്തി. തിരിച്ചെത്താനുള്ള ബസ്സ് കാശ് മാറ്റിവച്ചു. ശിഷ്ടം പണം ഒരാൾ വാങ്ങി കൈയിൽ വച്ചു. പത്ത് മിനിറ്റ് ചർച്ച. ഒടുവിൽ അവർ വെയിറ്ററെ വിളിച്ചു. മാനേജർ നേരിട്ട് വന്നു.

"Yes madam."

"Three lemonade."

"OK madam. What else?"

"Nothing. That's it."

"Sorry."

"Three lemonade only."

"Three for eight of you!"

"Yes. We are on a diet."

"OK. Plain water or sparkling water?"

"What?"

"I mean water or soda?"

"Water... water."

കിളിപോയ മാനേജർ തനിക്ക് കിട്ടിയ ഓർഡർ കൈമാറാൻ അകത്തേക്ക് പോയി. അൽപസമയം കഴിഞ്ഞ് ബൾബ് കത്തിയപ്പോൾ പുള്ളി ചിരിച്ചുവന്നു. അല്ല... തിരിച്ചുവന്നു.

"Excuse me madam. Plain water and sparkling water cost the same."

"ന്നാ പിന്നെ സോഡായ്യോ!" സോഡ എന്ന് പറയാൻ തുടങ്ങിയ നിഷ്കളങ്കയുടെ കാലിൽ നേതാവ് ചവിട്ടിയതാണ്.

"It's ok... we prefer plain water." നേതാവ് അരുളി.

പുള്ളി ഒന്നാക്കി ചിരിച്ച് തിരിച്ചുപോയി.

"എടോ പൊട്ടത്തി... ഇനി നമ്മള് സോഡാന്ന് പറഞ്ഞാ കൈയില് കാശില്ലാത്തോണ്ടാന്ന് നേരത്തെ പറയാത്ത്ത്ന്ന് ഓന് മനസ്സിലാവൂല്ലേ?" അയാൾ പോയപ്പോൾ നേതാവ് നിഷ്കളങ്കയെ നോക്കി കലിപ്പിച്ചു.

"അല്ലെങ്കിലിപ്പൊ തീരെ മനസ്സിലായിട്ടില്ലല്ലോ!" നിഷ്കളങ്കയ്ക്ക് പുച്ഛം.

വെയ്റ്റർ വന്നപ്പോൾ കയ്യിൽ ആറ് ഗ്ലാസ്സുകൾ, മൂന്ന് വലുത് മൂന്ന് ചെറുത്. മൂന്നെണ്ണം പറഞ്ഞിട്ട് ആറെണ്ണം എങ്ങനെ വന്നുവെന്ന്

ആർക്കും ഒരു പിടിയും കിട്ടിയില്ല. അതിന് കാശ് ചോദിച്ചാൽ, കൊടുക്കാൻ കൈയിൽ പത്ത് പൈസ എക്സ്ട്രായില്ല. കോംപ്ലിമെന്ററി ആയിരിക്കുമെന്ന് കരുതി സമാധാനിച്ചു. ആറ് ഗ്ലാസ്സും ഇറക്കിവച്ച് പുള്ളി തിരിച്ചുപോയി. ഇവർ എട്ട് പേരുണ്ട്. കോംപ്ലിമെന്റ് കിട്ടിയത് കൂട്ടിയാലും രണ്ട് ഗ്ലാസ്സ് കുറവ്. കർണ്ണകഠോരമായ ചർച്ചകൾക്കൊടുവിൽ ഒരു തീരുമാനത്തിലെത്തി. എല്ലാവരും ഗ്ലാസ്സെടുത്ത് സിപ്പ് ചെയ്ത് പാസ്സ് ചെയ്യും. അങ്ങനെ കറങ്ങിക്കറങ്ങി എല്ലാവരിലേക്കും ഒരിക്കൽ എല്ലാ ഗ്ലാസ്സും എത്തും.

"All stand up. Start rotation & revolution of the glasses."

പരിപാടി തുടങ്ങി ഗ്ലാസ്സുകൾ പകുതിയായപ്പോഴാണ് എല്ലാവരും ഒരു കാര്യം ശ്രദ്ധിച്ചത്. ലൈം ജ്യൂസിന് ഒടുക്കത്തെ പുളി. ചെറിയ ഗ്ലാസ്സിൽ കൊണ്ടുവന്ന സാധനത്തിന് ഭയങ്കര മധുരം. വീണ്ടും ആപ്പിൾ വീണു. ചെറിയ ഗ്ലാസ്സിൽ കൊണ്ടുവന്നത് മറ്റേതിൽ ചേർക്കാനുള്ള ഷുഗർ സിറപ്പാണ്. അങ്ങനെ ബാക്കിയുള്ളത് കട്ട് & പേസ്റ്റ് ചെയ്ത് മൂന്ന് ഗ്ലാസ്സാക്കി ടികി ടാക കളിച്ച് കുടിച്ചുതീർത്തു.

ഒടുവിൽ അന്നത്തെ ദിവസത്തെ ഓർമ്മയ്ക്കായി ഒരു ഫോട്ടോ എടുക്കാൻ തീരുമാനിച്ചു. മാനേജർ വന്നു. എല്ലാവരും നിരന്നുനിന്നു. പുള്ളി ക്യാമറയെടുത്ത് ഉന്നം പിടിച്ചതും ക്യാമെറ റിവൈൻഡായി. അന്നൊക്കെ ഫിലിം ഇടുന്ന ക്യാമറയാണ്. സാധാരണ മുപ്പത്താറെണ്ണം കിട്ടുമെങ്കിലും ഉറപ്പ് പറയാനാകില്ല. അങ്ങനെ അത്യാവശ്യം നാണക്കേടുണ്ടാക്കിയശേഷം അവർ പുറത്തിറങ്ങി. ഇറങ്ങും വഴി മാനേജർ ചോദിച്ചു. "May I know where you are from?"

"We are from Calicut REC."

അന്നത് സ്ഥിരം ആചാരമാണ്. പഠിക്കുന്ന കോളെജിന്റെ പേര് നാശമാക്കണ്ട എന്ന് കരുതി ചെയ്യുന്നതാണ്.

"Much better than Calicut Medical College students who came last week!" മാനേജരുടെ ആത്മഗതം അല്പം ഉറക്കെയായിപ്പോയി. മുൻപ് അവിടെ ചെന്ന RECക്കാരും സമാനചിന്താഗതിക്കാരായിരുന്നത്രെ! അവർക്കും ഇതേ ആചാരമുണ്ടായിരുന്നത്രെ! എന്തോ വലിയ അലമ്പുണ്ടാക്കി പോകുന്ന വഴി അതിന്റെ ക്രെഡിറ്റ് മുഴുവൻ മെഡിക്കൽ കോളെജിന് കൊടുത്തിട്ടാണത്രേ പോയത്!

അന്ന് നാണംകെട്ടിറങ്ങിയെങ്കിലും തൊട്ടടുത്ത കൊല്ലം വിമൻസ് ഡേയ്ക്ക്, കൈ നിറയെ കാശുമായി അവർ വീണ്ടും അവിടെ കയറി. പഴയ മാനേജരെ അന്വേഷിച്ച് കണ്ടുപിടിച്ചു. ഇത്തവണ കാര്യമായിതന്നെ ഓർഡർ ചെയ്തു. ധനനഷ്ടം വന്നാലും മാനഹാനി

മായ്ച്ചുകളഞ്ഞ്, തങ്ങളാണ് യഥാർത്ഥ മെഡിക്കൽ കോളെജുകാരെന്ന് അവരെ അറിയിക്കണമെന്ന് തീരുമാനിച്ചുറപ്പിച്ചിരുന്നു. അങ്ങനെ മൃഷ്ടാന്നം വെട്ടിവിഴുങ്ങി ഏമ്പക്കോം വിട്ട് ആസനത്തിൽ വാലും ചുരുട്ടിവച്ചിരിക്കുന്ന അവസ്ഥയിലെത്തി. എന്നിട്ടും അല്പം ഭക്ഷണം ബാക്കിയുണ്ട്. അത് ഹോസ്റ്റലിലേക്ക് എടുക്കാൻ തീരുമാനമായി. പക്ഷേ ബാക്കി പൊതിഞ്ഞെടുക്കാൻ പറയാൻ ചെറിയൊരു ചമ്മൽ. അതിനും വഴി കണ്ടെത്തി.

"Pack it for the dogs, please."

"Sure madam."

ഒരു ചെറിയ പൊതി പ്രതീക്ഷിച്ചിരുന്ന അവരുടെ മുന്നിലേക്ക് രണ്ട് വലിയ പൊതികളുമായി വെയ്റ്റർമാരെത്തി. തൊട്ടുപിന്നാലെ നമ്മുടെ മാനേജരും പ്രത്യക്ഷപ്പെട്ടു. ഉത്സാഹത്തോടെ!

"Madam... we had more left over. Packed everything for your dogs." അവിടെ ബാക്കിയുണ്ടായിരുന്ന മുഴുവൻ ഉച്ഛിഷ്ടവും (അമേദ്യം ഉണ്ടായിരുന്നില്ലെന്ന് തോന്നുന്നു) അവൻ പൊതിഞ്ഞെടുത്തതാണ്. മാഡത്തിന്റെ പട്ടികൾക്ക്!

"Thanks!" നേതാവ് മൊഴിഞ്ഞു. ഉച്ഛിഷ്ടകാര്യത്തിന് ഉപകാരസ്മരണ ഇടണമല്ലോ. ഈ താങ്ക്സ് ആണ് പിന്നീട് ദിലീഷ് പോത്തൻ മഹേഷിന്റെ പ്രതികാരത്തിലെ മീം ആക്കിയത്.

പിന്നീടൊരിക്കലും കുടുംബത്തിൽ പിറന്ന... ക്ഷമിക്കണം... കോഴിക്കോട് പഠിച്ച കുലസ്ത്രീകളായ പെൺകുട്ടികൾ ഒറ്റയ്ക്ക് ടാജിലേക്ക് പോയിട്ടില്ല. CMEകളുടെ കൂടെ നടത്തുന്ന അന്നദാനത്തിന് പോലും അവർ ഒറ്റയ്ക്ക് ടാജിന്റെ പടി ചവിട്ടാതെയായി. ഒന്നിൽ പിഴച്ചാൽ മൂന്ന് എന്ന് കേൾക്കാഞ്ഞിട്ടല്ല. പഴഞ്ചൊല്ലിൽ പതിരില്ല എന്നും കേട്ടിട്ടുണ്ട്. പക്ഷേ അതും ഒരു പഴഞ്ചൊല്ല് തന്നെയാണല്ലോ. മൂന്നാം വട്ടവും മൂ.... താൽപര്യമുണ്ടായിരുന്നില്ല. 'Y' ക്രോമസോം കൂടെയില്ലാതെ അവിടെ കയറിയാൽ അനർത്ഥം സംഭവിക്കുമെന്ന അവരുടെ വിശ്വാസം അവരെ പിന്നിലേക്ക് വലിച്ചു. ഒരു പ്രത്യേക വിഭാഗത്തിനിടയിൽ നിലനിന്നിരുന്ന ഈ വിശ്വാസം എല്ലാവർക്കും അറിയുമോ എന്നറിയില്ല. ഇപ്പോഴുള്ള കുട്ടികൾ ഈ ആചാരം പാലിക്കുന്നുണ്ടോ എന്നറിയില്ല. ഉണ്ടെങ്കിൽതന്നെ അതിന് പിന്നിലെ ഐതിഹ്യം അവർക്കറിയുമോ എന്നറിയില്ല. എന്തായാലും ഈ കുറിപ്പ് ചരിത്രത്തിലേക്ക് അവർക്കുള്ള ഒരു ചൂണ്ടുപലക ആകുമാറാകട്ടെ. ആമേൻ!

■

ഗോ ഗോവ ഗോൺ

തൃശ്ശൂർ ജില്ലക്കാരനായിരുന്നെങ്കിലും, കോഴിക്കോട് മെഡിക്കൽ കോളേജ് തിരഞ്ഞെടുക്കാൻ വീട്ടുകാർക്ക് പല കാരണങ്ങളുണ്ടായിരുന്നു. അപ്പന്റെയും അമ്മയുടെയും ജീവിതത്തിലെ സുവർണ്ണ കാലം കോഴിക്കോട്. എന്റെ സ്കൂൾ ജീവിതത്തിന്റെ ഏറിയ പങ്കും കോഴിക്കോട്. പഴക്കം കൂടുതലുള്ള കോളെജ് കോഴിക്കോട്. കുടുംബത്തിലെ മെഡിക്കൽ വിദ്യാർത്ഥികളുടെ മധ്യസ്ഥൻ ഫിജു ചാക്കോ പഠിച്ചതും പഠിക്കുന്നതും പഠിപ്പിക്കുന്നതും കോഴിക്കോട്. ഇത്രയും മറ്റുള്ളവരുടെ കാരണങ്ങൾ. എനിക്ക് ഒരേയൊരു കാരണം. വീട്ടിൽ നിന്നും മാറിനിൽക്കാൻ സാധ്യത തുറന്നുതരുന്ന സ്ഥലം കോഴിക്കോട്! ഖൽബില് തേനൊഴുകണ കോഴിക്കോട്!

പത്രങ്ങളായ പത്രങ്ങളിലത്രയും മെഡിസിൻ സമം സേവനം എന്ന പൊതുബോധം എത്രയൊക്കെ ഊട്ടിയുറപ്പിക്കാൻ ശ്രമിച്ചിട്ടും എത്രയും പെട്ടെന്ന് പഠിച്ചിറങ്ങി പിറ്റേന്ന് മുതൽ സേവനജീവിതം ആരംഭിക്കുകയെന്നത് എന്റെ വിദൂരസ്വപ്നങ്ങളിൽ പോലുമില്ലായിരുന്നു. പതിനേഴ് വർഷങ്ങൾ ഇടംവലം നോക്കാതെ ഒരേ ലക്ഷ്യത്തിലേക്ക് കുതിച്ചിരുന്ന ആർക്കാണ് ഒരിടവേള ഇഷ്ടമല്ലാത്തത്. പഠിക്കാനായി കോളെജിൽ പോകുന്നവർക്ക് കാര്യങ്ങൾ എളുപ്പമാണ്. അവർ സ്വയം വിചാരിച്ചാൽ മതി. പക്ഷേ, ഉഴപ്പാൻ കണക്കാക്കി പോകുന്നവർക്ക് അങ്ങനെയല്ല. നല്ലൊരു ടീമിനെ കൂട്ട് കിട്ടിയില്ലെങ്കിൽ മൂ... മഞ്ച് തിന്നേണ്ടി വരും. അവിടെയാണ് എനിക്ക് ലോട്ടറിയടിച്ചത്. ഒരു വർഷത്തിനുള്ളിൽ ജലം അതിന്റെ നാഥനെ കണ്ടു. ബീച്ചിൽ പ്ലാസ്റ്റിക് കുപ്പികൾ അടിയുന്നതുപോലെ രണ്ട് മുറികളിലായി ഞങ്ങൾ ഒൻപതെണ്ണം അടിഞ്ഞുകൂടി. ഞങ്ങളുടെ ഗാങ്ങിന് ഒരു പേര് വേണമായിരുന്നു. സ്വന്തം പേരുകളുടെ ആദ്യാക്ഷരങ്ങൾ ചേർത്ത് പേരിടുന്ന കുഞ്ഞുവാവകൾക്കിടയിൽ വ്യത്യസ്തമായ pugilists എന്നൊരു പേര് ഞങ്ങൾക്ക് സമ്മാനിച്ചത്

ഞങ്ങളുടെ ഫൊറൻസിക് ടെക്സ്റ്റ് ബുക്കായിരുന്നു. ജന്മനാ ജംഗോയിസം ബാധിച്ച ഞങ്ങൾ പ്യൂജിലിസ്റ്റുകൾ പക്ഷേ സിനിമയിലെ വില്ലൻ ഗാങ്ങുകളെപോലെ അലമ്പുണ്ടാക്കി നടക്കുന്നവരൊന്നുമായിരുന്നില്ല. ഒരുമിച്ചൊരു മുറിയിൽ കഴിയും, ഒരുമിച്ച് ഭക്ഷണം കഴിക്കും, ഒരുമിച്ച് സ്റ്റേജിൽ കയറും അങ്ങനെയങ്ങനെ...

ഒരു ഊട്ടിയും ഒരു കൊടൈക്കനാലും കഴിഞ്ഞതോടെ മെഡിക്കൽ കോളെജിൽ നിന്നുള്ള ക്ലാസ്സ് ടൂറുകൾ നിന്നു. അങ്ങനെയാണ് ഞങ്ങൾ സ്വന്തമായിട്ടൊരു ടൂർ ആസൂത്രണം ചെയ്യുന്നത്. ഒരു ഗോവൻ ടൂർ! കൂട്ടത്തിലൊരുത്തൻ, ടൂറിന് മുൻപ് വീട്ടുകാരോടൊപ്പം തീർത്ഥയാത്രയ്ക്ക് പോയതിന്റെ പരിണതഫലമായി, ഫുഡ് പൊയ്സണടിച്ച് കിടപ്പിലായി. വല്ല കാര്യവുമുണ്ടായിരുന്നോ? ബാക്കി ഞങ്ങൾ എട്ട് പേർ. അത്രയും ആളുകളുണ്ടായിരുന്നതുകൊണ്ടും, ദിൽ ചാഹ്താ ഹെ ഇറങ്ങിയിട്ടില്ലായിരുന്നതുകൊണ്ടും, ഓപ്പൺ ബെൻസിന് പകരം അടഞ്ഞ ട്രെയിനാണ് ഞങ്ങൾ യാത്രയ്ക്ക് തിരഞ്ഞെടുത്തത്.

ആദ്യം കോഴിക്കോടുനിന്ന് മംഗലാപുരം വരെ. അവിടെ അൽപസമയം ചിലവഴിച്ച ശേഷം ഗോവയിലേക്ക്. അതാണ് പ്ലാൻ. യാത്രയ്ക്ക് മുൻപുതന്നെ ഞാനൊരു നിർദ്ദേശം വച്ചു. എല്ലായിടത്തും പോയി വരി നിൽക്കാനുള്ള മടി കാരണം ഞാളെ ചെറിയ പുത്തിയിൽ തോന്നിയ കാര്യാണ്. എല്ലാവരും കുറച്ച് പൈസ ഒരാളെ ഏൽപ്പിക്കുക. അത് പൊതുപ്പണം. യാത്രയ്ക്കും ഭക്ഷണത്തിനും അതിൽ നിന്നെടുക്കുക. അപ്പോൾ ഒറ്റയ്ക്കൊറ്റയ്ക്ക് ക്യൂ നിൽക്കണ്ട. ഒരാൾ മാത്രം അനുഭവിച്ചാൽ മതി. തലവേദന കുറവ്. എല്ലാവർക്കും നിർദ്ദേശം വളരെയധികം ഇഷ്ടപ്പെട്ടു. എല്ലാവരുടെയും സന്മനസ്സ് കാരണം ആ പണി എനിക്കുതന്നെ കിട്ടി. അത് പിന്നെ അങ്ങനെയാവണമല്ലോ. സത്യഗ്രഹം എന്ന ആശയം മുന്നോട്ട് വച്ച ഗാന്ധിജിക്ക് തന്നെയാണല്ലോ ഏറ്റവുമധികം പട്ടിണി കിടക്കേണ്ടി വന്നതും. ഞാൻ ഉടനെ പോയി ഒരു നൂറ് പേജിന്റെ പുസ്തകം വാങ്ങി, കണക്ക് വയ്ക്കാൻ. അങ്ങനെ എല്ലാവരും തങ്ങൾക്ക് കിട്ടിയ റേഷനിൽ നിന്ന് കോഴിക്കോട് റെയിൽവേ സ്റ്റേഷനിൽ വച്ചുതന്നെ രണ്ടായിരം രൂപ എന്നെയേൽപ്പിച്ചു.

ഞങ്ങൾ ആദ്യത്തെ ട്രെയിൻ പിടിച്ചു. ഒടുക്കത്തെ തിരക്ക്. കുറച്ച് കഴിഞ്ഞപ്പോൾ അപ്പുറത്ത് ഫസ്റ്റ് ക്ലാസ്സ് കംപാർട്ട്മെന്റ് കാലിയായിക്കിടക്കുന്നത് കണ്ണിൽപ്പെട്ടു. ഞങ്ങൾ മെല്ലെ അങ്ങോട്ട് നടന്നു. ഒരുപാട് സീറ്റുകൾ ഒഴിഞ്ഞുകിടക്കുന്നു. ഞങ്ങൾ നിരന്നിരുന്നു. വെറുതെയങ്ങ് ഇരിക്കുക മാത്രമല്ല, കൈയിലുള്ള ചീട്ട് പൊട്ടിച്ച്

റമ്മി കളിക്കാനും തുടങ്ങി. കണ്ണൂർ എത്തുന്നതിന് തൊട്ടുമുൻപ് TTE വന്നു. പിള്ളേരാണെന്ന് കണ്ടതോടെ പുള്ളി ഞങ്ങൾക്ക് രണ്ട് ഓപ്ഷൻ തന്നു. ഒന്നുകിൽ തിരിച്ച് ജനറൽ കംപാർട്ട്മെന്റിലേക്ക് പോവുക. അല്ലെങ്കിൽ ഫൈനടച്ച് അവിടെത്തന്നെയിരുന്ന് യാത്ര തുടരുക. അവരെ തിരിച്ചുകൊണ്ടുപോകാൻ ഞാൻ പരമാവധി ശ്രമിച്ചു. എനിക്ക് മുൻപ് ഒരനുഭവം ഉള്ളതാണ്. പക്ഷേ അഭിമാനി കളായതുകൊണ്ടും ചീട്ടുകളിയുടെ രസച്ചരട് മുറിയാതിരിക്കാനും സർവ്വോപരി ഫൈൻ പോകുന്നത് പൊതുപ്പണത്തിൽ നിന്നായതു കൊണ്ടും ഞാൻ ഒറ്റപ്പെട്ടു. രണ്ടാമത്തെ ഓപ്ഷൻ തിരഞ്ഞെടുക്ക പ്പെട്ടു. അങ്ങനെ അക്കൗണ്ട് ബുക്ക് തുറന്നു. ആദ്യം ഏൽപ്പിച്ച പൈസയിൽ ഏകദേശം പകുതിയോളം ഫൈനടച്ച് തീർന്നു. എങ്കിലും ആർക്കും വലിയ വിഷമമൊന്നും തോന്നിയില്ല. കാരണം സ്വന്തം പോക്കറ്റിൽ നിന്നല്ലല്ലോ പോകുന്നത്. ഊളന്മാർ! അങ്ങനെ ഞങ്ങൾ മംഗലാപുരംവരെ സുഖമായി യാത്ര തുടർന്നു.

മംഗലാപുരത്ത് നിന്നുള്ള കണക്ഷൻ ട്രെയിനിന് പിന്നെയും ഒരുപാട് സമയമുണ്ടായിരുന്നു. അങ്ങനെ ഞങ്ങൾ മിലാഗ്രസ് പള്ളി, പണ്ട് ഞാൻ പഠിച്ചിരുന്ന സെ. അലോഷ്യസ് ക്യാംപസ്, ഐഡി യൽ ഐസ്ക്രീം പാർലർ, നാൻ കിംഗ് ചൈനീസ് റസ്റ്റോറന്റെല്ലാം കറങ്ങി, തിരിച്ച് സ്റ്റേഷനിലെത്തി. അടുത്ത ട്രെയിൻ പിടിച്ചു. ഉറക്ക ത്തിലെപ്പോഴോ 'കൂൾ ബിയർ കൂൾ ബിയർ' എന്നുള്ള വിളി കേട്ട് ഞെട്ടിയെഴുന്നേറ്റപ്പോൾ ഗോവ എത്തിയിരുന്നു. നേരം വെളുത്ത് വരുന്നതേയുള്ളൂ. ഞങ്ങൾ ചാടിയിറങ്ങി.

അധോലോകനായകന്മാരായ ഗോൺസാൽവസിനെയും ഡിക്രൂ സിനെയും പെരപെരയെയുമൊക്കെ പ്രതീക്ഷിച്ച് ഗോവയിൽ ചെന്നി റങ്ങിയ ഞങ്ങളെ കാത്തുനിന്നത് തികച്ചും വിജനമായ വഴികളാ യിരുന്നു. നടന്നുതുടങ്ങിയപ്പോൾ പുറകിൽ ഒരനക്കം. പട്ടികളായി രുന്നു. ആളൊന്നിന് നാലഞ്ച് പട്ടികൾ വീതം. അങ്ങനെ ഞങ്ങൾ എട്ട് പേർ മുന്നിലും അവർ പത്ത് നാല്പത് പേർ പിന്നിലുമായി അടുത്തുള്ള ഹോട്ടൽ ലക്ഷ്യമാക്കി നടന്നുതുടങ്ങി. അവർ ഞങ്ങളെ ഭദ്രമായി അവിടെയെത്തിച്ച് നിയോഗം പൂർത്തിയാക്കി മടങ്ങി.

നേരം വെളുത്തയുടനെ പുറത്തിറങ്ങി. ഒറ്റയോട്ടത്തിൽതന്നെ ഒരു ദിവസത്തേക്കുള്ള വട്ടച്ചെലവിനുള്ള കാശൊപ്പിക്കാൻ നോക്കുന്ന ഓട്ടോടാക്സി ചേട്ടന്മാരെ ഒഴിവാക്കി യാത്ര മുഴുവൻ ബസ്സിലാക്കി. മനസ്സിൽ കുറിച്ചിട്ടുള്ള ഗോവയുടെ ചിത്രം കാണാ നായി നിങ്ങൾ ബീച്ചുകളായ ബീച്ചുകൾ മുഴുവൻ നിരങ്ങി. ട്രൗസർ മാത്രമിട്ട് ബീച്ചിൽ കിടന്നു. ഇടയ്ക്കെപ്പോഴോ ഫെനിയെന്ന്

വിളിക്കുന്ന പട്ടച്ചാരായം ടേസ്റ്റ് ചെയ്തു. കാജു ബർഫി വാങ്ങി ബാഗിലിട്ടു. ഏതൊക്കെയോ പള്ളികളിൽ കയറിയിറങ്ങി. അങ്ങനെ രണ്ട് ദിവസം കഴിഞ്ഞപ്പോഴേക്കും ഞങ്ങൾ സൺബേൺ അടിച്ച് കരിഞ്ഞു. കോമൺ അക്കൗണ്ട് വെളുത്തു.

അന്ന് രാത്രി ഭക്ഷണം കഴിക്കാൻ കയറി. സ്വാഭാവികമായും സ്ഥലം ഗോവയായതുകൊണ്ട് വെള്ളമില്ലേലും കള്ള് കാണും. എല്ലാ ഹോട്ടലിലും. കൂട്ടത്തിൽ ഒരുത്തൻ ബിയർ വാങ്ങി. മൂന്ന് പേര് വിസ്കിയും. ഞാനടക്കം ബാക്കി നാല് പേരും അന്ന് കുടിക്കുന്നവരല്ല. ഗോവ വരെ വന്നിട്ട് കള്ളടിക്കാതെ എങ്ങനെ! അങ്ങനെ ഒരു കുപ്പി വൈൻ വാങ്ങി. അവിടെ വൈൻ കുപ്പിയായിട്ടേ കിട്ടൂ. മറ്റ് മൂന്ന് പേരും കൈയൊഴിഞ്ഞു. ഞാനും ഒരു കുപ്പി വൈനും. കുറച്ച് കഴിഞ്ഞപ്പോഴേക്കും ബിയറടിച്ചവനും വിസ്കിയടിച്ചവരും സ്റ്റേബിൾ, ഞാൻ മാത്രം കോൺസ്റ്റബിൾ. ഒരുവിധത്തിൽ റൂമിലെത്തി അര മണിക്കൂറോളം ഷവറിനടിയിൽ നിന്നതിന് ശേഷം തിരിച്ചുപോയി ഭക്ഷണം കഴിച്ചു.

പിറ്റേന്ന് എല്ലാവരും ആയിരം രൂപ കൂടി കോമൺ അക്കൗണ്ടിലേക്കിട്ടു. യാത്രകൾ തുടർന്നു. എങ്കിലും അതിൽനിന്ന് യാത്രയ്ക്ക് മാത്രം കാശെടുത്തുതുടങ്ങി. ഭക്ഷണം അപ്ന അപ്ന. എല്ലാവരുടെയും റിസർവ് വറ്റിത്തുടങ്ങിയിരുന്നു. കൂട്ടത്തിലൊരുത്തന്റെ കൈയിൽ മാത്രം ഒരു അഞ്ഞൂറിന്റെ നോട്ട് എക്സ്ട്രാ. ഞങ്ങൾക്ക് ചെറുതല്ലാത്ത കുശുമ്പുണ്ടായിരുന്നു. അവൻ പനജി ബസ്സ്റ്റാന്റിൽ ലസ്സി കുടിക്കാൻ കയറി. ആഗ്രഹമുണ്ടായിരുന്നെങ്കിലും സമ്പാദ്യശീലം അത്യാവശ്യമായ സമയമായതുകൊണ്ട് ബാക്കിയെല്ലാവരും കൈയിലെ കുപ്പിയിൽനിന്ന് വെള്ളം മാത്രം കുടിച്ച് അവൻ ലസ്സി കുടിക്കുന്നത് നോക്കി നിന്നു. ഇല്ല അവന് വയറിളക്കമൊന്നും വന്നില്ല. പക്ഷേ ബസ് വന്നു. ഞങ്ങൾ കയറിയിരുന്നു. അവൻ തിടുക്കത്തിൽ കുടിച്ചുതീർത്ത് പൈസ എടുത്തുകൊടുത്ത് ബാക്കി തൊണ്ണൂറ്റിയഞ്ച് രൂപ വേഗം തരാൻ പറഞ്ഞ് നീങ്ങിത്തുടങ്ങിയ ബസ്സിൽ ചാടിക്കയറി. ബസ് വിട്ടുകഴിഞ്ഞപ്പോഴാണ് അവനവിടെ കൊടുത്തത് നൂറല്ല അഞ്ഞൂറായിരുന്നെന്ന് മനസ്സിലായത്. ലോകത്തിൽ അന്നുവരെ ആരും കുടിച്ചതിൽ വച്ചേറ്റവും വിലപിടിപ്പുള്ള ലസ്സിയാണ് അവൻ അന്നവിടെ കുടിച്ചത്. Rs. 405/- only! എല്ലാവരും സമന്മാരായി. സന്തോഷമായി. സമാധാനമായി. അഞ്ഞൂറിന്റെ നോട്ട് പിന്നീട് നിരോധിക്കപ്പെട്ടത് ഇവന്റെ അന്നത്തെ പ്രാക്ക് മൂലമാണെന്ന് തോന്നുന്നു.

അന്ന് വൈകുന്നേരത്തേക്ക് ഞങ്ങൾ മണ്ഡോവി പുഴയിലൂടെയുള്ള ക്രൂസ് ബുക്ക് ചെയ്തിരുന്നു. അല്പം വൈകി ഓടിക്കിതച്ച്

സ്ഥലത്തെത്തിയപ്പോൾ, സാക്ഷാൽ ക്രൂസ് കിടക്കുന്നു! ഗോവൻ ഡ്രസ്സ് യൂണിഫോമാക്കിയ ചേട്ടന്മാരും ചേച്ചിമാരും. ഒരേപോലുള്ള ഗ്ലാസ്സുകളും പ്ലേറ്റുകളും നിരത്തിവെച്ചിരിക്കുന്നു. നിറയെ പൂക്കളും ബൾബുകളും വച്ച് അലങ്കാരം. ഗായകർ ഗിറ്റാറും ട്രിപിൾ ഡ്രമ്മുമൊക്കെ വച്ച് പാട്ട് തുടങ്ങിയിട്ടുണ്ട്. നല്ല അടിപൊളി വേഷത്തിൽ ആളുകൾ കപ്പലിലേക്ക് കയറുന്നു. ആകെ ജഗപൊഗ. ഓടിച്ചെന്ന് ക്യൂ നിന്ന് ടിക്കറ്റ് കാണിച്ചപ്പോൾ അവിടെ അരികിലായി ഒതുക്കി മാറ്റിയിട്ടിരിക്കുന്ന മറ്റൊരു ബോട്ട് ഞങ്ങളെ കാണിച്ചുതന്നു. പണ്ട് രമണൻ മത്സ്യകന്യകനെയും കൊണ്ടുവന്നില്ലേ ഒരു ബോട്ട്. ഏതാണ്ട് അതുപോലിരിക്കും. രാവിലെ ടിക്കറ്റ് ബുക്ക് ചെയ്ത സമയത്ത് നുള്ളിപ്പെറുക്കിയാണ് ഇതിനുള്ള കാശുതന്നെ ഒപ്പിച്ചത്. ട്രെയിനിൽ വിശാലമായിരുന്ന് ചീട്ടുകളിച്ച ഓർമ്മ തികട്ടിവന്നു.

ഞങ്ങളുടെ ബോട്ട് പുറപ്പെട്ടു. യൂണിഫോമൊന്നും ഇട്ടിട്ടുണ്ടായിരുന്നില്ലെങ്കിലും ഗായകർ ഞങ്ങൾക്കുമുണ്ടായിരുന്നു. ഒരു പതിനഞ്ച് മിനിറ്റൊക്കെ സഹിച്ചിരുന്നു. അതിനുശേഷം ഞങ്ങൾ എഴുന്നേറ്റ് ഇരുന്നിരുന്ന സ്ഥലത്തെ കസേരയൊക്കെ മാറ്റിയിട്ട് അവരുടെ പാട്ടിനനുസരിച്ച് തുള്ളിത്തുടങ്ങി. ഏത് ഭാഷയിലും ഏത് പാട്ടിനും കോളെജിൽ കളിച്ചിരുന്നത് ഒരേ സ്റ്റെപ്പുകളായിരുന്നതുകൊണ്ട് അവിടെയും ഞങ്ങൾക്ക് ഭയങ്കര സിൻക്രൊണൈസേഷനായിരുന്നു. ഞങ്ങളെ കണ്ട് ചുറ്റുമുള്ളവരും കൂടെക്കൂടി. അതോടെ ഗായകർക്കും ആവേശമായി. അവരും ടോപ് ഗിയറിലായി. അങ്ങനെ ഏകദേശം ഒരു മണിക്കൂർ യാത്ര കഴിഞ്ഞ് തിരിച്ചെത്താറായപ്പോഴേക്കും mumbai se aaya mera dosth എന്നുള്ള ഗാനം അവർ ആലപിച്ചത് calicut se aaye mere dosths എന്ന് തിരുത്തിക്കൊണ്ടായിരുന്നു.

അപ്പോഴേക്കും ആദ്യത്തെ ടോം ക്രൂസ് ഞങ്ങളുടെ രമണന്റെ അരികിലേക്ക് തിരിച്ചെത്തി. അവരപ്പോഴും സ്കൂൾ അസംബ്ലിപോലെ നല്ല അച്ചടക്കത്തിലിരിക്കുന്നു. ഞങ്ങളുടെ ബോട്ടാണെങ്കിൽ സംസ്ഥാന അസംബ്ലി പോലെയും. ഞങ്ങളുടെ ബോട്ടിൽ നിന്നിറങ്ങിയവരെല്ലാം ഗായകർക്കൊപ്പം ഞങ്ങൾക്കുംകൂടി കൈ തന്നാണ് യാത്രയായത്.

പിറ്റേന്ന് ഞങ്ങൾ കാശ് ലാഭിക്കാനായി മുറിയല്പം നേരത്തെ ഒഴിഞ്ഞുകൊടുത്ത് റെയിൽവേ സ്റ്റേഷനിലേക്ക് നടന്നു. പട്ടികളെ ഒഴിവാക്കാൻ പാളത്തിലൂടെ നടന്നതിന് റെയിൽവേ പൊലീസിന്റെ താക്കീതും കിട്ടി. അവർ ആദ്യം കരുതിയത്, എട്ട് യുവാക്കൾ ട്രെയിനിന് മുന്നിൽ ചാടി ആത്മഹത്യ ചെയ്യാൻ പോവുകയാണെന്ന്. കാര്യം ബോധ്യമായപ്പോൾ അവർ ഞങ്ങളെ വിട്ടയച്ചു. ഞങ്ങൾ റെയിൽവേ സ്റ്റേഷനിൽ ന്യൂസ് പേപ്പർ വിരിച്ച് കിടന്നുറങ്ങി. ഗോവയിൽ മനോരമയില്ലാത്തതുകൊണ്ട് പിറ്റേന്ന് പത്രത്തിലൊന്നും അടിച്ചുവന്നില്ല. അല്ലെങ്കിലും ഞങ്ങൾ വെറും ചണ്ടിയല്ലേ... ചാണ്ടിയൊന്നുമല്ലല്ലോ! പിറ്റേന്ന് ഉച്ചയോടെ കോഴിക്കോട് തിരിച്ചെത്തി. റെയിൽവേ സ്റ്റേഷനിൽ നിന്നുതന്നെ ഓട്ടോ പിടിച്ച് വീട്ടിലേക്ക് പോയി. കാരണം ബസ്സിന് കൊടുക്കാൻ കാശില്ലായിരുന്നു.

വീട്ടിൽ ചെന്ന് ബെല്ലടിച്ച് ഓട്ടോയ്ക്ക് കൊടുക്കാനുള്ള കാശിനായി അക്ഷമയോടെ കാത്തുനിന്നപ്പോൾ അപ്പൻ വന്ന് വാതിൽ തുറന്നിട്ടൊരു ചോദ്യം, “ആരാ?”

ഗോവയിലെ പ്രകാശസംശ്ലേഷണം വരുത്തിയ വിന! ഒടുവിൽ സ്വരം കേട്ട് ആളെ തിരിച്ചറിഞ്ഞാണ് എന്നെ വീട്ടിൽ കയറ്റി ഓട്ടോക്കാരനെ പറഞ്ഞുവിട്ടത്.

ആ യാത്രയിൽ നഷ്ടപ്പെട്ട മർമ്മഗാന്ധിയും ചർമ്മകാന്തിയും തിരിച്ചുപിടിക്കാൻ ആഴ്ചകളെടുത്തു.

■

ദ മാജിക് പോഷൻ

കോഴിക്കോട് മെഡിക്കൽ കോളെജിലെ മെൻസ് ഹോസ്റ്റൽ രണ്ടാം ബ്ലോക്കിൽ താമസിക്കുന്ന കാലം. അവിടെ ഒരു ക്രോണിക്ക് അഡീഷണൽ ഉണ്ടായിരുന്നു. വർഷങ്ങളായി പുള്ളി അവിടെയാണ് താമസം. ഏത് കൊല്ലമാണ് പുള്ളിയവിടെ എത്തിയതെന്ന് ആർക്കും വലിയ പിടിയില്ല. ഫസ്റ്റ് ഇയർ പോലും പാസ്സായിട്ടില്ലെന്നും, അതല്ല, ഫൈനൽ ഇയർ കഴിഞ്ഞെന്നും ഹൗസ് സർജൻസി മാത്രമേ ബാക്കിയുള്ളെന്നുമെല്ലാം പലരും പല രീതിയിൽ പറഞ്ഞിരുന്നു. ഞങ്ങൾക്കയാളെ പേടിയായിരുന്നു.

പറഞ്ഞുകേട്ട കഥകൾതന്നെ കാരണം. സ്ത്രീവിരോധിയാണെന്നും അതുകൊണ്ടുതന്നെ റൂട്ട് കോസ് അനാലിസിസ് ചെന്നെത്തുക പ്രേമനൈരാശ്യത്തിലാണെന്നും കിംവദന്തിയുണ്ടായിരുന്നു. എല്ലാവരും ഉറപ്പിച്ചിരുന്ന ഒരേയൊരു കാര്യം ആൾ ഡ്രഗ് അഡിക്റ്റാണെന്നുള്ളതായിരുന്നു. കൂട്ടുകാരില്ല. സംസാരമില്ല. മിക്കപ്പോഴും റൂമിലിരുന്നു ചെസ്സ് കളിയാണ്. ഒറ്റയ്ക്ക്! എല്ലാ വെള്ളിയാഴ്ചയും പുള്ളി ഒരു പഴയ മാരുതി 800ൽ പുറത്ത് പോകും. തിങ്കളാഴ്ച അതിരാവിലെ തിരിച്ചുവരും. സ്റ്റഫ് വാങ്ങാൻ പോകുന്നതാണെന്ന് കുശുകുശുപ്പുണ്ടായിരുന്നു.

അങ്ങനെയിരിക്കെ, ഒരു തിങ്കളാഴ്ച രാവിലെ പുള്ളിയുടെ കാർ ഹോസ്റ്റലിന് മുന്നിൽ വന്നുനിന്നു. ഞങ്ങൾ കുറച്ച് പേർ റീഡിങ് റൂമിലിരുന്ന് കാരംസ് കളിക്കുന്നുണ്ടായിരുന്നു. മറ്റ് ചിലർ പുറത്ത് സ്റ്റെപ്പിലിരുന്ന് പത്രം വായിക്കുന്നുണ്ടായിരുന്നു. കാറിനുള്ളിൽനിന്ന് പുള്ളിയുടെ സ്വരം, “Somebody please help me.”

ഞങ്ങൾ പരസ്പരം നോക്കി. തലേന്നടിച്ചതിന്റെ ഡോസ് കൂടിപ്പോയതായിരിക്കുമെന്ന് മനസ്സിലാക്കാൻ ഒരുപാട് ബ്രില്ല്യൻസിന്റെ ആവശ്യമൊന്നുമില്ലായിരുന്നു. ആരും അനങ്ങിയില്ല.

“Somebody please!” ദേ വീണ്ടും.

ഞങ്ങൾ രണ്ട് പേർ മനസ്സില്ലാമനസ്സോടെ മുന്നോട്ട് നീങ്ങി. സ്റ്റെപ്പിലിരുന്ന് വായിച്ചിരുന്നവർ പത്രം അല്പം ഉള്ളിലേക്ക് മടക്കി കുത്തിനിർത്തിയിരുന്ന കാൽമുട്ടുകളിൽ ഒന്നുമാത്രം അകത്തേക്കാക്കി ഞങ്ങൾക്ക് പുറത്തേക്കിറങ്ങാൻ വഴി തന്നു. പുള്ളി കാറിൽ നിന്ന് ചാടിയിറങ്ങി. ഞങ്ങൾ രണ്ടടി പിന്നോട്ടുവച്ചു. പുള്ളി പുറകിലെ വാതിൽ തുറന്നു. അത്തറിന്റെ മണം! ശ്രദ്ധിച്ച് നോക്കിയപ്പോൾ പുറകിലെ സീറ്റിലും ഡിക്കിയിലും (അന്നൊക്കെ ഡിക്കിയായിരുന്നു. ഇന്ന് ബൂട്ട് സ്പേസായി) നിറയെ പെട്ടികൾ. കുറേ പുതിയ വസ്ത്രങ്ങളും വാരിവലിച്ചിട്ടിരിക്കുന്നു.

"I need all these in my room." പുള്ളി ചെറുതായിട്ട് ചിരിക്കുന്നുണ്ട്. ഞങ്ങൾ അന്തംവിട്ട് നിൽപ്പാണ്. "Come on. I will help you."

"ഏ... ഇത് ഞങ്ങള് പറയണ്ട ഡയലോഗല്ലേ?" വെറും ആത്മഗതം. പുള്ളി രണ്ട് പെട്ടിയെടുത്ത് മുന്നോട്ട് നടന്നു. തിരിഞ്ഞു നോക്കിയപ്പോൾ ഞങ്ങൾ അതേ നിൽപ്പാണ്. "എടുത്തോണ്ട് വാടോ!"

"ആ അങ്ങനെ മര്യാദയ്ക്ക് പറഞ്ഞാ തനിക്ക് കൊള്ളാം." വളരെ വളരെ പതിഞ്ഞ ആത്മഗതം.

ഞങ്ങൾ വേഗം ബാക്കി സാധനങ്ങളുമായി പുറകെ വച്ചുപിടിച്ചു. അപ്പോഴേക്കും പത്രക്കാർ സ്റ്റെപ്പൊക്കെ ഒഴിച്ചിട്ടിരുന്നു. ആളുകൾ

അരികിൽ വരിനിന്ന് നോക്കുന്നുണ്ട്. ഞങ്ങൾ പുള്ളിയെ സഹായിച്ച താണോ അതോ പുള്ളി ചിരിച്ചോണ്ട് നടന്നതാണോ ഏതാണ് ആളുകൾക്ക് കൂടുതൽ അത്ഭുതപരിഭ്രമം സമ്മാനിച്ചതെന്നറിയില്ല.

ഞങ്ങൾ മുറിയുടെ മുന്നിലെത്തി. പുള്ളി വാതിൽ ചവുട്ടിത്തുറന്നു. രണ്ട് കയ്യിലും ബാഗായിരുന്നല്ലോ. മുറി പൂട്ടിയിട്ടില്ലായിരുന്നു. ആരും പേടിച്ചിട്ട് തുറക്കൂല്ലാന്ന് പുള്ളിക്ക് നന്നായിട്ടറിയാം. ഞങ്ങൾ അകത്ത് കയറി. നല്ല അടക്കമൊതുക്കമില്ലായ്മ! സാധനങ്ങളെല്ലാം നിരത്തി വച്ചു.

പുള്ളിയൊരു ചെറിയ പെട്ടി എന്റെ നേരെ നീട്ടി. ഈന്തപ്പഴവും പിന്നെ കുറേ പേരറിയാത്ത സാധനങ്ങളും. (ഇന്നിപ്പോൾ ലുലു വന്നതോടെ ജനറൽ ക്നോലേജ് കൂടി. അന്നതിലുണ്ടായിരുന്നത് കിവി, ആപ്രിക്കോട്ട്, ഫിഗ്, ബദാം, പിസ്ത സുമാക്കിരാസ സോ മാരി ജമാക്കിറായ) ഞാൻ വേണ്ടെന്ന് തലയാട്ടി. വേണ്ടായിരുന്നു. ഐ മീൻ ആട്ടണ്ടായിരുന്നു. പുള്ളിയത് അപ്പോൾതന്നെ അടച്ചുവച്ചു.

"എന്തുവാടോ ഇതൊക്കെ? താൻ വല്ല വീട്ടിലും കയറി കട്ടോ? കണ്ടിട്ട് ഏതോ ഗൾഫ്കാരന്റെ വീട്ടീന്നടിച്ചുമാറ്റിയ പോലിണ്ടല്ലോ? അതോ താനേതെങ്കിലും ഗൾഫുകാരന്റെ ഭാര്യയുമായി? എടോ മ്ലേച്ഛാ... അപ്പോ ഇതാണ് തന്റെ സ്ത്രീവിരോധമല്ലേ?" അന്ന് വായിച്ചി രുന്ന കഥകൾ, ഇത്തരുണത്തിൽ അത്തരത്തിലുള്ള സംശയങ്ങളാണ് ജനിപ്പിച്ചിരുന്നത്. മുഖം മനസ്സിന്റെ കണ്ണാടിയെന്നാണല്ലോ. പുള്ളി യെന്റെ കണ്ണാടിയിലെ ചോദ്യക്കടലാസ് കണ്ടിട്ടുണ്ടാവണം.

"See... I was in this hospital at Malappuram over the last weekend. On Saturday, this patient was rushed into the casuatly, unconscious. He was directly brought from Karipur airport. തന്ത ഗൾഫീന്ന് വരണ വഴിയായിരുന്ന്. Everyone thought he was dead. Even he thought he was dead."

"ന്നട്ട്."

"I gave him the magic potion. He sat up within minutes. Got discharged after 24 hours. പുള്ളി അവടന്ന് നാട്ട്കാർക്ക് കൊടു ക്കാൻ വാങ്ങിച്ചോണ്ട് വന്ന സാധനങ്ങള് മുഴുവനും എന്റെ കാറീ കേറ്റി. വീട്ടീ കൊണ്ട്പോയി മട്ടൻ ബിരിയാണീം തന്നു."

"അയാൾക്കെന്തായിരുന്നു കൊഴപ്പം? ചേട്ടനെന്തൂട്ടാ അയാൾക്ക് കൊടുത്തേ?"

"Which year are you?"

"Final year."

"It was hypoglycaemia you stupid. I just gave him some detxrose. Final year students don't know even this. Idiotic curriculum!"

പുള്ളി വാതിൽ വലിച്ചടച്ചു. എന്റെ മനസ്സിൽ ഒരുപാട് ചോദ്യങ്ങൾ ബാക്കിയായി.

"ഏതാണാ ആശുപത്രി? അവിടെ ഇനിയും കരിപ്പൂരിൽനിന്നും ഗൾഫുകാർ വരാൻ സാധ്യതയുണ്ടോ? വരുന്നവർക്ക് ബോധക്കേടും അതിന് കാരണം ഷുഗർ കുറയുന്നതും തന്നെയായിക്കൂടെ? അവരും സമ്മാനങ്ങൾ തരുമായിരിക്കുമല്ലേ? ഒരുപാടിഷ്ടപ്പെട്ടാൽ അയാൾ ചിലപ്പോൾ അയാളുടെ മൊഞ്ചുള്ള മോളെ എനിക്ക് കെട്ടിച്ചും തരില്ലേ? ജീവിതകാലം മുഴുവൻ ബിരിയാണി കിട്ടില്ലേ? സുന്നത്ത് ചെയ്യാൻ സമ്മതിച്ചാൽ പോരേ? അറ്റം പോയാലും ലൈഫ് സെറ്റാവില്ലേ?"

പിന്നെ രണ്ടാഴ്ച കഴിഞ്ഞാണ് പുള്ളി പുറത്തിറങ്ങുന്നത്. അല്ലെങ്കിൽ, ഒരുപക്ഷേ പുള്ളിയെ ഞാൻ കാണുന്നത്. ചോദ്യങ്ങൾ ചോദിക്കാനായി ചൊറിഞ്ഞ നാവിനെ ചവച്ചിറക്കി വെളുക്കെ ചിരിച്ചു. പരിചയം പുതുക്കിയിട്ടാവാം വൈവ. ഒരു പുല്ലും നടന്നില്ല. പല്ലും തേച്ച് പുള്ളിയങ്ങ് ആഞ്ഞുനടന്ന് മുറിയിൽ കയറി വാതിലടച്ചു. കണ്ട ഭാവംപോലും കാണിച്ചില്ല. അല്പം കഴിഞ്ഞ് മുറിയിൽനിന്ന് ഒരു ശബ്ദം മാറ്റൊലി കൊണ്ടു, "ഹ ഹ ഹ... checkmate you stupid!"

■

ജോയ് എൻജോയ്

ഞാനവനെ ആദ്യം കാണുന്നത് തൃശ്ശൂർ എൻട്രൻസ് കോച്ചിങ് സെന്ററിൽ വച്ചാണ്. പാലായിൽ ബ്രില്ല്യന്റുള്ളപ്പോൾ ഇവനെന്തിന് തൊടുപുഴയിൽനിന്ന് തൃശ്ശൂർക്ക് വരണമെന്ന് ഞാനന്ന് ചിന്തിച്ചില്ല. കോഴിക്കോട് മെഡിക്കൽ കോളെജിൽ ചെന്നപ്പോൾ അവിടെയുമുണ്ടവൻ. കോട്ടയത്ത് മെഡിക്കൽ കോളെജ് ഉള്ളപ്പോൾ ഇവനെന്തിന് അവിടെ വരണം എന്ന് തൃശ്ശൂരിൽനിന്നും അവിടെയെത്തിയ ഞാൻ സ്വാഭാവികമായും ഊഹിച്ചു. കയ്യിലിരുപ്പ് കാരണം വീട്ടുകാർ അടിച്ചോടിച്ചതായിരിക്കുമെന്ന് നിങ്ങൾ കരുതരുത്. He was a darling of masses!

എപ്പോഴും ചാടിച്ചാടി നടക്കുന്ന അവൻ പശുവിൻ പാലിന് പകരം കുടിച്ചുവളർന്നത് റബ്ബർ പാലാണോ എന്ന് ഞങ്ങൾക്കന്നേ സംശയമുണ്ടായിരുന്നു. ഇപ്പോഴും ആ സംശയം മാറിയിട്ടില്ല. അങ്ങനെയാണെങ്കിൽ അവന്റെ ഗോമാതാ റബ്ബർ മരമാകുമോ? ഛേ... മാറ്റ റീന്ന് പോയി. എല്ലാവരോടും സംസാരിച്ചും, എല്ലാവരെയും ചിരിപ്പിച്ചും, എല്ലായിടത്തും സന്തോഷം വാരിവിതറിയും, നടക്കുന്ന അവനെ നമുക്ക് തൽക്കാലം ജോയ് എന്ന് വിളിക്കാം.

"കുരുത്തക്കേടിന്റെ കൂടാണേ
അടുപ്പക്കാരന് തേനാണേ
വെളുക്കുമ്പ തൊട്ട് പാമ്പാണേ
മിടുമിടുക്കുള്ള ജോയ്"

ഇതിൽ മൂന്നാമത്തെ വരി മാറ്റിയാൽ, നമ്മുടെ ജോയിയെക്കുറിച്ചുള്ള പാട്ടുതന്നെ. കോൺവൊക്കേഷൻ ദിവസം രാത്രി പാമ്പായി പ്രാക്ടീസ് ചെയ്ത പരിപാടിക്ക് കയറാൻ പറ്റിയില്ലെന്നുള്ളത് സത്യം. അല്ലാതെ വെളുക്കുമ്പ തൊട്ടൊന്നും... ഛെ... ഛെ...

ആളുകൾക്ക് ജോയിയോട് വെറുതെയങ്ങ് ഇഷ്ടം തോന്നിയതൊന്നുമല്ല. എല്ലാവരെയും കുറിച്ച് അവനത്രയും കരുതലായിരുന്നു.

ഉദാഹരണങ്ങൾ ഇഷ്ടംപോലെ. ഒരിക്കൽ ഞങ്ങളുടെ ക്ലാസ്മേറ്റിന്റെ കല്യാണമുറപ്പിച്ചു. പരീക്ഷയുടെ തിയതിയൊക്കെ നോക്കിയാണ് ചെയ്തത്. പക്ഷേ വിധിയെ തടുക്കാനാവില്ലല്ലോ. പരീക്ഷ നീട്ടിവച്ചു. അങ്ങനെ അവളുടെ കല്യാണത്തിന്റെ പിറ്റേന്ന് യൂണിവേഴ്സിറ്റി എക്സാം. കല്യാണം മുൻ തീരുമാനപ്രകാരംതന്നെ നടത്തി. അതിനു ശേഷം അന്ന് രാത്രിതന്നെ അവർ ട്രെയിൻ കയറി. ആദ്യരാത്രി ഖുദാ ഗവാ! ആർക്കും അതിനെക്കുറിച്ചൊരു ചിന്തയുമുണ്ടായിരുന്നില്ല. നല്ലൊരു ഭക്ഷണം വാവിട്ടത് പോലും അറിഞ്ഞഭാവമില്ല. എല്ലാവരും അവരവരുടെ പരീക്ഷയ്ക്ക് വേണ്ടി പഠിച്ചു. എന്നാലിവൻ... ഇവൻ മാത്രം അവളുടെ ദുർവിധിയെ പഴിച്ചു. അതിനെക്കുറിച്ചോർത്ത് സങ്കടപ്പെട്ടു. ഞങ്ങളന്ന് രാത്രി ഒരുപാട് സംസാരിച്ചു. ഒടുവിൽ റിസൾട്ട് വന്നപ്പോൾ സ്വാർത്ഥമതികളായ എല്ലാ വിദ്യാർത്ഥികളും നല്ല രീതിയിൽ പാസ്സായി, കല്യണപ്പെണ്ണുൾപ്പെടെ! അവനും പാസ്സായി, ജസ്റ്റ് പാസ്സ്! എന്നാൽ അതിന്റെ പേരിൽ അവൻ ആരോടും പിണങ്ങിയില്ല, പരിഭവിച്ചില്ല.

ഒരു ദിവസം ഒരു സഹപാഠിയുടെ ചുവന്ന് കലങ്ങിയ കണ്ണുകൾ കണ്ടപ്പോൾ ജോയ് ചോദിച്ചു. “എന്നാ പറ്റിയെടാ? കണ്ണൊക്കെന്നാ വല്ലാതിരിക്കുന്നേ?”

“ഇന്നലെ ഗോഡ്ഫാദർ സീരീസ് കണ്ടിരുന്നോയി. ഒറങ്ങീറ്റില്ല.”

“ആ പടം നീയിതുവരെ കണ്ടില്ലാരുന്നോ?‘

“ന്റെ ചങ്ങായീ... ഇതാ പടല്ല. ഇംഗ്ലീഷ് ഗോഡ്ഫാദർ.”

“ഓ! അത് ഇംഗ്ലിഷിലും വന്നാരുന്നോ? അതില് അഞ്ഞൂറാന്റെ റോള് ആരാടാ ചെയ്തേക്കുന്നേ?”

“ബ്രാൻഡോ... മാർലൻ ബ്രാൻഡോ.”

“ആളെങ്ങനെ കൊള്ളാവോ? നമ്മടെ എൻ.എൻ. പിള്ളേടെ അത്രയ്ക്കൊക്കുവോ? ഓ... എന്നാ ഒക്കെ ചെയ്താലും അത്രയ്ക്കൊന്നും വരത്തില്ല.”

മറ്റൊരു ദിവസം പീഡിയാട്രിക് വാർഡിലൂടെ നടക്കുമ്പോൾ ഒരമ്മയുടെ കൈയിൽ പാല് കൊടുക്കുന്ന കുപ്പി. ആറ് മാസം വരെ മുലപ്പാലല്ലാതെ എന്ത് കൊടുക്കുന്നതും ജാമ്യമില്ലാത്ത കുറ്റമാണെന്നാണ് പഠിപ്പിച്ചിരിക്കുന്നത്. അത് കുപ്പിപ്പാല് കൂടിയാണെങ്കിൽ ഏറ്റവും ചുരുങ്ങിയത് തൂക്കുകയറാണ്. അവന് വേണമെങ്കിൽ അത് കാണാത്തതുപോലെയങ്ങ് നടന്നുപോയാൽ മതിയായിരുന്നു. പക്ഷേ നമ്മുടെ നായകൻ അങ്ങനെയുള്ളവനല്ല. അവൻ ആ അമ്മയുടെ അടുത്തുപോയി കുപ്പിപ്പാലിന്റെ ദൂഷ്യവശങ്ങൾ വിശദമായി പറഞ്ഞുകൊടുത്തു. അമ്മയുടെ മുഖത്തെ തുടക്കത്തിലെ ആശയക്കുഴപ്പം മെല്ലെ പുച്ഛത്തിന് വഴി മാറി.

“ആസ്ത്മയ്ക്ക് മരുന്നടിക്കണ ഡബ്ബ കണ്ടിറ്റ് പാലുംകുപ്പിയാണ്ന്ന് മൻസ്സിലാക്കണ ങ്ങളൊക്കെയാണല്ലേ ലേശംബാടി കൈയുമ്പോ ഡോക്ടറാവണത്.”

അതുവരെ രണ്ട് ലിറ്റർ പെപ്സി കുപ്പി പോലെ വലുതായിരുന്ന സ്പേസർ എന്ന സാധനം അരലിറ്റർ കുപ്പിയുടെ വലിപ്പത്തിലേക്ക് ചുരുങ്ങിയ കാര്യം അവനറിഞ്ഞിരുന്നില്ല. സത്യത്തിൽ അവന് ഈ അബദ്ധം പറ്റിയില്ലായിരുന്നെങ്കിൽ ഞങ്ങളും അറിയാൻ വൈകിയേനേ. ‘ഞാൻ പഴയ സിലബസാണ് പഠിച്ചത്. ഇത് പുതിയ ലിപിയില് വന്ന മാറ്റമാണെ’ന്ന് പറഞ്ഞ് അവൻ തലയൂരിയെന്നാണ് കഥ.

മറ്റൊരിക്കൽ, സ്പോർട്സ് ഡേയുടെയന്ന് ഹൈ ജംപ് പിറ്റിനരികിലേക്ക് അവൻ നടന്നുവന്നു. അതുവരെ വച്ചതിലും കൂടുതൽ ഉയരത്തിലേക്ക് ബാർ പൊക്കാൻ അവനാവശ്യപ്പെട്ടു. എത്ര കൂട്ടിയിട്ടും അവന് തൃപ്തി വരുന്നില്ല. എല്ലാവരും പകച്ചുപോയി.

അവനൊരു സ്പോർട്സ്മാനാണെന്ന് അതുവരെ ഞങ്ങൾക്കറിയി ല്ലായിരുന്നു. ചില കണക്കുകൂട്ടലുകൾ നടത്തിയിട്ട് രണ്ടിഞ്ച് കൂടി ഉയർത്താൻ അവൻ പറഞ്ഞു. ഇനി കൂട്ടിയാൽ ലോക റെക്കോർഡ് വീണേക്കും എന്ന സ്ഥിതിയായതിനാൽ ആരോ അവനോട് പറഞ്ഞു, "എടോ ചങ്ങായീ... ജ്ജിനീം കൂട്ടിയാ താഴെ വീഴുമ്പ അന്റെ കയ്യും കാലും ഓടിയും. ഈടെ ബെഡ്ഡൊന്നൂല്ല. സാൻഡ് പിറ്റാണ്."

"ഓഹോ... അപ്പോ ഞാൻ ചാടുമ്പോ ആ ക്രോസ്സ് ബാറേല് തട്ടി എന്റെ തലയ്ക്ക് പരിക്ക് പറ്റിയാ നിനക്കൊന്നും ഒരു കൊഴ പ്പോവില്ലല്ലേ?"

അതാണ്. അവനല്പം ഉയരക്കുറവുണ്ട്. പക്ഷേ അതിന്റെ പേരി ലുള്ള ബോഡി ഷെയ്മിങ് അവൻ നല്ല പ്രോത്സാഹനമാണ്. ഇവി ടന്ന് കിട്ടുന്നത് മുഴുവൻ അവൻ വീട്ടിൽ പോയി, അവിടെയുള്ള വർക്ക് കൊടുക്കും. വീട്ടിൽ ഏറ്റവും ഉയരം ഇവനാണത്രെ.

വീട്ടിൽ ഓപെൽ കോർസ വാങ്ങിയതിന്റെ ചിലവുമായാണ് ഒരി ക്കൽ അവൻ വന്നത്. പിറ്റേന്ന് രാവിലെ അവന് വീട്ടിൽനിന്ന് ഫോൺ വന്നു. അതിന് ശേഷം അവനൽപം അസ്വസ്ഥനായിരുന്നു. എന്തു പറ്റിയെന്നന്വേഷിച്ചു.

"വീട്ടില് കള്ളൻ കയറിയോന്ന് അമ്മച്ചിക്കൊരു സംശയം. രാവിലെ നോക്കിയപ്പോ മുന്നിലെ മുറിയിലെ കസേരയേല് ഒറ്റ കുഷ്യൻ കാണാനില്ല പോലും. വേറെയൊന്നും പോയിട്ടുവില്ല. അപ്പ ച്ചനെ വിളിച്ചിട്ട് കിട്ടുന്നുവില്ല."

അപ്പോഴേക്കും വീണ്ടും ഫോൺ വന്നു.

"അമ്മേ... ദേ... എന്നെക്കൊണ്ടൊന്നും പറയിപ്പിയ്ക്കല്ല്. വെച്ചട്ട് പോ." അവൻ ഫോൺ കട്ട് ചെയ്തു.

"സീറ്റേലിരിക്കുമ്പോ റോഡ് കാണാൻ മേലാന്ന് പറഞ്ഞ് അതേ ലിടാൻ അപ്പച്ചനെടുത്തതാ കുഷ്യൻ. അതും പറഞ്ഞ് കളിയാക്കാൻ വേണ്ടി, ഇങ്ങോട്ട് ഫോൺ വിളിച്ചേക്കുന്നു അമ്മച്ചി. എന്നാ പറ യണ്ടേ!"

അന്നൊക്കെ ആർക്ക് എന്തബദ്ധം പറ്റിയാലും അത് കഥയാവു ന്നത് ജോയിയുടെ പേരിലായിരിക്കും. സർദാർജിക്കഥകൾ പോലെ! സർജറി പോസ്റ്റിങ് സമയത്ത് അവനേതോ മുറിവ് തുന്നിയപ്പോൾ അറിയാതെ ഗ്ലൗസിലൂടെ ഒരു തുന്നൽ കടന്നുപോയത്രെ. ഒടുവിൽ നഴ്സ് വന്ന് തുന്നൽ വെട്ടിയിട്ടാണ് അവൻ രക്ഷപ്പെട്ടതെന്നും അല്ലാ യിരുന്നെങ്കിൽ അവൻ കൈ ഊരിയെടുത്ത് ഗ്ലൗസ് അവിടെത്തന്നെ വച്ച് ഡ്രസ്സ് ചെയ്തുവിടാനായിരുന്നു പ്ലാനെന്നും ഒരു കഥ. ലേബർ റൂം പോസ്റ്റിങ്ങിൽ, അവൻ അടുപ്പിച്ച് എടുത്ത രണ്ട് പ്രസവങ്ങളിൽ

കുഞ്ഞിന്റെ ചന്തി ആദ്യം പുറത്ത് വന്നപ്പോൾ, അതിവനെ കണ്ട കുഞ്ഞുങ്ങൾ അകത്തേക്ക് തിരിച്ചുകയറാൻ ശ്രമിച്ചതാണെന്ന് അടുത്ത കഥ. അങ്ങനെ പല പല കഥകൾ. ഇതൊക്കെ ഉണ്ടാക്കിയവരോട് അവന് പരിഭവമില്ലെന്ന് മാത്രമല്ല കേൾക്കാത്തവരെ അവൻ തന്നെ വിളിച്ചുകേൾപ്പിക്കുകയും ചെയ്തിരുന്നു. അവസാനം ഇവയിൽ ശരിക്കും അവന്റെ ജീവിതത്തിൽ നടന്നത് ഏതൊക്കെയാണെന്ന് അവനുതന്നെ ഓർമ്മയില്ലാത്ത അവസ്ഥയായി.

ഇത്രയും പറഞ്ഞത് അവനെക്കുറിച്ചും അവൻറെ വീട്ടുകാരെക്കുറിച്ചും ഒരു രൂപരേഖ കിട്ടാൻ വേണ്ടിയാണ്. ഇനി ശരിക്കുമുള്ള കഥയിലേക്ക് വരാം. ജോയ് പാന്റ്സ് തയ്പ്പിച്ച കഥ. ശരിക്കും യഥാർത്ഥത്തിൽ സംഭവിച്ച സത്യകഥ.

ഒരിക്കലവന്റെ അമേരിക്കൻ അങ്കിൾ നാട്ടിൽ വന്നു. എല്ലാവർക്കും സോപ്പ്, ചീപ്പ്, കണ്ണാടി കൊടുത്ത കൂട്ടത്തിൽ ഇവന്റെ വീട്ടിൽ സ്പെഷ്യലായിട്ട് ഒരു സാധനംകൂടി കൊടുത്തു. പാന്റ്സിന്റെ തുണി. അതപ്പോൾതന്നെ അവന്റെ അമ്മച്ചി ഇവനെ വിളിച്ചുപറഞ്ഞു. പിറ്റേന്നുതന്നെ അവനതെടുക്കാൻ കോഴിക്കോടുനിന്ന് തൊടുപുഴയിലോട്ട് വിട്ടു. അതിന്റെ പിറ്റേന്ന് അവനതുമായി തിരിച്ചെത്തി. അമേരിക്കൻ പാന്റ്പീസല്ല്യോ! കണ്ണാകുണാ സ്ഥലത്ത് കൊടുക്കാനൊക്കോ? നേരെ വച്ചുപിടിച്ചു ഡിസ്കോ ടെയ്ലഴ്സിലോട്ട്. അവിടം വരെ എത്തണമെങ്കിൽ ഒരു ചടങ്ങ്. നീണ്ട വരിനിന്ന് അളവെടുത്ത് കിട്ടണമെങ്കിൽ വേറെ ചടങ്ങ്. തയ്ച്ചത് കിട്ടാനെടുക്കുന്ന കാലതാമസം വേറെ. സാധനം വാങ്ങാൻ പോകാൻ വീണ്ടും ചടങ്ങ്. എന്നാലും... അമേരിക്കൻ പാന്റ്പീസല്ല്യോ! കണ്ണാകുണാ സ്ഥലത്ത് കൊടുക്കാനൊക്കോ?

ഒരുകണക്കിന് അവിടെത്തി അളവെടുക്കുന്ന ക്യൂവിൽ കാത്തുനിൽക്കുമ്പോൾ TVയിൽ പൊന്നാപുരം കോട്ടയിലെ പാട്ട്! എന്തൊക്കെ പരീക്ഷണങ്ങൾ! അതും ഒരുവിധം അതിജീവിച്ച് അളവ് കൊടുത്തുകഴിഞ്ഞ് തുണിയെടുത്ത് മേശയിൽ വച്ചപ്പോൾ പുള്ളി ഇവനെയൊന്ന് നോക്കി.

"അമേരിക്കനാ." ഇവനൽപം ഉറക്കെ പ്രഖ്യാപിച്ചു.

"അതൊക്കെ സമ്മയ്ച്ച്. ങ്ങള് പോവല്ലാ." അളവന്താൻ (അളവെടുക്കാൻ വന്നയാൾ).

"ഞാനല്ലേലും പോകത്തില്ല. എനിക്കാവശ്യത്തിനൊള്ള തുണി വെട്ടിയെടുത്തേച്ച് ബാക്കിയിങ്ങ് തന്നേരെ. അപ്പച്ചന് കൊടുക്കാനൊള്ളതാ."

"തുണി ങ്ങക്ക് തെകയോന്ന് ആദ്യം നോക്കട്ടെ."

“ങേ! നിങ്ങളെന്നാ വർത്തവാനവാ ഈ പറയുന്നേ? ഇതേ... അമേരിക്കായിൽനിന്ന് കൊണ്ടുവന്ന തുണിയാ. അവിടെ തുണിക്കൊക്കെ ഭയങ്കര വലിപ്പവാ, അറിയാവോ? എനിക്കാണേൽ പൊക്കം കൊറവും. എൻറപ്പച്ചനും പൊക്കം കൊറവാ. അമ്മച്ചി പറഞ്ഞത് ഈ തുണി ഞങ്ങക്ക് രണ്ട് പേർക്കും തെകയുവെന്നാ. അത് കഴിഞ്ഞ് ബാക്കി വരുന്ന തുണികൊണ്ട് അമ്മച്ചി എന്നാ ഒക്കയോ പ്ലാൻ ചെയ്യുന്നൊണ്ട്.”

അപ്പോഴേക്കും മൂത്ത ടെയ്‌ലറും എത്തിയിരുന്നു. “എന്നാ പിന്നെ ങ്ങള് പാന്റ്സ് ങ്ങടെ അമ്മച്ചീനെക്കൊണ്ടുതന്നെ തയ്പ്പിച്ചോളി. മ്മളെക്കൊണ്ട് പറ്റൂല്ല.”

“അയ്യോ! അങ്ങനെ പറയല്ല്. നിങ്ങള് തയ്ച്ചാലേ ശരിയാകത്തൊള്ള്. അതല്ലേ ഞാൻ മെഡിക്കകോളെജീന്നിവിടം വരെ വന്നത്.”

“ന്നാ പിന്നെ... ഇതിവിടെ വെച്ചട്ട് പൊയ്ക്കോളീ. ഞാനൊന്നു നോക്കട്ടെ. ന്തെങ്കിലും പ്രശ്നിണ്ടെങ്കി ഞാനിങ്ങളെ വിളിക്കാ.”

അവൻ മനസ്സില്ലാമനസ്സോടെ പുറത്തിറങ്ങി. അമ്മച്ചിയെ വിളിച്ച് കാര്യം പറഞ്ഞു. അമ്മച്ചിക്കങ്ങ് അരിശം വന്നു, “എടാ അവര് നിന്നെ പറ്റിക്കുവാ. അങ്കിള് പ്രത്യേകം പറഞ്ഞതാ വലിയ തുണിയാണെന്ന്. നിന്റെ തയ്ച്ചേച്ചും ബാക്കി വരുന്ന തുണിയിങ്ങ് കൊണ്ടുവന്നേക്കണം. പറഞ്ഞേക്കാം.”

അവൻ ഡിസ്കോയിൽ തിരിച്ചുകയറി. അളവന്താനെ കണ്ടപ്പോൾ ഒന്നും മിണ്ടാതെ തിരിച്ചിറങ്ങി. ദിവസങ്ങൾ കടന്നുപോയി. ഒരു ദിവസം ഹോസ്പിറ്റലിൽ നിൽക്കുമ്പോൾ ജോയിക്ക് ഒരു ഫോൺ വന്നു.

“ഹലോ... ഡിസ്കോന്നായ്നു. ഒരു പ്രശ്ന്ണ്ട്.”

”നിങ്ങളൊന്നും പറയണ്ട. അതെങ്ങനേലും തുന്നിക്കെട്ടി താ.”

മുന്നിലെ രോഗി അവനെ രൂക്ഷമായി നോക്കി. അവർ പിന്നെയും എന്തൊക്കെയോ പറഞ്ഞു. രോഗി നിൽക്കുന്നത് കാരണം ഒന്നും കേട്ടില്ലെങ്കിലും അവൻ എല്ലാത്തിനും മൂളിക്കൊടുത്തു.

ഒടുവിൽ മൂന്നാല് ദിവസങ്ങൾക്ക് ശേഷം ആ സുദിനം വന്നെത്തി. പാന്റ്സ് റെഡി. ഇല്ലാത്ത സമയമുണ്ടാക്കി വേഗം പോയി സാധനം വാങ്ങി. നിവർത്തി നോക്കി. അടിപൊളി! ട്രയൽ നോക്കാനൊന്നും നിന്നില്ല.

“ബാക്കി തുണി വല്ലതും?” എന്ന് ചോദിച്ചതിന് പുറകെ അവ നിറങ്ങിയോടി. മൂത്ത ടെയ്‌ലറുണ്ടായിരുന്നെങ്കിൽ പുള്ളി കത്രിക വച്ച് കുത്തിക്കൊന്നേനേ.

ഹോസ്റ്റലിലെത്തി പാന്റ്സ് ഭദ്രമായി എടുത്തുവച്ചു. അടുത്ത ദിവസം യൂണിറ്റ് ട്രീറ്റായിരുന്നു. കുളിച്ച് വൃത്തിയായി ഒരുക്കം തുടങ്ങി. ഡിസ്കോയിൽ തയ്ക്കുന്ന പാന്റുകൾക്ക് പുറകിൽ ഇച്ചിരെ ഇറുക്കം (ഇറക്കമല്ല) കൂടുതലായിരിക്കും, അതാരിട്ടാലും പുറകീന്ന് കണ്ടാൽ ടെമ്പ ബവുമായെ പോലിരിക്കും. അതുകൊണ്ട് കയ്യി ലുള്ളതിൽ വച്ച് ഏറ്റവും നല്ല ജോക്കിയെടുത്തിട്ടു. പാന്റ്സ് വലിച്ചു കയറ്റി. പെർഫക്റ്റ്! ഷേർട്ട് ഉള്ളിൽ തിരുകി മുറിയിൽനിന്ന് പുറ ത്തേക്കിറങ്ങിയപ്പോൾ എല്ലാവരും ചിരിക്കുന്നു. എന്തോ ഒരു പന്തി കേട്. അവൻ താഴേക്ക് നോക്കി. അതാ തന്റെ പാന്റ്സിന് മുൻ വശം മൂത്രമൊഴിച്ചതുപോലെ നനഞ്ഞിരിക്കുന്നു. അല്ല... നനവല്ല... പക്ഷേ നിറവ്യത്യാസമുണ്ട്. നടുക്കിലെ ബട്ടൺ തുടങ്ങി സിപ് ഇരി ക്കുന്ന ഭാഗത്തൊക്കെ ചെറിയ കളർ ചെയിഞ്ച്. ഒരുകണക്കിന് അവ നതിനുള്ളിൽ നിന്ന് പുറത്തിറങ്ങി നേരെ ഡിസ്കോയിലേക്ക് വച്ചു പിടിച്ചു. മൂത്താശാരിയുണ്ടവിടെ.

“ഇതെന്നാ ഈ കാണിച്ച് വെച്ചിരിക്കുന്നേ?”

“അന്ന് വിളിച്ചപ്പോ ഞാൻ പറഞ്ഞില്ലേയ്നോ. തുണി അല്ലെങ്കി ത്തന്നെ കഷ്ടിയാണ്. അയ്ന്റെ എടേക്കൂടെ നടുക്കൂന്ന് ഒരു കഷ്ണോം പോയ്ക്ക്ണൂന്ന്. അപ്പോ ങ്ങളല്ലേ പറഞ്ഞത് അതെങ്ങ നേങ്കിലും തുന്നിക്കെട്ടി തന്നാതീന്ന്. നാല് കടേല് കയരീറ്റാണ് ഇത്രയും മാച്ചായ തുണി കിട്ടീത്. ങ്ങള് പാന്റ്സ് വാങ്ങാൻ വന്നപ്പോ അയ്ന്റെ കാശ് വാങ്ങാനും മറന്നോയി.”

അങ്ങനെ, എക്സ്ട്രാ പൈസയും കൊടുത്ത്, എന്ത് ചെയ്യാനാ ണെന്ന് അറിയില്ലെങ്കിലും പാന്റ്സും പൊതിഞ്ഞെടുത്ത്, അവൻ അമ്മച്ചിയെ വിളിച്ചു. ആദ്യതവണ വാങ്ങിയപ്പോൾ തിരക്കിൽ വിളി ക്കാൻ വിട്ടുപോയിരുന്നു. ഇന്നിപ്പോൾ ഇഷ്ടംപോലെ സമയമുണ്ട്. ട്രീറ്റിന് പോകണ്ടല്ലോ.

“അമ്മച്ചീ... പാന്റ്സ് കിട്ട്യാർന്ന് കേട്ടോ.”

“എങ്ങനൊണ്ട്? എന്നാ നല്ല തുണിയാണെന്നറിയാവോ? ഞാന തിന്റെ മൂലേന്ന് ചെറിയൊരു കഷ്ണം വെട്ടിയെടുത്താരുന്നേ. മേശ യൊക്കെ തൊടയ്ക്കാനായിട്ട്. അതേലൊന്ന് തൊട്ടാ മതി, ഒരു തുള്ളി വെള്ളം ബാക്കി കാണുകേലാ. വലിച്ചങ്ങ് എടുക്കും.”

“മടക്കി വെച്ചേച്ചാണോ അമ്മച്ചി മൂല വെട്ടിയെടുത്തത്?”

“അതൊന്നും നോക്കിയില്ലെടാ മോനേ. കവറിന്റെ ഉള്ളീന്ന് തന്നെയിങ്ങ് വെട്ടിയെടുക്കുവായിരുന്നു. ചെറിയൊരു കഷ്ണവാ വെട്ടിയത്. പക്ഷേ നിവർത്തി നോക്കിയപ്പോ നല്ല വലിപ്പവൊണ്ടാ യിരുന്ന്. ആ പിന്നേ നീ ബാക്കി തുണിയിങ്ങ് വാങ്ങിയില്ലാരുന്നോ?”

■

കീശയിൽ നിന്നും കഴുത്തിലേക്ക്

ഡോക്ടറെന്ന് പറയുമ്പോൾതന്നെ മനസ്സിലേക്ക് വരുന്നത് കൈയിൽ കൊളുത്തിയ കോട്ടും കഴുത്തിൽ ചുറ്റിയ കുഴലുമായിരിക്കും. വെള്ളക്കോട്ട് ആദ്യനാളുകളിൽതന്നെ ഇട്ടുതുടങ്ങുമെങ്കിലും സ്റ്റെത്ത് തൊടുന്നത് ഒന്നാം വർഷപ്പരീക്ഷ കടന്നുകൂടിയതിന് ശേഷം മാത്രമാണ്. അപ്പോഴും അവൻ കഴുത്തിലേക്ക് കയറില്ല. കോട്ടിന്റെ പോക്കറ്റിൽ ചുരുണ്ടുകിടക്കും. രണ്ടാം വർഷത്തിന്റെ തുടക്കത്തിലാണ് ക്ലിനിക്സ്. അവിടം മുതലാണ് രോഗികളെ കാണുന്നത്. അവരോട് സംസാരിക്കുന്നത്. അവരെ തൊടുന്നത്. അവരുടെ രോഗങ്ങളെക്കുറിച്ച് മനസ്സിലാക്കാൻ ശ്രമിക്കുന്നത്. അവർക്ക് നൽകുന്ന ചികിത്സയെക്കുറിച്ച് അറിയുന്നത്.

മെഡിസിൻ, സർജറി, ഒബ്സ്റ്റെട്രിക്സ്, പീഡിയാട്രിക്സ്. അങ്ങനെ നാല് സ്ഥലങ്ങളിലായാണ് എല്ലാവരെയും വീതിക്കുക. അതിന് ശേഷം കറക്കിക്കറക്കി എല്ലാവരെയും എല്ലായിടത്തും വട്ടമെത്തിക്കും. ഒബ്സ്റ്റെട്രിക്സ് കേസെടുക്കുന്നത് സത്യൻ അന്തിക്കാട് ചിത്രങ്ങൾ പോലെയാണ്. ഒരേ ചോദ്യം... ഒരേ ഉത്തരം... ഒരേ സംഭവം... ഗർഭം... എണ്ണത്തിലോ പഴക്കത്തിലോ മാത്രമായിരിക്കും വ്യത്യാസം. പീഡിയാട്രിക്സ്, പ്രിയദർശൻ ചിത്രങ്ങൾക്ക് സമാനമാണ്. കുറേ നേരം കളിച്ച്, ചിരിച്ച്, ഇടയ്ക്കൊന്ന് കണ്ണ് നനയിച്ചവസാനിക്കും. സർജറി, ഷാജി കൈലാസ് ചിത്രങ്ങളാണ്. ആക്ഷനാണ് കൂടുതൽ. മുഴകൾ, ഹെർണിയകൾ, വരികോസ് വെയ്ൻ, ഹൈഡ്രോസീൽ തുടങ്ങിയവയുടെ വൈവിധ്യമാർന്ന വിതരണം കാരണം ഇരുന്നും നടന്നും കിടന്നും നോക്കേണ്ടിവരുന്നതു മൂലമുള്ള അന്യായ ക്യാമറാ ആംഗിളുകൾ വേറെ!

അക്ഷരമാലയിലെ അവസാനത്തെ കണ്ണികളിലൊന്നിൽ പേര് തുടങ്ങുന്നതിനാൽ മെഡിസിനിൽ എത്തുന്നത് ഏറ്റവും അവസാനമാണ്. മറ്റുള്ള സ്ഥലങ്ങളിൽ കേസ് എടുക്കുന്നുണ്ടെങ്കിലും, അതൊരു

അത്ഭുതമായി തോന്നുന്നത് മെഡിസിനിലാണ്. മെഡിസിൻ കേസെടുപ്പ്, ലിജോ ജോസ് പെല്ലിശ്ശേരി ചിത്രങ്ങളാണ്. ചോദിക്കുന്നതൊന്ന്. കേൾക്കുന്നത് മറ്റൊന്ന്. പറയുന്നത് വേറൊന്ന്. ഉദ്ദേശിക്കുന്നത് ഇതിലൊന്നും പെടാത്ത ഏതോ ഒന്ന്. അതിൽ നിന്നുകിട്ടുന്ന വിവരങ്ങളെല്ലാം തടുത്തുകൂട്ടി സ്വന്തമായൊരു അനുമാനത്തിലെത്തി, അതായിരിക്കും ശരിയെന്ന് ആശ്വസിച്ചിരിക്കുമ്പോൾ, വേറെയാരെങ്കിലും അതെല്ലാം തെറ്റാണെന്ന് സ്ഥാപിച്ച് എവിടന്നോ കെട്ടിവലിച്ച് കൊണ്ടുവരും, പുതിയൊരു നിഗമനം. പക്ഷേ, അത്രടമൊക്കെയെത്താൻ ശ്ശി കാലം പിടിക്കും.

ഏറ്റവും ആദ്യത്തെ പോസ്റ്റിങ്ങിന്റെ ആദ്യനാളുകളിൽ, ക്ലാസ്സെടുക്കാൻ വരുന്നത് MBBS കഴിഞ്ഞയുടനെ ജോലിക്ക് കയറിയിട്ടുള്ള ട്യൂട്ടർമാരായിരിക്കും. അതിൽതന്നെ ഏറ്റവും ഫ്രെഷ് പുതുമുഖങ്ങൾ. അവർക്കാണെങ്കിൽ കേസ് പ്രെസന്റ് ചെയ്യുന്ന വിദ്യാർത്ഥിയേക്കാൾ പരിഭ്രമമായിരിക്കും. അവരെയും കുറ്റം പറയാൻ പറ്റില്ല. ഒരു പഠിപ്പിസ്റ്റ് വിചാരിച്ചാൽ ചിലപ്പോഴവരെ പൊളിക്കാൻ പറ്റും. എനിക്ക് അനുഭവമുണ്ട്. ട്യൂട്ടറായിട്ടിരിക്കുമ്പോഴല്ല, PG സമയത്ത്.

അവരോട് നമ്മൾ കേസ് പ്രെസന്റ് ചെയ്തുതുടങ്ങും. “Patient's name is..................”

“OK. What is the importance of name?”

പിന്നെ അന്നത്തെ ദിവസം രോഗിയുടെ പേരിന്റെ പ്രാധാന്യത്തെപ്പറ്റിയുള്ള ചർച്ചയാണ്. അതവസാനം ശ്രീദേവിയുടെ അമ്മയുടെ തല, തെറ്റി ഓപ്പറേഷൻ ചെയ്തതിൽ ചെന്നവസാനിക്കും. അങ്ങനെ ഒന്നാംദിനം കഴിയും.

പിന്നെ രണ്ടാം ദിനം. “Patient's name is ....”

“OK. Yesterday we discussed about the importance of name. Hope you remember?”

എല്ലാവരും തലയാട്ടും. ചിലർ തലേന്ന് എഴുതിയത് മറിച്ചു നോക്കും. അതിൽ നക്ഷത്രമൊക്കെയിട്ട് Sreedevi's mother എന്നൊക്കെ എഴുതിയിട്ടുണ്ടാകും.

“Good. Proceed.”

“The patient's age is ....”

“OK. What is the importance of age of the patient?”

ആ ചർച്ച തീരുന്നതോടെ രണ്ടാം ദിനവും കഴിയും. പിന്നെ മൂന്നാം ദിനം. പേരും വയസ്സും തീർത്ത് അടുത്ത ഘട്ടത്തിലേക്ക്.

“The patient is coming from ....”

“The patient belongs to................ religion.”

ഓരോന്നും നിർത്തിക്കൊട്ടി പതിയെ മുന്നോട്ട്.

“Patient is a weightlifter by profession.”

“Weightlifter!”

“ചുമട്ടുതൊഴിലാളി.”

“Ha ha ha. Its manual labour.”

കൂട്ടച്ചിരി.

“OK OK. Don't laugh. Sir will scold us. What is the importance of profession of the patient?”

അങ്ങനെ ഇഴഞ്ഞിഴഞ്ഞ് ഒരാഴ്ചകൊണ്ട് ഇത്രയും പഠിക്കും. ഒരു മാസംകൊണ്ട് കേസ് പ്രസെന്റേഷൻ ഫോർമാറ്റിന്റെ അറ്റമെത്തും. ആത്യന്തികമായി ആദ്യത്തെ പോസ്റ്റിങ്ങിന്റെ ലക്ഷ്യം അത് മാത്രമാണ്. രോഗം കണ്ടുപിടിക്കുന്നതിന് അവിടെ വലിയ പ്രാധാന്യം വരുന്നില്ല. അതൊക്കെ പിന്നീട്. എങ്കിലും ആദ്യത്തെ പോസ്റ്റിങ്ങിന്റെ അവസാനം ഒരു പരീക്ഷയുണ്ട്. എൻഡ് പോസ്റ്റിങ് പരീക്ഷ!

നമ്മൾ ഇടയ്ക്ക് മിന്നായംപോലെ കണ്ടിട്ടുള്ള ഏതെങ്കിലും അസ്സിസ്റ്റന്റ് പ്രൊഫസ്സറായിരിക്കും പരീക്ഷയ്ക്ക് വരുന്നത്. അതുവരെ നമ്മളോട് പറഞ്ഞുതന്നതിനൊന്നുമായിരിക്കില്ല അവർ അപ്പോൾ പ്രാധാന്യം കൊടുക്കുന്നത്.

അന്നത്തെ പരീക്ഷയ്ക്ക് എനിക്ക് കിട്ടിയ കേസ്, മലദ്വാരത്തിലൂടെ രക്തം പോകുന്നതായിരുന്നു. അറിയാവുന്നപോലെ കേസ് പ്രെസെന്റ് ചെയ്തുകഴിഞ്ഞ് സമാധാനത്തിൽ നിൽക്കുമ്പോൾ മാഡം എന്നോട് ചോദിച്ചു, “What are the differential diagnosis for rectal bleeding?”

മലദ്വാരത്തിലൂടെ രക്തം പോകാനുള്ള വിവിധ കാരണങ്ങളെന്തൊക്കെയാണെന്ന്! അള്ളാ... പടച്ചോനെ... അതൊന്നും ഞമ്മക്കറിയൂല്ല. പക്ഷേ, ആൾ വളരെ പ്രതീക്ഷയോടെ എന്റെ മുഖത്തേക്ക് നോക്കി നിൽക്കുകയാണ്. എന്തെങ്കിലും പറഞ്ഞേ പറ്റൂ.

“Bleeding PR.”

“Yes. Bleeding PR.”

“Rectal bleeding.”

“Yes. Rectal bleeding. Name a few causes.”

"Hemorrhoids." സർജറി പോസ്റ്റിങ് കാത്തു. തല്ക്കാലം രക്ഷപ്പെട്ട്.

"Very good."

"പിന്നല്ല."

"Give me a couple more."

"Victoria - Beckham മതിയോ? ചളി ആലോചിച്ച് ചിരിക്കല്ലേടാ പുല്ലേ!"

"Yes... Tell me... Think... You can... Try..."

ചുമ്മാതല്ല അന്ന് ചന്ദ്രലേഖയിലെ സുകന്യ വീൽചെയറിൽ നിന്നും എഴുന്നേറ്റത്. ഇങ്ങനെ ബുദ്ധിമുട്ടിച്ചാൽ ആർക്കായാലും ഓടാൻ തോന്നും.

"Piles."

"Yeah... But it's same as hemorrhoids. Something else."

"Aah yes... Piles, Fissure, Fistula." ഒറ്റശ്വാസത്തിൽ പറഞ്ഞു നിർത്തി. "ഹൊ... എന്നെ സമ്മതിക്കണം. വേണ്ടേ? മാഡത്തിനെന്താ ഒരു സന്തോഷില്ലാത്തത്!' മുഖം കണ്ടപ്പോൾ അതൊന്നും ആൾക്ക് വലിയ പിടിയില്ലെന്ന് മനസ്സിലായി. "മൂലക്കുരു... ഭഗന്ദരം... അർശസ്... ഓപ്പറേഷൻ കൂടാതെ സുഖപ്പെടുത്തുന്ന ബോർഡൊന്നും ഈ മാഡം കണ്ടിട്ടില്ലേ?" ഇല്ലെന്നുറപ്പായി. മാഡം പിന്നൊന്നും ചോദിച്ചില്ല.

പിന്നീടുള്ള മൂന്നാല് വർഷങ്ങൾ. പല തവണയായി പല പോസ്റ്റിങ്ങുകൾ. പകലുള്ള ക്ലാസ്സുകൾ കൂടാതെ വൈകുന്നേരങ്ങളിലെ PGയുടെ ക്ലാസുകൾ. അവയ്ക്ക് വന്നിരുന്നവരിൽ ചിലരെങ്കിലും സത്യത്തിൽ PGയെ കാണാനാണ് വന്നിരുന്നത്, കേൾക്കാനല്ല. അങ്ങനെ വലുതും ചെറുതും ചെറുതും വലുതുമായ നിരവധി അനവധി കേസുകൾ കണ്ടും കേട്ടും പറഞ്ഞും ഒടുവിൽ അവസാന വർഷപ്പരീക്ഷ. Dysdiadochokinesia എന്നൊന്ന് തെറ്റാതെ പറഞ്ഞാൽതന്നെ സന്തോഷം കിട്ടുന്ന ദിവസത്തിൽനിന്ന്, പറയുന്നതിൽ എന്തെങ്കിലും ഒന്ന് തെറ്റിയാൽ ചിലപ്പോൾ ഒരു കൊല്ലം വരെ സങ്കടപ്പെടേണ്ടി വന്നേക്കാവുന്ന ദിവസത്തിലേക്ക്!

എനിക്ക് എക്സാമിന് ഷോർട്ട് കേസ് ലഭിച്ചത് ന്യൂമോണിയ ആണ്. വിശദമായ ചർച്ചകൾക്കൊടുവിൽ രോഗിക്ക് ന്യൂമോണിയ തന്നെയാണെന്നും അത് കണ്ടാൽ തിരിച്ചറിയാനുള്ള വിവരം എനിക്കുണ്ടെന്നും തീരുമാനമായി.

ഇനി ലോങ്ങ് കേസ്. നല്ലതുപോലെ കുലുക്കി കുറിയെടുത്തു. തുറന്നുനോക്കി. രോഗിയുടെ പേര് കണ്ടപ്പോൾതന്നെ left hemiplegia (ഇടതുഭാഗത്തെ പക്ഷാഘാതം) ആണെന്ന് ടിപ് തന്നു, PG സിറാജ്. Importance of name! വല്ലാത്ത ജാതി ടിപ്! അത്രയൊക്കെ നോക്കി കണ്ടുപിടിക്കാൻ എനിക്കറിയാം. ടിപ് എന്ന് പറഞ്ഞാൽ കേസ് എന്താണെന്നതിനെക്കുറിച്ചൊരു ക്ലൂ. ചിലപ്പോൾ, എനിക്ക് കിട്ടിയതുപോലെ അത് PGയിൽ നിന്ന് കിട്ടും. ചിലപ്പോൾ അത് കിട്ടുന്നത് രോഗിയിൽനിന്ന് തന്നെയായിരിക്കും. 'അയാളും ഞാനും തമ്മിൽ' എന്ന സിനിമയിലെ സലീംകുമാറിനെ ഓർമ്മയുണ്ടോ? അതുപോലെ പ്രൊഫസറേക്കാൾ എക്സ്പീരിയൻസുള്ള ചില രോഗികളെ കിട്ടിയാൽ എളുപ്പമാണ്. അവർതന്നെ എല്ലാം പറഞ്ഞു തരും.

CNS കേസ് എടുക്കാൻ സമയം കുറേ വേണം. മാറ്റിത്തരാൻ വകുപ്പുണ്ടോ? സിറാജിക്ക കൈ മലർത്തി. ബാക്കിയുള്ളത് മുഴുവൻ അത്തരം കേസുകൾ തന്നെയാണത്രെ. ആദ്യദിനം സ്കൂളിലേക്ക് പോകുന്ന കുഞ്ഞിനെപോലെ ഞാൻ രോഗിയുടെ അടുത്തേക്ക് നടന്നു. Not only hemiplegia but also unconscious. വാവ്! ഓസം! ഭാര്യയിൽ നിന്നും ലഭിച്ച വിവരങ്ങൾ വച്ച് രോഗിയുടെ ചരിത്രമെഴുതി. രോഗിയെ പരിശോധിച്ച ശേഷം പുള്ളിയുടെ ഭൂമിശാസ്ത്രവും. പരമാവധി വൃത്തിയുള്ള കൈയക്ഷരത്തിൽ തുടക്കമൊക്കെയെഴുതി. പിന്നെ മെല്ലെ സ്പീഡ് കൂട്ടി. അപ്പോഴേക്കും കടലാസ് വാങ്ങാൻ സിറാജ്ക്ക എത്തി. പിന്നെയും ഏതാണ്ടൊക്കെ കുത്തിക്കുറിച്ചു. പുള്ളി കാത്തുനിന്നു.

Left hemiplegia - Internal capsule, Unconsciousness - ? cause? metabolic

അങ്ങനെ എന്തൊക്കയോ എഴുതിവെച്ചിട്ടുണ്ട് കടലാസിൽ. അത് കൊണ്ടുപോയതോടെ സമാധാനമായി. കഴിഞ്ഞല്ലോ! പെട്ടെന്നാണ് others systems നോക്കിയില്ല എന്ന് ഓർക്കുന്നത്.

RS: നോക്കിയപ്പോൾ ശ്വാസകോശം നിറയെ പൊട്ടലും ചീറ്റലും.

CVS: ഹൃദയമിടിപ്പിന്റെ താളം മൊത്തത്തിൽ തെറ്റിക്കിടക്കുകയാണ്.

PA: കരളിന് വീക്കം.

സിറാജിക്കയെ കണ്ണ് കാട്ടി വിളിച്ച്, കയ്യും കാലും പിടിച്ച്, കടലാസിൽ കുറച്ചുകൂടി എഴുതിച്ചേർത്തു.

Stroke - Probably embolism from heart secondary to arrhythmia

Congestive cardiac failure

Aspiration pneumonia

സിറാജ്ക്ക വീണ്ടും കടലാസ് കൊണ്ടുപോയി. അവസാനത്തെ പേരുകളിൽ ഒന്നായതുകൊണ്ട് ചിന്തുവിന്റെ ജീവിതം പിന്നെയും ബാക്കി. അയ്യോ! skull & spine നോക്കാൻ മറന്നുപോയി. പക്ഷാഘാതമുള്ള രോഗിയുടെ പുറം പരിശോധിക്കാൻ ഭയങ്കര ബുദ്ധിമുട്ടാണ്. Skull & spine normal എന്നെഴുതാം. പിന്നെയും കുറേ സമയം കിടക്കുന്നു. എങ്കിൽ പിന്നെ, ഒന്ന് നോക്കിയേക്കാം. Bed sore തുടങ്ങാൻ പോകുന്നതിന്റെ ലക്ഷണങ്ങൾ. കൂടാതെ നട്ടെല്ലിന്റെ ഇടത്ത് ഭാഗത്തായി ഒരു മുഴ. ഹമ്മേ! ഇതൂടെ താങ്ങൂല്ലാ! അതിനെക്കുറിച്ച് പറയണ്ട. അല്ലെങ്കിൽ പറയാം. അതെന്താണെന്ന് ചോദിച്ചാൽ... വേണ്ടാ പറയണ്ട. ചോദിച്ചാൽ അറിയില്ലെന്ന് പറഞ്ഞാ പോരേ? അത് മതിയോ? മതി മതി. അല്ലെങ്കിൽ വേണ്ട... പറയാം... ങേ! അല്ല... പറയണ്ട... പറയണോ?

ഞാൻ സിറാജ്ക്കയെ വീണ്ടും വിളിച്ചു. ഇത്തവണ പുള്ളി തിരിഞ്ഞുനിന്നു. പുള്ളിക്കും പരിമിതികളുണ്ട്. പിന്നെയും കുറേ കഴിഞ്ഞ്, എന്നെ പരിശോധിക്കാൻ അവരെത്തി.

Case presentation ഒരുപാട് നീണ്ടുപോയി. കണ്ടുപിടിച്ച എല്ലാ കാര്യങ്ങളും കഴിഞ്ഞപ്പോഴേക്കും ഞാൻ കിതച്ചു, അവരും. Paraspinal swelling കൂടിയായതോടെ അവർ എന്നെയൊന്ന് അടിമുടി നോക്കി. നീയൊക്കെ ഇത്രയും വിശദമായി രോഗിയെ നോക്കാറുണ്ടോ? ഇത് ടിപ് കിട്ടിയതാണെന്നുറപ്പ്. അവർ കേസ് ഷീറ്റ് എടുത്തുനോക്കി. ഇല്ല! അതിൽ ഈ മുഴയെപ്പറ്റി എഴുതിയിട്ടില്ല. അപ്പോഴത് ഞാൻ കണ്ടുപിടിച്ചതുതന്നെ. തുടങ്ങിയിട്ടേയൊള്ളൂ ചാക്കോച്ചി!

അതുവരെ ജീവിതത്തിൽ പ്രെസെന്റ് ചെയ്ത എല്ലാ കേസുകളുടെയും ഡയഗ്നോസിസ് ഒരുമിച്ച് ഒറ്റയടിക്ക് പറഞ്ഞുതീർത്തു. External examiner മൂന്ന് ചോദ്യങ്ങൾ ചോദിച്ചു. Internal examinerക്ക് ഇനിയൊന്നും ചോദിക്കാനില്ലത്രെ. അങ്ങനെ പറയരുത്... ചോദിക്ക് സാർ... Bleeding PR causes എങ്കിലും ചോദിക്ക്!

പരീക്ഷ പാസായി. സ്റ്റെത്ത് കീശയിൽനിന്നും കഴുത്തിലേക്ക് കയറി!

അന്നും ഇന്നും സ്ട്രോക്ക് രോഗി ഒരു പേടിസ്വപ്നമാണ്. പക്ഷേ അവരെക്കുറിച്ചുള്ള ചർച്ചയില്ലാതെ ഒരു ദിവസം പോലും അവസാനിപ്പിക്കാൻ സമ്മതിക്കില്ല വീട്ടിലെ ന്യൂറോളജിസ്റ്റ്! എങ്കിലും എന്റെ മനസ്സിലെ സ്ട്രോക്ക് ഇപ്പോഴും രാഘവൻ, 70 വയസ്സ്! What is the importance of name and age of the patient എന്നിപ്പോഴാണ് ശരിക്കും മനസ്സിലായത്.

■

കെടന്ന് കാറല്ലേ,
വന്നാലും പോയാലും കാറല്ലേ!

"**മോ**നെ... എന്താ വിശേഷൊന്നും ആവാത്തെ?"

"ആദ്യം കാർ. എന്നട്ട് കൊച്ച്."

"കൂാവിണ്ടാവാൻ എന്തിനാ മോനെ കാർ?"

"അതൊക്ക്യിണ്ട് അമ്മച്ചി."

എന്റെ അപ്പനും എന്റെ അമ്മേടെ അമ്മയും തമ്മിലുള്ള സംഭാഷണമാണ് ഇപ്പോൾ വായിച്ചത്. ഗർഭത്തിൽ കാറിനുള്ള സ്ഥാനം എത്ര ആലോചിച്ചിട്ടും കണ്ണടച്ച് തുറക്കും മുൻപ് അഞ്ച് പ്രസവിച്ച അമ്മച്ചിക്ക് മനസ്സിലായില്ല. എങ്കിലും പുള്ളിക്കാരിയുടെ പിന്നീടുള്ള നോവേനകൾ, കുർബാനകൾ, ഒപ്പീസുകളെല്ലാം കാറിന് വേണ്ടിയുള്ളതായിരുന്നു. അങ്ങനെ ഞാൻ പുറത്തെത്തുന്നതിന് മുൻപ് വീട്ടിൽ കാറെത്തി. ഹെറാൾഡ്... അപ്പന്റെ ഭാഷയിൽ പണക്കാരുടെ കാർ. കാരണം, വഴിയിലെ എല്ലാ പെട്രോൾ പമ്പിലും കയറണം, എല്ലാ വർക്ക്ഷോപ്പിലും കിടക്കണം. സാധാരണക്കാർക്ക് താങ്ങൂല്ല.

അത് കഴിഞ്ഞൊരു അംബാസഡർ വാങ്ങി. അതിന്റെ അപ്ഹോൾസ്റ്ററീ മാറ്റി കാർപെറ്റ് മാറ്റി എല്ലാം ക്ലിയറാക്കിയിട്ട് കാറും മാറ്റി. ഒരു ഫിയറ്റ് വാങ്ങി. അതിന്റെയും അപ്ഹോൾസ്റ്ററീ മാറ്റി കാർപെറ്റ് മാറ്റി എല്ലാം ക്ലിയറാക്കിയിട്ട് ആ കാറും മാറ്റി. വീണ്ടുമൊരു അംബാസഡർ വാങ്ങി. നാട്ടിലുള്ള കാറിന്റെയൊക്കെ ഇന്റീരിയർ ശരിയാക്കുന്ന പരിപാടി സൈഡ് ബിസിനസ്സായിട്ട് നടത്തുന്നതൊന്നുമല്ല. ഒരാശ്വാസം. അത്രേയുള്ളൂ.

ഞാൻ ഏഴിൽ പഠിക്കുമ്പോഴാണ് അപ്പനത് പറയുന്നത്. മാരുതി വാങ്ങാൻ പോകുന്നു. വെള്ള മതിയെന്ന് ഞാൻ. സെക്കൻഡ് ഹാൻഡ് വാങ്ങുമ്പോൾ അങ്ങനെ ബലം പിടിക്കാൻ പറ്റില്ലെന്ന് അപ്പൻ. എങ്കിൽ പച്ച ഒഴികെ ഏതായാലും പ്രശ്നമില്ലെന്ന് ഞാൻ.

ആയിക്കോട്ടെ എന്ന് അപ്പൻ. പക്ഷേ, ആദ്യം കാണാൻ പോയ മാരുതിയുടെ നിറം പച്ച! കാശിന്റെ കാര്യവും ബാക്കി ചുറ്റുപാടുകളുമൊക്കെ ഇഷ്ടപ്പെട്ടതുകൊണ്ട് നിറത്തിന്റെ പേരിൽ ആ ആലോചന വേണ്ടെന്നുവയ്ക്കാൻ അപ്പന് മനസ്സ് വന്നില്ല. അങ്ങനെ ആശിച്ച് മോഹിച്ച് വീട്ടിലേക്ക് കയറ്റിയ മാരുതിക്ക് ഒട്ടും ഇഷ്ടില്ലാതിരുന്ന പച്ചനിറം. നിറത്തിലൊന്നും ഒരു കാര്യവുമില്ല എന്നതിന്റെ ആദ്യ പാഠം.

തുടക്കത്തിൽ ആ വണ്ടിയോടിക്കാൻ അപ്പന് വലിയ ബുദ്ധിമുട്ടായിരുന്നു. അതുവരെയുണ്ടായിരുന്ന വണ്ടികൾ കൈകാര്യം ചെയ്തിരുന്നതുപോലെ ചെയ്താൽ സ്റ്റീയറിങ് ഊരിപ്പോരും, ഗിയർ ഇളകിപ്പോരും, ബാക്കിയെല്ലാം ഒടിഞ്ഞുപോരും. അമ്മ ആ വണ്ടി എടുത്തിരുന്നതേയില്ല. അങ്ങനെയിരിക്കെ, ഒരു പരിപാടിക്കായി ആലപ്പുഴയിലേക്ക് പോകേണ്ടി വന്നു. പരിപാടി കഴിഞ്ഞ് അപ്പൻ തിരിച്ചിറങ്ങുന്നത്, ഓടിക്കാൻ ചുരുങ്ങിയത് ഒരു കപ്പലെങ്കിലും വേണമെന്ന അവസ്ഥയിൽ കഴുത്തൊപ്പം വെള്ളത്തിലാണ്! തിരിച്ചുള്ള യാത്രയിൽ നിവൃത്തില്ലാതെ അമ്മയ്ക്ക് ആദ്യമായി ആ വണ്ടിയോടിക്കേണ്ടി വന്നു. രാത്രി... മഴ... ഹെഡ് ലൈറ്റിടാൻ ശ്രമിച്ചപ്പോൾ വൈപ്പർ ഒന്നനങ്ങിയിട്ട് നിന്നു. വീണ്ടും ശ്രമിച്ചപ്പോൾ പാർക്കിംഗ് ലൈറ്റ് കത്തി. പിന്നെപ്പോഴോ ഇൻഡിക്കേറ്ററിടാൻ നോക്കിയപ്പോൾ വൈപ്പർ നിർത്താതെ അനങ്ങിത്തുടങ്ങി. ഒരുവിധത്തിൽ തൃശ്ശൂരെത്തി. രണ്ട് ദിവസം കഴിഞ്ഞാണ് വൈപ്പർ നിന്നത്. അതിന്റെ കൺട്രോൾ കോല് കണ്ടുപിടിക്കാനെടുത്ത സമയം! പതിയെപ്പതിയെ രണ്ടുപേരും അവളെ മെരുക്കിയെടുത്തു.

അന്ന് നദീംശ്രാവൺ പ്രതാപകാലമാണ്. കോഴിക്കോട്ടെ വീഥികളിലൂടെ പായുമ്പോൾ sajan, phool aur kaante, dil hai ke manta nahin, deewana തുടങ്ങിയ സിനിമകളിലെ ഗാനങ്ങൾ കാറിലെ പയനീർ സെറ്റിലൂടെ അനർഗ്ഗളനിർഗളം പ്രവഹിച്ചുകൊണ്ടിരുന്നു. അത് കഴിഞ്ഞ് കുറച്ച് കാലം തൃശ്ശൂർ. പിന്നെ വർഷങ്ങൾക്ക് ശേഷം വീണ്ടും കോഴിക്കോട്. രണ്ടാം വരവ് മെഡിക്കൽ കോളെജ് ക്യാംപസിലേക്കായിരുന്നു. അപ്പോഴേക്കും അവൾ എനിക്കും മെരുങ്ങിയിരുന്നു. അഞ്ചര കൊല്ലം ക്യാംപസിൽ അവൾ തലങ്ങും വിലങ്ങും ഓടി. ഞാൻ അവളെയും കൊണ്ടുപോകുമ്പോൾ മെഡിക്കൽ/നഴ്സിംഗ്/ഡെന്റൽ കോളെജിലെ കുട്ടികൾ പലരും കൈ വീശി കാണിക്കുമായിരുന്നു. അവയെല്ലാം എനിക്കുള്ളതാണെന്ന് കരുതി ഞാൻ കോൾമ... രോമാഞ്ചം കൊണ്ടിരുന്നു. പിന്നീടാണ് മനസ്സിലായത് അവയെല്ലാം അവൾക്കുള്ളതായിരുന്നു. ഡ്രൈവർ ആരെന്നത് ഒരു

വിഷയമല്ലായിരുന്നു. അപ്പനും അമ്മയും അവർക്കെല്ലാം ഇടയ്ക്കിടെ ലിഫ്റ്റ് കൊടുക്കുമായിരുന്നത്രെ. അതുകൊണ്ട് അവർക്കെല്ലാം അവളെ നല്ല പരിചയമായിരുന്നു. നാട്ടിൽ പച്ച മാരുതി വേറെയില്ല. അതുകൊണ്ടുതന്നെ ധൈര്യമായി വീശാമവർക്ക്.

ആ കാലഘട്ടത്തിൽ കൂട്ടുകാരുടെ കൂടെയുള്ള ചെറിയ ടൂറുകൾക്കും അവരുടെ വീടുകളിലേക്കുള്ള യാത്രകൾക്കും അവളെ കൂടെക്കൂട്ടിയിരുന്നു. അങ്ങനെയൊരു യാത്ര. ആദ്യം തലശ്ശേരിയിലൊരു കല്യാണം. അവിടന്ന് സദ്യയും കഴിച്ച് തലശ്ശേരിക്കാരനായ സഹമുറിയന്റെ വീട്ടിലേക്ക്. വീട് പൂട്ടിക്കിടക്കുകയാണ്. തൊട്ടപ്പുറത്ത് അവന്റെ വല്ല്യുപ്പ താമസിക്കുന്നുണ്ട്. അവിടെയെത്തി. അവർ പുറത്തെവിടെയോ പോയി തിരിച്ചുവന്നിട്ടേയുള്ളൂ. അതിഥികൾക്ക് ഒന്നും കൊടുക്കാതെ വിടുന്നത് അവർക്ക് സങ്കൽപ്പിക്കാൻപോലും പറ്റുന്നില്ല. ഉള്ളിൽ ഗൂഢാലോചന. “ഇവർക്ക്പ്പോ എന്ത്ന്നാ കൊടുക്ക്വാ?”

“ഞാനൊന്ന് നോക്കാ... ഞ്ഞ് പോയി ചായെന്റെ വെള്ളം വെക്ക്.”

പ്രായമായ ആൾക്കാരാണ്. അവരെ ബുദ്ധിമുട്ടിക്കുന്നത് മോശമാണ്. മാത്രമല്ല പായസം കുടിച്ചിട്ട് അധികം സമയമായിട്ടില്ല. ഞാൻ അനുവാദം ചോദിക്കാതെ കയറിയിടപെട്ടു.

“ഒന്നും വേണ്ടുമ്മാ. ഞങ്ങള് വെറുതെ നിങ്ങളെയൊക്കെ കാണാൻ കേറീതാ. തൊണ്ടവരെ നെറഞ്ഞിരിക്കാണ്. എന്ത് കൊണ്ടന്നാലും ഇവിടെ ആർക്കും ഒന്നും കഴിക്കാൻ പറ്റില്ല.”

“അതൊന്നും പറഞ്ഞാ പറ്റൂല്ല. ങ്ങള് ആടെപ്പോയിരുന്നാ.”

തലശ്ശേരിക്കാരോട് ഇക്കാര്യത്തിൽ മുട്ടാൻ നിക്കരുത് എന്നൊരു വാമൊഴിയുണ്ട്.

ഞാൻ തിരിച്ചുവന്ന് മറ്റുള്ളവരോടൊപ്പമിരുന്നു. പത്ത് മിനിറ്റ് കഴിഞ്ഞപ്പോൾ ഞങ്ങളുടെ നടുക്ക് ഒരു കുല പഴം കൊണ്ടുവച്ചു. പറമ്പിൽ നിന്ന് വെട്ടിയിട്ടേ ഉള്ളൂ. കറ ഇറ്റിറ്റായി വീഴുന്നുണ്ട്.

“എന്തിനാ ഉപ്പാ ഇതിപ്പോ വെട്ടീത്? കൊറച്ചൂടെ പഴുക്കാനിണ്ടായിരുന്നല്ലോ? ആർക്കും വയറൂല്ല. ഇത് വെറുതെ വെയിസ്റ്റാവും.”

ഞാനിത് പറഞ്ഞ് തിരിഞ്ഞപ്പോഴേക്കും ഒരു പടല തീർന്നു. അപ്പോഴേക്കും ഇല പൊഴിയും ശിശിരത്തിൽ ചെറുകടികൾ വരവായി. ചുറ്റുമുള്ള വീടുകളിൽനിന്നാണ്. അരമണിക്കൂർകൊണ്ട് ആ പാത്രങ്ങൾ കാലിയായി. അത് സമാധാനമുണ്ട്. നേരത്തെ കൊണ്ടുവച്ച വാഴക്കുല! അതൊരു അനാറ്റമി സ്പെസിമെനായി രൂപാന്തരപ്പെട്ടിരുന്നു.

“എന്തുട്ടണ്ടാ ഇത്! മൻഷ്യനെ നാറ്റിക്കാനായിട്ട്. പായസം തൊണ്ടേന്നെറങ്ങ്യാ?”

എന്റെ ചമ്മൽ ഞാനവരോട് തീർത്തു. ആരും മിണ്ടുന്നില്ല. എല്ലാത്തിന്റെയും വായിൽ പഴമാണ്, അക്ഷരാർത്ഥത്തിൽ പഴമാണ്.

“മോന് കൊത്കിന്റെ സൊഭാവാല്ലേ?” വല്ല്യുമ്മ എന്നോട്.

“കൊതൂന്റെ ന്തൂട്ട് സൊഭാവം?”

“കൊതുക് ഒറങ്ങ്വേല്ല. ഒറക്കേല്ല. മോൻ കഴിക്ക്വേല്ല. കഴിപ്പിക്ക്വേല്ല. കുട്ടികളാവുമ്പോ നല്ലോണം കയിക്കണം. അങ്ങനെയൊള്ളോരെയാണ് ഞങ്ങക്കിഷ്ടം.”

പിന്നെ ഞാനൊന്നും മിണ്ടിയില്ല, ബാക്കിയുള്ളവരും. മിണ്ടാൻ പോയിട്ട്, ശ്വാസം വലിക്കാൻ പോലും സ്പോഞ്ച് പോലെയുള്ള ശ്വാസകോശം കടം വാങ്ങിക്കേണ്ട അവസ്ഥയിലാണ് എല്ലാവരും. മാസത്തിലൊരിക്കൽ ഹോസ്റ്റലിൽനിന്ന് വീട്ടിലേക്ക് പോകുമ്പോൾ കൊണ്ടുപോകുന്ന ബാഗ് പോലെയാണ് ആമാശയമിരിക്കുന്നത്. അവിടന്നിറങ്ങി മുഴപ്പിലങ്ങാട് ബീച്ചിലൊക്കെ കറങ്ങി കൂത്തുപറമ്പിലേക്ക് തിരിച്ചു. അന്നവിടെയാണ് താമസം. മറ്റൊരു സഹമുറിയന്റെ വീട്ടിൽ. അവൻ തന്നെയാണ് വണ്ടിയോടിക്കുന്നത്. പക്ഷേ അവൻ സ്ഥിരം പോകുന്ന വഴിയല്ല. ഇരുട്ടിയിട്ടുമുണ്ട്. ചെറുതല്ലാത്ത കൺഫ്യൂഷൻ. വഴിയിലാണെങ്കിൽ ഒരൊറ്റ ഗൂഗിൾ മാപ് കാണാനില്ല. പണ്ടൊക്കെ അത് വഴിയരികിൽ നിൽക്കുന്നവരുടെ വായിലായിരുന്നല്ലോ. അല്പംകൂടി പോയിക്കഴിഞ്ഞപ്പോൾ കുറച്ച് പ്രായമായൊരു സ്ത്രീ തിടുക്കപ്പെട്ട് എതിരെ നടന്നുവരുന്നു. നല്ലപോലെ ഒരുങ്ങിയിട്ടുണ്ട്. അവൻ വണ്ടി ചവുട്ടിനിർത്തി.

"ചേച്ചി... കൂത്തുപറമ്പിലോട്ടുള്ള വഴിയേതാ?"

"ഈ വഴീലൂടെ നേരെ പോകാ."

"താങ്ക്യൂ."

ചേച്ചി മുന്നോട്ട് അടുത്ത സ്റ്റെപ്പ് വച്ചു. വണ്ടിയും മുന്നോട്ട് അനങ്ങിത്തുടങ്ങി. ചേച്ചി തിരിഞ്ഞു.

"ങ്ങള് മംഗലപ്പൊരേൽക്കാ?"

അപ്പോൾ അതാണ് കാര്യം. വഴിയിൽ ആരെയും കാണാത്തതിന്റെ കാരണവും ചേച്ചിയുടെ ഒരുക്കത്തിന്റെ കാരണവുമെല്ലാം വ്യക്തം. ഏതോ വീട്ടിൽ കല്യാണത്തലേന്നാണ്. അപ്പോഴതാ വണ്ടി നിൽക്കുന്നു. പകുതി പൊങ്ങിയ ഗ്ലാസ്സ് വീണ്ടും താഴുന്നു. കറക്കിക്കറക്കി വേണം താഴ്ത്താനും പൊക്കാനും എന്നോർക്കണം. എന്നിട്ട് ഡ്രൈവർ തല പുറത്തേക്കിടുന്നു.

"അല്ല ചേച്ചി. എന്റെ പെരേൽയ്ക്കാ!"

കാറിന്റെ ഉള്ളിലിരുന്ന ഞങ്ങളുടെ കണ്ണുകളും കാറിന്റെ പുറത്ത് നിന്നിരുന്ന ചേച്ചിയുടെ കണ്ണുകളും റോഡിന്റെ നടുവിലായുള്ള ഒരു ബിന്ദുവിലേക്ക് തുറിച്ചുവന്നു. ചേച്ചിയുടെ ഭാവം കണ്ടിട്ട് പുള്ളിക്കാരി വീട്ടിലേക്ക് തിരിച്ചുപോകാനുള്ളതിനേക്കാൾ സാധ്യത അടുത്തതായി അത് വഴി വന്ന വണ്ടിയുടെ മുന്നിലേക്ക് ചാടാനാണ്.

ഒടുവിൽ ഞങ്ങൾ കൂത്തുപറമ്പിൽ എത്തുകതന്നെ ചെയ്തു. അവിടെ മാത്രമല്ല കണ്ണൂർ, പട്ടാമ്പി, അങ്കമാലി, ഷൊർണൂർ അങ്ങനെ എല്ലാ സഹമുറിയന്മാരുടെ വീടുകളിലേക്കും അവൾ ഓടിയെത്തി. അവളെയുംകൊണ്ട് അവസാനത്തെ ലോങ് ട്രിപ്പ് ഊട്ടിയിലേക്കായിരുന്നു. വീട്ടുകാരോടൊപ്പം... രണ്ട് കുട്ടികളും ആറ് വലിയവരും! ഒടുവിൽ ഞാൻ PGക്ക് ബാംഗ്ലൂർക്ക് പോയ സമയത്ത്, ഞങ്ങളുടെ കൂടെ വന്നിട്ട് പതിമൂന്ന് വർഷങ്ങൾക്ക് ശേഷം, അവള് വേറെ ഒരുത്തന്റെ കൂടെ ഓടിപ്പോയി. അവനിവളെ ഓടിച്ചോണ്ട് പോയി എന്ന് പറയുന്നതാവും കൂടുതൽ ശരി. KEH 2662 ഇപ്പോഴും കോഴിക്കോട് ഭാഗത്ത് എവിടെയോ ഓടുന്നുണ്ടാകണം. നിറം മാറ്റിയിട്ടില്ലെങ്കിൽ ക്യാംപസിലെ ആരെങ്കിലുമൊക്കെ കൈ വീശി പരിചയം പുതുക്കുന്നുമുണ്ടാകും.

■

രോഗികൾ പഠിപ്പിച്ച നുറുങ്ങുകൾ

ഒരുത്തനെ നാലഞ്ച് പേർ ചേർന്ന് എടുത്തുകൊണ്ട് കാഷ്വാൽറ്റിയിലേക്ക് വന്നു. അങ്ങിങ്ങായി സ്ക്രാച്ച്, ബെൻഡ്, ഡെന്റ് ഒക്കെയുണ്ട്.

"എന്ത് പറ്റീതാ?"

"ആന്റിന തിരിക്ക്യാൻ കേറീതാ."

"എന്നട്ട്? വീണാ?"

"ന്ന് പറഞ്ഞാ വീണു. പക്ഷേ ശരിക്ക്യൈന്തൂട്ടാ ണ്ടായേന്ന്വച്ചാല്... ഇതാ സ്റ്റാലൻ പറ്റിച്ച പണിയാ."

"സ്റ്റാലൻ? വീട്ടിലെ പട്ടിയാ?"

"അല്ലസ്റ്റോ... മ്മടെ... സിൽവെസ്റ്റെർ സ്റ്റാലൻ."

"പുള്ളിക്കാരൻ? നിന്നെ? എന്തിന്?"

"ഇന്ന് വൈന്നേരം ക്രിക്കറ്റ് കാണാൻ വേണ്ടീട്ട് വെച്ച് നോക്ക്യേപ്പോ കേബ്ള് കിട്ടണില്യ. DDല് കളിയൊള്ള കാരണം ഞാൻ ആന്റിനയൊന്ന് തിരിച്ച് ശരിയാക്കാൻ വീടിന്റെ മണ്ടേമെ കേറി. കൊറേ കാലായിട്ട് ഉപയോക്ക്യാത്ത കാരണം ഞാൻ സ്ക്രൂ ഡ്രൈവറൊക്ക്യായിട്ടാ കേറ്യേ."

"ന്നട്ട്?"

"ന്നട്ട്... ആന്റിന പിടിച്ച് തിരിച്ച് തിരിച്ച് വന്നേപ്പോ പെട്ടന്ന് കാലാ സ്ലിപ്പായി."

"അപ്പോ വീണു. ഇതില് സ്റ്റാലനെന്തൂട്ടാ ചെയ്തേ?"

"അയ്! അതാ പറഞ്ഞ് വരണേ. ഞാനിന്നലെ രാത്രി ക്ലിഫ് ഹാങെർ പടം കണ്ടട്ടാ കെടന്നതേ. സ്ലിപ്പെയ്തപ്പോ എനിക്ക് ശരിക്ക്യും പറഞ്ഞാ ആ ആന്റിനേടെ പൈപ്പുമ്മെ പിടിച്ചാ മത്യാർന്നു. പക്ഷേ ഞാൻ കയ്യിൽത്തെ സ്ക്രൂ ഡ്രൈവറോണ്ട് ഓടിന്റെ മോളിലാ

കുത്തിപ്പിടിക്ക്യാൻ നോക്കി. സ്റ്റാലൻ പിക്കാസോണ്ട് ഐസ്മ്മെ കൊത്തിപ്പിടിക്ക്യണമാരി. നെരങ്ങി താഴേയ്ക്കാ പോന്നു."

"ശ്ശോ."

"പക്ഷേ അപ്പഴും വല്ല്യ കൊഴപ്പിണ്ടായില്ല്യാ. ഈ ചെരിഞ്ഞ ടെറസുമ്മെ ചെറിയ ഓട് നെരത്തീതായിരുന്നേ. സ്ക്രൂ ഡ്രൈവറ് കുത്തി നേരങ്ങ്യേപ്പോ ആ വരി മൊത്തേളകി തലമേക്കോട്ട്യാ വീണു."

"അയ്യോ."

"അവന്റെ പടം ഒരിക്ക്യലും കാണരുതിസ്റ്റോ! കഴിഞ്ഞ പ്രാശ്യം കണ്ടപ്പോ അനിയന്റെ മൂക്കീന്ന് ചോര വന്നു."

"അതേത് പടം?"

"റോക്കി."

ഇവനെങ്ങാനും റാംബോ കണ്ടാൽ!

നുറുങ്ങ് 1: ചിലരുടെ സിനിമകൾ കാണരുത്. അതോ... ചിലർ സിനിമകൾ കാണരുത് എന്നാണോ?

സർജറി OP.

"എന്താ പ്രശ്നം?"

"ഡോക്ടറെ... ന്റെ കിഡ്നിക്കൊരു വീക്കം."

"ങേ?"

"കിഡ്നിയില്ലേ... കിഡ്നി... അയ്നൊരു വീക്കം."

"എത്ര കാലായി തൊടങ്ങീട്ട്?"

"അഞ്ചാറ് കൊല്ലായിക്ക്ണു. ഇപ്പോ വലുതായി വരാണ്."

"നിങ്ങള് സ്കാൻ വല്ലതും ചെയ്തുനോക്കിരുന്നോ?"

"ഇല്ല. ന്തേയ്?"

"അല്ല. കിഡ്നിക്ക് വീക്കണ്ട്ന്നും അത് വലുതാവണ്ട്ന്നും നിങ്ങക്കെങ്ങനെ മനസ്സിലായി?"

"കണ്ടാ തിരിയൂലെ?"

"ആർക്ക്?"

"എനക്ക്"

"ശരി. വീട്ടിലാർക്കെങ്കിലും കിഡ്നിക്ക് പ്രശ്നണ്ടോ?"

"ഇല്ല. ആർക്കൂല്ല."

“ഉപ്പയ്ക്കോ? ഉമ്മയ്ക്കോ?”

“ഉമ്മക്കോ!”

“എന്ത് പറ്റി?”

“ന്റെ വീട്ടിലെ പെണ്ണുങ്ങക്കൊന്നും കിഡ്നീല്ല ഡോക്ടറേ.”

“ഒന്നങ്ങോട്ട് വന്നേ. നിങ്ങടെ കിഡ്നിയൊന്ന് കാണിച്ചേ.”

പുള്ളി രണ്ട് കൈകൾകൊണ്ട് മുണ്ടങ്ങ് നെടുകെ വകഞ്ഞുമാറ്റി. പുള്ളിയുടെ വീങ്ങിയ കിഡ്നി കണ്ട് ഞെട്ടിപ്പോയി. സംഭവം ഹൈഡ്രോസീൽ ആയിരുന്നു, മണിസഞ്ചിയുടെ നീർക്കെട്ട്.

“ഡോക്ടറേ... മരുന്ന് കുടിച്ചാ മതിയാ? സിസേറിയൻ വേണാ?”

ഇത് കിഡ്നിയല്ലെന്നും ഇതിന് ചെയ്യണ ഓപ്പറേഷൻ സിസേറിയനല്ലെന്നും പുള്ളിയെ പറഞ്ഞു മനസ്സിലാക്കി. അഡ്മിറ്റ് ചെയ്തു. സർജറി കഴിഞ്ഞു. ഒടുവിൽ ഡിസ്ചാർജായി പോകാൻ നേരം പുള്ളി പറഞ്ഞു,

“സിസേറിയൻ ചെയ്തിറ്റാണെങ്കിലും ന്റെ കിഡ്നി ശരിയായല്ലോ. നന്ദീണ്ടിട്ടോ ഡോക്ടറേ.”

നുറുങ്ങ് 2: ചില വിശ്വാസങ്ങൾ ഒരിക്കലും മാറില്ല.

ഒരിക്കൽ ഒരാളെ കാഷ്വാൽറ്റിയിലേക്ക് കൊണ്ടുവന്നു. കഴുത്തിൽ ഒരു കൂർത്ത കമ്പി കുത്തിക്കയറിയിട്ടുണ്ടായിരുന്നു. അയാളത് വലിച്ചെടുക്കാൻ ശ്രമിക്കുന്നുണ്ട്. അല്പം കഴിഞ്ഞപ്പോൾ മനസ്സിലായി അയാൾ ഒരു മാനസികരോഗിയാണെന്നും കമ്പി അയാൾതന്നെ കുത്തിക്കയറ്റിയതാണെന്നും. ഉടനെ അയാളുടെ കൈകാലുകൾ ബന്ധിച്ചു.

തുടർന്ന് വിശദമായ പരിശോധനകൾ നടന്നു. അയാളുടെ ഭാഗ്യത്തിനോ നിർഭാഗ്യത്തിനോ കമ്പി കടന്നുപോയിരിക്കുന്നത് പ്രധാനപ്പെട്ട രക്തധമനികൾക്കിടയിലൂടെയാണ്. Carotid arteries & jugular veins പരിക്ക് പറ്റാതെ രക്ഷപ്പെട്ടിരുന്നു. പിന്നെയാണ് പ്രശ്നങ്ങൾ ആരംഭിക്കുന്നത്. ഇത് തിരിച്ചെടുക്കാൻ ശ്രമിക്കുമ്പോൾ ഈ രക്തക്കുഴലുകളിൽ ഏതെങ്കിലും ഒന്നിന് പരിക്ക് പറ്റിയാൽതന്നെ രക്തം വാർന്ന് കാര്യങ്ങൾ കൈവിട്ട് പോകാൻ സാധ്യതയുണ്ട്. ഉന്നതതല ചർച്ചയായി. ENT, Surgery, Cardiothoracic എന്നീ വകുപ്പുകളിലെ പ്രധാനികളെല്ലാം എത്തിച്ചേർന്നു. ഒരു മണിക്കൂറോളം ചർച്ച ചെയ്തശേഷം അത് പുറത്തെടുക്കാൻ ഒരു മാർഗ്ഗരേഖയുണ്ടാക്കി. രോഗിയെ തിയറ്ററിലേക്ക് കയറ്റി, കയ്യിലെ കെട്ടഴിച്ചു. പൊടുന്നനെ, എന്താണ് സംഭവിക്കുന്നതെന്ന് ആളുകൾ തിരിച്ചറിയുന്നതിന്

മുൻപേ, പുള്ളി കഴുത്തിലെ കമ്പിയങ്ങ് വലിച്ചൂരി. അവിടെ ഭയങ്കര അസ്വസ്ഥതയായിരുന്നത്രെ! രക്തക്കുഴലുകളുടെ ഘടനയെക്കുറിച്ചോ നാഡികളുടെ ഒഴുക്കിനെക്കുറിച്ചോ പുള്ളിക്കാലോചിക്കേണ്ട കാര്യമില്ലല്ലോ. ഗൗണും കാപും മാസ്കും ഒക്കെയിട്ട് നിര നിരയായി നിന്നിരുന്ന എല്ലാവരും അപ്പോൾ ആരായി! എന്തായാലും ആ പ്രദേശത്തെ പരിക്കുകളെല്ലാം അവർ പണിപ്പെട്ട് നേരെയാക്കി.

പിറ്റേന്ന് പുള്ളിയുടെ ഉപദേശം.

"മറ്റേ സൈഡിലിങ്ങനെ ചെയ്യാൻ പറ്റൂല്ല. റിസ്കാ..."

നുറുങ്ങ് 3: ഒരു കാര്യവുമില്ലാതെ നമ്മൾ വെറുതെ റിസ്ക്കെടുക്കരുത്.

"**ഡോ**ക്ടറെ... ഈ സ്കാനൊന്ന് നോക്കീറ്റ് ന്തെങ്കിലും കൊഴപ്പ്ണ്ടോന്നൊന്ന് പറയീ."

ഹൗസ് സർജൻസി സമയമാണ്. സ്കാൻ കണ്ടാൽ അത് സ്കാനാണെന്ന് പോലും മനസ്സിലായി വരുന്നതേയുള്ളൂ. അവിടെയുള്ള വായു മൊത്തം വലിച്ചുകയറ്റി സ്കാൻ വാങ്ങി വെളിച്ചത്തിന് നേരെ പിടിച്ചു. ഒന്ന് രണ്ട് മിനിറ്റ് അങ്ങനെത്തന്നെ നിന്നു. എന്നിട്ട് വളരെ കൂളായി നോട്ടം മാറ്റാതെ,

"സാറെന്ത് പറഞ്ഞു?"

"സാർ കൊഴപ്പോന്നൂല്ലാന്ന് പറഞ്ഞ്."

"ആ... സാർ പറഞ്ഞത് ശരിയാ. ഞാൻ നോക്കീട്ടും കൊഴപ്പൊന്നും കാണാനില്ല."

"കൊഴപ്പോന്നൂല്ലല്ലാ. പിന്നെന്തിനായിരിക്ക്യൂ സാറ് സ്കാനെടുത്തത്?"

"അല്ലാ... അത് പിന്നെ... സ്കാൻ എടുത്തോണ്ടാണല്ലോ കൊഴപ്പൊന്നൂല്ലാന്ന് മനസ്സിലായത്."

"സാറിനിതിന് വല്ല കമ്മീശനും കിട്ടീക്ക്ണോ?'

"എനിക്കോ? എന്തിന്?"

"അയ്യേ! ങ്ങക്കല്ല... വലിയ സാറിന്."

"ഏയ് ഇല്ല. അല്ല. ചെലപ്പോ. എനിക്കറിയില്ല."

"ന്നാ പിന്നെ ആ കായ് ഞാൻ സാറിന് നേരിട്ട് കൊടുത്താ, എനക്ക് കൊറച്ച് പൈസേം സമയോം ലാഭായ്നു."

നേരത്തെ വലിച്ചുകയറ്റിയ വായു ഇല്ലേ? അതൊറ്റയടിക്കുപോയി. മുകളിലൂടെയാണോ കീഴിലൂടെയാണോ എന്ന് ഇപ്പോഴും ഉറപ്പില്ല.

നുറുങ്ങ് 4: രോഗികളെ ഒരിക്കലും അണ്ടറെസ്റ്റിമേറ്റ് ചെയ്യരുത്!

"എന്ത് പറ്റീതാ?"

"നായ്ക്കുറുക്കൻ ഇടിച്ചതാ."

"എന്ത് ചെയ്തപ്പഴാ ഇടിച്ചത്?"

"റോഡ് ക്രോസ് ചെയ്തപ്പ."

Flash back:

"എന്നാ പറ്റീതാ?"

"പട്ടി കടിച്ചതാ."

"എങ്ങനാ പട്ടി കടിച്ചത്?"

"ങേ?"

"പട്ടി എങ്ങനാ കടിച്ചത്?"

"അതിപ്പോ... കടിച്ച് കാണിക്കണോ?"

"അയ്യോ! അതല്ല..."

"Provoked or unprovoked bite എന്ന് എങ്ങനെ ചോദിക്കുവെന്റെ കർത്താവേ!"

"നിങ്ങള് പ്രകോപിപ്പിച്ചപ്പഴാണോ പട്ടി കടിച്ചത്?"

"എന്നുവച്ചാ?"

"എന്ന് വെച്ചാ നിങ്ങളതിനെ തൊടാനോ കളിപ്പിക്കാനോ പേടിപ്പിക്കാനോ നോക്ക്യാരുന്നോ? അങ്ങനെയൊള്ള കടിയേക്കാ പ്രശ്നവാണ് വെറുതെ നിക്കുമ്പോ വന്ന് കടിക്കുന്നത്. അതറിയാനായിരുന്ന്."

പണ്ട് കമ്മ്യൂണിറ്റി മെഡിസിനിൽ ഇരിക്കുമ്പോൾ കേട്ട ഈ സംഭാഷണം മുഴുവൻ ഒരു സെക്കൻഡ്കൊണ്ട് മനസ്സിലൂടെ പോയി.

Cut to present:

"നിങ്ങള് നായ്ക്കുറുക്കനെ തൊടാനോ കളിപ്പിക്കാനോ പേടിപ്പിക്കാനോ നോക്കീരുന്നോ?"

"എന്തിന്?"

"അതൊക്കെ അറിഞ്ഞാലേ ചികിത്സ തീരുമാനിക്കാൻ പറ്റൂ."

"ഡോക്ടറെ... ങ്ങള് കോഴിക്കോടല്ലല്ലേ? നായ്ക്കുറുക്കൻന്ന് പറഞ്ഞാല് എന്താന്നുവച്ചിറ്റാ? മുൻപില് ജീപ്പ് മാരി. പൊറകില് ടെമ്പോ മാരി. ആ വണ്ടീനെ ഈടെ വിളിക്കണെ പേരാണ് നായ്ക്കുറുക്കൻ."

നുറുങ്ങ് 5: ഓരോ സ്ഥലത്ത് ചെല്ലുമ്പോഴും അവിടത്തെ ഭാഷാരീതികളെക്കുറിച്ച് ഒരു ബോധ്യമുണ്ടാകുന്നത് വളരെ വളരെ നല്ലതാണ്.

ഭയങ്കര പ്രൈവറ്റ് പ്രാക്ടീസുള്ളൊരു മെഡിസിൻ പ്രൊഫസറുണ്ടായിരുന്നു. എത്ര പ്രശ്നമുള്ള രോഗിയെയും മരുന്നും അതിലേറെ ആത്മവിശ്വാസവും കൊടുത്ത് ജീവിതത്തിലേക്ക് തിരിച്ചുകൊണ്ടുവരുന്ന വ്യക്തി. പുള്ളിയെ കാണിക്കാൻ ഒരിക്കൽ വീട്ടിലേക്ക് ഒരു രോഗിയെ കൊണ്ടുവന്നു. രോഗി ആഞ്ഞുവലിക്കുകയാണ്, ശ്വാസം! സ്റ്റെത്തുംകൂടെ നെഞ്ചിൻകൂടിനുള്ളിലേക്ക് കയറിപ്പോകുന്ന പോലെയുള്ള വലി. രോഗിയെ പരിശോധിച്ചശേഷം പ്രൊഫസർ പറഞ്ഞു.

"ബേജാറാകാനൊന്നുല്ല. കൃത്യസമയത്ത് എത്തീക്ക്ണു. ങ്ങള് ഇയാളേംകൊണ്ട് നേരെ മെഡിക്കകോളെജ്ക്ക് വിട്ടോളി. ആടെ എത്തീറ്റ് ഈ കടലാസ് കാഷ്വാൽറ്റീല് കാണിച്ചാ മതി. ബാക്കി ഓര് ചെയ്തോളും."

"അല്ല ഡോക്ടറെ, ആടെ പോയിറ്റ് ന്താക്കാനാ? ഈടേടെങ്കിലും കാട്ട്യാ പോരെ?"

"ഏയ്! ങ്ങള് നേരെ വിട്ടോളി. അച്ഛൻ രാവിലെയാകുമ്പോ പുലി പോലെ നടക്കും."

മക്കൾ രണ്ട് പേരും പരസ്പരം നോക്കി. എന്തായാലും ആളെയും കൊണ്ട് മെഡിക്കൽ കോളെജിലെത്തി. വരാന്തയിലാണ് സ്ഥലം കിട്ടിയത്. കേസെടുക്കാൻ വന്ന PG അപകടം മണത്തു. മറ്റൊരാളെ താഴേക്കിറക്കിയിട്ട്, ഈ രോഗിയെ വേഗം കട്ടിലിലേക്ക് കയറ്റി. ഓക്സിജൻ തുടങ്ങി. പക്ഷേ അധികം വൈകാതെ രോഗി പോയി. കടലാസ് പണികളൊക്കെ തീർന്നപ്പോഴേക്കും രാവിലെയായി.

അങ്ങനെ എല്ലാം കഴിഞ്ഞ് മക്കൾ ഇറങ്ങാൻ നേരം, നമ്മുടെ പ്രൊഫസർ കയറിവന്ന് മുറി തുറക്കുന്നു. അവർ അദ്ദേഹത്തിന്റെ അടുത്തെത്തി. ആളുകളെ മനസ്സിലായില്ലെങ്കിലും എല്ലാ രോഗികളോടും കൂട്ടിരിപ്പുകാരോടും സ്ഥിരം ചോദിക്കുന്നത് അദ്ദേഹമങ്ങോട്ട് ചോദിച്ചു, "എന്തായി?"

മൂത്തപുത്രൻ നിർവികാരനായി പറഞ്ഞു."എന്താവാൻ! പുലി ഇന്ന് വെളുപ്പിന് മൂന്ന് മണിയോടെ മരിച്ചു."

"വൈകുന്നേരം നാല് മണിക്ക് കർമ്മങ്ങൾ." രണ്ടാമൻ കൂട്ടിച്ചേർത്തു.

നുറുങ്ങ് 6: ഡോക്ടർ എന്തൊക്കെ പറഞ്ഞാലും ഒരു യാഥാർത്ഥ്യബോധമുള്ളത് എപ്പോഴും നല്ലതാണ്.

ഒരിക്കൽ കാഷ്വാൽറ്റിയിലേക്ക് ഒരാളെ കൊണ്ടുവന്നു. അയാൾക്ക് ഈ വരവിൽ തീരെ താല്പര്യമില്ലെന്ന് മുഖഭാവത്തിലും ശരീരഭാഷയിലും വ്യക്തം. പക്ഷേ, കൂടെ വന്ന സുഹൃത്തിന് ഇയാളുടെ

X-ray, CT, MRI എല്ലാമെടുക്കണം. പറ്റിയാൽ രക്തത്തിലെ പഞ്ചസാരയുടെയും കൊളെസ്റ്ററോളിന്റെയും തൈറോഡിന്റെയുമടക്കം എല്ലാ അളവും പരിശോധിക്കണം. സംഭവം, ഇവരുടെ ബൈക്കിൽ പുറകെ വന്ന കാറൊന്ന് മുട്ടിയതാണ്. നമ്മുടെ നാട്ടിലെ നിയമമനുസരിച്ച് ശ്രദ്ധക്കുറവ് ആരുടെ ഭാഗത്താണെങ്കിലും, തെറ്റ് പുറകിൽ വരുന്ന വണ്ടിയുടേതാണ്. നമ്മുടെ നാട്ടുകാരുടെ നിയമനുസരിച്ചാണെങ്കിൽ തെറ്റെപ്പോഴും ഉള്ളതിൽ വലിയ വണ്ടിയുടേതും. ഇവിടെ 'നോട്ട് ഓൺളി ബട്ട് ഓൾസൊ' ആണ്. കാറുകാരൻ എന്തിനും തയ്യാറാണ്. ഇതെങ്ങനെയെങ്കിലും ഒന്ന് തീർത്തിട്ട് പോകണമെന്നേ അയാൾക്കുള്ളൂ.

പരിക്കൻ എന്നെ ഒരരികിലേക്ക് മാറ്റിനിർത്തിയിട്ട് പറഞ്ഞു, "എനക്ക് കാര്യായിറ്റ് പരിക്കൊന്നൂല്ലാന്ന് ഒന്നെഴ്തി തന്നാളി. ഞാൻ പൊക്കോളാ. ഓലെ വെർതെ സുയിപ്പാക്കണ്ട. പിന്നെ ന്റെ കൂടെ വന്നാള് ഇതറിയണ്ട ട്ടോ."

"അതൊന്നും നടക്കില്ല. MLC ആണ്. റജിസ്റ്റെറെയ്താ ആവശ്യോള്ള എല്ലാ പരിശോധനകളും നടത്തണം. ഇല്ലെങ്കി ഞാനും കൂടി പെടും."

"ന്നാ റജിസ്റ്റെറെയ്യണ്ട ഡോക്ടറെ. ഞാൻ പൊക്കോളാ." എനിക്ക് കാര്യം പിടികിട്ടി. ഇവൻ ഗൾഫിൽ നിന്ന് അവധിക്ക് വന്നതാണ്. പൊലീസ് കേസൊക്കെയായാൽ തിരിച്ചുപോക്ക് അവതാളത്തിലാവും.

"നിങ്ങക്ക് കണ്ടിട്ട് വല്ല്യ കൊഴപ്പങ്ങളൊന്നൂല്ല. പക്ഷേ, നിങ്ങടെ ഫ്രെണ്ടിനെ ഡീലെയ്യണം. ഇല്ലെങ്കി നാളെ അവനിത് കുത്തിപ്പൊക്കി കൊണ്ടന്നാ എനിക്ക് പണിയാണ്." MLC ചൊറയാണ്. ഒഴിവായി പോയാൽ നല്ലതെന്ന് ഞാനും കരുതി.

"ന്റെ ഡോക്ടറേ, ഞാനിള്ള കാര്യം പറയാ. ഞാൻ ഇയ്ന്റെടീല് ശഡ്ഡിയിട്ടീക്കില്ല. പരിശോധന്യാക്കെ നടത്തുമ്പോ ഓനെങ്ങാനും അതറിഞ്ഞാ. അയ്ലും നല്ലത് ഞാനീ അപകടത്തില് ചത്തുപോണതായ്നു. സഹായിക്കണം."

ഞാനവനെ അടിമുടി നോക്കി. ആളൊരു പച്ചപ്പരിഷ്കാരിയാണ്. നൈക്കിയുടെ ഷൂസ്, ലീവൈസിന്റെ ജീൻസ്, നല്ല പളുപളുത്തൊരു ഷർട്ട്. പക്ഷേ, മാനം ചോർന്ന് പോകുന്നത് തടയാൻ ഒന്നുമിട്ടിട്ടില്ല. പാവം.

നുറുങ്ങ് 7: വെളിയിലൽപം മങ്ങീടിലും തിളങ്ങി നിന്നിടേണമന്തരംഗം.

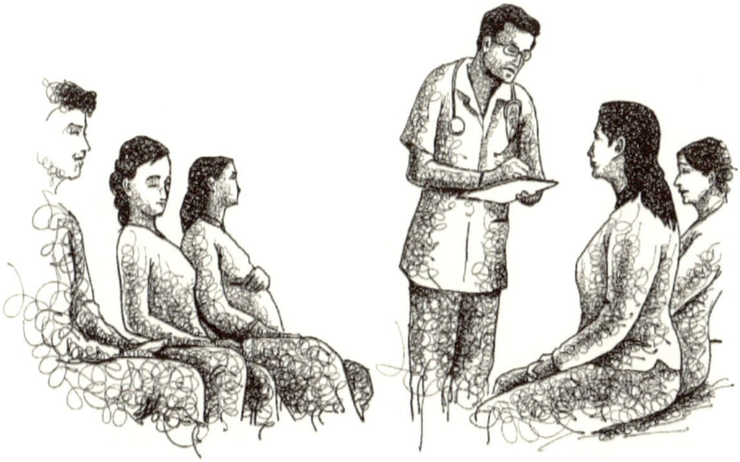

ഒരിക്കൽ പീഡിയാട്രിക് OPയിൽ ഇരിക്കുമ്പോൾ, പതിവിലും കൂടുതൽ വലിപ്പമുള്ളൊരു പയ്യൻ അവന്റെ ഉമ്മയുമായി കയറിവന്ന് കൈയിലുണ്ടായിരുന്ന പ്രിസ്ക്രിപ്ഷൻ മേശയ്ക്ക് മുകളിൽ വച്ചു. എടുത്ത് നോക്കിയപ്പോൾ രണ്ട് കൊല്ലത്തോളം പഴക്കമുള്ളതാണ്. മൂന്നാല് തവണ പല തീയതികളിൽ 'repeat all' എന്നെഴുതിയിട്ടുണ്ട്. ഉമ്മയുടെ വിലക്കിനെ മറികടന്ന് അവൻ സംസാരിച്ച് തുടങ്ങി.

"ഞാൻ തോനെ കൊല്ലായിറ്റ് തൈറോയ്ഡിന്റെ മരുന്ന് കയ്ക്കിണ്ട്. ആറ് മാസം കൂടുമ്പോ ഈടെടെ വരലിണ്ട്. എല്ലാ പ്രാശ്യോം ങ്ങളെ പോൽത്തെ ചെറിയ ഡോക്ടർമാര് ന്നോട് ഇതന്നെ ആറ് മാസം കയ്ച്ചറ്റ് വരാൻ പറയും. രണ്ട് കൊല്ലായിറ്റ് ഡോസ് പോലും മറ്റീയ്ക്കില്ല. ങ്ങക്ക് മരുന്നിന്റെ ഡോസൊന്നും മാറ്റാൻ കയ്യൂല്ലാന്നെനക്കറിയാ. ഇപ്രാവശ്യിങ്ങള് ന്നെ സീനിയർ ഡോക്ടറെ കാണിക്കണം. അല്ലെങ്കി അപ്പർത്തെ കെട്ടിടത്തിലെ വലിയോര്ടെ ഡോക്ടർക്ക് എയ്തിത്തരണം. ന്തായാലും എനക്ക് പതിനെട്ട് കയ്ഞ്ഞിക്ക്ണു."

നുറുങ്ങ് 8: അളമുട്ടിയാൽ കുട്ടികളും സംസാരിക്കും.

"**ക**രിഞ്ചീരകം, മഞ്ഞൾ, കല്ലുപ്പ്, പച്ചക്കുരുമുളക്, ഇഞ്ചി, ചെറുനാരങ്ങയുടെ അല്ലി എന്നിവ സമൂലം അരച്ച് പിടിപ്പിച്ചാൽ പിന്നെ കോവിഡിനെ പേടിക്കേണ്ട. ഡോക്ടറെ... ഇങ്ങനെയൊരു മെസ്സേജ് കണ്ടിരുന്നു. ഉള്ളതാണോ?"

"പിന്നല്ലാണ്ട്! നിങ്ങൾക്ക് യോഗ അറിയോ?"

"കുറച്ചൊക്കെ."

"ആസനങ്ങളുടെ രാജാവേതാ?"

"ബാബാ രംദേവാണോ?"

"ശീർഷാസനം."

"ആ... യെസ്. യെസ്. കേട്ടട്ടിണ്ട്."

"ഓക്കെ. അപ്പോ നിങ്ങള് ശീർഷാസനത്തില് നിന്നട്ട് ആ സാധനങ്ങളൊക്കെ അവര് പറഞ്ഞപോലെ മൂലത്തില് അരച്ച് പിടിപ്പിക്കണം. അപ്പോ കൊറോണ വൈറസ് വന്ന് മൂക്കാണെന്ന് വിചാരിച്ച് മൂട്ടില് കേറും. അപ്പത്തന്നെയത് ആത്മഹത്യ ചെയ്യും. പിന്നെ അതിനെ പേടിക്കണ്ട."

"ഡോക്ടറേ... ആയുർവേദത്തിനേം യോഗേനേം കളിയാക്ക്യാ ശാപം കിട്ടൂട്ടോ."

നുറുങ്ങ് 9: ആയുർവേദത്തിനെയും യോഗയെയും കളിയാക്കിയാൽ ശാപം കിട്ടും.

OPയിലേക്ക് കയറിയതേ കുഞ്ഞ് വാവിട്ട് നിലവിളിച്ചുതുടങ്ങി. ഒരു വയസ്സ് തികഞ്ഞിട്ടേയുള്ളൂ. എന്നെക്കണ്ടിട്ട് ഇങ്ങനെ പേടിക്കാൻ മാത്രം ഞാനെന്താണ് ചെയ്തതെന്ന് എനിക്കൊരു പിടിയും കിട്ടിയില്ല. എന്റെ കണ്ണുകളിലെ ചോദ്യഭാവം കണ്ടിട്ടാകണം അമ്മ പറഞ്ഞു, "അത് പിന്നെ ഡോക്ടറെ, കുഞ്ഞ് ഭക്ഷണം കഴിക്കാത്തപ്പോ ഡോക്ടർടെ പേര് പറഞ്ഞാണ് പേടിപ്പിക്കാറ്. അതാ."

വളരെ നന്നായി! കുഞ്ഞിന്റെ മനസ്സിൽ എനിക്ക് മാസ്കിന് പുറകിൽ ചോരയൊലിപ്പിക്കുന്ന കൂർത്ത പല്ലുകളൊക്കെ കാണും. കുഞ്ഞിന്റെ ചവിട്ടും തൊഴിയും കൊണ്ടിട്ടാണെങ്കിലും ഒരുവിധത്തിൽ തൂക്കം നോക്കി പരിശോധന തീർത്ത് കസേരയിൽ വന്നിരുന്നു.

"കുഞ്ഞ് എന്തെങ്കിലും വാക്കുകളൊക്കെ സംസാരിച്ച് തൊടങ്ങിയോ?"

"വാക്കുകളൊന്നും ആയിട്ടില്ല."

"അർത്ഥമുള്ള ശബ്ദങ്ങൾ?"

"അതുണ്ട്."

"മ ആയിരിക്കും. കുട്ടികള് പൊതുവേ അദ്യിണ്ടാക്കുന്ന സൗണ്ട് 'മ' കൂട്ടിയൊള്ളതായിരിക്കുന്നാണ്. അതോണ്ടാ ലോകത്തുള്ള മിക്ക ഭാഷകളിലും മദർന്നൊള്ള വാക്ക് 'മ' ബേസെയ്ത് വരണത്."

"പക്ഷേ ഇവനാദ്യം പറഞ്ഞത് ഫ ആണ്."

"ഫാദറിന്റെ ഫ!"

"അല്ല. ഫോണിന്റെ ഫ. അത് കഴിഞ്ഞ് പിന്നെ മൊബൈലിന്റെ മ."

"നൈസ്."

കുഞ്ഞിന്റെ സ്ക്രീൻ ടൈം നിർത്താൻ ഉപദേശിച്ചു. പ്രതിരോധ കുത്തിവെപ്പിന്റെ കാര്യങ്ങളെല്ലാം പറഞ്ഞുകഴിഞ്ഞപ്പോൾ അപ്പനും അമ്മയും മാസ്ക് വച്ച തലയനക്കി. അത് ഗുണങ്ങൾ കേട്ട് കുത്തിവെപ്പ് എടുക്കണമെന്ന് കാണിക്കാൻ കുലുക്കുന്നതാണോ, അതോ വില കേട്ട് കറങ്ങുന്നതാണോ എന്ന് മനസ്സിലാക്കാൻ പറ്റിയില്ല. (National Pharmaceutical Pricing Authortiyയോട് പറയണ്ട കാര്യങ്ങള് എന്നോട് പറഞ്ഞിട്ട് ഒരു കാര്യവുമില്ല) ചോദിച്ചുറപ്പാക്കിയ ശേഷം അവർക്ക് മരുന്നുകൾ എഴുതിക്കൊടുത്തു. അവർ പുറത്തിറങ്ങിയപ്പോൾ ചവിട്ട് കൊണ്ട വെള്ളക്കോട്ട് ഞാനൂരിവച്ചു, ശ്വാസം വലിക്കാൻ വേണ്ടി മാസ്കും.

അല്പനേരം കഴിഞ്ഞ് അപ്പൻ വീണ്ടും വാതിൽ തുറന്ന് ഒന്ന മാന്തിച്ച ശേഷം ചോദിച്ചു, "ഡോ.തോമസ്?"

"അതേ. ഞാൻ തന്നെ."

"സോറീട്ടോ. മാസ്കില്ലാത്തോണ്ട് ആളെ മനസ്സിലായില്ല."

"അല്ലാ... ഇപ്പോ എന്താ പറഞ്ഞേ? മാസ്കില്ലാത്തോണ്ട് ആളെ മനസ്സിലായില്ലാന്നോ!"

"മാസ്ക് ദാ ഇപ്പോ അങ്ങോട്ടൂര്യോള്ളൂ. വെച്ചേക്കാം."

"ഇവനെ കാണിച്ച്തൊടങ്ങിയ കാലം തൊട്ട് ഇങ്ങനെയല്ലേ കണ്ട്ട്ടൊള്ളൂ. അതോണ്ട് ഈ രൂപേ മനസ്സിലൊള്ളൂ. ഈ കുത്തിവെപ്പിന് പനി വരോ?"

"ഇല്ല. വലിയ പ്രശ്നില്ലാത്തതാണ്."

"താങ്ക് യു." അയാൾ പുറത്തേക്കിറങ്ങി.

മെഡിക്കൽ കോളെജിലെ പഴയൊരു സർജനെ ഓർമ്മ വന്നു. പുള്ളി പൈൽസ് മാത്രമേ ചികിത്സിക്കൂ. ആരുടെയും മുഖത്ത് നോക്കില്ല. ചിരിക്കില്ല. രോഗികൾ വന്ന് കുശലാന്വേഷണം നടത്തുമ്പോൾ കണ്ട ഭാവം നടിക്കില്ല. ഒടുവിൽ മനംമടുത്ത് യാത്ര പറഞ്ഞ് അവർ തിരിയുമ്പോൾ ഡോക്ടർ പെട്ടെന്ന് വന്ന് തോളിൽ കൈയിട്ടുകൊണ്ട് ചോദിക്കും.

"ആ... ഇതാരാ ഇത്! അസുഖൊക്കെങ്ങനെ? ഇപ്പോ കൊഴപ്പൊന്നൂല്ലല്ലോ? മുഖം കണ്ടപ്പോ പെട്ടന്ന് മനസ്സിലായില്ലട്ടോ."

അന്ന് വെറുതെ ആ പുള്ളിയെ തെറ്റിദ്ധരിച്ചതാണെന്ന് ഇന്ന് ഈ രോഗി മനസ്സിലാക്കിത്തന്നു. നമ്മൾ കണ്ട രൂപമല്ലേ നമ്മുടെ മനസ്സിലുണ്ടാവൂ.

നുറുങ്ങ് 10: ഈ നുറുങ്ങ് കുഞ്ഞുങ്ങളുടെ നന്മയ്ക്കായി സമർപ്പിക്കുന്നു.

മാതാപിതാക്കളുടെ പ്രത്യേക ശ്രദ്ധയ്ക്ക്: കുഞ്ഞുങ്ങൾക്ക് കൊതിപ്പിച്ച് ഭക്ഷണം കൊടുക്കുക. ഭീഷണിപ്പെടുത്തി കൊടുക്കാതിരിക്കുക. ഇനിയിപ്പോൾ ഭീഷണി ആവശ്യമായി വന്നാൽ ചാത്തൻ, മാക്കാൻ, കോക്കാൻ അങ്ങനെ ആരെയെങ്കിലും വിളിക്കുക. ദയവായി, ഒടിവയ്ക്കാൻ ഡോക്ടറുടെ പേര് ദുരുപയോഗം ചെയ്യാതിരിക്കുക. ഇല്ലെങ്കിൽ, ഒരാവശ്യം വരുമ്പോൾ പരിശോധന നടക്കില്ല. പൊതുജനതാൽപര്യാർത്ഥം ശിശുരോഗ മന്ത്രാലയം!

■

ആരോഗ്യവിദഗ്ധരുടെ പ്രത്യേക ശ്രദ്ധയ്ക്ക്

ഹൗസ് സർജൻസി തുടങ്ങിയത് പീഡിയാട്രിക്സിൽ നിന്നാണ്. അവിടെ എത്തിയപ്പോഴാണ് മനസ്സിലായത്, അച്ചടിച്ച പുസ്തക ത്താളിൽനിന്ന് പഠിച്ച പീഡിയാട്രിക്സല്ല അനുഭവങ്ങളിലെ പീഡി യാട്രിക്സെന്ന്. ആദ്യദിനം തീരെ ചെറിയ കുഞ്ഞുങ്ങളുടെ രക്ത മെടുക്കാൻ പഠിച്ചു. സാധാരണയെടുക്കുന്നപോലെ സിറിഞ്ചിലല്ല കുട്ടികളുടെ രക്തമെടുക്കുന്നത്. സിറിഞ്ചിൽ പിടിപ്പിക്കുന്ന സൂചി യുടെ ഹബ് (നിറമുള്ള പ്ലാസ്റ്റിക് വരുന്ന ഭാഗം) ഒടിച്ചിട്ട് സൂചി യുടെ ബാക്കിയുള്ള മെറ്റൽഭാഗംകൊണ്ട് കുത്തി ഓരോ തുള്ളി യായി വീഴുന്നത് കുപ്പിയിലാക്കണം. അന്ന് കുറച്ചെണ്ണം എടുത്തു. ആദ്യത്തെ കൈവിറ മെല്ലെ മാറി. അന്ന് രാത്രിയൊരു സ്വപ്നം കണ്ടു. ഒരു കുഞ്ഞിന്റെ രക്തം എടുത്തുകൊണ്ടിരുന്നപ്പോൾ സൂചി രക്തക്കുഴലിനുള്ളിലേക്ക് കയറിപ്പോകുന്നതായും അവസാനം X-ray എടുത്തുനോക്കുമ്പോൾ അത് ഹൃദയത്തിൽ കുത്തിനിൽക്കുന്ന തായും. ഞെട്ടിയെഴുന്നേറ്റു. അതോടെ വീണ്ടും പേടിയായി. പതിയെ ആ പേടി മാറിവന്നു.

ഇൻജെക്ഷൻ മരുന്നിന്റെ കുപ്പികൾ കഴുകിയെടുത്ത്, വെള്ളം കളഞ്ഞ്, സ്റ്റെറിലൈസ് ചെയ്ത് വലിയൊരു ബിന്നിൽ ഇട്ടുവച്ചിട്ടു ണ്ടാവും. അതിൽ പകുതിയെണ്ണത്തിൽ രക്തം കട്ട പിടിക്കാതിരിക്കാ നുള്ള EDTA പൊടിയിട്ട് അടച്ചുവയ്ക്കും. ബാക്കി പകുതി മറ്റ് പരി ശോധനകൾക്കായുള്ള രക്തം എടുക്കാൻ മാറ്റിവയ്ക്കും. മേശയ്ക്ക് മുകളിലെ റബ്ബർഷീറ്റിൽ ഒരറ്റം മുതൽ മറ്റേയറ്റം വരെ പ്ലാസ്റ്ററൊട്ടിച്ച്, മൂർച്ചയില്ലാത്തൊരു പഴയ സർജിക്കൽ ബ്ലേഡുകൊണ്ട് ഒരേ അളവിൽ മുറിച്ച്, ഏത് പരിശോധനയാണ് എന്നെഴുതിവയ്ക്കും. പിറ്റേന്ന് പണികൾ പെട്ടെന്ന് തീർക്കാനായി ദീർഘവീക്ഷണ ത്തോടെയുള്ള നടപടികളാണ് തലേന്ന് രാത്രി നടക്കുന്ന ഈ കലാ

പരിപാടികൾ. രാവിലെ റൗണ്ട്സ് കഴിഞ്ഞാൽ വാർഡിൽ കിടക്കുന്ന കുട്ടികളുടെ എണ്ണമെടുത്ത്, അവരിൽ രക്തപരിശോധന വേണ്ടവരുടെ ലിസ്റ്റുണ്ടാക്കി, അവരെ വരിവരിയായി വിളിച്ചുനിർത്തി, ഓരോരുത്തരായി മുറിയിൽ കയറ്റി, രക്തം ഊറ്റിയെടുത്ത്, പരിശോധനയ്ക്ക് വിട്ട്, റിസൾട്ട് വാങ്ങി, അത് ഫയലിൽ എഴുതിവച്ച്, PGയെ അറിയിക്കുന്നത് മാത്രമായിരുന്നു അവിടെ പണി. പക്ഷേ, രാവിലെ തുടങ്ങിയാൽ ഇത്രയും തീരാൻ രാത്രിയാവും. ഭാഗ്യമുണ്ടെങ്കിൽ അഡ്മിഷൻ ദിവസത്തിന്റെ തലേന്ന് മാത്രം ഇരുട്ടുന്നതിന് മുൻപ് ചാടാം.

ഒരു ദിവസം രാവിലെ രക്തമൂറ്റാൻ വലിയൊരു ചെക്കനെ കയറ്റിക്കിടത്തി. പത്ത് വയസ്സ് കാണും. പേര് അഫ്താബ്. സ്ഥലം ബേപ്പൂർ. കൂടെയുള്ള ഉമ്മയോട് പുറത്ത് നിൽക്കാൻ പറഞ്ഞു. അവർ ആദ്യം സമ്മതിച്ചില്ല. പിന്നെ അവർക്ക് ധൈര്യം കൊടുത്ത് പുറത്തേക്ക് വിട്ടു. വലിയ കുട്ടിയായതുകൊണ്ട്, സൂചിയൊടിച്ചുള്ള പണിയല്ല, സിറിഞ്ചാണ് ഉപയോഗിക്കുന്നത്. ഞാൻ സിറിഞ്ചിന്റെ കവർ പൊളിച്ചതും ചെക്കൻ ചാടിയിറങ്ങി. ഞാൻ പിടിക്കാൻ നോക്കി. അവൻ കുതറിയോടി. പിന്നാലെ മൂന്നാലാളുകൾ ചേർന്ന് അവനെ പിടിച്ച് കൊണ്ടുവന്നു. അതിൽ ഒരാളെന്നെ ചുവരിൽ നിന്നും വടിച്ചെടുത്ത് താഴെ നിർത്തി. അപ്പോൾ അവന്റെ ഉമ്മ എന്നെ നോക്കി, "ഞാൻ ങ്ങളോട് പറഞ്ഞില്ലായ്നോ?"

"ഇതാണ് പറഞ്ഞേന്ന് മനസ്സിലായില്ല."

"ഇപ്പോ മനസ്സിലായിക്ക്യോ?"

"ആ... ഇപ്പോ മനസ്സിലായി."

"ന്നാ കുത്തിക്കോളീ."

ഒന്നും സംസാരിക്കാതെതന്നെ ഇത്രയും കാര്യങ്ങള് ഞങ്ങൾ പരസ്പരം കൺമാറി. നാലാളുകൾ അവനെ പിടിച്ചുകിടത്തി.

"എടാ പട്ടീ... അനക്കെന്തിനാ ന്റെ ചോര? ജ്ജ് ഡ്രാക്കുളയാ?"

അങ്ങനെ തുടങ്ങി രക്തം എടുത്തുതീർന്നപ്പോഴേക്കും അവനെന്റെ അപ്പൂപ്പനേം അമ്മൂമ്മനേം വരെ തെറി വിളിച്ചു. ഉമ്മ എന്നെ ദയനീയമായി നോക്കുന്നുണ്ട്. ഞാൻ രക്തം എടുക്കുന്നതിൽ മാത്രം ശ്രദ്ധിച്ചു. എല്ലാം കഴിഞ്ഞ് വിട്ടപ്പോൾ അവൻ പെട്ടെന്ന് നിശ്ശബ്ദനായി. എന്നിട്ട് എന്റടുത്തേക്ക് നടന്നു. എന്റെ ഒരു കൈയിൽ സിറിഞ്ച്. മറുകയ്യിൽ രക്തം പകർത്താനുള്ള കുപ്പി. ഓടാൻ പോലും പറ്റില്ല. എങ്ങാനും വീണാൽ വീണ്ടും ഇവനെ കുത്തുന്ന കാര്യം ആലോചിക്കാൻ വയ്യ.

“കയ്ഞ്ഞാ?”

“ആ...”

“ഇത്രേള്ളൂ?”

“ആ...”

“ആ സെയ്താന്മാര് എന്ത് പിടിത്താ പിടിച്ചത്. ങ്ങള് കുത്തീത് ഞാൻ അറിഞ്ഞീല്ലട്ടോ.'”

അവിടെയുണ്ടായിരുന്ന ദിവസങ്ങളത്രയും അവൻ രാവിലെ എന്റെ കയ്യിൽ നിന്നും ലിസ്റ്റ് വാങ്ങി, അതനുസരിച്ച് കുട്ടികളെ വിളിച്ചുകൊണ്ടുവന്ന്, അവരെ കളിപ്പിച്ച്, അവരുടെ പേടി കളഞ്ഞ്, മുറിയിലേക്ക് കയറ്റിത്തരുമായിരുന്നു.

അഡ്മിഷൻ ദിനമായി. താഴെ OPയിലും മുകളിൽ വാർഡിലുമായി അങ്ങോട്ടുമിങ്ങോട്ടും കുറേയോടി. ഇടയ്ക്ക് ചില രോഗികളെ ഒറ്റയ്ക്ക് നോക്കി. ചിലരെ അപ്പുറത്ത് PGയെ കാണിച്ചു. കുറേ കേസ്ഷീറ്റ് എഴുതിത്തീർത്തു. കുറേ പേരുടെ രക്തമൂറ്റി. സമയം നോക്കുമ്പോൾ രാത്രി പത്താകാറായി. കാഷ്വാൽറ്റി ഒന്നൊതുങ്ങി. PG ചോദിച്ചു. “ഭക്ഷണം കഴിച്ചോ?”

“ഉച്ചയ്ക്ക്.”

“ഭാഗ്യവാൻ!”

“ഒരു കാര്യം ചെയ്യ്. പോയി കഴിച്ചിട്ട് വാ. എന്നിട്ട് ഞാൻ പോകാം.”

ഞാൻ നേരെ പോയി ഒരു ഷെയ്ക്ക് കുടിച്ച് തിരിച്ചുപോന്നു. കോഴിക്കോട് ഷെയ്ക്ക് കുടിച്ചും ജീവിക്കാം. പഴം, മുന്തിരി, ചിക്കു, ബട്ടർ ഫ്രൂട്ട്, മാങ്ങ, ഈന്തപ്പഴം മുതലായ പഴങ്ങൾ പോരാതെ ഷാർജ, സൗദി തുടങ്ങിയ സ്ഥലങ്ങളും അടിച്ചുതരും. ഒരുത്തൻ കയ്യിലെ സാധനങ്ങളൊക്കെ കഴിഞ്ഞപ്പോൾ വിൽക്കാൻ വച്ചിരുന്ന ജാം അടിച്ചുകൊടുത്തു. അതും ഹിറ്റ്! ജാം ഷെയ്ക്ക്!

തിരിച്ചെത്തിയപ്പോൾ PG എഴുന്നേറ്റു. IMCH കൊട്ടാരത്തിലെ, കാഷ്വാൽറ്റി സഭയിലെ, പീഡിയാട്രിക് സിംഹാസനം എനിക്കായി ഒഴിഞ്ഞുതന്നു. പോകുന്ന വഴി എന്നോട് പറഞ്ഞു. “ഞാൻ ഡ്യൂട്ടി റൂമീ കാണും. വരുന്നോരെയൊക്കെ നോക്കിവിട്ടേക്ക്. സംശയൊള്ളവരെ ഒബ്സർവേഷൻ മുറിയില് കിടത്തിക്കോ. രാവിലെ ഒതുക്കാം. എന്തെങ്കിലും എമെർജെൻസി വന്നാ ഈ സ്വിച്ച് ഞെക്കിയാ മതി. അവിടെ ബെല്ലടിക്കും. ഞാനിങ്ങോട്ട് വന്നോളാം. പക്ഷേ ഇങ്ങോട്ട് വന്നിട്ട് നോക്കുമ്പോ ആവശ്യില്ലാതെ അടിച്ച ബെല്ലാണെങ്കി നിന്നെ ഞാനടിക്കും.”

ഞാൻ ദയനീയമായി ആളെ നോക്കി. പുള്ളിക്കാരി അതിലും ദയനീയമായി എന്നെയും. പാവം. നമ്മൾ പാസ്സെഞ്ചർ ഓട്ടമായിരുന്നെങ്കിൽ പുള്ളിക്കാരി സൂപ്പർഫാസ്റ്റ് ആയിരുന്നു.

ഇടയ്ക്കിടക്ക് ഓരോ കേസ് വന്നുകൊണ്ടിരുന്നു. ഒരു ദിവസത്തെ പ്രവൃത്തിപരിചയം വച്ച് അവരെ വീട്ടിലേക്കും ഒബ്സർവേഷനിലേക്കുമായി പകുത്ത് വിട്ടുകൊണ്ടിരുന്നു. പെട്ടന്ന് ഒരമ്മ കുഞ്ഞിനെയും എടുത്തിട്ട് ഓടി വന്നു.

"ഡോക്ടറെ ഓൾക്ക് കാവാസ്കി ഡിസീസ് ആണോന്നൊരു സംശയം."

"ങേ!"

എനിക്ക് ബെല്ലടിക്കൻ തോന്നി. കൊച്ചിനെ കാണിക്കാനല്ല, എന്നെ കാണിക്കാൻ. പണ്ട് nephrotics syndrome & acute glomerulonephritis എങ്ങനെ തിരിച്ചറിയുമെന്ന് സ്ഥിരമായി പഠിക്കുന്നതിനിടയിൽ പെട്ടെന്ന് പൊട്ടിവീഴുന്ന ഒരു സംഭവമാണ് റൗണ്ട്സ്. ഒരു പ്രൊഫസർ ഉണ്ട്. അദ്ദേഹം വരുമ്പോഴേക്കും വാർഡിലുള്ള കുട്ടികൾ, അവർ തലേന്ന് വരച്ച പടങ്ങളും വാങ്ങിയ കളിപ്പാട്ടവുമൊക്കെയായി (കളിപ്പാട്ടമെന്ന് പറഞ്ഞ് എല്ലാവരുടെയും കയ്യിലുള്ളത് ഒരേ സാധനമാണ്. 'ബുമ്രൂ ബുമ്രൂ' പാടുന്ന സെൽഫോൺ രൂപത്തിലുള്ള ഒരു സാധനം. ഏതോ ഒരുത്തൻ വൈകുന്നേരം സെക്യൂരിറ്റിയെ മണിയടിച്ച് വാർഡിൽ കയറി വിറ്റിട്ട് പോകുന്നതാണ്. അസഹനീയമായിരുന്നു അതിന്റെ ശബ്ദം.) നിൽക്കും. ആളതെല്ലാം വാങ്ങി നോക്കി അവരെ കളിപ്പിച്ചങ്ങനെ നടക്കും. അദ്ദേഹം ഇടയ്ക്കിടെ ചോദ്യങ്ങൾ ചോദിക്കും. ഏറ്റവും ആദ്യം ഏറ്റവും ജൂനിയർ സ്റ്റുഡന്റ് പിന്നെ കയറിക്കയറി അവസാനം ഫൈനൽ ഇയർ PG, അവിടെയും നിന്നില്ലെങ്കിൽ രോഗിയോ കൂടെയുള്ളവരോ. അങ്ങനെയാണ് ഉത്തരം പറയാനുള്ള അവസരം! മാതാപിതാക്കളെ ബോധവത്ക്കരിക്കുന്നത് മനസ്സിലാക്കാം. ഈ പിറുങ്ങിണികളെ ഇത് മുഴുവൻ പഠിപ്പിക്കേണ്ട വല്ല ആവശ്യമുണ്ടോ? വെറുതെ ഞങ്ങളെ നാറ്റിക്കാനായിട്ട്!

അദ്ദേഹത്തിന്റെ, നാലഞ്ച് വയസ്സ് മാത്രം പ്രായമുള്ളൊരു രോഗിയോട്, എന്ത് പറ്റിയതാ എന്ന് ചോദിച്ചപ്പോൾ, "എനിച്ച് Von Willebrand Disease ആ," എന്ന് പറഞ്ഞത് ഓർമ്മയുണ്ട്. ഞങ്ങൾ ഞെട്ടി പരസ്പരം നോക്കിയപ്പോൾ അമ്മ സ്വകാര്യമായി പറഞ്ഞു തന്നു. "ഈ രക്തം കട്ട പിടിക്കാത്ത അസുഖം."

"അത് hemophilia അല്ലേ?"

“ആ... അതുപോൽത്തൊന്ന്. ഇതില് വേറെ ഫാക്ടറാണ് കൊറ യല്.”

ആ പ്രൊഫസറുടെ സ്ഥിരം പരിപാടിയാണ് റൗണ്ട്സിനിടയിലെ ക്വിസ്സ്. ആദ്യം രോഗലക്ഷണങ്ങളെക്കുറിച്ച് കുറേ ക്ലൂ തരും. പിന്നെ ഏറ്റവും അവസാനം വളരെ രസകരമായ മറ്റെന്തെങ്കിലും ഒന്ന്. ആദ്യം ചോദിക്കുന്നത് ഒന്നും മനസ്സിലാവില്ല. അവസാനത്തെ ക്ലൂ കിട്ടുമ്പോൾ ആരെങ്കിലും ഉത്തരം പറയും. സാധാരണ സക്കറിയ, വിജിത്ത്, ശ്രീജിത്ത്, വിനോദ് അല്ലെങ്കിൽ വീണ. അപ്പോഴും നമ്മൾ അവസാനത്തെ ക്ലൂവിലെ കൗതുകം മാത്രം ആലോചിച്ച് നിൽക്കും. ഉദാഹരണത്തിന്, കുറേ സൂചനകൾക്ക് ശേഷം പുള്ളി പറഞ്ഞു,

“A bike which is not Yamaha.”

“Enfield bullet.”

“Oh god! A bit more sensible choice please.”

“Kawasaki.”

“Exactly... Kawasaki disease. You may not see one. But you should definitely know about it.”

ആ സാധനമാണ് ഇപ്പോൾ കാഷ്വാൽറ്റി ബെഡിൽ പാർക്ക് ചെയ്തിരിക്കുന്നത്. റിസ്ക് എടുത്തില്ല. നേരെ ഒബ്സർവേഷന് വിട്ടു. മേശമേൽ തല വച്ച് ഒന്ന് മയങ്ങിത്തുടങ്ങിയപ്പോൾ അടുത്ത കേസ്.

“എന്ത് പറ്റി?”

“രണ്ട് ദൂസായിറ്റ് പനി. വല്ല കാവാസക്ക്യറ്റെ ആണോന്ന് ങ്ങളൊന്ന് നോക്കീ.”

അയ്യോ! തല കറങ്ങുന്നു. അതിനെയും പിടിച്ചുകിടത്തി. പിന്നെയും ഒന്ന് രണ്ട് പേരും കൂടി അഡ്മിറ്റായി. അപ്പോഴേക്കും പെട്ടന്ന് തിരക്ക് കൂടി. നോക്കിയപ്പോൾ ആറ് മണിയോടടുക്കുന്നു. ഇതിപ്പോൾ പെട്ടന്ന് തിരക്ക് കൂടാൻ മാത്രം എന്തുപറ്റി എന്നാലോ ചിച്ച് നിൽക്കുമ്പോൾ PG വന്നു.

“സോറി... ഒരു സെമിനാർ ശരിയാക്കാനിണ്ടായിരുന്നു. കിട ന്നപ്പൊ വൈകി. പക്ഷേ മിടുക്കനാണല്ലോ. വിളിച്ചതേ ഇല്ല.”

“എന്റെ മിടുക്ക് മുഴോൻ ഒബ്സെർവേഷൻ മുറീല് കാണിച്ചെരാം. എട്ട് പത്ത് പേരെ അങ്ങോട്ട് വിട്ടട്ട്ണ്ട്.”

“പത്തോ! വേഗം വാ...”

“അപ്പോ ഇതൊക്കെ?”

“ഇവരൊക്കെ സ്ഥിരം വരുന്നതാ. രാവിലെയെഴുന്നേറ്റ് ഒരു കാപ്പീം കുടിച്ച് മൂന്നാല് ദിവസത്തെ പനി കാണിക്കാൻ വരും. OPല് നിന്ന് സമയം കളയണ്ടല്ലോന്ന്. ഇപ്പോ ശരിയാക്കി തരാം.” പുള്ളിക്കാരി പുറത്തേക്കിറങ്ങി. ഞാൻ പുറകെയും.

“കാഷ്വാൽറ്റി കഴിഞ്ഞു. ബാക്കിയുള്ളോർക്ക് OPല് കാണിക്കാം.”

അത്ഭുതം! കുറച്ച് പിറുപിറുപ്പിനും മുറുമുറുപ്പിനും ശേഷം ആകെ മൂന്നാല് പേര് ബാക്കിയായി. ഇവർ മാത്രമാണ് ഒറിജിനൽ എമർജെൻസി രോഗികൾ. അവരെ കാണാൻ ഞങ്ങൾ തിരിച്ചുകയറി. അതിൽ ഒരെണ്ണം അപ്പെന്റിസൈറ്റിസ് ആണെന്ന് തോന്നി. പീഡിയാട്രിക് സർജറി വന്ന് കൊണ്ടുപോയി. പിന്നെ വേറെ എന്തോ ഒന്ന്. അത് കഴിഞ്ഞ് മൂന്നാമത്തെയാൾ.

“ഡോക്ടറെ... മൂന്നാല് ദൂസായിട്ട് പനിയിണ്ട്. ഇനിയിത് വല്ല കാവസാക്കി ആണാ?”

PG ഇരുന്ന ഇരുപ്പ് കണ്ടപ്പോഴാണ് എന്റെ തലേന്നത്തെ പോസെനിക്ക് മനസ്സിലായത്. അവരെ നേരെ അഡ്മിറ്റ് ചെയ്തു. എന്നിട്ടെന്നെ നോക്കി.

“I am not sure if it's Kawasaki! But something is wrong with that child.”

“ഞാനും കിടത്തീട്ടിണ്ട് രണ്ടെണ്ണത്തിനെ.”

“എന്ത്?”

“Kawasaki.”

“What!”

വേഗം ഒബ്സർവേഷൻ മുറിയിലേക്ക് നടന്നു. രോഗികളെ കണ്ടു കഴിഞ്ഞപ്പോൾ പുള്ളിക്കാരി എന്നെ തല്ലിയില്ലെന്നെയുള്ളൂ.

“ഇതാണോടോ കവസാക്കി?”

“അതറിയില്ല. പക്ഷേ ഇതല്ലാന്നും എനിക്കുറപ്പില്ലല്ലോ.”

പിന്നെ പുള്ളിക്കാരി ഒന്നും പറഞ്ഞില്ല. ചിലരെ വാർഡിലേക്കും ബാക്കിയുള്ളവരെ വീട്ടിലേക്കും വിട്ടു. അഡ്മിറ്റായവരെ മുഴുവൻ വർക്കപ്പ് ചെയ്ത്, രക്തം വിട്ട്, അങ്ങനെ അങ്ങനെ തിരക്കായി.

റൗണ്ട്സ് തുടങ്ങി. ഈ പ്രൊഫസർ മുൻപ് പറഞ്ഞ ആളെപ്പോലെയല്ല. ഇദ്ദേഹം വാർഡിലേക്ക് കയറിയാൽ ശ്വാസം വലിക്കുന്ന ശബ്ദം പോലും കേൾക്കില്ല. ഒരിക്കൽ ഈ സാറിന്റെ രോഗിയാണെന്നറിയാതെ ‘ബുമ്രൂ ബുമ്രൂ” വിറ്റതിന്റെ പിറ്റേന്ന് ആ ഫോൺ വിൽപ്പനക്കാരന്റെ പണി പോയി. ഒരു സെക്യൂരിറ്റിക്കാരന് പണി കിട്ടി. ഇവിടെ

കുട്ടികൾക്ക് പകരം അമ്മമാരുടെ കൈയിലാണ് കളിപ്പാട്ടമുണ്ടാവുക. ഒരു തെർമോമീറ്റർ! അവർക്ക് ബോറടിക്കാതിരിക്കാൻ കൊടുക്കുന്നതാണ്. എല്ലാ രണ്ട് മണിക്കൂർ കൂടുമ്പോഴും ചൂട് നോക്കി എഴുതിവയ്ക്കണം. ഒടുവിൽ അവർതന്നെ പറയും, പനി മാറി ഇനി പോകാമെന്ന്.

പുള്ളി നമ്മുടെ രോഗിയുടെ അടുത്തെത്തി. PG കേസ് പ്രെസെന്റ് ചെയ്തു. പുള്ളി കൊച്ചിനെ പരിശോധിക്കാൻ തുടങ്ങി.

"Fever, rashes over the face... Tongue looks swollen... Tachycardia as well... Get an ECHO done. I think we are dealing with scarlet fever or Kawasaki here."

ഞാനൊന്ന് നോക്കി. PG എന്നെയും നോക്കി. ഞങ്ങൾ രണ്ട് പേരും അമ്മയെ ഒന്നിച്ച് നോക്കി. അമ്മയ്ക്ക് കുലുക്കമൊന്നുമില്ല. ഇതൊക്കെ എനിക്ക് പണ്ടേ അറിയാമായിരുന്ന് എന്നൊരു ഭാവം. എന്നാലും ഇവരിതെങ്ങനെ!

ബ്രേക്ക്ഫാസ്റ്റ് കഴിക്കാൻ പറ്റിയില്ലാരുന്നു. അപ്പോൾ പിന്നെ പല്ല് തേക്കണമെന്നില്ലല്ലോ. റൗണ്ട്സ് കഴിഞ്ഞപ്പോൾ ഒരു കാപ്പി

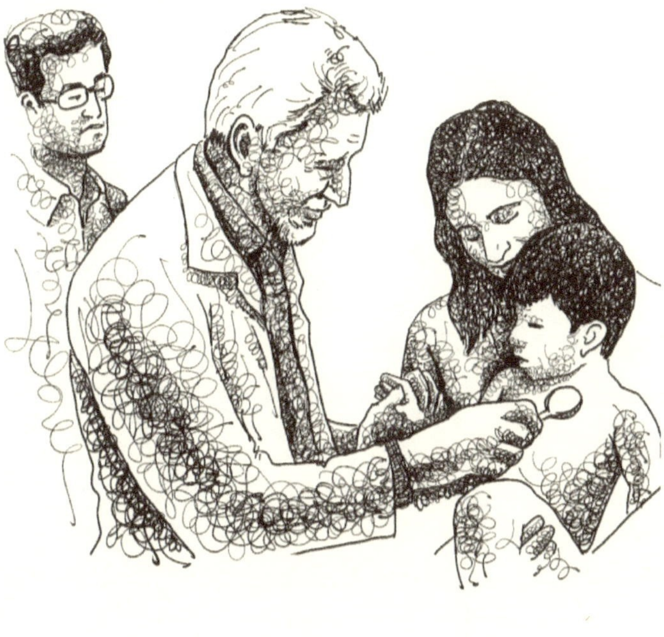

കുടിക്കാൻ മിൽമ ബൂത്തുവരെ മെല്ലെ നടന്നു. പോകുന്ന വഴിയാണ് അത് ശ്രദ്ധിച്ചത്. കടയിൽ അതാ തൂങ്ങി കിടക്കുന്നു ഒരു ആരോഗ്യ മാസിക.

"കേരളത്തിൽ കവസാക്കി ഡിസീസ് കൂടുന്നു."

ലോകത്ത് കോവിഡ് പടർന്ന് പിടിച്ചപ്പോൾ നമ്മുടെ നാട്ടിലും നടന്നു കോവിഡ് പ്രതിരോധചർച്ചകൾ. അതിൽ എല്ലാ തരം ആളുകളും പങ്കെടുത്തു.

അതിനെക്കുറിച്ച് ഒരു സംശയവുമില്ലാത്ത അമ്മയെപ്പോലെയുള്ളവർ...

അതിനെക്കുറിച്ച് മനസ്സിലാക്കാൻ ശ്രമിക്കുന്ന PGയെപ്പോലെയുള്ളവർ...

അതിന്റെ എല്ലാ വശങ്ങളും ആലോചിച്ച് ചർച്ച നടത്തുന്ന പ്രൊഫെസറെപ്പോലെയുള്ളവർ...

പിന്നെ മൊത്തത്തിൽ കിളിപോയിരിക്കുന്ന എന്നെപ്പോലെയുള്ളവർ...

■

സദാചാര ഹോസ്റ്റൽ

2001 സെപ്റ്റംബർ 22 പാതിരാത്രി കൃത്യം 12 മണിക്ക് വാതിലിൽ ഒടുക്കത്തെ മുട്ട്.

"ആരാ?" അമ്മ ഉറക്കച്ചുവടോടെ.

"ആരാന്നറിഞ്ഞാലാ ആന്റി വാതില് തൊറക്കത്തൊള്ളോ?" കനമുള്ള ശബ്ദത്തിൽ ഭീഷണി.

"ആ... ജോർജോ?" അപ്പൻ.

"അതെ അങ്കിളേ. ഞങ്ങള് തൊമ്മന് കേക്ക് കൊണ്ടുവന്നതാ." ഭീഷണി ചീറ്റിയ ചമ്മൽ തീരെ പുറത്ത് കാണിക്കാതെ ജോർജ്.

വിളി കേട്ട് ഞാൻ ഉറക്കപ്പിച്ചിൽ താഴേക്ക്. പെട്ടന്ന് ബർത്ത്ഡേ പാട്ട് പാടിക്കൊണ്ട് ആറ് പേർ. നല്ലപോലെ പാടുന്ന സാജുവിനേക്കാൾ ഉറക്കെ പാടുന്ന മറ്റ് പൂച്ചാണ്ടികൾ കാരണം ഉറക്കം പോയിക്കിട്ടി. നോക്കിയപ്പോൾ നടുക്ക് ഒരു പേസ്ട്രി. ഒറ്റക്കഷ്ണം പേസ്ട്രി. മുകളിൽ ഒരു ചെറിയ മെഴുകുതിരി.

"ബർത്ത്ഡേയാണെന്ന് ഓർത്തപ്പഴേക്കും ലേറ്റായി. ന്യൂ ടോപ്സില് ഇത് മാത്രാ ബാക്കിണ്ടായുള്ളൂ." നായർ.

"പിന്നെ വലിയൊരു കേക്കിണ്ടായിരുന്നു. തൊമ്മന് വേണ്ടി അത്ര വലുതൊന്നും വേണ്ടാന്ന് നായര്തന്നെ പറഞ്ഞു." ശ്യാം.

"Ya. True," Salman. (അവന്റെ പേര് പോലും ഇംഗ്ലിഷിലേ എഴുതാൻ പാടുള്ളൂ.)

അങ്ങനെ പാതിരാത്രിയിൽ പേസ്റ്റ്രി മുറിച്ച്, അവർ തിരിച്ചുപോയി. രഹസ്യമായി ഒരു ബർത്ത്ഡേ കാർഡും ഏൽപ്പിച്ചു. അത് രഹസ്യമാക്കാൻ കാരണം, കേക്ക് വാങ്ങാൻ കട്ടയിട്ടത് ആറ് പേർ. ജോബിനിൽനിന്നും പക്ഷേ കാർഡിന് പിരിവെടുത്തിട്ടില്ല. കാരണം പിറ്റേ ആഴ്ച അവന്റെ ബർത്ത്ഡേയാണ്. എന്റെ ആവശ്യം കഴിയുമ്പോൾ കാർഡ് അവനെയേൽപ്പിക്കാൻ അതിൽതന്നെ നിർദ്ദേശമുണ്ട്.

ഇത്രയൊക്കെ ചെയ്തതല്ലേ? എന്തെങ്കിലും തിരിച്ച് ചെയ്യണ്ടെ? അങ്ങനെ പിറ്റേന്ന് വൈകുന്നേരം കോളെജിലേക്ക് ഒരു വലിയ പാത്രം നിറയെ ഇറച്ചിയും കപ്പയുമായി (കൊള്ളി ബിരിയാണി യെന്ന് പറയും ചിലയിടങ്ങളിൽ) അപ്പൻ വന്നു. തലേന്ന് വന്ന ആറ് പേരും ഗാങ്ങിലെ ബാക്കിയെല്ലാവരുംകൂടി ഉത്സാഹിച്ച് നിമിഷ ങ്ങൾക്കുള്ളിൽ പാത്രം തിരിച്ചുകൊടുത്തു. എരിവൽപ്പം കൂടുതലാ യിരുന്നുവെന്ന് മനസ്സിലായതുതന്നെ വണ്ടി പോയതിന് ശേഷമാണ്. ആരും പാടാനൊന്നും നിന്നില്ല. വെള്ളം കുടിക്കാൻ ഓടുന്നതി നിടയിൽ ബർത്ത്ഡേ വിഷ് ചെയ്തു. അതും വാങ്ങി ഞാൻ വീട്ടി ലേക്ക് പോയി.

പിറ്റേന്ന് രാവിലെ കോളെജിലേക്ക് കാല് കുത്തിയതും തലേന്ന് സൽക്കരിച്ച് വിട്ട ഒരുത്തി ഓടി വന്നിട്ട്, "തൊമ്മാ... ഹാപ്പി ബർ ത്ത്ഡേ."

"തേങ്ക്സ്. അതിന്നലെയായിരുന്നു. അയ്... നീയിന്നലെ എന്നെ വിഷ് ചെയ്തിരുന്നൂല്ലോ? കപ്പ തിന്ന് കഴിഞ്ഞട്ട്. മറന്ന് പോയാ?"

"ഏയ്. മറന്നതൊന്നുവല്ല. ഇന്നലെ തിന്ന കപ്പ കാരണം ഇന്ന് രാവിലെ നിന്റെ ബർത്ത്ഡെ വീണ്ടും ഓർത്തു. അതാ."

കോഴിക്കോട്ടെ യാഥാസ്ഥിതികരായ പെൺകുട്ടികളൊന്നും അങ്ങനെ പറയൂല്ലാ എന്ന് കരുതുന്നവരുണ്ടെങ്കിൽ, നിങ്ങളെ ഞാൻ ഞങ്ങളുടെ HSQ അഥവാ House Surgeon's Quartersലേക്ക് ക്ഷണി ക്കുകയാണ്. അതൊരു ലോകമാണ്. പുറത്തെ പല നിയമങ്ങളും അകത്ത് കയറാനാകാതെ പകച്ചുനിൽക്കുന്ന മറ്റൊരു ലോകം. മൂന്ന് നിലകളാണ് ആ കെട്ടിടത്തിന്. കുറച്ച് മുറികളും മെസ്സ് ഹാളും ഏറ്റവും താഴെ. ഏറ്റവും മുകളിൽ മുറികൾ മാത്രം. പെൺകുട്ടികൾ അവിടെ യായിരുന്നു. നടുക്കുള്ള നിലയിൽ കുറച്ച് മുറികളും TV റൂമും. അവിടെയാണ് ഓസ്ട്രേലിയ ഇന്ത്യയെ വേൾഡ് കപ് ഫൈനലിൽ ഓടിച്ചിട്ടടിക്കുന്നതുകണ്ട് മരവിച്ചിരുന്നത്. 2003ൽ. TV റൂമിന് മുന്നിലെ കോറിഡോറിൽ നടന്നത്രയും ക്രിക്കറ്റ് ലോകത്തൊരു പിച്ചിലും നടന്നുകാണൂല്ല. നടുക്കുള്ള നിലയിലൂടെ മാത്രമേ ഹോസ്പിറ്റലി ലേക്ക് കടക്കാനാകൂ. അതുകൊണ്ട് ആ നിലയിലെ കോറിഡോറിന് വിശ്രമമില്ല. ഡ്യൂട്ടിക്ക് കയറാൻ കുളിച്ചൊരുങ്ങി പോകുന്നവരും, ഡ്യൂട്ടി കഴിഞ്ഞ് വാടിക്കൊരഞ്ഞ് വരുന്നവരും കോൾ വന്ന് ശര വേഗത്തിൽ പായുന്നവരുമെല്ലാം സ്ത്രീപുരുഷഭേദമന്യേ കടന്നു പോകുന്നത് ആ കോറിഡോറിലൂടെയാണ്. ആ വരിയിൽ മുറി കിട്ടു ന്നവരുടെ കാര്യം കഷ്ടമാണ്. ആ കോറിഡോറിന്റെ അറ്റത്ത്, ആശു പത്രിയിലേക്കുള്ള വാതിലിന് തൊട്ടുമുൻപായിട്ടാണ് കുളിമുറികളും

കക്കൂസുകളും. മെൻസ് ഹോസ്റ്റൽ ജീവിതത്തിലെ പല സ്വാതന്ത്ര്യവും അവിടെ അടിയറവ് വയ്ക്കേണ്ടി വരും. ഫോർ എക്സാംപിൾ, ഒന്ന് കക്കൂസിലോ കുളിമുറിയിലോ പോകണമെന്ന് കരുതുക. സാധാരണഗതിയിൽ ഒരു തോർത്തുടുത്ത് കൈയിലൊരു ബക്കറ്റും തൂക്കി ഒരൊറ്റ പോക്കങ്ങ് പോയാ മതി. പക്ഷേ, അങ്ങനെ പോകുമ്പോൾ ക്ലാസ്സിലെ പെൺപിള്ളേരുടെ മുന്നിൽ ചെന്ന് ചാടാനും തദ്വാരാ, അഞ്ച് കൊല്ലത്തോളം കഷ്ടപ്പെട്ടുണ്ടാക്കിയെടുത്ത ഇമേജ് നഷ്ടപ്പെടാനുമുള്ള സാധ്യത ഇവിടെ കൂടുതലായിരുന്നതിനാൽ, പാന്റ്സും ഷർട്ടുമിട്ട്, തോർത്തും സോപ്പും ഷഡ്ഡിയുമെല്ലാം ബക്കറ്റിലാക്കി അത്യാവശ്യം ചമഞ്ഞൊരുങ്ങി വേണം അതിലൂടെയൊന്ന് തൂ... കക്കൂസിലേക്കോ കുളിമുറിയിലേക്കോ പോകാൻ.

അങ്ങനെ മുന്നോട്ടും പിന്നോട്ടും പോകവേ ചില സ്ത്രീജന ങ്ങൾ ഞങ്ങളുടെ മുറിയിലെ നിത്യസന്ദർശകരായി. ഒരു ദിവസം അവർ കയറിവരുമ്പോൾ, ടേബിൾ ഫാനിന്റെ മുന്നിലെ അഴിയിൽ കൊളുത്തിയിരിക്കുന്ന ഹാങ്ങറിൽ (നാടൻ ക്വിക്ക് ഡ്രൈയർ) ക്ലിപ്പ് ഉപയോഗിച്ച് പിടിപ്പിച്ചുവെച്ചിരിക്കുന്ന അണ്ടർവെയർ, കാറ്റടിച്ച് വീർത്ത് ഫാൻ ഓസില്ലേറ്റ് ചെയ്യുന്നതനുസരിച്ച് ഇങ്ങനെ തിരി യുകയാണ്, ചെരിഞ്ഞ് പറക്കുന്ന ഹോട്ട് എയർ ബലൂൺ പോലെ! വലിപ്പം കണ്ടിട്ടാകണം, അതിന്റെ ഉടമസ്ഥനെ കൃത്യമായി കണ്ടു പിടിച്ചുകളഞ്ഞു, ഒരുത്തി. എന്ന് മാത്രമല്ല അതുറക്കെ വിളിച്ചുപറ യുകയും ചെയ്തു! മറ്റൊരിക്കൽ വിരിച്ചിട്ട തോർത്ത് കണ്ടിട്ട് അത് ഇന്നയാളുടെ അല്ലേയെന്ന് ചോദിച്ചു! തോർത്തിന്റെ ഷേപ്പ് കണ്ടാൽ മനസ്സിലാകുമത്രേ! ശരിയാണ്. ഉടുക്കുമ്പോൾ പുറകിൽ വരുന്ന ഭാഗം, വിരിച്ചിടുമ്പോൾ രണ്ട് മുഴപോലെ പൊന്തിനിൽക്കുന്നു. അഞ്ച് കൊല്ലംകൊണ്ട് തോർത്തിന് വന്ന പരിണാമം!

പിറ്റേന്ന് നോക്കുമ്പോൾ ആ തോർത്തിന്റെ ഉടമസ്ഥൻ അതേ തോർത്തുടുത്ത്, കൃത്യമായി പറഞ്ഞാൽ, അത് മാത്രമുടുത്ത്, ഒരു കൈയിൽ ബക്കറ്റും തൂക്കി മൂന്നാല് ഷഡ്ഡി പിഴിഞ്ഞ് തോളത്തു മിട്ടിട്ട് അവിടെ ഒരുത്തിയുമായി വർത്തമാനം പറഞ്ഞുനിൽക്കുന്നു. എന്നെ കണ്ടതും അവൻ നിഷ്കളങ്കമായി പറഞ്ഞു, “എങ്ങനെ യൊക്കെ ഒളിപ്പിച്ചുവെച്ചാലും ഇവളുമാർക്ക് നമ്മടെയൊക്കെ തനി സ്വഭാവം അറിയാടാ. അപ്പോ പിന്നെ സമാധാനായിട്ട് ജീവിക്കാ ന്നൊച്ചു.”

എല്ലാവരും പച്ചമനുഷ്യരായി ജീവിക്കുന്ന കിനാശ്ശേരി!

അതിനാണ് അതിനുവേണ്ടി മാത്രമാണ്... കോഴിക്കോട് **HSQ** അങ്ങനെ പണിതത്!

■

മുക്കാലാ മുക്കാബലാ

MBBS രണ്ടാം വർഷമാണ് ആദ്യമായവിടെ കയറുന്നത്. It's nothing like anything എന്നൊക്കെ പറയാവുന്ന സ്ഥലം. ലേബർ റൂം! കോഴിക്കോട് മെഡിക്കൽ കോളെജിലെ ലേബർ റൂം! ഒരുപക്ഷേ, ലോകത്തിൽതന്നെ ഏറ്റവുമധികം പ്രസവങ്ങൾ നടക്കുന്ന സ്ഥലം.

ആദ്യം അതിനകത്ത് കയറിയപ്പോഴുണ്ടായ അന്ധാളിപ്പ് ഇപ്പോഴും ഓർമ്മയുണ്ട്. ചിലർ തല കറങ്ങിയിരുന്നു. വേറെ ചിലർ അവിടെ നിന്ന് കരഞ്ഞു. മറ്റ് ചിലർ വീട്ടിലേക്ക് വിളിച്ച് കരഞ്ഞു. ക്രമേണ കാര്യങ്ങൾ വരുതിയിലായി. ചിലർ കാനുലയിടാൻ പഠിച്ചു. ആക്രാന്തോസിസ് ബാധിച്ചവർ രാത്രി പോയി പ്രസവങ്ങൾ കണ്ടുപഠിച്ചു. ചിലർ സമയം കളയാൻ മറ്റ് മാർഗ്ഗങ്ങൾ കണ്ടുപിടിച്ചു. ഫോർ എക്സാമ്പിൾ, മുകളിലെ ഡ്യൂട്ടി റൂമിലിരുന്ന് ചീട്ട് കളി! ദ ഡിപാർട്ടെഡ് സിനിമയിലെപോലെ, ഒരു അണ്ടർകവർ ഏജെന്റായി, ഞാൻ അവസാനത്തെ കൂട്ടരുടെയിടയിൽ നുഴഞ്ഞുകയറി. അവരെ നന്നാക്കിയെടുത്ത് ലേബർ റൂമിൽ കയറ്റുക എന്ന ഉദ്ദേശ്യം നടപ്പാക്കുന്നതിന് മുൻപേ ആ പോസ്റ്റിങ് തീർന്നുപോയി.

കുറച്ച് കാലം കഴിഞ്ഞ് രണ്ടാമത്തെ പോസ്റ്റിങ് തുടങ്ങി. ഒന്നാമത്തെ സ്റ്റേജിൽ കിടക്കുന്ന രോഗികളെ, പ്രസവമടുക്കുമ്പോൾ രണ്ടാമത്തെ സ്റ്റേജിലേക്ക് മാറ്റാനുള്ള സ്ട്രെച്ചെറിന് വേണ്ടിയൊരു വിളിയുണ്ട്. 440 Hz ഫ്രീക്വെൻസിയിൽ trolley എന്ന് വിളിക്കുമ്പോൾ സ്ട്രെച്ചർ അങ്ങോട്ടെത്തണം. ഇല്ലെങ്കിൽ ഉടനെത്തന്നെ 880 Hzൽ trolleeeeeeeeeeeeeeeeeeey എന്നൊരു വിളി വരും. പിന്നെയും വൈകിയാൽ 55 Hzൽ കോർഡ് ക്ലാംപ് എന്നൊരു സ്വരം കേൾക്കാം. കൂടെ കുഞ്ഞിന്റെ കരച്ചിലും കേൾക്കാം. അവിടെത്തന്നെ പ്രസവം നടക്കുന്നതാണ്. ഈ വിളികൾ തമ്മിലുള്ള വ്യത്യാസങ്ങൾ മെല്ലെ മെല്ലെ മനസ്സിലായിത്തുടങ്ങി. ട്രോളി ഉന്തിക്കൊണ്ടുവന്ന് രോഗിയെ മാറ്റിയാൽ ചിലപ്പോൾ പ്രസവമെടുക്കാൻ അവസരം ലഭിക്കും.

അതിന് വേണ്ടി ട്രോളി വിളി കേൾക്കുമ്പോൾതന്നെ ഓട്ടം തുടങ്ങി യിരുന്ന ഒരുത്തിയുണ്ട്. അവളുടെ പേര് ട്രോളി എന്നാണെന്ന് ചില രോഗികൾ തെറ്റിദ്ധരിച്ചിരുന്നതായി ഒരു കിംവദന്തിയുണ്ടായിരുന്നു അന്ന്. ട്രോളിച്ചേച്ചി രോഗികളെ ഉന്തിയുന്തി മെല്ലെ വയറ്റാട്ടിയായി പ്രൊമോഷനായി. ആദ്യത്തെ പ്രസവമെടുക്കാൻ, ദ്രാവിഡ് സ്ലിപ്പിൽ നിൽക്കുന്നപോലെ അവള് നിൽക്കുന്നു. രോഗി മുക്കുന്നു. താഴെ അനക്കം കാണുന്നു. അവൾ ചാടിവീഴുന്നു. പക്ഷേ കുഞ്ഞിന് പകരം വന്നത്, അതിന് തൊട്ടുമുൻപ് വയറ് കഴുകാൻ കൊടുത്ത എനിമ യായിരുന്നു. അവളതൊക്കെ കഴുകിക്കളഞ്ഞ് തിരിച്ചുവന്ന് ആ പ്രസവം എടുക്കുകതന്നെ ചെയ്തു. അത്രയും ആത്മാർത്ഥത യൊന്നും നമുക്കുണ്ടായിരുന്നില്ല. എങ്കിലും അവള് പ്രസവം എടുത്തു തുടങ്ങിയപ്പോഴേക്കും നമുക്ക് തല കറങ്ങാതെ പ്രസവം കണ്ടു നിൽക്കാം എന്ന അവസ്ഥയായി. കാനുലയിടാനും പഠിച്ചു. പിന്നെ ജനിച്ചയുടനെയുള്ള കുഞ്ഞുങ്ങളെ എടുക്കാനും പഠിച്ചു.

അത് പറഞ്ഞപ്പോഴാണ്... അവിടെ കുഞ്ഞുങ്ങളെ കിടത്തിയിരി ക്കുന്ന കാഴ്ച ഒന്ന് കാണേണ്ടത് തന്നെയാണ്. വെള്ളത്തുണിയിൽ പൊതിഞ്ഞ് നിരനിരയായി, ഒരു തൊട്ടിലിൽ മൂന്നാല് പേരെ യൊക്കെ കിടത്തിയിട്ടുണ്ടാകും. അങ്ങനെ അഞ്ചാറ് തൊട്ടിലുകൾ. ഒരാൾ അപ്പുറത്തുള്ളയാളുടെ വിരല് കുടിക്കുന്നുണ്ടാവും. അതിന്റെ കയ്യിൽ അതിനപ്പുറമുള്ള ആളുടെ മുടിയാകും. ഒരാള് കരഞ്ഞാൽ എല്ലാവരുംകൂടി കരയാൻ തുടങ്ങും. വല്ലാതെ സ്ട്രെസ്സ് വരുമ്പോൾ പോയി നിൽക്കാൻ പറ്റിയ മുറിയാണ്. രണ്ടാമത്തെ പോസ്റ്റിങ്ങിൽ മിക്കവാറും ഇവിടെയായിരുന്നു. എല്ലാവരുടെയും കാലിൽ പേരും മറ്റ് വിവരങ്ങളും വിശദമായി എഴുതിയ ഒരു തുണ്ട് കെട്ടിയിട്ടുണ്ടാവും, ആമസോൺ ഡെലിവെറി വരുന്ന പെട്ടിയിലൊക്കെ കാണുന്ന പോലെ. പുറത്തേക്കിറങ്ങുമ്പോൾ, പോകുന്ന വീട് മാറിപ്പോകരു തല്ലോ.

മൂന്നാമതും അവിടെയെത്തുന്നത് ഹൗസ് സർജെൻസി സമയ ത്താണ്. റിസെപ്ഷൻ, എക്ക്ലാംപ്സിയ മുറി, ഓപെറേഷൻ തിയറ്റർ, സെക്കൻഡ് സ്റ്റേജ് അങ്ങനെ നാല് സ്ഥലത്ത് ഡ്യൂട്ടി യുണ്ട്. ഓരോ ദിവസവും ഓരോ സ്ഥലത്ത്. റിസെപ്ഷനിൽ, ഗർ ഭിണികളെ പരിശോധിച്ച് പ്രഷർ നോക്കി കൊച്ചിന്റെ ഹൃദയമിടിപ്പ് ഉറപ്പാക്കി അവരെ അകത്തേക്ക് വിടണം. അത്യാവശ്യം വേണ്ട സാധനങ്ങളുടെ ലിസ്റ്റ് എഴുതിക്കൊടുത്ത് അവരുടെ ഭർത്താക്കന്മാരെ പുറത്തേക്ക് വിടണം. ഇടയ്ക്ക് വല്ലപ്പോഴും പുറത്ത് ആകാംക്ഷ യോടെ നിൽക്കുന്ന കൂട്ടിരുപ്പുകാർക്ക്, അകത്തുപോയി വിവരങ്ങൾ തിരക്കി കൈമാറണം. അടുത്ത സ്റ്റേജിലേക്ക് മാറ്റി, ഉടനെ പ്രസവം

നടന്നേക്കുമെന്ന് പറയുന്നതാണ് അവിടെ ഏറ്റവും നല്ല വാർത്ത. ചിലർ കാത്തിരിപ്പ് തുടങ്ങിയിട്ട് മണിക്കൂറുകളായിട്ടുണ്ടാകും, ചിലർ ദിവസങ്ങളും.

എക്ക്ലാംപ്സിയ മുറിയിൽ കിടക്കുന്നത് ബി.പി. കൂടിയ ഗർഭിണികളാണ്. ഏത് നിമിഷവും ഫിറ്റ്സ് അടിക്കാവുന്നവർ. അവർക്ക് കൃത്യസമയത്ത് കുത്തിവെപ്പെടുക്കണം. അങ്ങനെ പത്ത് പതിനഞ്ച് ആളുകൾ വരെയുണ്ടാകും. അതായത് കുത്തിവെപ്പെടുക്കാനേ നേരം കാണൂ എന്നർത്ഥം. മസിലിൽ ഇൻജെക്ഷനെടുക്കാൻ പഠിക്കുന്നതിവിടെയാണ്.

അടുത്ത സ്ഥലം ഓപ്പറേഷൻ തിയറ്റർ. അവിടെ പൊതുവേ പണി കുറവാണ്. എങ്കിലും അനെസ്തെറ്റിസ്റ്റ് ഗൈനെക്കോളജിസ്റ്റ് യുദ്ധത്തിൽ സ്ഥിരം അമ്പ് കൊള്ളുന്നത് നമുക്കായിരിക്കും. പിന്നെ, നല്ല പ്രൈവറ്റ് പ്രാക്ടീസുള്ള കൺസൾട്ടന്റാണ് ഡ്യൂട്ടിയിലെങ്കിൽ അവരുടെ രോഗികളെ വിളിച്ചുവരുത്തി സിസേറിയൻ ചെയ്യും. അത് ചിലപ്പോൾ മൂന്നാലെണ്ണംവരെയൊക്കെ നടക്കും. അതിനിടയിൽ യഥാർത്ഥ എമെർജെൻസി ഒന്നോ രണ്ടോ കൂടിയായാൽ പൂർത്തിയായി. പക്ഷേ നോക്കിയെടുത്താൽ തിയറ്റർ സുഖമാണ്. പ്രൈവറ്റ് പ്രാക്ടീസില്ലാത്ത കൺസൽട്ടന്റ് ഡ്യൂട്ടിയിലുള്ള ദിവസമാണെങ്കിൽ ശരിക്കുമുള്ള എമർജെൻസികൾ മാത്രമേ വരൂ. അവിടെ കിടന്നുറങ്ങാം.

പിന്നെയുള്ളതാണ് യഥാർത്ഥ സ്ഥലം. നമ്മൾ സ്വന്തമായി എന്തെങ്കിലും ആദ്യമായി ചെയ്യുന്ന സ്ഥലം. അഞ്ച് കൊല്ലത്തോളം പഠിച്ചതുകൊണ്ട് എന്തെങ്കിലും ഉപയോഗമുണ്ടായി എന്നത് ആദ്യമായി ബോധ്യപ്പെടുന്ന സ്ഥലം. സെക്കൻഡ് സ്റ്റേജ് ഓഫ് ലേബർ. പ്രസവമെടുക്കുന്ന സ്ഥലം. കുഞ്ഞിനെ എടുക്കുന്നത് കൂടാതെ ആദ്യമായി മുറിക്കാനും തുന്നാനും പഠിക്കുന്ന സ്ഥലം.

മൊത്തം ഒരു മാസമാണ് പോസ്റ്റിങ്. രണ്ടാഴ്ച പകൽ, രണ്ടാഴ്ച രാത്രി. അതിന്റെ ഉള്ളിൽ കയറിയാൽ പകലും രാത്രിയും തമ്മിലുള്ള വ്യത്യാസമൊന്നും മനസ്സിലാവില്ല. പക്ഷേ പുറത്തിറങ്ങിയാൽ മനസ്സിലാവും. പകല് മുഴുവൻ പണിയെടുത്ത് രാത്രി ഒന്നും ചെയ്യാനില്ലാതെ വെറുതെ കിടന്നുറങ്ങാം. അതുകൊണ്ട് ഞാൻ ഒരു മാസം നൈറ്റ് ഡ്യൂട്ടി എടുക്കാൻ തീരുമാനിച്ചു. രാത്രി പണിയെടുക്കുക. പകൽ ക്രിയേറ്റീവായി വെറുതെയിരിക്കുക. നല്ല ഐഡിയ!

അവിടെ രാത്രിയിലെ രീതിയെന്ന് പറയുന്നത്... എട്ട് മണിക്ക് ഡ്യൂട്ടി തുടങ്ങുന്നു. പന്ത്രണ്ട് മണി വരെ എല്ലാവരും പണിയെടുക്കുന്നു. പണിയില്ലാത്തപ്പോൾ വെറുതെയിരുന്നു സൊറ പറയുന്നു.

ചിലർ ഈ സമയത്ത് നോർമൽ സലൈൻ/ഡെക്സ്ട്രോസ് കുപ്പികളിൽ ചെറുനാരങ്ങ പിഴിഞ്ഞ് മുത്തിക്കുടിച്ചിരിക്കുന്നു. ഇടയ്ക്ക് സമയം കിട്ടിയാൽ ജംഗ്ഷനിലെ തട്ടുകടയിലേക്കോ മിൽമയിലേക്കോ പോകുന്നു. പന്ത്രണ്ട് മുതൽ നാല് വരെ ആദ്യത്തെ ടീം ഉറങ്ങാൻ പോകുന്നു. നാല് മുതൽ എട്ട് വരെ അടുത്ത ടീം ഉറങ്ങാൻ പോകുന്നു. രണ്ടാമത്തെ ടീമിന് സത്യത്തിൽ നഷ്ടമാണ്. ഒരിക്കലും എട്ട് വരെ കിടക്കാൻ പറ്റില്ല. അതിന് മുൻപ് കാപ്പിയുടെ മണമടിച്ച് എഴുന്നേൽക്കും.

ഞാൻ മൊത്തത്തിൽ ഒന്ന് മാറ്റിപ്പിടിച്ചു. ചെല്ലുമ്പോൾതന്നെ ഡ്രസ്സൊക്കെ മാറി ഉറങ്ങാൻ കിടക്കും. ചിലപ്പോൾ കുറച്ച് നേരം വിശേഷങ്ങൾ പറഞ്ഞിരിക്കും. ഒൻപത് ആകുമ്പോഴേക്കും കിടന്നിരിക്കും. കിടക്കുന്നത് ലേബർ റൂമിനുള്ളിൽ തന്നെയാണ്. എന്നുവച്ചാൽ, അതിനുള്ളിലെ മറ്റൊരു മുറി. അല്ലാതെ ഗർഭിണികളുടെ ഇടയിലല്ല. ഇല്ലെങ്കിൽ പണിയാവും. മുഖം നോക്കാതെ PV ചെയ്യുന്ന സ്ഥലമാണ്. രണ്ട് പേരും പേടിക്കും. കണ്ണടച്ച് കിടന്നാൽ പക്ഷേ ഡോൾബി സിസ്റ്റമാണ്. നമ്മൾ കിടക്കുന്നത് ഗർഭിണികളുടെ നടുക്കാണെന്നേ തോന്നൂ. അവർ കരയുന്നത് സദാസമയവും കാതിൽ മുഴങ്ങിക്കൊണ്ടിരിക്കും. പലരും പല സ്വരത്തിൽ, എന്നാൽ ഒരേ താളത്തിലാണ് കരയുക. ഏറ്റവും ഉച്ചത്തിൽ കരയുന്ന ആളുടെ പാറ്റേൺ മറ്റുള്ളവരും പിന്തുടരും. "അമ്മാ... അയ്യോ..." "ഉയ്യോ... ഉമ്മാ..." കൂടാതെ അവിടെ മാത്രം കേട്ടിട്ടുള്ള സംഭവമാണ് "ഉയീയുയീയുയീയുയീ..." ഇതിലേതാണെങ്കിലും ഉറക്കത്തെ ബാധിക്കാത്ത അവസ്ഥയായി. പന്ത്രണ്ട് മണി വരെയുള്ള ഉറക്കം ബോണസാണ്. അത് കഴിഞ്ഞാണല്ലോ ആദ്യം ഷിഫ്റ്റ് തുടങ്ങുന്നത്. അതുകൊണ്ട് എനിക്ക് ആറേഴ് മണിക്കൂർ ഉറക്കം കിട്ടും. നാല് മണിക്കെഴുന്നേറ്റ് പണിയെടുക്കാൻ പോകും.

ഞാൻ ആദ്യത്തെ ദിവസം പ്രസവമെടുക്കാൻ നിന്നു. നല്ല ടെൻഷനുണ്ട്. എന്താണ് ചെയ്യേണ്ടതെന്ന് പല പ്രാവശ്യം ചോദിച്ച് മനസ്സിലാക്കി ഉള്ളിൽ ഉരുവിട്ടുകൊണ്ടിരിക്കുന്നുണ്ട്. എങ്കിലും ഒരിക്കൽകൂടി ഉറപ്പിക്കാനായി PGയോട്, "അപ്പോ കൊച്ചിന്റെ തല വരുമ്പോ നമ്മള് താങ്ങി കൊടുക്കണല്ലേ?"

"അതേ... കൊച്ചിങ്ങോട്ട് വന്നോളും. നീ അതിനെ അങ്ങോട്ട് തള്ളിക്കേറ്റാതിരുന്നാ മതി. അതിനെ താഴെ വീഴാണ്ട് പിടിക്കണം... ദാറ്റ്സ് ഓൾ. വരാൻ എന്തേലും ബുദ്ധിമുട്ടുള്ള കേസാണെങ്കി ഞങ്ങളത് അപ്പുറത്ത് വച്ചുതന്നെ നോട്ട് ചെയ്തിട്ട് അതനുസരിച്ച് പ്ലാൻ ചെയ്തിട്ടിണ്ടാവും. എന്നാലും പത്ത് മിനിറ്റ് കഴിഞ്ഞിട്ടും കൊച്ചിനെ കണ്ടില്ലെങ്കി ഞങ്ങളെയാരെയെങ്കിലും ഒന്ന് വിളിച്ചേക്ക്."

PG പോയി. അപ്പുറത്തും ഇപ്പുറത്തുമെല്ലാം ഓരോ പ്രസവം നടക്കുന്നുണ്ട്. ആകെ ബഹളം. രോഗിയുടെ കരച്ചിൽ ചെറുതായി ബാക്ക്ഗ്രൗണ്ടിൽ. ഡോക്ടറുടെ ഓളി ഫോർഗ്രൗണ്ടിൽ. "മുക്ക്... മുക്ക്... വിടാതെ മുക്ക്... വിടാതെ മുക്ക്... ദേ കൊച്ചിന്റെ തല കാണാം. ഒറ്റ മുക്ക്. ഇപ്പോ വരും..."

എന്റെ മുന്നിലെ രോഗി വെറുതെ കിടക്കുന്നു. ആഹാ... അങ്ങനെ വിട്ടാൽ പറ്റില്ലല്ലോ. "മുക്ക്... മുക്ക്... വിടാതെ മുക്ക്... വിടാതെ മുക്ക്..."

"പുതി ഡോക്ടറാല്ലേ?"

"അതേ... ങ്ങക്കെങ്ങനെ മൻസ്സിലായി?"

"ഇപ്പോല്ല ഡോക്ടറെ മുക്കണ്ടേ. വേദന വരുമ്പയാ."

പിന്നെ ഞാനൊന്നും മിണ്ടിയില്ല. രോഗിയും. ഇടയിൽ ചെറിയ ഒരു ഞരക്കം.

"വരിണ്ട്ട്ടോ..."

അവർ പറയുന്നത് കേട്ട് ഞാൻ അലേർട്ടായി. കൊച്ച് വന്നു. ഞാനെടുത്തു. പൊക്കിൾ മുറിച്ചു. സന്തോഷംകൊണ്ട് കണ്ണ് നിറഞ്ഞു.

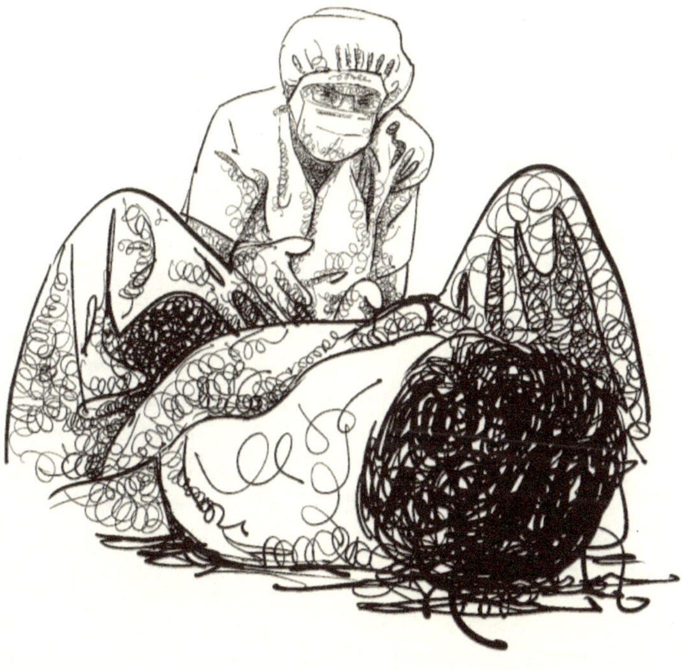

"കുഞ്ഞിനെ കാണണ്ടേ?"

"വേണ്ട ഡോക്ടറെ. തൊടച്ചിട്ട് കാട്ട്യാതി. ആദ്യത്തെ പ്രാശ്യി ങ്ങനെ കണ്ടപ്പോ വെറുത്തോയി."

ശ്ശോ! അപ്പോൾ ഈ പുസ്തകങ്ങളിലൊക്കെ വായിച്ചിട്ടുള്ള മാതൃത്വം! കുഞ്ഞിനെ വേഗം ബേബി റൂമിൽ കൊണ്ടുപോയി കിടത്തി. പേരെഴുതി കാലിൽ കെട്ടി തിരിച്ചുവന്നു. ഇനി നഷ്ട പ്പെട്ട അനാറ്റമി തിരിച്ചുപിടിക്കണം. തുന്നാൻ തുടങ്ങി. എത്ര തുന്നി യിട്ടും ഒന്നും ശരിയാകുന്നില്ല. ഋ എന്നെഴുതിയത് പോലെയിരി ക്കുന്നു. അതിനിടയിൽ നഴ്സ് കൊച്ചിനെ കൊണ്ടുവന്ന് പാല് കുടി പ്പിച്ചിട്ട് തിരിച്ചുകൊണ്ടുപോയി. അപ്പുറത്തൊരാൾ പ്രസവം കഴിഞ്ഞ് എഴുന്നേറ്റുപോയി. വീണ്ടും ട്രോളി വിളിച്ചു. അടുത്തയാൾ അപ്പു റത്ത് വന്നുകിടന്നു. എന്റെ മുന്നിലെ ഉമ്മയുടെ ക്ഷമ നശിച്ചു. "എന്തായി ഡോക്ടറെ? കഴിയാറായോ?"

"ഇപ്പ തീരും."

ഞാനാണെങ്കിൽ ഇട്ട തുന്നൽ മുഴുവൻ അഴിച്ചുകൊണ്ടിരിക്കുക യാണ്.

"തെരക്ക് കൂട്ടണ്ട. പത്ക്കെ മതി. കയിഞ്ഞ പ്രാശ്യം തുന്നീത് തീരെ ശരിയായീല്ല്യ."

ങേ! അതിവർക്കെങ്ങനെ!! എന്തേലും ആവട്ടെ. അതിനിടയിൽ അപ്പുറത്തെ പ്രസവം എടുക്കുന്ന ഹിന്ദിക്കാരൻ അവന്റെ രോഗി യോട്,

"അമ്മാ... ഇവിടെ നാൻ കുരച്ച് കീടനാശിനി ഒളിച്ച് കളുകു ന്നുണ്ട്. പേടിക്കണ്ട."

അത് അവന്റമ്മ കേട്ടില്ലെങ്കിലും. എന്റെയുമ്മ കേട്ടു. പുള്ളിക്കാരി ചിരിയോ ചിരി. ഞാനും ചിരി. ശരിക്കും ചെയ്യാൻ പാടില്ലാത്ത താണ്. ഹിന്ദിക്കാരൻ ഇവിടെ വന്ന് മലയാളം എഴുതാനും വായി ക്കാനും വരെ പഠിച്ചതാണ്. ഞാനാണെങ്കിൽ ചെറുപ്പം മുതൽ ഹിന്ദി പഠിക്കുന്നതാണ്. പക്ഷേ എനിക്കിപ്പോഴും antiseptic lotion എന്ന തിന്റെ ഹിന്ദി അറിയാൻ പാടില്ല. എങ്കിലും ഒന്ന് റിലാക്സായി. ശ്വാസം വലിച്ചുവിട്ട് ആദ്യം മുതൽ തുന്നിത്തുടങ്ങി. അതിനിടയിൽ അപ്പുറത്തെ പ്രസവം കഴിഞ്ഞു. ഇവർ അവരോട് വിശേഷങ്ങൾ ചോദിച്ചുതുടങ്ങി.

"മോൾടെ ആദ്യത്തെയാ?"

"അതേ..."

"കരച്ചില് കേട്ടപ്ലേ തോന്നി. അടുത്തേനിത്രേം കരയൂല്ല."

“അടുത്തതൊന്നും ഇല്ല. ഇതോടെ നിർത്തി.”

“ഞാനും ഇതെന്ന്യാ ആദ്യത്തെ കയ്ഞ്ഞപ്പോ പറഞ്ഞത്. ഇതിപ്പോ നാലാമത്ത്യാ.”

അതിനിടയിൽ ഡ്യൂട്ടി കൺസൾട്ടന്റ് അവിടെ വന്ന് കാര്യങ്ങളൊക്കെ തിരക്കി തിരിച്ചുപോയി. പുള്ളിയെ കണ്ടപ്പോൾ അപ്പുറത്തെ രോഗിയുടെ മുഖത്തൊരു ചുളിവ്. എന്റെ പുള്ളിക്കാരി അതും ശ്രദ്ധിച്ചു.

“എന്താ മോളെ മൊഖം ഒരുമാരി.”

“ഞാനാ ഡോക്ടറെ ഒരു പ്രാവശ്യം കാണിച്ചിണ്ട്. അവർടെ മുറിയില് നെറച്ചും ഒറയായിരുന്ന്.”

“ഒറയാ?”

“ആ... ഈ ഗർഭനിരോധനത്തിന്റെ!”

“അയ്യേ... മോള് വിചാരിക്കണ പോലെയല്ലട്ടോ. അത് സ്കാൻ ചെയ്യാൻ ഉപയോഗിക്കണതാണ്.”

“ശരിക്കും?”

“ആന്ന്...”

എന്നാലും അത് കണ്ടിട്ട് എത്ര പേര് പുള്ളിയെ ഓവർ എസ്റ്റിമേറ്റ് ചെയ്തുകാണും. ഓർത്തിട്ട് സഹിക്കുന്നില്ല. ആ വിഷമം മുഴുവൻ തുന്നിത്തീർത്തു. വിഷമം മാറിയപ്പോഴേക്കും തുന്നലും കഴിഞ്ഞു. ആകെ മൊത്തം തരക്കേടില്ല. ആ വഴിക്ക് പോയ PG നോക്കിയിട്ട് പറഞ്ഞു. “കൊള്ളാം... നല്ല അപ്രോക്സിമേഷൻ. സർജിക്കൽ ഹാൻഡ്സാന്ന് തോന്ന്ണ്ട്.” അതിഷ്ടപ്പെട്ട്. എനിക്കും എന്റെ രോഗിക്കും.

Well begun is half done എന്നാണല്ലോ. അധികം വൈകാതെ സംഭവം വഴങ്ങിത്തുടങ്ങി. അതിനിടയിൽ ഒരു ദിവസം കൂടെയുള്ള ഒരുത്തന് ലീവ് വേണം. എന്തോ അവാർഡ് വാങ്ങാൻ. ഞാൻ ഡ്യൂട്ടി എടുത്തുകൊടുക്കാൻ സമ്മതിച്ചു. പക്ഷേ അവന്റെയും എന്റെയും എടുത്തുകഴിയുമ്പോൾ തുടർച്ചയായി ഇരുപത്തിനാല് മണിക്കൂർ ഡ്യൂട്ടിയാവും. പിറ്റേന്ന് രാവിലെയും ഡ്യൂട്ടിയുള്ളത് കാരണം കൂടെയുള്ളവർ എന്നെ കട്ടിലിൽ നിന്നെഴുന്നേൽക്കാൻ സമ്മതിച്ചില്ല. ഉറങ്ങിയുറങ്ങി കണ്ണുകളൊക്കെ ഇടുങ്ങി. രാവിലെ എഴുന്നേറ്റ് വന്നപ്പോൾ ഡേ ഡ്യൂട്ടിക്കാർ വന്നിട്ട്, നൈറ്റ് കഴിഞ്ഞതല്ലേയുള്ളൂ കുറച്ച് നേരം കൂടി കിടന്നോളാൻ! പിന്നെയും കിടന്നു. ഉച്ചയോടെ ബെഡ് കണ്ടാൽ കത്തിക്കാൻ തോന്നുന്ന അവസ്ഥയായി. ഒടുവിൽ രണ്ടും കൽപ്പിച്ച് എഴുന്നേറ്റു. നേരെ സെക്കൻഡ് സ്റ്റേജിലേക്ക് പോയി.

അവിടെ സാമാന്യം നല്ല പ്രായമുള്ള ഒരു സ്ത്രീ കിടക്കുന്നു. ഞാൻ നേരെ അങ്ങോട്ട് ചെന്നു. പുറകെ കൺസൾട്ടന്റ് അങ്ങോട്ടെത്തി.

"ഒരു ഫുട്ബോൾ ടീമിനൊള്ള ആളായല്ലോ. നിർത്തിക്കൂടെ?"

"പടച്ചോൻ തരുമ്പോ എങ്ങന്യാ ഡോക്ടറെ വേണ്ടാന്ന് പറയാ!"

"നിങ്ങള് പറഞ്ഞ ആ പടച്ചോനെ കൊറച്ച് കാലം വേറെ മുറീല് കെടത്ത്യാ മതി."

അതും പറഞ്ഞ് പുള്ളിയങ്ങ് പോയി. ഫയൽ എടുത്തുനോക്കിയപ്പോഴാണ് മനസ്സിലായത്. പതിനൊന്നാമത്തേ പ്രസവമാണ്. ഇതിന് മുൻപ് പത്തും വീട്ടിൽതന്നെ. കുറ്റിയിൽനിന്നും പുട്ട് കുത്തിയിടുന്നപോലെ കുഞ്ഞ് വളരെ ആയാസരഹിതമായി ഇറങ്ങിപ്പോന്നു. ഞെരങ്ങലില്ല, മൂളലില്ല, ഓളിയില്ല, ബഹളമില്ല, ഞാൻ ഉമ്മയോട് ചോദിച്ചു,

"എന്താ ഇത്തവണ ആശുപത്രിയിലാക്കീത്?"

"അടുത്തൊരു പൊരേല് പ്രസവം കൈഞ്ഞറ്റ് ചോര തോനെ പോയി ഓള് മരിച്ചോയി. അതോണ്ട് വന്നതാ."

"നന്നായി."

ഇവർക്കും രക്തം കുറേ പോയി. ഒടുവിൽ കൺസൾട്ടന്റ് വന്നിട്ടാണ് ബാക്കി ചെയ്തത്. രക്തം കയറ്റേണ്ടതായും വന്നു. കുഞ്ഞിനെ വീഴാതെ പിടിക്കുന്നത് മാത്രമല്ല ലേബർ റൂമെന്ന് പലപ്പോഴും ഇങ്ങനെ ചില ഓർമ്മപ്പെടുത്തലുകൾ ഉണ്ടായിക്കൊണ്ടിരുന്നു. അതിനിടയിൽ നൂറോളം പ്രസവങ്ങളുമെടുത്തു. കയറിവന്നയുടനെ ഉറങ്ങാൻ പോകാത്തവർ ഇരുന്നൂറിനടുത്ത് എടുത്തുകാണണം.

കേരളത്തിന് പുറത്തുള്ളവർ എങ്ങനെ പ്രസവിക്കും എന്നൊരു സംശയം ഇടയ്ക്കെപ്പോഴോ മനസ്സിൽ കടന്നുകൂടിയിരുന്നു. പുറത്ത് മുക്കാൻ പറയാൻ പറ്റില്ലല്ലോ. ബാംഗ്ലൂർ എത്തിയപ്പോൾ അതിനുത്തരം കിട്ടി. സാധാരണക്കാർ അവിടെയും മുക്കുകയാണ് ചെയ്യുക. മറ്റുള്ളവർ പുഷും...

"Push... push... push..."

പക്ഷേ മുക്കാൻ പറയുമ്പോ കിട്ടുന്ന ആ ഒരു കിക്ക് പുഷാൻ പറയുമ്പോ കിട്ടൂല്ല.

ഈയിടെ വന്നൊരു മാറ്റം, പ്രസവിക്കാൻ കൂടെക്കയറുന്ന ഭർത്താവാണ്. തുടക്കത്തിൽ അതൊരു കൗതുകമായിരുന്നു. ഇപ്പോഴത് ശീലമായി.

ഒരിക്കൽ, കൂടെ നിൽക്കുന്ന ഭർത്താവ്, മറ്റുള്ളവർ പറയുന്നത് ഏറ്റുചൊല്ലിക്കൊണ്ടിരിക്കുന്നു.

"Breathe in... Breathe out...''

"Relax..."

"Push... Push... Push..."

"Just one more..."

"Come on..."

"You can do it..."

കുറേ നേരം ഒന്നും മിണ്ടാതെ കേട്ടുകൊണ്ടിരുന്ന ഭാര്യ ഒരു ഗ്യാപ് കിട്ടിയപ്പോൾ...

"Will you please shut up. I have been doing all these for hours now. Hmmm... Mmmm... എന്റമ്മേ... അയ്യോ... എനിക്ക് വയ്യായേ..."

അതാണ്... വേദനയുള്ളപ്പോൾ മുക്കണം. അല്ലാത്തപ്പോൾ ഒന്ന് റിലാക്സ് ചെയ്യാൻ വേണ്ടി കുറച്ച് ചീത്തയൊക്കെ പറയാം. എല്ലാം കഴിഞ്ഞ് പ്രസവം ശരിക്കും നടന്നപ്പോൾ, തലയിറങ്ങിയ കുഞ്ഞിനെ എടുക്കാൻ ഒരാള്, തലകറങ്ങിയ അപ്പനെ പിടിക്കാൻ വേറെയാള്. ഒടുവിൽ കുഞ്ഞിനെ പൊതിഞ്ഞു കൊടുത്തപ്പോൾ ആനന്ദക്കണ്ണീർ പൊഴിക്കുന്നതിനിടയിൽ,

"Your presence was such a relief." എന്ന് ഭാര്യ.

"I know." എന്ന് ഭർത്താവ്.

A picture-perfect moment.

ഇനി മുതൽ പ്രസവം കഴിഞ്ഞ് നോട്ട്സ് എഴുതുന്നവർ ശ്രദ്ധിക്കണം...

"With adequate uterine cotnractions, RMLE and husband's support, delivered a full-term baby of xx kg weight on xx at xx..."

■

അറിയാത്ത പിള്ള ചൊറിയുമ്പൊ അറിയും ബട്ട് നോട്ട് ഓൾ ദ പിള്ളാസ്!

കോഴിക്കോട് ആര് വന്നാലും അധികം വൈകാതെ അവിടത്തെ ഭക്ഷണത്തിന് അഡിക്ടാവും എന്നാണ് പൊതുവെ പറയുക. അല്ലാത്തവരുമുണ്ടാകാം. ഭക്ഷണം ആത്യന്തികമായി ഒരു പേർസണൽ ചോയ്സാണല്ലോ, അല്ലേ? കുറച്ച് മുൻപുവരെ അങ്ങനെയായിരുന്നു. ഇനിയങ്ങോട്ടെങ്ങനെയാണാവോ?

പറഞ്ഞുവന്നത്, കോഴിക്കോട് മെഡിക്കൽ കോളെജ് ഹോസ്റ്റലിൽ താമസിച്ചിരുന്നപ്പോഴുള്ള ഭക്ഷണശീലങ്ങളെക്കുറിച്ചാണ്. സെക്കൻഡ് ബ്ലോക്കിലെ നെയ്ച്ചോറും ചിക്കണും ഒരു വീക്ക്നെസ്സായിരുന്നു. മെസ്സിലെ ബില്ലിനോളംതന്നെ വരുമായിരുന്നു സുരൻസ് കൂൾ ബാറിലെ ബില്ലും. അവിടത്തെ ഷേക്കുകളും ജ്യൂസുകളും കോമ്പിയും! വോൾഗയിലെ പൊറോട്ടയും ബീഫുമായിരുന്നു മറ്റൊരു ഐറ്റം. റഷീദിന്റെ കടയിലെ അവൽ മിൽക് വലിയ ഹിറ്റായിരുന്നെങ്കിലും എനിക്കത്ര പഥ്യമല്ലായിരുന്നു.

രാത്രിപഠനസമയങ്ങളിൽ വേണാടിലെ ഷേക്കും തട്ടുകടയിലെ ഓമ്ലെറ്റും സ്ഥിരമായിരുന്നു. ചിലർക്ക് മിൽമ ബൂത്തിലെ ബൂസ്റ്റായിരുന്നു ശീലം. നായർ പറയാറുള്ളതുപോലെ സ്വന്തം അമ്മ പോലും ഇത്ര സ്നേഹത്തിൽ അത്ര ബൂസ്റ്റ് ഒരു ഗ്ലാസ്സിൽ ഇട്ടുതരാറില്ല. എന്നാൽ ഇതൊന്നും കഴിക്കാതെ IMCHന് മുന്നിലെ കടയിൽനിന്നും ഉപ്പുമാവും പഴം പുഴുങ്ങിയതും സ്ഥിരമായി കഴിച്ചിരുന്ന ഒരുത്തനുണ്ടായിരുന്നു! അതിനോട് അവനെങ്ങനെ ഒരു മമത വന്നുവെന്ന് ഇതുവരെ മനസ്സിലായിട്ടില്ല. കണ്ടുനോക്കിയിട്ടും തിന്നുനോക്കിയിട്ടും മനസ്സിലായിട്ടില്ല. അല്ലെങ്കിലും അവന്റെ ഭക്ഷണശീലങ്ങൾ എന്നും വ്യത്യസ്തമായിരുന്നു. ഒറ്റക്കാലിലും ഇഷ്ടികയിലുമായി എഴുന്നേറ്റ് നിൽക്കുന്ന ബെഞ്ചും കെട്ടിത്തൂക്കിയിട്ട ടേബിൾ ഫാനും കഷ്ടി നാല് പേർക്ക് മാത്രം ഇരിക്കാവുന്ന സ്ഥലവും മാത്രമുള്ള മായനാട്ടെ

സുരേഷേട്ടന്റെ പീടികയിലായിരുന്നു അവന്റെ ഊണ്. എരിവ് തീരെ പറ്റാത്തതിനാൽ കറിയിലെ കഷ്ണമൊക്കെ തുടച്ചെടുത്ത് കഴിച്ചിരുന്ന അവനെങ്ങനെയാണ് വായിൽ വച്ചാൽ ടെയിൽ ലാമ്പ് കത്തുന്ന മീൻകറി മാത്രം വിളമ്പുന്ന അവിടത്തെ ഊണ് സ്ഥിരമായി കഴിച്ചിരുന്നത് എന്നെനിക്കറിയില്ല. ആ കറി കിട്ടിയാൽ ഇരട്ടി ചോറുണ്ണാം. അവിടെ എത്തിപ്പെടാനാണ് പ്രയാസം.

ഒരിക്കൽ ഞങ്ങളെല്ലാവരും കൂടി പാരഗണിൽ കയറി. എല്ലാവരും ബിരിയാണി പറഞ്ഞു. അവന് കാര്യമായി വിശപ്പില്ലാത്തതിനാലും കൈയിൽ അന്ന് കാശിത്തിരി കമ്മിയായതിനാലും ഊണ് മതിയെന്ന് തീരുമാനിച്ചു. കൂടെ ഒരു മീൻ വറുത്തതും. വില വലിപ്പമനുസരിച്ചായതിനാൽ മെന്യുവിൽ അതെഴുതിയിട്ടില്ലായിരുന്നു. ഒടുവിൽ ബാക്കിയെല്ലാവരും ബിരിയാണിക്ക് നൂറ് രൂപ കൊടുത്തിറങ്ങിയപ്പോൾ ലൈറ്റായിട്ട് ഊണും പോംഫ്രെറ്റ് ഫ്രൈയും കഴിച്ചിറങ്ങിയ അവനോട് അവർ അഞ്ഞൂറ് രൂപയോളം വാങ്ങിച്ചു.

ക്രിസ്തീയ യുവതയെ ഭക്തിമാർഗ്ഗത്തിൽ വഴിനടത്തുക എന്ന ഉദ്ദേശ്യത്തോടെ ഒരു സംഘടനയുണ്ടായിരുന്നു മെഡിക്കൽ കോളെജിൽ. എനിക്ക് മുൻപും ശേഷവും അതിന്റെ തലപ്പത്തുണ്ടായിരുന്നത് എന്റെ കസിൻസായിരുന്നു. തുടങ്ങിയവർക്കും നടത്തിക്കൊണ്ട് പോയിരുന്നവർക്കുമെല്ലാം നല്ല ഉദ്ദേശം മാത്രമായിരുന്നിരിക്കാം. പക്ഷേ, അവിടെ പോയിരുന്നവർക്കെല്ലാം അങ്ങനെയായിരുന്നെന്ന് വിശ്വസിക്കാൻ എനിക്ക് കുറച്ച് ബുദ്ധിമുട്ടുണ്ട്. അതിനൊരു കാരണം ഇവനായിരുന്നു. ഒരിക്കൽ പ്രെയർ മീറ്റിങ് കഴിഞ്ഞ് മടങ്ങുമ്പോൾ അവൻ എന്നോട്, "നമ്മള് വിചാരിക്കുന്ന പോലൊന്നുവല്ല കേട്ടോ. XXXX വെറും തരികിടയാ."

"ആണോ?"

"അവള് നല്ല വായനോട്ടവാ. എല്ലാവരും കണ്ണടച്ച് കൈ പൊക്കി പ്രാർത്ഥിക്കാൻ പറഞ്ഞില്ലായിരുന്നോ?"

"ആ..."

"ബാക്കിയെല്ലാവരും ആ സമയത്ത് ഫുൾ പ്രാർത്ഥന. അവള് മാത്രം ഇടങ്കണ്ണിട്ട് ചുറ്റും നോക്കുവായിരുന്ന്."

"ആണാ."

"ആണന്നേ..."

"പക്ഷേ... അത് നീയെങ്ങനെ?"

അപ്പോഴേക്കും അവൻ നടന്നകന്നിരുന്നു.

ഒരിക്കൽ ഞങ്ങളെല്ലാവരുംകൂടി അവന്റെ വീട്ടിലെത്തി. കൊള്ളിയും കറിയുമാണ് അന്നത്തെ സ്പെഷ്യൽ. എല്ലാവരും കഴിക്കാനിരുന്നു. അവനും കൂടെയിരുന്നു. അങ്ങനെ പഴയ കഥകളൊക്കെ പറഞ്ഞ് വെട്ടിവിഴുങ്ങുവാണ്. പെട്ടെന്നവന്റെ ഒരങ്കിൾ വന്ന് അവന്റെ പ്ലേറ്റെടുത്തോണ്ട് പോയി.

“എന്നാ തീറ്റിയാടാ! മതി. നീയെഴുന്നേറ്റെ. ഇനി പിന്നെ കഴിക്കാം.”

“ഹാ... എന്നാ അങ്കിളേ? നമ്മള് കുടിയേറ്റക്കർഷകര് ഇതാദ്യവായിട്ടെങ്ങാനുവാന്നോ കപ്പാ കഴിക്കുന്നേ?”

“അതൊള്ളതാ. പക്ഷേ നീ കഴിക്കുന്ന കണ്ടാലങ്ങനേ തോന്നത്തൊള്ളൂ.”

അങ്കിൾ പോയിക്കഴിഞ്ഞപ്പോൾ മുതൽ അവന്റെ സംസാരം മുഴുവൻ കൊള്ളിക്കഥകളായി. അതിനിടയിൽ ചുറ്റിനുമുള്ള പ്ലേറ്റുകളിൽ നിന്ന് പെറുക്കി കഴിക്കുന്നുമുണ്ട്. കുറച്ച് നേരം കഴിഞ്ഞ് അങ്കിൾ തിരിച്ചുവന്നപ്പോൾ നമ്മുടെ ചെക്കന്റെ വായിൽ മുഴുവൻ കപ്പ!

“എടാ കൊച്ചനേ... നിർത്ത്. ഞാൻ പറേണതെന്നതാണെന്ന് ഇപ്പോ നിനക്ക് മനസ്സിലാകുകേല. നാളെ മനസ്സിലാകും.”

പിറ്റേന്ന് അവന്റെ ചെറിയൊരു കല്യാണവായിരുന്നേ! മുൻപ് പറഞ്ഞ സംഘടനയുടെ പ്രവർത്തനങ്ങൾക്കിടയിലും പ്രാർത്ഥനകൾക്കിടയിലും അവൻ കണ്ണുകളും കാതുകളും കൂർപ്പിച്ചിരുന്നതിന്റെ

ഫലമായി അവന് ലഭിച്ച പെണ്ണിനെ വീട്ടുകാരുടെ സമ്മതത്തോടെ അവനങ്ങ് കെട്ടുവായിരുന്നു. പക്ഷേ മുഖത്തൊന്നും തീരെ പ്രസന്നതയില്ല. അങ്കിള് പറഞ്ഞത് അപ്പോഴാണ് അവന് ശരിക്കും മനസ്സിലായത്. അവൻ കുഞ്ഞായിരുന്നപ്പോൾ അപ്പന്റെ കൈ പിടിച്ച് പള്ളിയിലേക്ക് വന്ന കഥയൊക്കെ അച്ചൻ പറയുമ്പോൾ അവന്റെ മുഖത്ത് അപ്പെന്റിസൈറ്റിസ് വന്ന രോഗിയുടെ ഭാവമായിരുന്നു. അവിടെ പുതിയ കുടുംബത്തിൻ കതിരുകളുയരുമ്പോൾ അവന്റെയുള്ളിൽ കരിന്തിരി എരിയുവായിരുന്നു.

ഒടുവിൽ കൂദാശയും കുർബാനയുമൊക്കെക്കഴിഞ്ഞ് പടം പിടിക്കാൻ നോക്കിയപ്പോൾ ചെക്കനെ കാണാനില്ല. കുറച്ച് കഴിഞ്ഞപ്പോൾ അവനതാ അങ്ങ് ദൂരെ റബ്ബർതോട്ടത്തിന് നടുവിലൂടെ നടന്നു വരുന്നു. അവിടത്തെ രണ്ട് വരി മരങ്ങൾ കരിഞ്ഞതെങ്ങനാണെന്ന് അവിടത്തുകാർക്ക് ഇപ്പഴും അറിയാൻ മേലാ!

സാധാരണ ഒരനുഭവം കഴിയുമ്പോൾ ആളുകൾ പഠിക്കും. പക്ഷേ ഇവൻ! ഇവനിപ്പോൾ ദേ ടെറസ്സിന് മുകളിൽ കൃഷി നടത്തി, അതീന്ന് ആറ് മൂട് കപ്പയും പൊക്കിപ്പിടിച്ചുനിൽക്കുന്ന സെൽഫിയെടുത്ത് ഇട്ടേക്കുന്നു!

■

മദ്യപാനം ആരോഗ്യത്തിന് ഹാനികരം

വിശപ്പും ദാഹവുമെല്ലാം ഒരുപോലെയായിരുന്നെങ്കിലും, മദ്യപാന സദസ്സുകളിൽ പ്യൂജിലിസ്റ്റുകൾ ഓരോരുത്തർക്കും വ്യത്യസ്ത റോളുകളായിരുന്നു.

നമക്ക്ഹറാം: മദ്യത്തോട് ദേഷ്യമൊന്നുമില്ല. ഹറാമായതുകൊണ്ട് കുടിക്കൂല്ലെന്ന് മാത്രം.

സബ്സ്റ്റിറ്റ്യൂട്ട്: എന്നുമെപ്പോഴും കുടിയന്മാർക്കൊപ്പം ഇരിക്കുമെങ്കിലും കുടിക്കൂല്ല. ടച്ചിങ്സ് തിന്നും.

സ്നിഫർ ഡോഗ്: കുടിക്കാൻ അതിയായ ആഗ്രഹമുണ്ട്. പക്ഷേ വായുടെ തൊട്ടുമുകളിൽ മൂക്കുള്ളതുകൊണ്ട് കുടിക്കാറില്ല.

റെയ്മണ്ട്: ദ പെർഫക്റ്റ് മാൻ. ആദർശവാൻ. സ്വന്തമായി കാശുണ്ടാക്കിയിട്ടേ കുടിക്കൂ എന്ന് വാശിയായിരുന്നു അവന്.

ടെർമിനേറ്റർ: 'മദ്യമേ... വിഷമേ... വിഷമദ്യമേ...' ടൈപ്പ്. മദ്യത്തെ മാത്രമല്ല മദ്യപിക്കുന്നവരെയും ഭൂലോകത്തുനിന്ന് തുടച്ചുനീക്കണമെന്ന് വിശ്വസിച്ചിരുന്നവൻ.

പ്രൊഫസർ: മദ്യങ്ങളെക്കുറിച്ച് ക്ലാസ്സെടുക്കും. ഓരോന്നും കുടിക്കേണ്ട രീതികൾ വിശദമായി പഠിപ്പിക്കും. പഴയ മദ്യപാനനുഭവങ്ങൾ തള്ളിക്കൊണ്ടിരിക്കും.

ഫിലോസഫർ: ബിയറടിച്ചാൽതന്നെ മേശയ്ക്ക് മുകളിൽ കയറി ഇംഗ്ലിഷിൽ ബഹളമുണ്ടാക്കുന്നവൻ. Sigmund Freud postulates പുള്ളിയുടെ സ്പെഷ്യാലിറ്റിയായിരുന്നു. ഒരുകാലത്ത്, അതവന്റെ അമ്മായിയുടെ മകനാണോ എന്ന് പോലും എനിക്ക് സംശയമുണ്ടായിരുന്നു. പിന്നീടാണ് മനസ്സിലായത് അവൻ പറയുന്നതിന് പുള്ളി പറഞ്ഞതുമായി നൂൽബന്ധം പോലുമുണ്ടായിരുന്നില്ലെന്ന്.

ജോണി വാക്കെർ: എത്ര വലിച്ചുകയറ്റിയാലും പുഞ്ചിരിച്ചുകൊണ്ടിരിക്കും. വെള്ളമടി തുടങ്ങിയാൽ നിലത്തുള്ള ടൈലുകൾക്കിടയിലെ

നേർരേഖയിലൂടെ നടക്കുന്നതാണ് അവന്റെ പരിപാടി. വരി തെറ്റി ത്തുടങ്ങിയെന്നവന് തോന്നിത്തുടങ്ങിയാൽ അടി നിർത്തും, പക്ഷേ ബാക്കിയുള്ളവർക്കുള്ള ഒഴി നിർത്തൂല്ല.

ഗുരുജി: അവനായിരുന്നു സീനിയർ മദ്യപാനി. അവന്റെ സീനി യോറിറ്റി മറ്റാരും തട്ടിയെടുക്കുന്നത് അവനിഷ്ടമല്ല. അതുകൊണ്ട് തുടക്കം മുതലേ ഒന്നോ രണ്ടോ പെഗ്ഗിന്റെ ലീഡെടുത്ത് അവസാനം വരെ അത് നിലനിർത്തും. അവൻ പക്ഷേ ഒരിക്കലും കുടിച്ചല മ്പാക്കി എന്നാരും പറയില്ല. കാരണം കുടിച്ചില്ലെങ്കിലും അവൻ അത്രതന്നെ അലമ്പാണ്.

കുടിച്ചാലും കുടിച്ചില്ലെങ്കിലും അവസാനം കട്ടയിടുമ്പോൾ എല്ലാ വരും ഈക്വൽ ഷെയറിടണം എന്നായിരുന്നു നിയമം. കുടിക്കാത്ത വർ എന്റർടെയ്ൻമെന്റ് ടാക്സായി കണക്കാക്കിയാൽ മതിയെന്നാ യിരുന്നു ന്യായം. ഇതുവരെ പറഞ്ഞത് കോഴ്സ് തുടങ്ങുന്ന കാലത്തെ സ്വഭാവമാണ്. പിന്നീട് വന്ന പരിണാമം ചില സംഭവ ങ്ങളിലൂടെ പറയാം.

1. ഫോർച്യൂൺ ഉദയം

കോഴിക്കോട്, ഫോർച്യൂൺ ഹോട്ടൽ തുടങ്ങിയ കാലം. അവിടെ ലൈവ് മ്യൂസിക്കുണ്ടായിരുന്നു. മുൻപ് പറഞ്ഞ കഥാപാത്ര ങ്ങളിൽ ചിലരവിടെ പോയി. അപ്പോഴേക്കും നമ്മുടെ റെയ്മണ്ട് സ്റ്റൈപെൻഡ് കിട്ടിയ കാശുകൊണ്ട് മദ്യം രുചിച്ച് നോക്കാനൊക്കെ തുടങ്ങിയിരുന്നു. ഒരു പെഗ്ഗ് കയറിയ തരിപ്പിൽ പുള്ളിയവിടെ പാടി ക്കൊണ്ടിരുന്ന ഗായകനെ താഴെയിറക്കി രണ്ട് മുഹമ്മദ് റാഫി ഗാന ങ്ങളങ്ങ് കാച്ചി. പാടിത്തീർന്നതും സദസ്സിൽനിന്ന് സ്യൂട്ടും കോട്ടു മിട്ടൊരാൾ നേരെ വേദിയിലേക്ക് കയറി അവനെ കെട്ടിപ്പിടിച്ചു. ഏതോ വലിയൊരു ബിസിനസ്സുകാരനാണ്. പുള്ളിക്ക് ഒറ്റ മകൾ. അവളെ ഇവൻതന്നെ കെട്ടണമത്രെ! അടിച്ച് കിണ്ടിയായിരുന്ന അയാളെ ഒരുവിധത്തിൽ തിരിച്ച് സീറ്റിൽ കൊണ്ടിരുത്തി. എന്നും പരസ്പരം പറഞ്ഞു ചിരിക്കാൻ ഒരു തമാശ കിട്ടിയ സന്തോഷ ത്തിൽ അവിടെ നിന്നിറങ്ങി.

2. ഫോർച്യൂൺ പതനം (ഒന്നാം കാണ്ഡം)

ഹൗസ് സർജൻസി ആയപ്പോഴേക്കും ചില മാറ്റങ്ങൾ വന്നു തുടങ്ങി. സബ്സ്റ്റിറ്റ്യൂട്ട് മുപ്പത് മില്ലി വോഡ്കയും അഞ്ഞൂറ് മില്ലി സ്പ്രൈറ്റും വച്ച് രാത്രി മുഴുവനുമിരിക്കും. സ്നിഫർ മൂക്ക് പൊത്തി വലിച്ചുകയറ്റും. ടെർമിനേറ്റർ തന്റെ നയങ്ങളിൽ അയവ് വരുത്തി. നമക്ക്ഹറാം മാത്രം പഴയതുപോലെ തുടർന്നു.

അങ്ങനെയിരിക്കെ ഒരു ദിവസം ചിലവിനുള്ള വകുപ്പ് ഒത്തുവന്നു. നമക്ക്ഹറാമിന്റെ പെങ്ങളുടെ കല്യാണം. ഹോസ്റ്റെലിലെ മുറിയിലും, ബീച്ചിലുള്ള സീ ക്വീനിലും പാളയത്തുള്ള അമൃതയിലുമിരുന്ന് മടുത്തു. അവന് പൂത്ത കാശുണ്ട്. സ്ഥലം ഫോർച്യൂൺ തന്നെ മതിയെന്ന് തീരുമാനിച്ചു. വണ്ടിയോടിക്കാനുള്ളതിനാൽ സബ്സ്റ്റിറ്റ്യൂട്ട് കളത്തിലിറങ്ങിയില്ല. രണ്ടാം വണ്ടി നമക്ക്ഹറാം ഓടിച്ചോളും. ബാക്കിയെല്ലാവരും കഴിക്കുന്നുണ്ട്. ഗുരുജിയാണെങ്കിൽ ആകെ ടെൻഷനിൽ. എല്ലാ കൂറകളും കഴിക്കുന്നു. സീനിയോറിറ്റി നഷ്ടപ്പെടുമോ എന്ന ഭയം. അവൻ പതിവുപോലെ രണ്ട് പെഗിന്റെ ലീഡ് ആദ്യം തന്നെയെടുത്തു.

അതിന് ശേഷം എല്ലാവരും ഭക്ഷണം കഴിച്ചു. ഗുരുജി കൈ കഴുകാൻ പോയ തക്കത്തിന് ഒരു പ്ലാനിട്ടു. ഭക്ഷണം ചിലവിന്റെ ഭാഗമാണെന്നും, കള്ളിന്റെ കാശ് അപ്പന അപ്പന എന്നും പറയാൻ തീരുമാനിച്ചു. പാവം ഗുരുജി! അഞ്ചാറ് പെഗ്ഗ് അടിച്ചിട്ടുണ്ട്. അതും സ്റ്റാർ ഹോട്ടലിൽ. അവനന്ന് GP അടിച്ച് തിരിച്ചെത്തിയതേയുള്ളൂ. കിട്ടിയ അഞ്ഞൂറിന്റെ രണ്ട് നോട്ടുകൾ അവൻ മേശയ്ക്ക് മുകളിൽ വച്ചു. ആ സങ്കടത്തിൽ അവനൊന്ന് പിന്നോട്ടാഞ്ഞു. കസേര മറിഞ്ഞു.

(Pause)

കസേരയ്ക്ക് പിന്നിലായി ഫിലോസഫർ നിൽക്കുന്നുണ്ട്. അവൻ ബിയറിൽനിന്നും അപ്ഗ്രേഡായതിന്റെ അസ്കിത ഞങ്ങൾ അനുഭവിച്ചുകൊണ്ടിരിക്കുകയാണ്. അവൻ കുറച്ച് കാലം ഹോസ്റ്റലിൽ നിന്ന് മാറിനിന്നപ്പോൾ ഞങ്ങൾ വേണ്ടത്ര ഗൗനിച്ചില്ലെന്നും അവൻ ചത്തുപോയിരുന്നെങ്കിലും ഞങ്ങൾ തിരിഞ്ഞുനോക്കുമായിരുന്നില്ലെന്നും മനുഷ്യന്റെ ജീവിതം ഇത്രയൊക്കെയുള്ളെന്നും പരിഭവിച്ചുകൊണ്ടിരിക്കുന്നു. അപ്പോഴാണ് കസേര മറിഞ്ഞുവീഴുന്ന കാഴ്ച അവന്റെ കണ്ണിൽപെടുന്നത്.

(Play)

ഒരു കൈയിൽ ഗ്ലാസ്സുള്ളതിനാൽ മറുകൈ കൊണ്ട് അവൻ കസേര താങ്ങി ഒരുവിധത്തിലത് നേരെയാക്കി. അപകടമൊഴിഞ്ഞ ആശ്വാസത്തിൽ എല്ലാവരും നെടുവീർപ്പിട്ടു. പെട്ടന്ന് പുറകിലൊരു ഡിം! 'എന്റെ കൈ' എന്ന് നേർത്ത ശബ്ദത്തിൽ പറഞ്ഞുകൊണ്ട് ഗ്ലാസ് മേശയിൽ വച്ചതും ഫിലോസഫർ താഴെ. നോക്കിയപ്പോൾ പൾസില്ല. ഹാർട്ടില്ല. അടിപൊളി! അപ്പോഴേക്കും മെഡിസിൻ പോസ്റ്റിങ് കഴിഞ്ഞവർ CPR തുടങ്ങി. ഏതാനും സെക്കൻഡുകൾ കഴിഞ്ഞപ്പോഴേക്കും അവൻ കണ്ണ് തുറന്നു. എല്ലാവരും നേരത്തെ വിട്ട നെടുവീർപ്പിന്റെ ബാക്കി വിട്ടു.

“നീ ചത്താ ഞങ്ങള് തിരിഞ്ഞുനോക്കുംന്ന് നിനക്ക് മനസ്സിലാ യില്ലേ?” കണ്ണുകൾ നിറഞ്ഞുകൊണ്ട് ഗുരുജി.

“എന്നാത്തിനാടാ എല്ലാവരും ഇങ്ങനെ കൂടിനിക്കുന്നേ? It was just a vasovagal syncope. ബ്ലഡ് ബാങ്കിലൊക്കെ എപ്പഴും പറ്റു ന്നതാ. ഇങ്ങനെ ടെൻഷനടിക്കാൻ ഒന്നുവില്ലായിരുന്നന്നേ.” ഫിലോ സഫർ ഉവാച.

“എനീച്ച് പോട് മൈ@#®ു... ചത്ത് വീണിറ്റ് ഓനതാ ഡയലോ ഗടിക്കുന്നാ.”

പ്രൊഫെസർ കെട്ടിറങ്ങിയ വിഷമം മുഴുവനങ്ങ് തീർത്തു. പുറ ത്തിറങ്ങി കാറിന്റെ അടുത്തെത്തിയപ്പോഴാണ് മേശയ്ക്ക് മുകളിൽ ഗുരുജി വച്ച അഞ്ഞൂറിന്റെ പടങ്ങൾ ഓർമ്മ വന്നത്. അവിടെ തിരി ച്ചെത്തിയപ്പോഴേക്കും ആ ഓർമ്മ ആരോ മായ്ച്ചുകളഞ്ഞിരുന്നു.

3. ഫോർച്യൂൺ പതനം (രണ്ടാം കാണ്ഡം)

എല്ലാവരും കോഴ്സ് കഴിഞ്ഞ് പലവഴിക്ക് പിരിഞ്ഞു. ചിലർ PGക്ക് കയറി. ചിലർ അടുത്ത PG എൻട്രൻസിന് തയ്യാറെടുത്തു. ചിലർ വിവാഹിതരായി.

വിദേശത്തേക്ക് പറന്ന ജോണി വാക്കെർ രണ്ട് വർഷങ്ങൾക്ക് ശേഷം തിരിച്ചുവന്നു. എല്ലാവരും വീണ്ടും ഫോർച്യൂണിൽ. കൂടെ

ചിലരുടെ മെച്ചപ്പകുതികളും. അവരെയും മാമ്മോദീസ മുക്കാൻ തീരുമാനിച്ചു. തന്റെ വിദേശത്തെ എക്സ്പീരിയൻസ് മൊത്തമായി ആവാഹിച്ച് ജോണി വാക്കെർ കോക്ക്ടെയിൽസ് മിക്സ് ചെയ്തു. ഭാര്യമാർ ആദ്യം മാമ്മോദീസ നനഞ്ഞു. പിന്നെ മെല്ലെയങ്ങ് മുങ്ങി. ഭർത്താക്കന്മാർക്ക് ഗുരുജി കോംപ്ലെക്സ്. അവളുമാർ തങ്ങളെ ഓവർടേക്ക് ചെയ്യുന്നു. അവരും വാശിക്ക് മോന്തി. അല്പം കഴിഞ്ഞപ്പോൾ നമ്മുടെ റെയ്മണ്ട് മിസ്സിംഗ്. പുള്ളിയുടെ ഭാര്യയാണെങ്കിൽ രണ്ടാമത്തെ കഴിഞ്ഞപ്പോൾ തുടങ്ങിയ ചിരിയാണ്. പത്ത് പതിനഞ്ച് മിനിറ്റായി. കെട്ടിയോനെ കാണാതായതൊന്നും ആളറിഞ്ഞിട്ടേയില്ല. ചിരിയിൽ പരിപൂർണ്ണമായി ലയിച്ചിരിക്കുകയാണ്. അവനെ അന്വേഷിച്ച് മടുത്ത സബ്സ്റ്റിറ്റ്യൂട്ട് ഒന്ന് മുള്ളാൻ കയറി. കൃത്യനിർവഹണത്തിനായി ഏകാഗ്രതയോടെ ജീൻസിന്റെ സിപ് വലിച്ചുതുറന്ന മാത്രയിൽതന്നെ ഒരു ഓംകാരശബ്ദം കേട്ട് പേടിച്ച് സിപ് വലിച്ചു കയറ്റി ശബ്ദം കേട്ട ദിക്കിലേക്ക് പാഞ്ഞു. അവിടെയെത്തിയപ്പോഴാണ്, കേട്ടത് ഓംകാരമല്ല ഓക്കാനമാണെന്ന് മനസ്സിലായത്. റെയ്മണ്ടിനെ അവിടെ ക്ലോസെറ്റിന് മുകളിൽ കൊളുത്തിയിട്ടിരിക്കുന്ന പരുവത്തിൽ തിരിച്ചുകിട്ടി.

അവസാനം എല്ലാവരെയും തൂക്കിയെടുത്ത് വീട്ടിലേക്ക്. സബ്സ്റ്റിറ്റ്യൂട്ട്, അന്ന് കോളെജിന്റെ അടുത്തുതന്നെയാണ് താമസം. ആ വീടിന്റെ എതിർവശത്ത് പുള്ളിയുടെ അങ്കിളിന്റെ പുതിയ വീടുണ്ട്. വീട്ടുകാരൊക്കെ അവിടെയാണ്. ഭാര്യമാരെ മൊത്തത്തിൽ പുതിയ വീട്ടിലേക്ക് മാറ്റി. ബാക്കിയെല്ലാവരും മറ്റേ വീട്ടിലേക്ക്. ചിലർ നേരെ കാഷ്വാൽറ്റിയിലേക്ക് പോയി കാനുലയും IV ഫ്ളൂയിഡും പ്ലാസ്റ്ററും മറ്റുമായി വന്നു. ഫിലോസഫർ അനെസ്തേഷ്യയിൽ PG ചെയ്യുകയായിരുന്നു. അവൻ വേഗം റെയ്മണ്ടിന് കാനുലയിട്ടു. ഫ്ളൂയിഡ് കയറ്റി, ഹൈഡ്രേഷനൊക്കെ ശരിയാക്കി ബാക്കിയെല്ലാവരും കിടന്നപ്പോൾ വെളുപ്പിന് മൂന്ന് മണി!

പിറ്റേന്ന് രാവിലെയായി. എല്ലാവരും എഴുന്നേറ്റ് ചുറ്റും നോക്കി. റെയ്മണ്ടിനെ വീണ്ടും 'കാണ്മാണ്ടായി'. എല്ലാ ക്ലോസെറ്റും കാലി. ഇവൻ വാളുവയ്ക്കാൻ കിടക്കുന്നതറിയാതെ ആരെങ്കിലും രാത്രി ഫ്ളഷടിച്ചുകാണുമോ? എല്ലാവർക്കും ആധിയായി. അവന്റെ ഭാര്യയോടെന്ത് പറയും! രണ്ടും കൽപ്പിച്ച് പുതിയ വീട്ടിലേക്ക് നടന്നു. അപ്പോഴതാ അവൻ അവിടെ ചായയും മോന്തി പത്രവും വായിച്ചിരിക്കുന്നു. വീട്ടുകാരെല്ലാം കയറിവരുന്നവരെ അവജ്ഞയോടെ നോക്കുന്നുണ്ട്. സബ്സ്റ്റിറ്റ്യൂട്ട് മെല്ലെ സ്ഥിതിഗതികളറിയാൻ അടുക്കളയിൽ കയറി. അപ്പോഴവന്റെ അമ്മ, "ആ റെയ്മണ്ടിനെ കണ്ട്

പഠിക്ക്. അവൻ ആവശ്യത്തിന് മാത്രം കഴിച്ച് രാവിലെത്തന്നെ എഴുന്നേറ്റിങ്ങോട്ട് പോന്നു. ബാക്കിയെല്ലാരും പറ്റാത്തത്രയും വലിച്ച്കേറ്റി ഇപ്പോ പൊന്തണൊള്ളോ!"

അത് പിന്നെ അവൻ പത്ത് മണിക്കുതന്നെ വീണോണ്ടാന്ന് പറഞ്ഞില്ല. വെറുതെയെന്തിനാ! അപ്പോഴും അവന്റെ ഭാര്യ ചിരിച്ചോണ്ടിരിക്കുകയായിരുന്നു.

4. ഹസ്തല വിസ്ത ബേബി - ഞാനിതാ പോണേ...

വർഷങ്ങൾ കടന്നുപോയി. പരിണാമം ചിലരെ ചെറുതായും ചിലരെ വലുതായും തലോടി. നമക്ക് ഇപ്പോഴും ഹറാമാണ്. ഗുരുജി സീനിയോറിറ്റി നിലനിർത്തുന്നുണ്ട്. ജോണി വാക്കെർ നടന്നു കൊണ്ടിരിക്കുന്നു. ഫിലോസഫർ ഇപ്പോൾ കുറേക്കൂടി പ്രാക്ടിക്കലായി ചിന്തിക്കുന്നുണ്ട്. സബ്സ്റ്റിറ്റ്യൂട്ട് ഇടയ്ക്കൊക്കെ കളിക്കാനിറങ്ങുന്നുണ്ട്. സ്നിഫർ ഇപ്പോൾ മണപ്പിക്കാറില്ല, നേരെയങ്ങ് കുടിക്കും. പ്രൊഫെസ്സർ ഇപ്പോഴും തള്ളിക്കൊണ്ടിരിക്കുന്നു. റെയ്മണ്ട് വീണ്ടും പെർഫക്റ്റായി. ഓരോ ഐറ്റവും അതർഹിക്കുന്ന ബഹുമാനം നൽകി അത് കുടിക്കേണ്ട രീതിയിൽ കുടിക്കുന്നു. ഒരിക്കലും കൺട്രോൾ പോകാറില്ല.

ഈയിടെ നടന്ന ഒത്തുകൂടലിനിടയിൽ ഒരു ഭാര്യ, "Dear husband, please don't വാൾ."

"Dear wife, you don't know your husband. He never വാൾസ്."

"അപ്പോ ഇന്ന് ദ ഗ്രേയ്റ്റ് വാൾ ഓഫ് ചൈനയായിരിക്കും. ഞാനിന്നും ഊബർ ചേട്ടന്റെ കൂടെ പോണ്ടിവരും. കൊച്ചിന് വേഗം ഭക്ഷണം കൊടുക്കട്ടെ."

"Silly girl."

ഏകദേശം മുപ്പത് നിമിഷങ്ങൾക്ക് ശേഷം ഭർത്താവ് മിസ്സിംഗ്. ഭാര്യ തികച്ചും സംയമനം പാലിച്ചുകൊണ്ട്, "ഇറ്റ്സ് ഓകെ. ഇനിയവനെ നോക്കണ്ട. വണ്ടിയിവിടെ കെടന്നോട്ടെ. എന്നേം കൊച്ചിനേം ആരെങ്കിലൊന്ന് വീട്ടില് ഡ്രോപെയ്താ മതി. അവൻ രാവിലെ എഴുന്നേറ്റ് വന്നോളും."

പിറ്റേന്ന് രാവിലെ അവനെ വിളിച്ചു. അവൻ ചാടിയെഴുന്നേറ്റു. "ഈശ്വരാ... രാവിലെയായോ... ഹായ്സ്!" മുഖം കഴുകി പുറത്തേക്കോടി ഷൂസിടുന്നതിനിടയിൽ, "ഇന്നലെ എന്തൊക്ക്യാ നടന്നേന്ന് ഷോർട്ടായിട്ടൊന്ന് പറഞ്ഞേ. ഇല്ലെങ്കി അവള് മസാലയൊക്കെ ചേർത്ത് എന്നെ പൊരിച്ചെടുക്കും."

“അതൊക്കെ പറയാം. പക്ഷേ ഈ ലോകത്തീന്ന് കള്ള് തൊടച്ചു നീക്കണെന്ന് വിശ്വസിച്ചിരുന്ന ആളല്ലേ നീ!”

“അതേ... അതിനൊള്ള ഒരേയൊരു വഴി അത് കുടിച്ചുതീർക്കണ താണെന്ന് മനസ്സിലായി. ബൈ ബൈ. ആ പിന്നേ, വൈകുന്നേരാ യിട്ടും ഗ്രൂപ്പിലെന്റെ മെസ്സേജൊന്നും വന്നില്ല്യേങ്കി ഒന്നന്വേഷിക്ക്യ ണട്ടോ!”

ഓൺ ദ റോക്സ്:

ആദ്യകഥയിൽ എന്താണ് ഹാനികരമെന്ന് ചിന്തിക്കുന്നവർക്കായി ഒരു ഒളിക്യാമറാ ദൃശ്യം.

“ഏത് നേരത്താണോ നിന്നെ കെട്ടാൻ തോന്നീത്.”

“ഒരു കാര്യം ചെയ്യ്. ഫോർച്ച്യൂണിലെ ആ പഴയ ബിസിനെസ്സ് കാരന്റെ മോള് ഫ്രീ ആണോന്നൊന്ന് അന്വേഷിക്ക്. ഞാനൊഴിഞ്ഞ് തന്നേക്കാം.”

■

ഇതൊക്കെയെന്ത്!

ഹൗസ് സർജൻസി കാലത്ത് ഞാൻ GP (General Practice-കോഴ്സ് പൂർത്തിയാക്കും മുൻപ് പുറത്ത് ആശുപത്രികളിൽ പോയി പണിയെടുക്കുന്ന പരിപാടി) അടിക്കാൻ പോയിട്ടില്ല. മെഡിസിൻ/സർജെറി പോസ്റ്റിങ് കഴിയാതെ മെഡിക്കൽ കോളെജിന്റെ തണൽ വിടാൻ പേടിയായിരുന്നു. ഹെൽത്ത് സെന്ററിലെ നൈറ്റ് ഡ്യൂട്ടികളിൽ ഒറ്റ രാത്രി പോലും സമാധാനമായിട്ട് ഉറങ്ങിയിട്ടില്ല. കിടന്ന് അല്പം കഴിയുമ്പോൾ ജീപ്പ് വരുന്ന ശബ്ദം കേൾക്കും. അപ്പോൾ തന്നെ മുഖം കഴുകി, മുടി ഒതുക്കി, CIMS (മരുന്നുകളുടെ കൊച്ചു പുസ്തകം) പിടിച്ച് എന്തിനും തയ്യാറായിട്ടിരിക്കും. പക്ഷേ പത്ത് തവണ ജീപ്പ് വരുമ്പോൾ ഒരെണ്ണത്തിന് മാത്രമാണ് വിളി വന്നിരുന്നത്. മൂന്നാമത്തെ രാത്രിയിലാണ്, ബാക്കി ഒൻപത് തവണയും ജീപ്പിന്റെ ശബ്ദമുണ്ടാക്കിയിരുന്നത് തലയ്ക്ക് മുകളിൽ കിടന്നുകറങ്ങിയിരുന്ന ഫാനാണെന്ന് മനസ്സിലായത്. പരിക്കേൽക്കാതെയും ഏൽപ്പിക്കാതെയും ആ കാലഘട്ടം കഴിഞ്ഞു.

കോഴിക്കോട് മെഡിക്കൽ കോളെജിലെ കാഷ്വാൽറ്റി ജീവിതം കഴിഞ്ഞപ്പോൾ അല്പം ചങ്കൂറ്റമൊക്കെയായി. സത്യത്തിൽ ആ കാലത്തുണ്ടായിരുന്നത്രയും ധൈര്യം ഇപ്പോഴില്ല. വൈദ്യശാസ്ത്രത്തിന്റെയും എന്റെയും പരിമിതികളെക്കുറിച്ച് കൂടുതൽ ബോധവാനായി.

ഹൗസ് സർജൻസി കഴിഞ്ഞ്, PG എൻട്രൻസ് പഠിത്തത്തിനിടയിൽ കുറച്ച് കാലം കരാറടിസ്ഥാനത്തിൽ ബാലുശ്ശേരിക്കടുത്തുള്ള കൂട്ടാലിട ഹെൽത്ത് സെന്ററിൽ പണിയെടുത്തിരുന്നു. മൂന്ന് മണിക്കൂർ OP മാത്രം. അങ്ങോട്ടും ഇങ്ങോട്ടുമായി മൂന്ന് മണിക്കൂർ യാത്രയും. ബസ്സിറങ്ങി സെന്ററിലേക്ക് കുറച്ച് നടക്കണം. അതും കുത്തനെയുള്ള കയറ്റം. നല്ല ആരോഗ്യമുണ്ടെങ്കിലേ ഡോക്ടറെ കാണാൻ പറ്റൂ! ആദ്യത്തെ ദിവസം മുകളിലെത്തിയപ്പോഴേക്കും

നല്ല കിതപ്പും ചെറിയൊരു കലിപ്പും. അപ്പോഴതാ അവിടെ ഒരാൾ അടിച്ചുവാരുന്നു. എത്ര പ്രായമുണ്ടെന്നറിയില്ല. പുരികം വരെ വെളുത്തതാണ്, മൂക്കിലെ തൊലിപോലും ചുളിഞ്ഞതും. മുറ്റമടിച്ച് മുറ്റമടിച്ചാണോന്നറിയില്ല, അരിവാൾപോലെ വളഞ്ഞാണ് നിൽപ്പ്. ലക്ഷ്മിക്കുട്ടിയമ്മ എന്നോ മറ്റോ ആയിരുന്നു പേര്. എന്നെ കണ്ടതും ആളൊരു ചിരി ചിരിച്ചു. ഒരു സ്വാഗതച്ചിരി. ആ കുന്ന് കയറിവന്ന് മുറ്റമടിച്ചുകഴിഞ്ഞ് വളഞ്ഞുനിന്ന് ആൾക്ക് ചിരിക്കാമെങ്കിൽ എനിക്കു മാവാമെന്ന് തോന്നി. ഞാനും ചിരിച്ചുതുടങ്ങി.

കുറച്ച് കാലമായി അവിടെ ഡോക്ടറുണ്ടായിരുന്നില്ല. അതുകൊണ്ടുതന്നെ പുതിയ ആളെ കാണാൻ മാത്രമായി കുറേ പേർ വന്നിരുന്നു. കണ്ടപാടെ കുറച്ചാളുകൾ തിരിച്ചുപോയി. സ്റ്റെത്തുണ്ടായിരുന്നെങ്കിലും ലുക്കില്ലായിരുന്നല്ലോ? എന്തായാലും അന്ന് OP നല്ല തിരക്കായിരുന്നു.

"പ്രസ്സർ നോക്കാൻ വന്നവർ, കൊരേടെ വെള്ളത്തിന് വന്നവർ, നടൂന് പെരട്ടണ എണ്ണയ്ക്ക് വന്നവർ..."

അതിനിടയിൽ ഒരാൾ ഞരമ്പിന്റെ ഡോക്ടറെ അന്വേഷിച്ച് വന്നിരുന്നു, രണ്ട് ദിവസത്തെ തലവേദന കാണിക്കാൻ! അയാളിനിയും വന്നാലോയെന്ന് പേടിച്ച് ഞാൻ പിന്നീട് ന്യൂറോളജിസ്റ്റിനെ കെട്ടി.

കുറച്ച് ദിവസങ്ങൾക്കുള്ളിൽ 'സ്ഥിരം രോഗികൾ' വന്നുതുടങ്ങി. അവരിൽ ചിലർക്ക് വീട്ടിൽനിന്ന് പുറത്തിറങ്ങാൻ ആകെ കിട്ടുന്നൊരവസരമാണ് ആശുപത്രി സന്ദർശനം. ഒരു ദിവസം ഒരു ചെറുപ്പക്കാരൻ വന്നു. പുള്ളി, വരിയിൽനിന്ന് അനങ്ങിയനങ്ങി മുന്നിലെത്തും. പിന്നെയും പുറകിൽ പോയിനിൽക്കും. വീണ്ടും മുന്നിലെത്തും. പിന്നെയും പുറകിൽ പോയിനിൽക്കും. അങ്ങനെ, അന്നത്തെ അവസാനത്തെ രോഗിയായി പുള്ളിയിരുന്നു. ആളാകെ അസ്വസ്ഥനാണ്. ചുറ്റും നോക്കി വേറെയാരും ഇല്ലെന്നുറപ്പാക്കുന്നുണ്ട്. അവനെന്നെ കല്യാണമാലോചിക്കാൻ വന്നതാണോ എന്ന് ഞാൻ സംശയിച്ചു. ഒടുവിൽ വളരെ പതിഞ്ഞ ശബ്ദത്തിൽ തുടങ്ങി.

"ഒന്നങ്ങട്ട് ശരിയാവണില്ല."

"എന്ത്?"

"അത്."

"ഏത്?"

"മറ്റേത്."

"ആര്ടെ മറ്റേത്?"

"ന്റെ."

"ങേ?"

"അല്ലാ... കല്യാണം കഴിഞ്ഞിറ്റ്..."

ഞാനിതെങ്ങനെ ഡീൽ ചെയ്യും. എന്നാലും ഗൗരവം വിട്ടില്ല.

"ങും. കല്യാണം കഴിഞ്ഞട്ട്?"

"ഇപ്പോ ആറ് മാസായി. ഒന്നും നടക്കണില്ല."

റോഷൻ ബിജിലി സ്കിറ്റിലെ തമാശയൊക്കെ ഓർമ്മ വന്നു. 'വലത്തെ കൈയ്ക്ക് തരിപ്പ്. Patient presented with decreased libido of right hand.'

'ശ്ശോ! എന്നാലും ആറ് മാസായിട്ട്! അവിവാഹിതനായ ഒരു ചെറുപ്പക്കാരന്റെ മുഖത്തുനോക്കി അവനെങ്ങനെയിത് പറയാൻ തോന്നി. ആ, അത് പോട്ടെ. ഇതിപ്പോ ഞാനെന്തൂട്ട് ചെയ്യാനാണ്?'

"നിങ്ങക്ക് മെഡിക്കൽ കോളെജിലൊന്ന് കാണിച്ചൂടെ. ഞാനെഴുതിത്തരാം."

"അതൊന്നും വേണ്ട. വേറെയെങ്ങട്ടും പോണില്ല. ങള് തരണ മരുന്ന് മതി."

ആയിടയ്ക്ക് വയാഗ്ര ഭയങ്കര ഹിറ്റായിട്ട് ഓടിക്കൊണ്ടിരിക്കുന്ന സമയമാണ്. ആലോചിച്ചപ്പോൾ വയാഗ്ര അടിസ്ഥാനമാക്കിയിറങ്ങിയ തമാശകളൊക്കെ ഓർമ്മ വരുന്നുണ്ട്. ഡോസ് മാത്രം ങേഹേ! വീട്ടിൽ പോയി ഡോസ് കണ്ടുപിടിച്ച് പിറ്റേന്ന് എഴുതിക്കൊടുക്കാമെന്ന് കണക്കുകൂട്ടി.

“ഒരു മരുന്ന്ണ്ട്. കൊറച്ച് വെല വരും.”

“അതൊന്നും വേണ്ട. ങ്ങള് ഈടെയ്യൊള്ള മരുന്ന് തന്നാതി.”

‘അടിപൊളി. ഇതിനിവടന്ന് ന്തൂറ്റ് തേങ്ങ്യാ ഞാനെടുത്ത് തരാടാ പോത്തേ!’

ഞാൻ ഫാർമസിസ്റ്റിനെ കാണാൻ പൊയി.

“ഏതെങ്കിലും ജെൽ ഇണ്ടോ ഇവിടെ?”

“ഉണ്ടല്ലോ സർ.”

“സർ വിളി വേണ്ട. ഡോക്ടർ വിളിതന്നെ ദഹിച്ച് തൊടങ്ങ് ണേള്ളോ. ചേട്ടൻ ജെൽ എടുക്ക്.”

“ഓകെ ഡോക്ടറേ.”

ചേട്ടൻ എനിക്കിട്ട് താങ്ങീതാണൊ? ഡോക്ടറേന്ന് വിളിച്ചപ്പോൾ ഒരു ചൊവപോലെ. ഏയ്... തോന്നിയതായിരിക്കും. ചേട്ടൻ അപ്പോഴേക്കും ജെല്ലുമായി വന്നു. അടിപൊളി. അടിപൊളി. Lignocaine gel! മരവിപ്പിക്കാൻ പുരട്ടുന്ന സാധനം. ഇയാള് ആ ചെക്കന്റെ ജീവിതം കോഞ്ഞാട്ടയാക്കും.

“ഇത് വേണ്ട.”

“വോവെറാൻ മതിയോ?”

‘എന്തിനാ? പൊകച്ച് കളയാനാ?’

“വേണ്ട.”

“Turpentine oil ആയാലോ?”

“ഏയ്... അതൊന്നും ശരിയാവില്ലാ.”

നിരാശനായി രോഗിയുടെ അടുത്തെത്തി. അവനാണെങ്കിൽ വേണു നാഗവള്ളിക്ക് പഠിക്കുന്നു. പെട്ടെന്നൊരു ബൾബ് കത്തി. പ്രിസ്ക്രിപ്ഷൻ എഴുതിത്തുടങ്ങി.

1. Turpentine oil for LA HS

2. Multivitamin tablet 1 BD oral

X 2 weeks

“ഇതിലാദ്യത്തെ മരുന്ന് കെടക്കുന്നതിന് മുൻപ് നടുവിന് തേയ്ക്കണം.”

“ഞാനതെങ്ങനെ ചെയ്യും. ആ അമ്മയോട് പറയാം.”

“അമ്മയോടല്ലാ! ഭാര്യയോട്! ഭാര്യയോട് തേച്ച് തരാൻ പറ.”

അവൻ മനസ്സില്ലാമനസ്സോടെ തലയാട്ടി.

"ഈ ഗുളിക ഒന്ന് വീതം രണ്ട് നേരം. രണ്ടാഴ്ച കഴിഞ്ഞിട്ട് ഒന്നൂടി വാ."

പിറ്റേ ആഴ്ച പൾസ് പോളിയോ പരിപാടിയുടെ തിരക്കിൽ പെട്ടുപോയി. അതിന് ശേഷമുള്ള അവലോകന യോഗത്തിൽ ഏറ്റവും മികച്ച PHCക്കുള്ള അവാർഡ് കൂട്ടാലിടയ്ക്കായിരുന്നു. അധികം വൈകാതെ ഞാൻ പൂർണ്ണമായി നാഗവല്ലിയായി മാറാൻ... അതായത് PG തൊഴിലാളിയായി മാറാൻ... അവിടം വിട്ടു. യാത്ര യയപ്പ് സമയത്തെടുത്ത ഫോട്ടോ ഇപ്പോഴും അവിടെ കാണുമായി രിക്കും. ആ ചെറിയ കാലഘട്ടത്തിനുള്ളിൽ, കേരള ഹെൽത്ത് മോഡൽ എന്ന് നമ്മൾ അഭിമാനിക്കാൻ പോന്ന സംഭവം എന്താ ണെന്ന് എനിക്ക് മനസ്സിലായി. അതിൽ JPHN, ഹെൽത്ത് ഇൻസ് പെക്ടർ മുതൽ മുകളിലേക്കും താഴേക്കുമുള്ളവരുടെ പങ്കെന്താ ണെന്നും.

മെഡിക്കൽ കോളെജ് ഭാഗത്ത് തന്നെയായിരുന്നു പിന്നീടുള്ള ജീവിതം. ഏകദേശം ഒരു വർഷത്തിന് ശേഷം ഒരു ദിവസം ഞാൻ ബസ് കാത്ത് നിൽക്കുമ്പോൾ ബാലുശ്ശേരിയിൽ നിന്നുവന്ന ബസ്സിൽ നിന്ന് പണ്ടെങ്ങോ കണ്ടുമറന്ന ഒരു മുഖം പുറത്തേക്കിറങ്ങുന്നു. ആളെയൊന്ന് സ്കാൻ ചെയ്ത് അരയുടെ ഭാഗത്തെത്തിയപ്പോ ഴേക്കും എനിക്കാളെ മനസ്സിലായി. നമ്മുടെ പഴയ turpentine oil! പക്ഷേ, എനിക്ക് ഓടി രക്ഷപ്പെടാനുള്ള സമയം ബാക്കിയുണ്ടായി രുന്നില്ല. എന്നെ കണ്ടതും പുള്ളി ഓടിവന്ന് കെട്ടിപ്പിടിച്ചു!

"ഡോക്ടറേ... ന്നെ മനസ്സിലായിക്ക്യോ?"

"ഞാനെവിടേയോ?"

"ങളെന്നെ മറന്നാലും എനക്ക്ങ്ങളെ മറക്കാൻ കയ്യൂല്ല. ഭാര്യ ഈടെ പ്രസവത്തിന് അഡ്മിറ്റാ ഡോക്ടറേ!"

"ങേ..."

"ങാ..."

■

ഗുരുജി, ഒരു വാക്ക്

ബാക്കിയെല്ലാവരും ആദ്യദിനം പേടിച്ചുവിറച്ച് ഹോസ്റ്റലിൽ കയറിയപ്പോൾ ഗുരുജി മാത്രം നെഞ്ച് വിരിച്ചാണ് കയറിയത്. കാരണം, അവനാദ്യമായല്ല ഒരു പ്രൊഫഷണൽ കോളെജിന്റെ പടി ചവിട്ടുന്നത്. മണിപ്പാലിൽ ഒരു കൊല്ലം BDS ചെയ്തിട്ടാണ് വരവ്. നാട്ടിലെ റാഗിംഗ് അവന് വെറും സുരേഷ് ഗോപിയുടെ പുല്ലായിരുന്ന്. ഷർട്ടൂരാൻ പറഞ്ഞാലവൻ ഷഡ്ഡിയൂരും. അതുകൊണ്ടുതന്നെ റാഗ് ചെയ്യാൻ വരുന്നവർ അവനെ അത്രയ്ക്കങ്ങോട്ട് പ്രോത്സാഹിപ്പിച്ചിരുന്നില്ല.

രണ്ടാംശനി കഴിഞ്ഞുള്ള ഞായറാഴ്ചകളിൽ കണ്ണൂർ ഭാഗത്തേക്കുള്ള എക്സിക്യൂട്ടിവ് ട്രെയിനിലെ ഒരു കംപാർട്ട്മെന്റ് മെഡിക്കോസിനുള്ളതാണ്. റാഗിംഗ്, അന്താക്ഷരി, ഡമ്പ്ഷരാട്സ്, എല്ലാമുണ്ടാകും പല ഭാഗത്തായി. ഷൊർണൂർ സ്റ്റേഷനിലിറങ്ങിനിന്ന് 'കോഴിക്കോട് കോഴിക്കോട്' എന്ന് വിളിച്ചുപറഞ്ഞ് ജീപ്പിൽ കയറ്റുന്നപോലെ ആളെ കയറ്റിയിട്ടുണ്ട് ട്രെയിനിലേക്ക്. പത്ത് ആളുകൾ വിളി കേട്ട് കയറിയതിന്റെ പേരിൽ എനിക്ക് കോഴിക്കോട് വരെ ഇരിക്കാനുള്ള സൗകര്യവും ഒരുക്കിത്തന്നിട്ടുണ്ട് നല്ലവരായ സീനിയേർസ്. പറഞ്ഞുവന്നത് ഗുരുജിയെ പറ്റിയാണ്. കൊല്ലമൊന്ന് കഴിഞ്ഞപ്പോൾ എല്ലാവരെയും പോലെ അവനും സെക്കൻഡ് ഇയറായി. സീനിയറായി. രണ്ടാം ശനി കഴിഞ്ഞുള്ള ഒരു ഞായറാഴ്ച കണ്ണൂർ ഭാഗത്തേക്കുള്ള എക്സിക്യൂട്ടിവിലെ മെഡിക്കോസ് കംപാർട്ട്മെന്റിൽ അവനും കയറി. കയറിയപാടേ ജൂനിയർ ബാച്ചിലെ ഒരു കൊച്ചിനെ ഇരയായിട്ട് കിട്ടി.

"എന്താ പേര്?"

"xxxxxx"

"എവിടാ വീട്?"

"വൈറ്റിലാ."

"വൈറ്റിലുണ്ടോ എന്നൊന്നും എനിക്കറിയണ്ടാ. വീടെവിടാ?"

"ചേട്ടാ... വൈറ്റിലയിലാ വീട്."

"അങ്ങനെ തെളിച്ച് പറ. വീട്ടിലാരൊക്കെയുണ്ട്?"

"അപ്പനും അമ്മയും അഞ്ച് അനിയത്തിമാരും."

"അപ്പനെന്ത് ചെയ്യുന്നു?"

"എൻജിനീയറാണ്."

"ഞാൻ വിചാരിച്ചു കൃഷി ആയിരിക്കൂന്ന്. അല്ലെങ്കിലും ഞാൻ ചോദിച്ചത്, ഇപ്പോ എന്ത് ചെയ്യുന്നൂന്നാ?"

"പത്രം വായിക്കുന്നു."

"ഈ രാത്രീലോ? അതെങ്ങനെ ഇത്ര ഒറപ്പിച്ച് പറയാൻ പറ്റും?"

"ഈ ഇരിക്കുന്നതാ എന്റെ അപ്പൻ."

അരികിലിരുന്ന കാർന്നോര് മെല്ലെ പത്രം താഴ്ത്തി അവന്റെ മുഖത്ത് നോക്കി വെളുക്കെ ചിരിച്ചു. ഹാർപിക്ക് കണ്ട 99 ശതമാനം കീടാണുവിനെപോലെ അവൻ ഒടിഞ്ഞുമടങ്ങി വളഞ്ഞുപുളഞ്ഞ് വെക്കം (അവന്റെ ഭാഷയിൽ വെക്കം എന്ന് പറയുന്നതാണ് മലയാളത്തിൽ ഏറ്റുമധികം സ്പീഡുള്ളത്. വേഗം, പെട്ടെന്ന്, പൊടുന്നനെ തുടങ്ങിയവയെല്ലാം അതിലും സ്ലോവാണ്) അവിടന്ന് മുങ്ങി മറ്റൊരു സ്ഥലത്ത് പൊങ്ങി. അവിടെയും ഇരിക്കുന്നുണ്ട്

ഒരു കുട്ടി. നോക്കിയപ്പോൾ അരികിൽ ഒരു കാർന്നോരും. ഇത്തവണ റിസ്ക്കെടുക്കാൻ അവൻ തയ്യാറല്ലായിരുന്നു.

"ഹലോ... എന്താ പേര്?"

"xxxxxxx."

"ഈ സൈഡിലിരിക്കണത് കുട്ടീടെ അപ്പനൊന്നും അല്ലല്ലോ?"

"അല്ല. ഞാൻ ഡോ. മോഹനൻ. കോഴിക്കോട് മെഡിക്കൽ കോളേജിലെ ഓർത്തോ യൂണിറ്റ് ത്രീ ചീഫാണ്. പറഞ്ഞുവരുമ്പോ ഇയാൾടെ പ്രൊഫെസറായിട്ട് വരും."

കാർന്നോര് നേരിട്ട് മറുപടി പറഞ്ഞു. അന്ന് മുതൽ ഗുരുജി ആന്റിറാഗ്ഗിങ്ങ് സ്ക്വാഡിന്റെ ക്യാപ്റ്റനായി മാറി.

ഒരിക്കൽ ഒരു ആവറേജ് പരീക്ഷയുടെ തലേന്നാൾ അവൻ പഠിത്തമൊക്കെ ഉപേക്ഷിച്ച് കിടക്കാനൊരുങ്ങി.

"എന്ത് പറ്റീടാ?"

"കൊറേ ഇണ്ട്. ഇത് നടപടിയാവൂല്ല."

"നീയൊരു കാര്യം ചെയ്യ്. ഈ പത്തെണ്ണം മാത്രം വായിക്ക്."

"ആ നോക്കാം."

അതിൽ ആറെണ്ണം പിറ്റേന്ന് ചോദിച്ചു. ആ പത്തെണ്ണം എനിക്ക് വായിച്ചുതീർക്കാൻ പറ്റിയില്ല. അതുകൊണ്ട് ഞാൻ തോറ്റു. പക്ഷേ അവൻ പഷ്ട്ട് ക്ലാസ്സിൽ പാസ്സായി.

വർഷങ്ങൾ കടന്നുപോയകൂട്ടത്തിൽ ഞങ്ങൾ യൂണിവേഴ്സിറ്റി പരീക്ഷകൾ കടന്നുകൂടി. പക്ഷേ, അത് കഴിഞ്ഞ് PG എൻട്രൻസ് പരീക്ഷയിൽ തട്ടിനിന്നു. അല്ല... അവിടെ കെട്ടിക്കിടന്നു. ഗുരുജി അതും കടന്നുകൂടി. അവൻ ചെന്നൈയിൽ ചേർന്നു. എന്നിട്ട് അവിടത്തെ അരി ശരിയല്ലെന്ന് പറഞ്ഞ് അവനാ സീറ്റ് കളഞ്ഞിട്ട് വീണ്ടുമൊരു PG തൊഴിലാളിയായി ഞങ്ങളോടൊപ്പം കൂടി.

ആയിടയ്ക്കാണ് പി.വി. ഗംഗാധരന്റെ മകളുടെ കല്യാണം. എന്നുവച്ചാൽ ഗൃഹലക്ഷ്മി പ്രൊഡക്ഷൻസ് അവതരിപ്പിക്കുന്ന കല്യാണം. ഞങ്ങളുടെ കൂട്ടത്തിലെ ഒരു തൊഴിലാളി അന്ന് കോഴിക്കോട് PVS ഹോസ്പിറ്റലിൽ പാർട്ട് ടൈമായി പോകുന്നുണ്ട്. അവനെ കല്യാണത്തിന് ക്ഷണിക്കുക എന്ന് പറഞ്ഞാൽ ഞങ്ങളെയെല്ലാവരെയും ക്ഷണിക്കുന്നതുപോലെയാണ്. അങ്ങനെ ഗുരുജിയും അവന് കൂട്ടായി ഞാനും ആ കല്യാണത്തിന് പുറപ്പെട്ടു. ശരിക്കും വിളിക്കപ്പെട്ടവൻ വന്നില്ലായിരുന്നു കേട്ടോ.

ഓട്ടോയിൽ പോയിറങ്ങുന്നത് മോശമായതുകൊണ്ട് ഞങ്ങൾ ഓട്ടോയിലാണ് പോയത്. എന്നിട്ടൽപം ദൂരെയിറങ്ങി അങ്ങോട്ട്

നടന്നു. ബീച്ചിനടുത്തുള്ള ഒരു ഗ്രൗണ്ട് മുഴുവൻ പന്തലിട്ടിട്ടുണ്ട്. അകത്ത് കയറുന്നതിന് മുൻപ് അവനെന്നോട് സ്വകാര്യമായി പറഞ്ഞു,

"ഞാൻ ചെലപ്പോ വന്ന വഴി മറക്കും. ഒന്നും തോന്നരുത്."

"ങേ!"

എനിക്കൊന്നും മനസ്സിലായില്ല. അവനകത്ത് കയറി. ഞാൻ പിന്നാലെയും. അവിടെ ഒരു ഏഷ്യാനെറ്റ് അവാർഡ് നൈറ്റ് പ്രതീതി. മലയാളത്തിൽ അഭിനയിച്ചിട്ടുള്ളതും മരിച്ചുപോയിട്ടില്ലാത്തതുമായ എല്ലാവരും അവിടെയുണ്ട്. ഓരോ താരത്തെ കാണുമ്പോഴും ഞാനവനെ തോണ്ടിക്കാണിക്കും. പക്ഷേ അവൻ തീരെ ആവേശഭരിതനല്ലായിരുന്നു. മാത്രമല്ല, അകത്തേക്ക് കയറിയതിന് ശേഷം അവനെന്നെ ഒരു മൈൻഡില്ല. യൂണിവേഴ്സിറ്റി വൈവ സമയത്തെന്ന പോലെ പെട്ടെന്ന് ഡീസന്റായി. എന്നെപ്പോലെ അവനും ക്ഷണിക്കാത്ത കല്യാണത്തിന് തന്നെയാണ് കയറിയിരിക്കുന്നത്. എന്നിട്ടാണ് ഈ ഡോഗ് ഷോ.

ഒരുപാട് സമയം കളയാതെ ഞങ്ങൾ സദ്യ കഴിക്കാനിരുന്നു. ചോറ് എത്തിയപ്പോഴേക്കും കറികളൊക്കെ കഴിഞ്ഞു. കറികൾ വീണ്ടും എത്തിയപ്പോഴേക്കും ചോറും. അങ്ങനെ ഇതികർത്തവ്യതാമൂഢനായി ഇരിക്കുന്ന സമയത്താണ് ഞാൻ അവനെ ശ്രദ്ധിക്കുന്നത്. ശ്വാസം ഉള്ളിലേക്ക് വലിച്ച്, വാ തുറക്കാതെ, കണ്ണുകൾ വിടർത്തി, മുഖമെല്ലാം വലിഞ്ഞുമുറുകിയിരിക്കുന്നു. മുരിങ്ങക്കോൽ തൊണ്ടയിൽ കുടുങ്ങിയതാവുമെന്ന് ഞാൻ സംശയിച്ചു. തൽക്കാലം സീൻ ആക്കിയില്ല. ബഹളമുണ്ടാക്കി പാലട മിസ്സാക്കാൻ എനിക്ക് താൽപര്യമില്ലായിരുന്നു. ഇന്ത്യക്കാർക്കിടയിലെ മല്ല്യയെപോലെയാണ് പായസങ്ങൾക്കിടയിലെ പാലട, ഒരിക്കൽ പോയാൽ പിന്നെ ചിലപ്പോൾ കിട്ടൂല്ല. തിരിഞ്ഞുനോക്കിയപ്പോഴേക്കും അവൻ നോർമലായിട്ടുണ്ട്. ഇനി ക്യാമെറ വല്ലതും ചുറ്റുമുണ്ടോ എന്ന് ഞാൻ പരതി. അപ്പോഴാണ് ഞാനവരെ കണ്ടത്. കമൽ, സിബി മലയിൽ, സത്യൻ അന്തിക്കാട്, ഷാജി കൈലാസ്, ഹരിഹരൻ തുടങ്ങിയവരെല്ലാം വരിവരിയായി വരുന്നു.

ഭക്ഷണം കഴിഞ്ഞ്, പായസവും കുടിച്ച് ഞങ്ങളിറങ്ങി. തിരികെ ഓട്ടോയിൽ കയറിയശേഷമാണ് അവൻ പിന്നീട് വാ തുറക്കുന്നത്.

"മലയാള സിനിമ ഒരുകാലത്തും ഗുണം പിടിക്കില്ല. എനിക്ക് ആ ഇന്ദ്രജിത്തിനേക്കാ പൊക്കവില്ലേ? ജയസൂര്യയേക്കാ ഗ്ലാമറില്ലേ? കുഞ്ചാക്കോയേക്കാ പെർസണാലിറ്റിയില്ലേ?"

"അയ്നിപ്പോ എന്ത് പറ്റി?"

"ആ ഡയറെക്ടർമാര് മുഴുവൻ നമ്മടെ മുമ്പീക്കോടെ പോയിട്ട് ഒരുത്തനെങ്കിലും വന്നെന്നെ പരിചയപ്പെട്ടോ? ഡീറ്റെയിൽസ് ചോയ്ച്ചോ?"

"അത് ചെലപ്പോ... അവര് നോട്ട് ചെയ്തട്ടിണ്ടാവും. വീഡിയോ കാസെറ്റ് വരുമ്പോ പൊക്കാനാവും."

"എങ്ങനെ പൊക്കും. ഇത്രേം പേര്ടെ എടേല് എന്നെ പരിച യൊള്ളത് നിനക്ക് മാത്രാ. നിന്നെ എനിക്ക് മാത്രോം."

"ന്നാ പിന്നെ, നിനക്കങ്ങോട്ട്പോയി മുട്ടായിരുന്നില്ലേ?"

'ഒരു ഡോക്ടറായ ഞാൻ വെറുമൊരു ഡയറെക്ടറെ അങ്ങോട്ട് കയറി മുട്ടേ!"

"ഇനിയിപ്പോ എന്ത് ചെയ്യും?"

"ഒന്നും ചെയ്യാനില്ല. മൂ..........പ്പോ ആര് മൂ..........?"

"ആര് മൂ............?"

"മലയാള സിനിമ മൂ...............! എനിക്കിപ്പോ എന്താ! ഞാൻ ഡോക്ടറാണ്. ഞാൻ ജീവിക്കും. നല്ല സുഖായിട്ട് ജീവിക്കും."

മലയാള സിനിമ മാത്രമല്ല, ഇന്ത്യ മൊത്തം മൂ............... അവൻ ഇന്ത്യ വിട്ടു. ഇപ്പോൾ വിദേശത്താണ്. സിനിമ ഇനിയിപ്പോൾ നടക്കു മെന്ന് തോന്നുന്നില്ല. ടെലിപ്രോംപ്റ്റർ പോലുമില്ലാതെ മണ്ടത്തരം പറയാനുള്ള സ്കില്ലുണ്ട്. വെള്ളമടിക്കുമ്പോഴെല്ലാം നാല് കാലിൽ നിൽക്കാനുള്ള കഴിവുണ്ട്. പിന്നെ നല്ല അപാര തൊലിക്കട്ടി & കോൺഫിഡൻസ്. രാഷ്ട്രീയത്തിൽ സ്കോപ്പ് കാണുന്നു! ഇനി ആ ഋഷിക്ക് സുനയൊക്കെ പറഞ്ഞുകൊടുക്കുന്നത് ഇവനെങ്ങാനു മാണോ!

■

നമ്മളീ പോളിട്ടെക്ക്നീക്കിലൊന്നും പഠിച്ചട്ടില്ലല്ലോ

എൻട്രൻസ് തൊഴിലാളി ജീവിതം. ഞങ്ങൾ ആറ് പേർ. അതിൽ അഞ്ച് പേർ സെക്കൻഡ് ഇയർ മുതൽ സഹമുറിയന്മാർ. ആറാമൻ റഷ്യയിൽ മെഡിസിൻ കഴിഞ്ഞ്, തൊഴിലാളി ജീവിതത്തിൽ ഒപ്പം കൂടിയവൻ. വീട് തൊട്ടടുത്താണെങ്കിലും അവനും മിക്കവാറും ഹോസ്റ്റെലിൽ. അവന്റെ റഷ്യൻ പുഷ്അപ്സാണ് പ്രധാന നേര മ്പോക്ക്. റഷ്യൻ പഠിക്കുന്നതിന് മുൻപുള്ള കാലത്ത് അവരവിടെ സൂപ്പർ മാർക്കറ്റിൽ പോയി ചിക്കൻ തപ്പിയിട്ട് കാണുന്നില്ല. ഇവർ പത്തിരുപത് ഇന്ത്യക്കാരുണ്ട്. ആർക്കും ഒരു പോംവഴി കണ്ടുപിടി ക്കാൻ പറ്റുന്നില്ല. പെട്ടെന്ന്, ഇവൻ ഒരു കേസ് മുട്ടയുമായി കൗണ്ട റിൽ ചെന്നിട്ട്, ഇതിന്റെ മദർ എവിടെയാണിരിക്കുന്നതെന്ന് ചോദിച്ച് പ്രശ്നം സോൾവാക്കി. ഇജ്ജാതി കഥകളാണ്. എല്ലാ കഥയുടെയും അവസാനം 'വെൽ ഡൺ വാസു'വാണ്. പുടിന്റെ കൂടെയിരുന്ന് പുട്ടും കടലയും കഴിച്ചിട്ടുണ്ടെന്നുവരെ ഒരു ഉളുപ്പുമില്ലാതെ പറഞ്ഞു കളയും. മിഥുൻ ചക്രവർത്തി കഴിഞ്ഞാൽ പിന്നെ റഷ്യയിൽ ഏറ്റവും അധികം ആരാധകരുള്ള ഇന്ത്യക്കാരൻ ഇവനാണെന്നാണ് ടിയാന്റെ അവകാശവാദം.

അങ്ങനെയിരിക്കെ, അവന്റെ അപ്പന്റെയും അമ്മയുടെയും വിവാഹവാർഷികദിനമായി. അവരെയൊന്ന് ഞെട്ടിക്കണമെന്ന് അവ നൊരാഗ്രഹം. അവൻ പോയി കേക്കും മെഴുകുതിരിയും തീപ്പെട്ടിയും റിബ്ബണും രണ്ട് കളർഫുൾ പുട്ടുകുറ്റിയും വാങ്ങി വന്നു. എല്ലാവ രെയും ഓരോന്നേൽപ്പിച്ചു. എനിക്ക് കിട്ടിയത് മെഴുകുതിരിയും തീപ്പെട്ടിയും. ആ ടൈപ്പ് പുട്ടുകുറ്റി മുൻപ് കണ്ടിട്ടില്ലാത്തതുണ്ട് ഞാൻ അതെടുത്ത് തിരിച്ചും മറിച്ചും നോക്കി.

"അപ്പോ നീ അമ്മയ്ക്ക് മാത്രാ ഗിഫ്റ്റ് വാങ്ങ്യോള്ളോ? അപ്പ നൊന്നും വാങ്ങീല്ലേ?"

"ഇത് രണ്ട് പേർക്കും കൂടിയാ."

"ഓ... അപ്പനും കുക്കെയ്യോ? ദാറ്റ്സ് നൈസ്."

"കുക്കെയ്യേ? പാർട്ടി പോപ്പർ വെച്ചട്ടോ?"

"പാർട്ടി പോപ്പറാ?"

"ആ... ആ കയ്യിലിരിയ്ക്കണെ സാധനം. റഷ്യേല് ബർത്ത്ഡേയ്സിന് ഇത് കംപൽസറിയാണ്. അവിടെയെത്തിയിട്ടുള്ള എന്റെ രണ്ടാമത്തെ ബർത്ത്ഡേ... ക്ലാസ്സിലെല്ലാരും കൂടി..."

ഞാൻ ഒരു മയക്കം കഴിഞ്ഞെഴുന്നേറ്റപ്പോഴും കഥ കഴിഞ്ഞിട്ടില്ല.

"സമ്മതിച്ചു. നിന്റെ ബർത്ത്ഡേ ആ കോളെജ് മൊത്തം കൊണ്ടോടി. അല്ല. കൊണ്ടാടി. ഇതെന്താ സാധനംന്ന് പറ."

"ഇച്ചങ്ങായി! അല്ല പറഞ്ഞിട്ട് കാര്യില്ല. ഇതൊക്കെ ഇപ്പോഴല്ലേ ഇവിടെ കിട്ടിത്തൊടങ്ങീത്. അതിങ്ങ് താ. ദേ... ഇതിവിടിങ്ങനെ മുറുക്കെ പിടിക്കണം. എന്നിട്ട് അടിഭാഗം തിരിക്കണം."

"ഈ കുറ്റി പിടിക്കണ ആളന്നെ അടിഭാഗം തിരിക്കണാ?"

"എടാ തിരിക്കണ്ടത് ഇതിന്റെ അടിഭാഗാ. അല്ലാണ്ട് നിന്റെയല്ല."

"OK. നോക്കട്ടെ."

വാങ്ങി നോക്കിയതോർമ്മയുണ്ട്. 'ഠപ്പ്!' മുറി നിറയെ പല നിറത്തിലുള്ള കടലാസ് കഷ്ണങ്ങൾ. എന്റെ നേരെ തുറിച്ചുനോക്കുന്ന പത്ത് കണ്ണുകൾ. അതിൽ രണ്ടെണ്ണം കടുംചുവപ്പ്

ഇല്ല. കുഴപ്പമില്ല. ഒരെണ്ണം കൂടി ബാക്കിയുണ്ട്. വാശിയായി. തിരിയും തീപ്പെട്ടിയും മറ്റൊരാൾക്ക് കൈമാറി. പാർട്ടി പോപ്പർ ഏറ്റെടുത്തു.

എല്ലാരും കൂടി അവന്റെ വീട്ടിലെത്തി. അങ്കിളും ആന്റിയും ഞെട്ടി. എല്ലാവരും അവരെ വിഷ് ചെയ്തശേഷം അവരവരുടെ ഉത്തരവാദിത്വം നിറവേറ്റിത്തുടങ്ങി. ഒരാൾ കേക്ക് വയ്ക്കുന്നു. മറ്റൊരാൾ തിരി കത്തിക്കുന്നു. വേറൊരാൾ പാട്ട് പാടുന്നു.

ഞാൻ ചുറ്റും നോക്കി. മുകളിലേക്കുള്ള കോണിയിൽ ഒരു കേക്ക് വ്യൂ സ്പോട്ട് കണ്ടു. തടസ്സങ്ങളൊന്നുമില്ല. ഡബിൾ ഹൈറ്റ് സീലിങ്. ആ ഭാഗത്ത് ആകെയുള്ളത് ഒരു നിലവിളക്ക്. നിലത്ത് വയ്ക്കുന്ന തരത്തിലുള്ളതല്ല. കെട്ടിത്തൂക്കിയിടുന്ന ടൈപ്പ്. പല നിലകളായിട്ട് മുകളിലേക്ക് തിരിഞ്ഞിരിക്കുന്ന ഗ്ലാസ്സുകളുള്ള പത്തിരുപത് ബൾബിടുന്ന സാധനമില്ലേ? അത്. ആ... തൂക്കുവിളക്കെങ്കിൽ തൂക്കുവിളക്ക്. ഞാൻ വേഗം അവിടെക്കയറി നിലയുറപ്പിച്ചു. പണ്ട് പ്രീഡിഗ്രി ഫിസിക്സിൽ പഠിച്ച പ്രൊജെക്റ്റൈൽ മോഷന്റെ പടമോർത്തു. ഡേവിഡ് ബെക്ക്ഹാമിനെ മനസ്സിൽ ധ്യാനിച്ച് നാൽപ്പത്തിയഞ്ച് ഡിഗ്രിയിൽ പാർട്ടിക്കുറ്റിയും ബാക്കി ഡിഗ്രിയിൽ ശ്വാസവും പിടിച്ചു.

ഈ ഫ്രീകിക്കും പെനാൽറ്റിയുമൊക്കെ എടുക്കാൻ പോകുന്നവന്റെ മാനസികാവസ്ഥ എനിക്കന്ന് മനസ്സിലായി.

അങ്കിളും ആന്റിയും കത്തിയെടുത്തു. കേക്കിൽ മുട്ടിച്ചു.

"ഠപ്പ്!"

മുൻപ് കേട്ട അതേ ശബ്ദം. പെർഫക്റ്റ് ടൈമിങ്. വെൽ ഡൺ മൈ ബോയ്! എല്ലാവരും മുകളിലേക്ക് നോക്കി.

'ങേ! ഇതില് കടലാസിണ്ടായിരുന്നില്ലേ? ഇണ്ടായിരുന്നൂല്ലോ. എന്തോ മോളിൽക്ക് പോണത് കണ്ടതല്ലേ? എന്താ ഒന്നും താഴത്തേക്ക് വീഴാത്തേ?'

ഞാനും മുകളിലേക്ക് നോക്കി. ഒന്ന് രണ്ട് കഷ്ണങ്ങൾ ആടിയാടി താഴേക്ക് വരുന്നുണ്ട്. ബാക്കിയൊക്കെ? ബാക്കിയെല്ലാം മുകളിലെ തൂക്കുവിളക്കിന്റെഷേഡുകൾക്കുള്ളിൽ ഭദ്രം!

രണ്ട് നില പൊക്കത്തിലായതുകൊണ്ട് വൃത്തിയാക്കാൻ എളുപ്പമല്ല. ആക്കിയിട്ടില്ലെങ്കിൽ അവരിന്നും എന്നെ ഓർക്കുന്നുണ്ടാവും!

■

ഓർമ്മകൾ ഓർമ്മകൾ
ചൂളം വിളിച്ചോടി

നാലഞ്ച് വയസ്സ് മുതലുള്ള ട്രെയിനോർമ്മകൾ ഓടിത്തുടങ്ങുന്നത് മംഗലാപുരത്ത് നിന്നാണ്. തൃശ്ശൂർക്കാണ് വണ്ടി കയറുന്നത്. ട്രെയിൻ നിർത്തി അല്പം കഴിഞ്ഞാൽ തള്ളിപ്പിടിച്ച് ട്രെയിൻ നീക്കാൻ ശ്രമിക്കുന്നതും വളവിൽ ട്രെയിനിന്റെ എൻജിൻ കാണാൻ ജനലിലൂടെ വലിഞ്ഞുനോക്കുന്നതും ടണലിലൂടെ പോകുമ്പോഴുള്ള ഇരുട്ടിൽ പേടിച്ചിരിക്കുന്നതും കോഴിക്കോട് എത്തുമ്പോഴേക്കും നാട്ടിലെത്തിയതുപോലെ തോന്നുന്നതും ഷൊർണൂർ എത്തിയാലുടൻ ബാഗെല്ലാം എടുത്ത് വാതിലിന്റെ അടുത്തേക്ക് നീങ്ങുന്നതുമെല്ലാം

നല്ല ഓർമ്മയുണ്ട്. നേത്രാവതി എക്സ്പ്രസ്സ് എന്നൊരു പേര് തല യുടെ ഏതോ ഒരു പ്ലാറ്റ്ഫോമിൽ നിർത്തിയിട്ടിരിക്കുന്നു.

പിന്നീട് കോഴിക്കോട്ടേക്ക് താമസം മാറി. അപ്പോഴാണ് അവി ടന്ന് തൃശ്ശൂർക്ക് കുറേ ദൂരമുണ്ടല്ലോ എന്ന് തോന്നിത്തുടങ്ങുന്നത്. ഷൊർണൂർ എത്തുമ്പോൾ ബാഗ് എടുക്കുന്നതിന് പകരം, കാപ്പി വാങ്ങിത്തുടങ്ങി. വീട്ടിൽ കളർപ്പൊടിയിട്ട പാല് മാത്രമേ കിട്ടൂ. അതു കൊണ്ട് ട്രെയിനിൽ കിട്ടുന്ന കാപ്പി അതിവിശിഷ്ടമായ പാനീയ മാണ്. പക്ഷേ ചൂട് പറ്റില്ല. അതുകൊണ്ട് ഷൊർണൂർനിന്ന് വാങ്ങുന്ന കാപ്പി കുടിച്ച് തുടങ്ങുന്നത് തൃശ്ശൂർ എത്തുന്നതിന് തൊട്ടുമുൻപ് ഔട്ടറിൽ ട്രെയിൻ പിടിച്ചിടുമ്പോഴായിരിക്കും.

MBBS കാലത്ത് ഓടിക്കൊണ്ടിരുന്ന കോഴിക്കോട്-ഇരിങ്ങാല ക്കുട റൂട്ടിലാണ് ഓർമ്മകൾ കൂടുതലുമുള്ളത്. കോഴിക്കോട് മെഡി ക്കൽ കോളെജിൽ പഠിക്കുന്ന, കോട്ടയം മുതൽ ഇങ്ങോട്ടുള്ള എല്ലാ വരും ഞായർ രാത്രിയിലെ എക്സിക്യൂട്ടിവിലുണ്ടാകും. യാത്ര കോഴി ക്കോട് അവസാനിക്കുമ്പോൾ കോളെജിലേക്ക് ടാക്സിയിൽ ഇടിച്ചു കുത്തി പോകണമായിരുന്നു. റാഗ് ചെയ്തിരുന്ന സീനിയർമാരും റാഗ് ചെയ്യപ്പെട്ടിരുന്ന ജൂനിയർമാരുമെല്ലാം പരസ്പരം മടിയിലിരു ന്നായിരുന്നു ആ യാത്രകൾ. കുറച്ച് കാലം കഴിഞ്ഞതോടെ ആ ട്രെയിൻ വരുന്നത് കണക്കാക്കി സ്റ്റേഷന് മുന്നിൽ കോളെജ് ബസ് കാത്തുകിടക്കാൻ തുടങ്ങി. പിന്നെ കോളെജ് വരെ ഒരു ചെറു ടൂർ.

ഒരിക്കൽ, എക്സിക്യൂട്ടീവല്ലാതെ മറ്റേതോ ഒരു ട്രെയിനിൽ പോരേണ്ടി വന്നു. നല്ല തിരക്ക്. മെല്ലെ നടന്നുനോക്കിയപ്പോൾ രണ്ട് കംപാർട്ട്മെന്റപ്പുറം ഒരെണ്ണം കാലിയടിച്ച് പോകുന്നു. പതിയെ പടിയിലിരുന്നു. എതിരെ കാറ്റടിച്ചപ്പോൾ നല്ല സുഖം. ഒന്ന് മയങ്ങി പ്പോയി. ഞെട്ടലോടെയാണ് എഴുന്നേറ്റത്. തൃശ്ശൂർ എത്തുന്നതേ യുള്ളൂ. അവിടെയിരുന്നാൽ അധികം വൈകാതെ പാളത്തിൽ പൂള് വയ്ക്കുമെന്നുറപ്പ്. മെല്ലെയെഴുന്നേറ്റ് ഒരു കാലിക്കസേരയിൽ കയറി യിരുന്നു. ചാരുകസേരയാണ്. ഉടനെ വീണ്ടും മയങ്ങിപ്പോയി.

അല്പം കഴിഞ്ഞ് എന്തോ ബഹളം കേട്ടാണ് എഴുന്നേറ്റത്. നോക്കിയപ്പോൾ, തൊട്ടുപിന്നിലെ സീറ്റിൽ നിന്നാണ്. ടിക്കറ്റില്ലാതെ യാത്ര ചെയ്യുന്ന രണ്ടുപേരെ പൊക്കിയതാണ്. അവർ പണം നൽ കാൻ തയ്യാറല്ല. രണ്ടാളും ഏഷ്യൻ ഗെയിംസിൽ ഇന്ത്യയെ പ്രതി നിധീകരിച്ച് മെഡൽ വാങ്ങിയിട്ടുണ്ട് പോലും. റെയിൽവേ യാത്ര സൗജന്യമാണത്രേ. TTE വിട്ടുകൊടുക്കാൻ ഭാവമില്ല. ഷൊർണൂർ എത്തുമ്പോൾ കാണിച്ചുതരാമെന്ന് ഭീഷണിപ്പെടുത്തി പുള്ളി നേരെ എന്റെയടുത്തെത്തി. ടിക്കറ്റ് ചോദിച്ചു. ഞാൻ നീട്ടി. പുള്ളി എന്നെയും ടിക്കറ്റിനെയും മാറി മാറി നോക്കി.

“സാദാ ടിക്കറ്റാണ്. ഇത് ഫസ്റ്റ് ക്ലാസ്സാണ്. വേണെങ്കി ഇപ്പോ അപ്പുറത്തേക്ക് പോകാം. അല്ലെങ്കി എക്സ്ട്രാ കാശടയ്ക്കണം.”

വീട്ടിൽനിന്ന് തിരിച്ചുപോവുകയായിരുന്നല്ലോ. ഒരു മാസത്തെ മുഴുവൻ ബത്തയും കൈയിലുണ്ട്. നാല് അഞ്ഞൂറിന്റെ നോട്ടുകൾ. ഒരെണ്ണം പോയാലും കുഴപ്പമില്ല. രണ്ടെണ്ണം പോയാലും പിടിച്ചു നിൽക്കാം. നമുക്ക് അഭിമാനമല്ലേ വലുത്.

“എക്സ്ട്രാ അടയ്ക്കാം.”

പുള്ളിയിരുന്ന് റെസീപ്റ്റെഴുതിത്തുടങ്ങി. ഞാനെഴുന്നേറ്റ് പാന്റ്സിന്റെ പുറകിലെ പോക്കറ്റിൽനിന്ന് പഴ്സെടുത്ത്, പിന്നിലെ രണ്ട് ചേട്ടൻമാർക്കും ‘കാശ് കൊടുത്ത് യാത്ര ചെയ്തൂടെടോ’ എന്നൊരു ലുക്ക് വിട്ടപ്പോഴേക്കും TTE എനിക്ക് നേരെ കടലാസ് നീട്ടി. ഒന്ന് നോക്കിയപ്പോഴേക്കും കാഴ്ച മങ്ങി. അല്ലെങ്കിൽ ഞാനപ്പുറത്തേക്ക് പൊയ്ക്കോളാം എന്ന് പറയാൻ തോന്നിയെങ്കിലും പറഞ്ഞില്ല. നമുക്കഭിമാനം തന്നെയാണ് വലുത്. അഭിമാനത്തിന്റെ വലിപ്പമല്പം കൂടിപ്പോയെന്നുമാത്രം. മൂന്ന് നോട്ടുകൾ മൊത്തമായി കയ്യിൽനിന്ന് പോയി. നാലാമൻ ചില്ലറയായി തിരിച്ചെത്തി.

കുറച്ച് കഴിഞ്ഞ് ഷൊർണൂർ സ്റ്റേഷനെത്തി. TTE മറ്റ് രണ്ട് പേരെയുംകൊണ്ട് പുറത്തിറങ്ങി. അല്പം കഴിഞ്ഞ് മൂന്ന് പേരും തിരിച്ചുകയറി. TTE രണ്ടുപേരെയും കെട്ടിപ്പിടിച്ച് ആളെ തിരിച്ചറിയാൻ പറ്റാത്തതിൽ ക്ഷമാപണമൊക്കെ നടത്തിയങ്ങുപോയി. ഒരാൾ രാമചന്ദ്രൻ. മറ്റേയാൾ ലിജോ ഡേവിഡ് തോട്ടാൻ. അപ്പോൾ ഞാനാരായി.

ഇങ്ങോട്ടുള്ളത്രയും ജഗപൊകയല്ലെങ്കിലും അങ്ങോട്ടുള്ള യാത്രയും രസമായിരുന്നു. ശനിയാഴ്ച ഉച്ചയ്ക്ക് ശേഷമുള്ള ക്ലാസ് കട്ട് ചെയ്ത് ഷൊർണൂർ വരെ ഒരു ട്രെയിൻ. ബാക്കിയുള്ള സഹപാഠികൾ അതിൽ പാലക്കാട് ഭാഗത്തേക്ക് പോകും. ഞാൻ ഷൊർണൂർ ഇറങ്ങി അവിടന്ന് നല്ല തണുത്ത് വിറങ്ങലിച്ച അപ്പവും മുട്ടക്കറിയും കയറ്റി പാസഞ്ചറിൽ കയറി ഇരിഞ്ഞാലക്കുട വരെ ഏകാന്തയാത്ര. അക്ഷരാർത്ഥത്തിൽ ഏകാന്തയാത്ര! ട്രെയിനിൽ അധികമാരുമുണ്ടാകാറില്ല. ഒരിക്കൽ കയറിയപാടേ ബാഗ് തലയ്ക്കടിയിൽ വച്ചങ്ങുറങ്ങി. ചാടിയെഴുന്നേറ്റപ്പോൾ ട്രെയിൻ നിർത്തിയിട്ടിരിക്കുന്നു. അകത്താരുമില്ല. പുറത്താകെ ഇരുട്ട്. കഴുകാൻ കൊണ്ടിടുന്ന സ്ഥലമോ മറ്റോ ആണെന്നുകരുതി ചാടിയിറങ്ങി നോക്കിയപ്പോൾ സ്ഥലം ഷൊർണൂർതന്നെ. എൻജിൻ സെൽഫ് എടുക്കുന്നുണ്ടായിരുന്നില്ല പോലും. ഉന്തി സ്റ്റാർട്ടാക്കാനും പറ്റില്ലല്ലോ. ട്രെയിനായിപ്പോയില്ലേ!

പിന്നെയൊരു കിടിലൻ യാത്ര AIIMS പരീക്ഷയെഴുതാൻ ഡൽഹിക്ക് പോയതാണ്. കോഴിക്കോടുനിന്ന് വലിയൊരു ടീമുണ്ടായിരുന്നു. തൃശ്ശൂരിൽനിന്ന് മറ്റൊന്നും. അവരിൽ ചിലർ പണ്ട് പ്രീഡിഗ്രിക്ക് എന്റെ കൂടെയുണ്ടായിരുന്നവരാണ്. ഔപചാരികമായി ചിരിച്ചു, പരിചയപ്പെട്ടു. കാര്യമായ ഇടപഴകലുകളൊന്നും ആ രണ്ട് ദിവസങ്ങളിലുണ്ടായില്ല. എല്ലാവരും തലകുമ്പിട്ട് പുസ്തകങ്ങളിലേക്ക് നോക്കിയിരുന്നു. പരസ്പരം ചോദ്യങ്ങൾ ചോദിക്കാനായി മാത്രം തലയുയർത്തി.

അങ്ങോട്ടുള്ള യാത്രയിൽ കണ്ട് പരിചയപ്പെട്ടവരും നോക്കി പുഞ്ചിരിച്ചവരുമെല്ലാം ഇങ്ങോട്ടുള്ള യാത്രയിൽ സംസാരിച്ചു തുടങ്ങി. ഡൽഹിയിൽനിന്നും കയറി ആഗ്ര വരെ പൊരിഞ്ഞ ചർച്ച. ഓർമ്മയിൽ നിന്നുള്ള ചോദ്യങ്ങളെല്ലാമെടുത്ത് ചർച്ച. ചോദ്യം ഒരാൾ പറയുന്നു. മറ്റൊരാൾ ഉത്തരം പറയുന്നു. എതിരഭിപ്രായം ഉള്ളയാളുകൾ അത് രേഖപ്പെടുത്തുന്നു. ഏറ്റവും ശക്തമായി വാദിക്കുന്നയാൾ ജയിക്കുന്നു. മിക്കവാറും ഉത്തരങ്ങൾ ആദ്യം പറയുന്നത് മണ്ണുണ്ണിയായിരുന്നു. (മണ്ണുത്തി എന്ന സ്ഥലത്തുനിന്ന് വരുന്നവനാരോ അവൻ മണ്ണുണ്ണി. സമാസം ബഹുവ്രീഹി ആണെന്ന് തോന്നുന്നു.) കേൾക്കുമ്പോൾ തന്നെയറിയാം അവൻ പറയുന്നത് മണ്ടത്തരമാണെന്ന്. നമ്മൾ കയറിയങ്ങുടക്കും. നമ്മളെഴുതിയ ഉത്തരമാണ് ശരിയെന്ന് കാര്യകാരണസഹിതം വാദിച്ച് സ്ഥാപിക്കും. കുറേ കഴിഞ്ഞപ്പോൾ എനിക്ക് AIIMSൽ പഠിക്കേണ്ടി വരും എന്നുറപ്പായി. കാലാവസ്ഥയും ഭക്ഷണവും പറ്റുമോ എന്നൊക്കെ ചെറിയ വേവലാതി.

കുറച്ചുകൂടി ദൂരം മുന്നോട്ട് പോന്നപ്പോൾ അസഹനീയമായ ചൂട്. ജനറൽ കംപാർട്ട്മെന്റിലുള്ളവർ മെല്ലെ ഫസ്റ്റ് ക്ലാസ്സിലും ACയിലും ഇരിക്കുന്ന സഹപാഠികളെ കാണാനെന്ന വ്യാജേന കുറേ നേരം അവിടെ പോയിരുന്ന് വർത്തമാനം പറയാൻ തുടങ്ങി. TTE പൊക്കും. തിരിച്ചുവിടും. ഇത് കുറച്ചായപ്പോൾ ACക്കാർ അനിഷ്ടം പ്രകടിപ്പിച്ചുതുടങ്ങി. ഇവിടെനിന്ന് പോയവർ മെല്ലെ തിരിച്ചുവന്നു. അല്പം കഴിഞ്ഞപ്പോൾ ACക്കാർ ഇങ്ങോട്ട് വന്ന് ഇവിടെയുള്ളവരോട് കുറച്ച് നേരം അവിടെ പോയിരുന്നോളാനൊക്കെ പറയുന്നു. 'എന്തൊരു സ്നേഹൊള്ള കുട്ടിമാമ' എന്ന് ചിന്തിക്കാൻ വരട്ടെ. ജനറലിലുണ്ടായിരുന്ന ഒരു കൂട്ടം മദാമ്മമാർ ചൂട് കൂടിയപ്പോൾ വിയർപ്പ് വറ്റാനുള്ള എളുപ്പത്തിന് തുണിയൊക്കെ ഊരിമാറ്റി മടക്കിവച്ചു. അതിഥി ദേവോ ഭവ: എന്നാണല്ലോ. അവർക്ക് മറ്റ് കുറവുകൾ ഒന്നുമില്ലല്ലോ എന്നുറപ്പാക്കാൻ വന്നതാണ് മറ്റവൻമാർ. ബ്ലഡി ഗ്രാമവാസീസ്! നാടിന്റെ പേര് നശിപ്പിക്കാനായിട്ട്! ഭാഗ്യത്തിന്

അധികം വൈകാതെ വെയിലാറി. അവരുടെ വിയർപ്പാറി. മൊത്തത്തിലുള്ള ചൂടും കുറഞ്ഞു.

കുറച്ചുകൂടി ദൂരം മുന്നോട്ട് പോയപ്പോൾ ഒരു പുസ്തക കച്ചവടക്കാരൻ കയറി. ഇന്ത്യയിൽ ഇത്രയും വായനാശീലമുള്ളവരുണ്ടെന്ന് അന്നാണ് പുള്ളിക്ക് മനസ്സിലായത്. നിമിഷങ്ങൾകൊണ്ട് നൂറോളം പുസ്തകങ്ങൾ അയാൾ വിറ്റുകാണും. കെട്ടിക്കിടന്നിരുന്ന പഴയ എഡിഷനുകളടക്കം എല്ലാം വിറ്റുപോയി. പോയത് രണ്ടേരണ്ട് ഐറ്റം മാത്രം... ഫയർ... ക്രൈം... ഒട്ടും വെയിലില്ലാതിരുന്നിട്ടും വീണ്ടും ചൂട്... ഉഷ്ണം.

നാട്ടിലെത്തി അധികം കഴിയാതെ അന്നെഴുതിയ പരീക്ഷയുടെ റിസൾട്ട് വന്നു. മണ്ണുണ്ണി AIIMSൽ ചേർന്നു. ഞാൻ പിന്നെയും ഒരു കൊല്ലം കഴിഞ്ഞ് വേറെ എവിടെയോ!

■

നൊസ്റ്റാൾജിയ വരുന്ന ഓരോ വഴികളേ!

MBBS കഴിഞ്ഞാൽ പിന്നെ കുറച്ച് കാലത്തേക്ക് ഒരേയൊരു കലാ പരിപാടി മാത്രം. എൻട്രൻസ് എഴുത്ത്! ഇന്നത്തെപോലെ ഒറ്റ പ്രോഗ്രാം അല്ലായിരുന്നു അന്നൊന്നും. പല നാട്ടിൽ പല സമയത്ത് പലപ്പോഴായി പോയി പരിപാടി അവതരിപ്പിക്കണം. ഡൽഹിയിൽ ഒരു ബുക്കിംഗ് കിട്ടി. AIIMSന്റെ പ്രോഗ്രാം.

ഡൽഹിയിലെത്തി. കരോൾ ബാഗിൽ ഒരു ലോഡ്ജിലാണ് ഞങ്ങൾ നാല് പേർ. നായർ, അനിൽ, ജിതേഷ്, ഞാൻ. ഞാനും നായരും ഒരു മുറിയിൽ. മറ്റു രണ്ട് പേരും അപ്പുറത്തെ മുറിയിൽ. മുറി എന്ന് പറഞ്ഞാല്... ഒരു മുറി മുറി. ആദ്യം കയറുന്നവൻ കട്ടിലിന് മുകളിലോ കക്കൂസിനുള്ളിലോ കയറിയാൽ രണ്ടാമന് അകത്ത് കയറാം.

അനിലിന്റെ പഴയൊരു ഒരു അയൽവാസി ഡൽഹിയിലാണ് താമസം. രാത്രിതന്നെ പുള്ളിയെ വിളിച്ച് ഓരോരുത്തരുടെയും എക്സാം സെന്റർ എത്ര ദൂരെയാണെന്നും എങ്ങനെ പോകണമെന്നുമെല്ലാം അന്വേഷിച്ച് വച്ചു. എല്ലാവരുടെയും സ്ഥലം അടുത്ത് തന്നെയാണ്. ഒരാളുടേതൊഴിച്ച്... എന്റെ ഭാഗ്യം! അഡ്രസ്സും പിൻ നമ്പറും കേട്ടപ്പോൾ, പുള്ളിയെന്നോട് രാത്രിതന്നെ ഏതെങ്കിലും ഹരിയാന ലോറിയിൽ കയറിക്കിടന്നുറങ്ങി രാവിലെ കാണുന്ന സ്ഥലത്തിറങ്ങി നടന്നാൽ ഒരുപക്ഷേ സമയത്ത് സെന്ററിൽ എത്തിയേക്കുമെന്ന് പറഞ്ഞു! പിന്നീട് പുള്ളി അല്പമൊന്നു മയപ്പെടുത്തി. എങ്കിലും അതിരാവിലെ എഴുന്നേറ്റ് യാത്ര തുടങ്ങാൻ നിർദ്ദേശം കിട്ടി. ഓട്ടോയും രാത്രിതന്നെ പറഞ്ഞേൽപ്പിക്കാൻ പറഞ്ഞു.

അപ്പോൾതന്നെ റിസെപ്ഷനിൽ ചെന്നു. ഓട്ടോയുടെ കാര്യം പറഞ്ഞുതീർക്കാൻ പുള്ളി സമ്മതിച്ചില്ല. സിംഹത്തിന്റെ മടയിൽ പോയി ദർബാർ രാഗത്തിൽ പാടിയ ജഗന്നാഥന്റെ അവസ്ഥയിലായി

പ്പോയി. ഇതൊന്നും പുള്ളിക്കൊരു വിഷയമേ അല്ല പോലും. അനിലിന്റെ സ്ഥലം ഞാൻ പോകുന്ന വഴിയിലാണ്. അതുകൊണ്ട് ആദ്യത്തെ ഓട്ടോയിൽ ഞങ്ങളും, രണ്ടാമത്തെ ഓട്ടോയിൽ മറ്റ് രണ്ട് പേരും എന്ന് തീരുമാനമായി.

പിറ്റേന്ന് നേരത്തെ എഴുന്നേൽക്കേണ്ടതിനാൽ ഞാൻ നേരത്തെ കിടന്നു. പക്ഷേ ഒടുക്കത്തെ തണുപ്പ് കാരണം ഒരുപാട് നേരത്തെ എഴുന്നേൽക്കാൻ പറ്റിയില്ല. തണുപ്പെന്ന് പറഞ്ഞാൽ വല്ലാത്ത ജാതി തണുപ്പ്. ആ തണുപ്പിൽ സംസാരിക്കാൻ നല്ലത് ഹിന്ദിയാണ്. മലയാളം സംസാരിക്കാൻ ശ്രമിക്കുമ്പോൾ പല്ല് കൂട്ടിയിടിച്ചിട്ട്, ഉദ്ദേശിക്കാത്ത എന്തൊക്കയോ ശബ്ദങ്ങൾ കയറിവരും. സംശയമുണ്ടെങ്കിൽ അമിതാഭ് ബച്ചൻ 'ഷംഷാരിക്കാൻ ഷ്രമിക്കുമ്പോൾ വറുന്ന മളയാളം ഷർധിച്ചാൽ മാട്രം മതി.'

ഏത് ഭാഷ സംസാരിച്ചാലും മലയാളിയായിപ്പോയില്ലേ, തലേന്ന് കുളിച്ചാലും രാവിലെ കുളിക്കാതെ പറ്റില്ലല്ലോ. ബക്കറ്റിൽ കോയിലിട്ടിട്ട് വെള്ളം ചൂടാക്കുന്ന ഒരു പരിപാടിയുണ്ട്. ഞാനത് ആദ്യമായി കാണുകയായിരുന്നു. കോയിൽ എടുത്തുമാറ്റിയിട്ടും ആ വെള്ളത്തിൽനിന്ന് ഷോക്കടിക്കുമോ എന്ന് പേടിച്ച് കുറച്ച് നേരം നോക്കി നിന്നിരുന്നു, തലേന്ന് രാത്രി. രാവിലെയായപ്പോഴേക്കും എക്സ്പേർട്ടായി. അതിൽ നിന്ന് ഒരു മഗ് വെള്ളമെടുത്ത് പല്ല് തേച്ച് മുഖം കഴുകി ബാക്കി വെള്ളത്തിൽ കുളിച്ച് മിടുക്കനായി പുറത്തിറങ്ങി.

ഞാൻ ഒരുങ്ങിത്തുടങ്ങിയപ്പോൾ നായർ ഉള്ളിൽ കയറി. ഞാൻ ബെൽറ്റ് കെട്ടിത്തുടങ്ങിയപ്പോൾ പെട്ടെന്ന് ഉള്ളിൽ നിന്നൊരു കരച്ചിൽ, "അയ്യോ! അമ്മേ..."

"എടാ നായരേ... എന്ത് പറ്റി? ഷോക്കടിച്ചാ?"

"ഏയ്! ഒന്നൂല്ല്യടാ... കൊഴപ്പൊന്നൂല്ല്യാ."

"വോക്കേ."

അല്പം കഴിഞ്ഞ് അവൻ പുറത്തിറങ്ങി. അവനൊരുങ്ങിത്തീരാറായപ്പോൾ എനിക്കൊരു സംശയം. രണ്ട് ദിവസമായി വയറൊഴിഞ്ഞിട്ട്. ട്രെയിനിൽ പോയില്ലായിരുന്നു. പരീക്ഷയ്ക്കിടയിൽ എന്തെങ്കിലും ഇളക്കം തട്ടിയാൽ? റിസ്ക്കെടുക്കണ്ട. ഒന്ന് പോയേക്കാം. അതല്ലെങ്കിലും എപ്പോഴും അങ്ങനെയാണ്. ഇറങ്ങാൻ നേരം കൂട്ടത്തിലൊരുത്തന് ഉൾവിളി... അത് നിർബന്ധാ. ഇത്തവണ അത് ഞാനായിരുന്നെന്ന് മാത്രം. ഞാനെന്റെ കവചകുണ്ഡലങ്ങൾ അഴിച്ച് വീണ്ടും അകത്ത് കയറി. പ്രൊസീജറെല്ലാം കഴിഞ്ഞപ്പോഴാണ് പ്രശ്നം. അവിടെ ക്ലോസറ്റിന്റെ അരികിൽ ഹെൽത്ത് വാഷില്ല. ഒരു പൈപ്പ് പോലുമില്ല. പണ്ടാരം! ഇനി കടലാസാണോ! അല്ല, അതുമില്ല! അല്പം ദൂരെയായി ബക്കറ്റുണ്ട്. പക്ഷേ അതിലൊരു തുള്ളി ചൂടുവെള്ളം പോലും ബാക്കിയില്ല. മറ്റവൻ നക്കിക്കുടിച്ചോ എന്ന് സംശയം. പൈപ്പിൽ നിന്ന് വരുന്ന വെള്ളത്തിന്റെതണുപ്പിനെ പറ്റി ആലോചിച്ചപ്പോൾ കൈയും കാലും വിറച്ചുതുടങ്ങി.

അപ്പോഴാണ് ക്ലോസറ്റിന്റെ അരികിലായി ഒരു ചെറിയ ടാപ് ശ്രദ്ധിച്ചത്. അതിന്റെ മറ്റേയറ്റം കാണാനില്ല. എന്തായാലും തുറന്നു നോക്കാം. കൈ വച്ചതേ ഓർമ്മയുള്ളൂ. ഐസിന്റെകുന്തംകൊണ്ട് ആരോ ആസനത്തിൽ കുത്തിയ പ്രതീതി. എനിക്ക് സ്ഥലകാല ബോധം നഷ്ടപ്പെട്ടു. കണ്ണിൽനിന്ന് വെള്ളം വന്നുതുടങ്ങി. ടാപ് അടയ്ക്കാൻ പോലും പറ്റുന്നില്ല. കൈ അനങ്ങുന്നില്ല. അരയ്ക്കു താഴെ മൊത്തമായി മരവിച്ചുപോയി. മൂന്നാല് സെക്കൻഡുകൾ

കഴിഞ്ഞ ശേഷമാണ് അത് തൊണ്ടയിൽനിന്ന് പുറത്തേക്ക് വന്നത്. "അയ്യോ! അമ്മേ."

"എടാ തൊമ്മാ... കൊഴപ്പൊന്നൂല്ല്യല്ലോ?"

"ഏയ്! ഒന്നൂല്ലെടാ നായരേ... കൊഴപ്പൊന്നൂല്ല."

"ഇതെന്ത്യാടാ എനിക്ക് നേരത്തെ പറ്റീത്."

"പോടാ... മൈ...."

ഒരുവിധത്തിൽ ടാപ് പൂട്ടി ഞാൻ എഴുന്നേറ്റുനിന്നു. ടാപ്പിൽ നിന്ന് പോകുന്ന പൈപ്പിന്റെ പുറകെ പോയപ്പോഴാണ് മറ്റേയറ്റം വന്ന് നിൽക്കുന്നത് ക്ലോസെറ്റിന്റെ മൂടിയുടെ അടിയിലാണെന്ന് ശ്രദ്ധിക്കുന്നത്. സുരേഷ് ഗോപിയുടെ കൈയിലെ തോക്കുപോലെ പോയിന്റ് ബ്ലാങ്കിൽ ഉന്നം വച്ച് അതിങ്ങനെ സർജിക്കൽ സ്ട്രൈക്കിന് തയ്യാറായി നിൽക്കുകയാണ്. ആദ്യമായാണ് അങ്ങനെയൊരു ടെക്ക്നോളജി കാണുന്നത്.

ഏതാനും നിമിഷങ്ങൾക്ക് ശേഷം മരവിച്ചുപോയ കാലുകൾ ഒരുതരത്തിൽ മടക്കി വീണ്ടും പാന്റ്സിനുള്ളിൽ കയറി. ഒന്നും സംഭവിക്കാത്ത മട്ടിൽ നടക്കാൻ ശ്രമിച്ചെങ്കിലും ഞങ്ങൾ രണ്ട് പേരും ഒരുമിച്ച് നടക്കുന്നത് കണ്ടാൽ, പുറത്തുനിന്ന് നോക്കുന്നവർക്ക്, കാലിനിടയിൽ വച്ച് ലെമൺ & സ്പൂൺ കളിക്കുന്നതായി തോന്നുമെന്ന് മനസ്സിലായത് മറ്റവന്മമാർ രണ്ട് പേരും എതിരെ വരുന്നത് കണ്ടപ്പോഴാണ്. ആരും അതിനെക്കുറിച്ചൊന്നും സംസാരിച്ചില്ല.

താഴെ കൗണ്ടറിലെത്തി. തലേന്ന് അവിടെയിരുന്നിരുന്ന ആളല്ല അപ്പോഴവിടെ ഇരിക്കുന്നത്. (ഹിന്ദിയായതുകൊണ്ട് ഫുൾ സ്റ്റോപ്പിന് പകരം വര വരയ്ക്കാം)

"ഭയ്യാ, കൽ രാത് മേ ഹം ദോ ഓട്ടോ കേ ലിയേ ബോലെ ഥേ।"

"ഭായ് സാബ്ക ഓട്ടോ നഹി മിലേഗാ।"

"ക്യാ?"

"ഓട്ടോ നഹി മിലേഗ, കാർ ചലേഗാ?"

"നഹി നഹി, ഓട്ടോ ഓട്ടോ।"

സെൻട്രൽ ഗവൺമെന്റ് പരസ്യങ്ങളുടെ പാട്ട് മലയാളിത്തിലാക്കുന്നവന്റെ ബുദ്ധിമുട്ട് അന്നാണ് ശരിക്കും മനസ്സിലായത്. പത്താം ക്ലാസ്സ് വരെ ഞാനും പ്രീഡിഗ്രീ വരെ അവന്മാരും പഠിച്ച ഹിന്ദി മുഴുവൻ തീർന്നപ്പൊഴേക്കും ഒരു കാര്യം മനസ്സിലായി. ഓട്ടോ കിട്ടൂല്ലാ. കാറെങ്കിൽ കാർ. പത്ത് മിനിറ്റ് കഴിഞ്ഞപ്പോൾ വണ്ടിയെത്തി.

പുറത്തുനിന്ന് കണ്ടപ്പോൾ ഓമ്നിപോലെ തോന്നിയെങ്കിലും അകത്ത് കയറിയപ്പോൾ ഓട്ടോതന്നെ! ഓടിത്തുടങ്ങിയപ്പോൾ പ്രത്യേകിച്ച്. അങ്ങനെ, ഒരു ഡ്രൈവർ പയ്യനും ഞങ്ങൾ നാല് പേരും കൂടി യാത്ര ആരംഭിച്ചു. പതിനഞ്ച് മിനിറ്റിനുള്ളിൽതന്നെ ആദ്യത്തെ രണ്ട് പേരിറങ്ങി. ഏകദേശം അര മണിക്കൂർ കഴിഞ്ഞപ്പോൾ മൂന്നാമനും. പിന്നെ ഞാനും ഡ്രൈവറും മാത്രം. ഞങ്ങൾ ഇങ്ങനെ ചോയ്ച്ച്... ചോയ്ച്ച്... അല്ല പൂച്ച്ക്കെ പൂച്ച്ക്കെ ജായിക്കൊണ്ടിരുന്നു. ഡൽഹി മെട്രോയുടെ പണി നടക്കുന്ന സമയമാണ്. അല്പം കഴിഞ്ഞപ്പോൾ തൂണുകളൊക്കെ അപ്രത്യക്ഷമായി. അല്പം കൂടി കഴിഞ്ഞപ്പോൾ വണ്ടിക്കൊരു വൈക്ലബ്യം. മെരുങ്ങാത്ത കുതിര ചാടുംപോലെ മൂന്നാല് ചാട്ടം ചാടിയിട്ട് വണ്ടിയങ്ങ് നിന്നു. എനിക്കിനിയും miles to go before I write my exam ആണ്.

"ക്യാ ഹുവാ ഭായ്?"

"ഗ്യാസ് ഖതം ഹോഗയാ।"

"ക്യാ?"

"ഗ്യാസ്... ഗ്യാസ്... ഖല്ലാസ്!"

"അബ് ക്യാ?"

"ഥോടാ വക്ത് രുക്നാ പടേഗാ സാബ്। കോയി ആയേഗാ ഗ്യാസ് ലേകെ।"

എനിക്കൊന്നും മനസ്സിലായില്ല. പക്ഷേ ഒന്നും മിണ്ടിയില്ല. ഡൽഹി വരെ വന്നിട്ട് പരീക്ഷയെഴുതാതെ... ഛെ... എഴുതിയാൽ ഉറപ്പായിട്ടും കിട്ടാൻ സാധ്യതയില്ലാത്ത പരീക്ഷയായിരുന്നു. മിസ്സായി!

അല്പം കഴിഞ്ഞപ്പോൾ വെയില് വന്നു. കാഴ്ച തെളിഞ്ഞുതുടങ്ങി. അല്പംകൂടി കഴിഞ്ഞപ്പോൾ ഒരാൾ സൈക്കിളിന്റെ ഇരുവശത്തും ഓരോ ഗ്യാസുകുറ്റികൾ തൂക്കിവരുന്നു. പയ്യൻ ചാടിവീണു. ഒരു കുറ്റിയെടുത്ത് വണ്ടിയിൽ പിടിപ്പിച്ച് മറ്റേതൂരി സൈക്കിളിൽ വച്ചുകൊടുത്തു. എന്നിട്ടെന്നോട് പുള്ളിക്ക് അഞ്ഞൂറ് രൂപ കൊടുക്കാൻ പറഞ്ഞു. കൊടുത്തു. പുള്ളിയതും വാങ്ങി ലാലേട്ടനെപോലെ ഒരു വശത്തേക്ക് ചെരിഞ്ഞ സൈക്കിളും കൊണ്ടുപോയി. പുള്ളി കൺമുൻപിൽനിന്ന് മറഞ്ഞിട്ടും പയ്യൻ വണ്ടിയെടുക്കുന്നില്ല.

"ഗാടി ചലാവോ ഭായ്। ടൈം ബഹുത് കം ഹേ।"

"വഹാം പെ പൊലീസ് ഘടാ ഹേ।"

"തോ?"

"മുഝേ ലൈസൻസ് നഹി ഹേ നാ। ഇസ് ലിയേ।"

"ശെടാ."

പത്ത് പതിനഞ്ച് മിനിറ്റ് കഴിഞ്ഞപ്പോൾ പോലീസ് എങ്ങോട്ടോ നീങ്ങി. ഉടനെ അവൻ വണ്ടിയിൽ ചാടിക്കയറി. പിന്നെയൊരു പറപ്പിക്കലായിരുന്ന്. തുടക്കത്തിൽ എന്തൊക്കയോ കിലുങ്ങുന്ന ശബ്ദമൊക്കെ കേട്ടു. മെല്ലെ മെല്ലെ അത്തരം ശബ്ദങ്ങൾ അപ്രത്യക്ഷമായി. എല്ലാം കൊഴിഞ്ഞുവീണിട്ടുണ്ടാകണം. ഒടുവിൽ മണിയടിക്കുന്നതിന് സെക്കൻഡുകൾ ബാക്കി നിൽക്കെ തലൈവരുടെ എൻട്രിപോലെ ഞാൻ ക്ലാസ്സിൽ കയറി.

പരീക്ഷ ഞാൻ വിചാരിച്ചതിലും എളുപ്പമായിരുന്നു. പഠിക്കാതെ എഴുതിയതിന്റെ ബുദ്ധിമുട്ടൊന്നും എനിക്ക് തോന്നിയതേയില്ല. കുറേ ക്കാലം കഴിഞ്ഞാണ് എനിക്ക് മനസ്സിലായത്, ബുദ്ധിമുട്ട് തോന്നണമെങ്കിൽ അത്യാവശ്യം പഠിക്കണമെന്ന്. തിരിച്ചുള്ള ബസ് യാത്ര എനിക്ക് വലിയ പ്രശ്നമില്ലായിരുന്നു. തിരിച്ചെത്തിയപ്പോഴേക്കും നല്ല തണുപ്പായിട്ടുണ്ടായിരുന്നു. സുഖമായി കിടന്നുറങ്ങി.

തിരിച്ചുള്ള യാത്രയിൽ രണ്ട് ദിവസവും ഒരുവിധത്തിൽ ട്രെയിനിലെ കക്കൂസിൽ പോകാതെ പിടിച്ചുനിന്നു. നാട്ടിലെത്തി. വീട്ടിലെത്തി. അന്നാണ് ഞാനാ സത്യം മനസ്സിലാക്കിയത്. മറ്റൊരു സ്ഥലത്ത് പോകുമ്പോൾ നമുക്ക് ഏറ്റവുമധികം നൊസ്റ്റാൾജിയ വരുന്നത് ഊണുമുറിയിലോ കിടപ്പുമുറിയിലോ വച്ചല്ല, കക്കൂസിൽ വച്ചാണ്. പിന്നീടുള്ള യാത്രകളെല്ലാം ആ തിരിച്ചറിവ് ഊട്ടിയുറപ്പിച്ചിട്ടേയുള്ളൂ. പിന്നെ ആളുകൾ ചോദിക്കുമ്പോൾ ഒരന്തസ്സിന് വേണ്ടി നാട്ടിലെ ഭക്ഷണം, വീട്ടിലെ കട്ടിലെന്നൊക്കെ ചുമ്മാ പറയുമെന്ന് മാത്രം.

എന്താ ഭാസുരേ നിനക്ക് പെട്ടെന്നിങ്ങനെ തോന്നാൻ എന്ന് ചിലരെങ്കിലും ചിന്തിക്കുന്നുണ്ടാകും. ഈയിടെ ഇൻഡോറിൽ ഒരു ട്രെയിനിങ്ങിന് പോയിരുന്നു. മൂന്ന് നേരവും കുർകുറെയുടെ സ്വാദുള്ള ഭക്ഷണവും കഴിച്ച് കിടക്കാൻ അത്രയൊന്നും സുഖമില്ലാത്ത ഒരു ബെഡിലും കിടന്ന് രണ്ട് ദിവസങ്ങൾ സുഖമായി തള്ളിനീക്കി. അവസാനത്തെ ദിവസം ഞാൻ കക്കൂസിൽ കയറി. പ്രൊസീജറെല്ലാം കഴിഞ്ഞപ്പോഴാണ് പ്രശ്നം. അവിടെ ഹെൽത്ത് വാഷില്ല. അപ്പോഴാണ് ക്ലോസറ്റിന്റെ അരികിലായി ഒരു ചെറിയ ടാപ് ശ്രദ്ധിച്ചത്.

"അയ്യോ! അമ്മേ!" ■

ഹലോ

പണ്ടൊക്കെ, ഏതോ ഒരു നമ്പർ കറക്കിവച്ചാൽ ഫോൺ അപ്പോൾ തന്നെ ബെല്ലടിക്കുമായിരുന്നു. അങ്ങനെ അടിക്കുമ്പോൾ ഫോണെടുത്തിട്ട്, അപ്പുറത്ത് ആരൊക്കെയോ ഉള്ളതായി സങ്കൽപ്പിച്ച്, കുറച്ച് നേരം സംസാരിച്ച്, തിരിച്ചുവയ്ക്കുന്ന നേരംപോക്ക് കണ്ടുപിടിച്ചത് നാലഞ്ച് വയസ്സുള്ളപ്പോഴാണ്. ഒരു ദിവസം, കറക്കിയ നമ്പർ മാറിപ്പോയി. ആരോ അപ്പുറത്ത് ഫോണെടുത്തു. വിറച്ചുപോയി. വേഗം ഫോൺ വച്ച് തിരിച്ചോടി കട്ടിലിനടിയിൽ ഒളിച്ചിരുന്നു.

ഇരുപ്പ് കണ്ട് പന്തികേട് തോന്നിയ അമ്മ കാര്യം തിരക്കി. ഉണ്ടായ സംഭവം പറഞ്ഞു. അതിന് പുറകെ ഫോൺ വീണ്ടുമടിച്ചു. അമ്മ പോയി സംസാരിച്ചിട്ട് തിരിച്ചുവന്നപ്പോൾ പറഞ്ഞു,

“പൊലീസ് സ്റ്റേഷനീന്നാ. കുട്ടികൾ ഫോണിൽ കളിക്കാൻ പാടില്ല്യാന്ന് പറഞ്ഞു.”

അതോടെ ഫോണിൽ കളി നിന്നു. ഇങ്ങനെ ചെറുപ്പത്തിൽ അബദ്ധം പറ്റിയ ആരോ ആണ് പിന്നീട് മൊബൈൽ ഗെയിംസ് കണ്ടുപിടിച്ചതെന്നാണ് എന്റെയൊരു ഇത്. “ഞാൻ ഫോണിൽ കളിക്കുമെടാ... ആരാടാ ചോദിക്കാൻ” എന്നുറക്കെ വിളിച്ചുപറയുന്നത് പോലെ!

പത്തിൽ പഠിക്കുമ്പോൾ കൂട്ടുകാരുടെ വീട്ടിലെ നമ്പറൊക്കെ കാണാപാഠമായിരുന്നു. കുറച്ച് കാലം കഴിഞ്ഞപ്പോൾ നമ്പർ ഓർമ്മയുണ്ട്, പക്ഷേ വീടാരുടെയാണെന്ന് മറന്നുപോയി. ഓരോ നമ്പറിലും വിളിച്ചിട്ട് ഡോൺ ബോസ്കോയിൽ പഠിച്ച ആരുടെയെങ്കിലും വീടാണോയെന്ന് ചോദിച്ച് പരിചയം പുതുക്കിയിട്ടുണ്ട്.

എൻട്രൻസ് എഴുതിയിരിക്കുന്ന സമയത്താണ് ആദ്യമായി പേജർ എന്ന സൂത്രത്തെപ്പറ്റി കേൾക്കുന്നതും പിന്നീട് കാണുന്നതും. അത് അരയിൽ കുത്തി നടക്കുന്നു. ബെൽ വരുന്നു. നോക്കുമ്പോൾ ഒരു നമ്പർ കാണുന്നു. ഉടനെ അടുത്തുള്ള ബൂത്തിൽ പോയി ആ നമ്പറിൽ തിരിച്ചുവിളിക്കുന്നു. ഹൊ! ഭയങ്കര സംഭവംതന്നെ! എവിടെ പോയാലും നമ്മളെ ബന്ധപ്പെടാൻ പറ്റും. എങ്കിലും അത് നാട്ടുകാരുടെ അരയിൽനിന്ന് പെട്ടന്നപ്രത്യക്ഷമായി.

MBBS ഫസ്റ്റ് ഇയർ പഠിക്കുമ്പോൾ അടുത്തുള്ള ബൂത്തിൽ പോയിട്ട് വേണം വീട്ടിലേക്ക് വിളിച്ച് അറ്റെൻഡെൻസ് വയ്ക്കാൻ. സിനിമയ്ക്കൊക്കെ പോകുന്ന ദിവസം, ഉറക്കം വരുന്നെന്ന് പറഞ്ഞ് നേരത്തെ വിളിച്ചുവയ്ക്കും.

സെക്കൻഡ് ഇയർ സമയത്താണ് ആദ്യമായി സെൽഫോൺ കാണുന്നത്. ഒരു കസിന്റെ കയ്യിൽ. ഒരു കിലോയ്ക്ക് മുകളിൽ തൂക്കം കാണും. പോക്കറ്റിൽ കൊള്ളാത്തത്രയും വലിപ്പവും. പുറം ചൊറിയാനുള്ള എളുപ്പത്തിനായി പുറത്തേക്ക് തള്ളിനിൽക്കുന്ന ഒരു കോലും. ലാൻഡ്ഫോൺ ഉപയോഗിക്കണമെങ്കിൽ വീടിനകത്തൊരു മുറിയിലിരിക്കണം, സെൽഫോൺ എവിടെയിരുന്നും വിളിക്കാം. പക്ഷേ, പറയുന്നത് അങ്ങോട്ടുമിങ്ങോട്ടും കേൾക്കണമെന്നുണ്ടെങ്കിൽ പറമ്പിലെ ഒരു പ്രത്യേക തെങ്ങിന്റെ പകുതിവരെ വലിഞ്ഞുകയറണം! ഭാഗ്യമുണ്ടെങ്കിൽ കിഴക്കേ മൂലയിലെ ജനലിൽ തല കീഴായി തൂങ്ങിക്കിടന്നാലും മതി. ഫോൺ കൊണ്ടുനടക്കണമെങ്കിൽ ജിമ്മനും വിളിക്കണമെങ്കിൽ അഭ്യാസിയും ആകണമായിരുന്നുവെന്ന് ചുരുക്കം.

പിന്നെയാണ് നോക്കിയ വിപ്ലവം വരുന്നത്. സഹമുറിയൻ ഗൾഫു കാരൻ ഒരു 3210 കൊണ്ടുവന്നു. ഇതുവരെ ഇറങ്ങിയതിൽ ഏറ്റവും ഭംഗി അതിനാണെന്നാണ് എന്റെ അഭിപ്രായം. എനിക്കതും കഴിഞ്ഞു വന്ന 3310 ആണ് കിട്ടിയത്. കാണാൻ വലിയ ഗുമ്മില്ലെങ്കിലും കവർ മാറ്റി മാറ്റിയിടാം എന്നൊരു കൗതുകമുണ്ടായിരുന്നു. ആദ്യമായി അത് കൊണ്ടുപോയ ദിവസം, പീഡിയാട്രിക് ക്ലാസ്സ് നടക്കുന്നതി നിടയിൽ ഒരുത്തൻ അതിലെ ഭാഷ മാറ്റി അറബിയാക്കി തിരിച്ചുത രികയും കൃത്യസമയത്ത് ഫോണടിക്കുകയും എവിടെ പിടിച്ച് ഞെക്കണം എന്നൊരു പിടിയുമില്ലാതെ അടിച്ച് തീരുന്നതുവരെ പൊത്തിപ്പിടിച്ച് നിൽക്കാൻ ശ്രമിച്ച് പരാജയപ്പെടുകയും ചെയ്ത തെല്ലാം നല്ല ഓർമ്മയുണ്ട്. ആ നിൽപ്പവസാനിച്ചത് ക്ലാസ്സിന്റെ വെളി യിലായിരുന്നു.

ഫോൺ കയ്യിൽ കിട്ടിയിട്ടും വലിയ കാര്യമൊന്നമില്ല. വിളി ക്കാനും വിളി കേൾക്കാനും മാത്രമല്ല ഫോൺ കയ്യിൽ പിടിച്ച് ശ്വാസ മെടുക്കാൻ പോലും കാശ് കൊടുക്കണം. അതുകൊണ്ട് സ്നേക്ക് കളിക്കാനാണ് പ്രധാനമായും അന്നൊക്കെ എല്ലാവരും ഫോൺ ഉപയോഗിച്ചിരുന്നത്. കുറച്ച് കാലം കഴിഞ്ഞപ്പോൾ ഏതൊക്കെയോ ഓഫറുകൾ വന്നുതുടങ്ങി. ഹോസ്റ്റലിലെ മുറിയിലിരിക്കുമ്പോൾ ഫോണിലേക്ക് വിളി വരും.

“എന്താടാ?”

“ഒന്നൂല്ല. നീ വാതില് തൊറക്ക്.”

“നീയതിനെവിട്യാ?”

“ഞാൻ മുറീടെ പൊറത്തിണ്ട്.”

“ങേ! ന്നാ പിന്നെ മുട്ട്യാ പോരെ!”

“എന്തിന് BPL Sp BPL ഫ്രീയല്ലേ. പിന്നെ വെറുതെയെന്തിന് എസ്കോടെല്ല്കാരെ പോലെ വാതിലിൽ മുട്ടണം?”

ടീം എസ്കോടെൽ തിരിച്ചടിച്ചത് ഫ്രീ SMS വച്ചാണ്. എന്നിട്ടും Nokia to Nokia ഓഫറുകളൊന്നും വരാത്തതിൽ നമ്മുടെ ജോയ് കടുത്ത രോഷം രേഖപ്പെടുത്തിയിരുന്നു.

ഫോണിന്റെ കീപാഡിൽ കുത്തിയുണ്ടാക്കുന്ന റിങ് ടോണായി രുന്നു അന്നത്തെ വെറൈറ്റി. നല്ലത് വല്ലതും കിട്ടണമെങ്കിൽ അരുൺ ലാൽ വിചാരിക്കണം. ഞങ്ങളുടെ ബാച്ചിലെ യാനിയും കെന്നി ജിയും ശിവമണിയുമെല്ലാം അവനാണ്. പക്ഷേ അവനതാദ്യം രണ്ടാഴ്ച ഇട്ടുകഴിഞ്ഞിട്ടേ നമുക്ക് ചെയ്തുതരൂ. ഗാന്ധർവത്തിന്റെ തീമായി രുന്നു എന്റെ ഫേവറേറ്റ്. അങ്ങനെയിരിക്കെയാണ് പാനസോണിക്

റെക്കോർഡിങ്ങുള്ള ഫോൺ ഇറക്കുന്നത്. കൂടെയുണ്ടായിരുന്ന പഞ്ചാബിയുടെ ഫോൺ അടിക്കുമ്പോൾ ഓരോ തവണയും അവന്റ പ്പൂപ്പന്റെ 'dil mera nal nal nal kar gayi re' എന്ന് പാടും. സ്വന്തമായി പാട്ട് പാടി റിങ് ടോൺ ആക്കിയവരുമുണ്ടായിരുന്നു. അങ്ങനെ ഷൈൻ ചെയ്ത് നടന്നിരുന്ന ഒരുത്തന്റെ ഫോൺ OPയിൽ വച്ചടി ച്ചപ്പോൾ 'ടാ... മൈ.... ഫോണെടുക്കടാ' എന്ന് കേട്ടതോടെ അവനാ പരിപാടി നിർത്തി. അതാര്, എപ്പോൾ, എങ്ങനെ ആക്കിയെന്നത് ഇന്നും ദുരൂഹം. പിന്നീട് എയർടെൽ റിങ് ടോൺ വന്നതോടെ എല്ലാവരുടെയും കൈയിൽ അതായി.

"അനക്കൊരു കാര്യറിയോ ന്റെ കൊച്ചാപ്പാടെ മോൻ വന്നപ്പോ കൊണ്ടന്ന ഫോണടിക്കുമ്പോ സൗണ്ട്ണ്ടാക്കൂല്ല. കെടന്ന് വെറക്കും!"

"എന്റെ അനിയന്റെ ഫോണില് ഫോട്ടോ എടുക്കാന്നൊക്കെ പറയിണ്ട്. ഞാനിവിടെ ടോർച്ച് കത്തണത് വലിയ കാര്യായിട്ട് നടക്കാ."

അങ്ങനെ പല കിംവദന്തികൾ അന്നൊക്കെ പരന്നിരുന്നതായി ഓർക്കുന്നു. അതിൽ പലതും യാഥാർത്ഥ്യമായതിന് ശേഷമാണ് ബാംഗ്ലൂർ എത്തുന്നത്.

പക്ഷേ അവിടെ ഡ്യൂട്ടി PGക്ക് കയ്യിൽ കിട്ടുന്നത് പഴയ പേജറാ യിരുന്നു. വിളിക്കുന്ന വാർഡിലെ നമ്പർ തെളിയുന്നു. നമ്മൾ നിൽ ക്കുന്ന വാർഡിൽ നിന്നും ആ നമ്പറിലേക്ക് വിളിക്കുന്നു. അങ്ങോ ട്ടോടുന്നു. അങ്ങനെ ഓടിയോടി തളർന്ന ഒരു ഡ്യൂട്ടി ദിവസം ഈ സാധനം നിർത്താതെ ചിലച്ചുകൊണ്ടിരുന്നപ്പോൾ ഒരുത്തൻ അത് ക്ലോസെറ്റിലിട്ട് ഫ്ളഷടിച്ച് കളഞ്ഞു. അങ്ങനെ അതവിടന്നും അപ്ര ത്യക്ഷമായി. ആ സാധനം പിന്നീട് കാണുന്നത് പുഷ്പയുടെ അര യിലാണ്. 'തഗ്ഗേധെ ലേ' എന്നുറക്കെ പ്രഖ്യാപിച്ചുകൊണ്ട്.

അപ്പോഴേക്കും ഫോൺ മാത്രമല്ല നെറ്റ്വർക്ക് സർവീസുകളും വിപ്ലവം സൃഷ്ടിച്ചുതുടങ്ങിയിരുന്നു. അതിലൊന്നായിരുന്നു കോളർ ട്യൂൺ. ഡ്യൂട്ടി കഴിഞ്ഞ് ബോധമില്ലാതെ ഉറങ്ങുന്ന നേരത്ത് ഒരു ദിവസം,

'Mungaru malaye

Hello... To set this as your caller tune, press 1. To cancel the caller tune, press 2.'

2 ഞെക്കിപ്പിടിച്ച് കിടന്നുറങ്ങി. പിറ്റേന്ന് രാവിലെ,

"നിന്റെ ഫോണിൽക്ക് വിളിക്കുമ്പോ നല്ലൊരു പാട്ട് കേക്കി ണ്ടല്ലോ. അതേതാ പാട്ട്?"

"ങേ! ഞാനത് വേണ്ടാന്ന് പറഞ്ഞതാണല്ലോ. ഒരു മിനിറ്റ്."

നോക്കിയപ്പോൾ മെസ്സേജ് വന്നുകിടക്കുന്നു.

Thank you for choosing Mungaru Malaye as your caller tune. Rs. xx has been deducted for this service. To change the song or cancel the service dial xxxxx. Charges apply.

പാട്ട് വേണമെന്ന് പറഞ്ഞാലും കാശ്, വേണ്ടെന്ന് പറഞ്ഞാലും കാശ്. ഇനി വേണ്ടെന്ന് പറയാൻ വേറെ കാശ്. പിന്നെ തൊടാൻ പോയില്ല. അതോടെ ആ പാട്ട് വീട്ടിലും ഹിറ്റായി. അതിന് ശേഷം ഇത്തരത്തിലുള്ള വിളികൾ വളരെ ജാഗ്രതയോടെ മാത്രമേ കൈകാര്യം ചെയ്യാറുള്ളൂ. പക്ഷേ ഒരു ദിവസം, മറ്റൊരു ഡ്യൂട്ടി കഴിഞ്ഞ ക്ഷീണത്തിലുള്ള ഉറക്കത്തിനിടയിൽ ഒരു ഫോൺ വന്നു.

"Hello... This is Rahul Dravid speaking."

പാതി ഉറക്കത്തിലാണ് ഞാൻ. "Hi... I am Thomas Ranjit."

പുള്ളി പിന്നെയും ഇങ്ങോട്ടെന്തൊക്കയോ പറയുന്നുണ്ട്. ഞാനങ്ങോട്ട് പറയുന്നതൊന്നും പുള്ളി ശ്രദ്ധിക്കുന്നില്ല. കുറച്ച് കഴിഞ്ഞാണ് ബോധം വരുന്നത്. ഞെട്ടിയെഴുന്നേറ്റ് ഫോൺ നോക്കി. ദ്രാവിഡ് സംസാരം തുടരുകയാണ് അപ്പോഴും. അവസാനമാണ് കാര്യം മനസ്സിലായത്. വേൾഡ് കപ്പ് സ്കോററിയാൻ ഏതോ ഒരു നമ്പർ ഞെക്കിയാൽ മതിയത്രെ. വളരെ നല്ല കാര്യം! ആശുപത്രിക്കുള്ളിൽ കയറിയാൽ പിന്നെ ഇതൊന്നും അറിയാൻ യാതൊരു വഴിയുമില്ല. വേഗം സബ്സ്ക്രൈബ് ചെയ്തു. അപ്പോൾതന്നെ അതിന്റെ കാശും പോയി. അധികം വൈകാതെ ഇന്ത്യയും പോയി. പക്ഷേ, കരിമല കയറാൻ ഇരിക്കുന്നതേ ഉണ്ടായിരുന്നുള്ളൂ. ഓസ്ട്രേലിയ, ശ്രീലങ്ക, സൗത്ത് ആഫ്രിക്ക, ന്യൂസിലാൻഡ്, ഇംഗ്ലണ്ട്, വെസ്റ്റിൻഡീസ് മുതലായ സകല ടീമുകളുടെയും... അയ്യോ! മറന്നു... ബംഗ്ലാദേശ്, അയർലൻഡ് അടക്കമുള്ള സകല ടീമുകളുടെയും സ്കോറുകൾ വന്നുകൊണ്ടിരുന്നു. ഡ്യൂട്ടിയുടെ തിരക്ക്, അത് കഴിഞ്ഞുള്ള ക്ഷീണം, ഇന്ത്യ പുറത്തായതിന്റെ കലിപ്പ്, അതിനിടയിൽ ഈ മെസ്സേജുകളും. ക്രിക്കറ്റുതന്നെ വെറുത്തുപോയി. ദേഷ്യം മുഴുവൻ ദ്രാവിഡിനോടായിരുന്നു. He was the because of everything!

ഫോണുകളിൽ പരിഷ്കാരങ്ങൾ വന്നുകൊണ്ടിരുന്നു. ടച്ച് സ്ക്രീൻ വന്നു. സ്മാർട്ട് ഫോൺ വന്നു. പുതിയത് പരീക്ഷിക്കാൻ അല്പം പേടിയുള്ള കൂട്ടത്തിലായതുകൊണ്ട് ഞാൻ എന്നും രണ്ടടി പുറകിലായി നടന്നുകൊണ്ടിരിക്കുന്നു.

ഫോണിലെ മെസ്സേജിങ് ആപ്പുകൾ മുഴുവനും ഇപ്പോൾ കൺസൽട്ടേഷൻ മുറികൾ പോലെയാണ്. സൗകര്യംപോലെ മറുപടി കൊടുക്കും. എന്നാലും ചിലർ വിളിക്കും. എന്തെങ്കിലും അത്യാവശ്യമായിരിക്കുന്ന് കരുതി എല്ലാ ഫോണുകളും എടുക്കുമായിരുന്നു മുൻപ്. എടുക്കാൻ പറ്റിയില്ലെങ്കിൽ ഉടനെ തിരിച്ചുവിളിക്കും.

"ഡോക്ടർ..."

"പറയൂ."

"കൊച്ചിന്റെ കാര്യം ചോദിക്കാനായിരുന്നു?"

"ഏത് കൊച്ചിന്റെ?"

"എന്റെ കൊച്ചിന്റെ."

"അത് മനസ്സിലായി. കൊച്ചിന്റെ ഡീറ്റെയിൽസ് പറയൂ?"

"ഞങ്ങളെപ്പഴും ഡോക്ടറെയാണ് കാണിക്കാറ്. കഴിഞ്ഞ മാസോം കാണിച്ചിരുന്നു. അന്ന് ഡോക്ടർ തൂക്കോം നോക്കീരുന്നു."

"ഉം ശരി. ഇപ്പോ എന്ത് പറ്റി?"

"പനി."

"പനി മാത്രേ ഒള്ളൂ?"

"അതേ. പക്ഷേ അഞ്ച് ദൂസായി. പാരസെറ്റമോള് കൊടുക്കുന്നുണ്ട്."

"അഞ്ച് ദിവസോ! എന്താ ഈ സമയത്ത് വിളിച്ചത്? കുഞ്ഞ് തീരെ വയ്യാതിരിക്കാണോ?"

"ഏയ്. അവനിവിടെ ഓടിക്കളിച്ച് നടപ്പുണ്ട്. അഞ്ച് ദൂസായോണ്ട് വിളിച്ചതാ."

"രാത്രി പത്ത് മണിക്കോ?"

"പത്ത് മണിയായല്ലേ! ഞാനിപ്പോ വീട്ടിലെത്തിയേ ഒള്ളൂ."

"ഒരു കാര്യം ചെയ്യ്. നാളെ OPയില് കൊണ്ടുവന്ന് കാണിക്ക്."

Cut.

"Hello..."

"ഡോക്ടറല്ലേ?"

"അതേ..."

"കുഞ്ഞ് ഒന്നും കഴിയ്ക്കുന്നില്ല."

"എപ്പോത്തൊടങ്ങി?"

"രണ്ട് ദൂസായി."

"രണ്ട് ദിവസായിട്ട് ഒന്നും കഴിച്ചിട്ടില്ലേ?"

“അങ്ങനെയല്ല. സാധാരണ കഴിയ്ക്കുന്നപോലെ കഴിക്കുന്നില്ല. ഇപ്പോ ആകെ അര പഴാണ് കഴിച്ചത്. അതാ വിളിച്ചത്.”

“നാളെ OPല് കൊണ്ടുവന്ന് കാണിക്കൂട്ടോ.”

Cut.

Brrr... Brrr...

“ഹലോ...”

“ഹലോ ഡോക്ടറെ... നേരത്തെ പനിയായിട്ട് വിളിച്ചില്ലേ... ഞ ങ്ങളാണെ. നാളെ ഡോക്ടർടെ OP എപ്പഴാ?”

“ഹോസ്പിറ്റലിലേക്ക് വിളിച്ച് ചോദിക്കൂട്ടോ. നാളെ ഏതാ ദിവസംന്ന് പോലും എനിക്കോർമ്മയില്ല.”

Cut

Brrr... Brrr...

* * *

“ഹലോ ഡോക്ടറുടെ നമ്പറല്ലേ?”

“അല്ലാ... പൊലീസ് സ്റ്റേഷൻ. ആരാടാ രാത്രി ഫോൺ വിളിച്ച് കളിക്കണത്!”

■

മരുഭൂമിയിലെ മരുപ്പച്ച

കോഴിക്കോട് MBBS ചെയ്ത മിക്കവാറും ആണുങ്ങൾക്ക് അന്നൊരു സ്വപ്നമേയുള്ളൂ. എന്റെയും അത് തന്നെയായിരുന്നു. കോഴിക്കോടു തന്നെ PGക്ക് കയറുക. ഹൗസ് സർജൻ എന്ന നിലയിൽ എല്ലാവരുടെയും പുച്ഛം ഏറ്റുവാങ്ങിയ വാർഡുകളിലൂടെ ഒരു PGയായി കിരീടവും വച്ച് ചെങ്കോലും പിടിച്ച് ഉത്തരവുകളിട്ട് നടക്കുക. ഇന്റർ ക്ലാസ്സിന് ജഡ്ജായി ഞെളിഞ്ഞിരിക്കുക. ഏതെങ്കിലും ജൂനിയർ ബാച്ചിലെ ടൂർ ഫോട്ടോസിൽ നിന്നും ഒരുത്തിയെ കണ്ടുപിടിച്ച്, അവളുടെ ബാച്ചിലെ ബോയ്ഫ്രെണ്ടിനെ മറികടന്ന്, വീട്ടിൽ ചെന്ന് പെണ്ണ് ചോദിച്ച്, അവളെ കെട്ടി സുഖമായി ജീവിക്കുക. അതായിരുന്നു കോളെജിലെ അന്നത്തെ കീഴ്‌വഴക്കം അഥവാ സംസ്കാരം. എന്നാൽ ഇതെല്ലാം സ്വപ്നങ്ങൾ മാത്രമാണ്. അതിനുവേണ്ടി കഷ്ടപ്പെടാനൊന്നും വയ്യായിരുന്നു. അതിനുള്ളത് അനുഭവിക്കുകയും ചെയ്തു. മൂന്നാം വർഷമാണ് എനിക്ക് PGക്ക് സീറ്റ് കിട്ടിയത്. പീഡിയാട്രിക്സ് അല്ലാതെ മറ്റൊന്നും താൽപര്യമില്ലായിരുന്നു. പക്ഷേ താൽപര്യം പറഞ്ഞിരുന്നാൽ പിന്നെയും വർഷങ്ങൾ പോകുന്നതല്ലാതെ അങ്ങോട്ടെത്തിപ്പെടുമെന്ന് ഒരുറപ്പുമില്ലാതിരുന്നതിനാൽ മൂന്നാമത്തെ ശ്രമത്തിൽ കിട്ടിയ സീറ്റിൽ ചേർന്നു. സെന്റ് ജോൺസിൽ പീഡിയാട്രിക്സിന് വെയിറ്റിങ് ലിസ്റ്റിൽ ആദ്യത്തെയാളായിരുന്നു. ചേർന്നത് അവിടെത്തന്നെ സർജറിയിൽ. സർജിക്കൽ ഹാൻഡ്സാണെന്ന് ആരൊക്കെയോ പണ്ട് പറഞ്ഞിരുന്നല്ലോ എന്നാശ്വസിച്ചു. ഏകദേശം ഒരു മാസം കഴിഞ്ഞപ്പോൾ മംഗലാപുരത്ത് ഒരു കോളേജിൽ പീഡിയാട്രിക്സുതന്നെ കിട്ടി. ഫീസ് കൂടുതലാണ്. ജോൺസിൽ പഠിക്കുന്നത്ര വിലയുമില്ല. എങ്കിലും അവിടെ ചേരാൻ തീരുമാനിച്ചു. ജീവിതകാലം മുഴുവൻ ജോലി ചെയ്യേണ്ടതല്ലേ. ഇഷ്ടമുള്ളത് ചെയ്യാതെങ്ങനെയാ... സർജറിയിൽ നിന്നും ജോൺസിൽ നിന്നും യാത്ര പറഞ്ഞിറങ്ങി മംഗലാപുരത്ത് ചേർന്നു. അവിടെ ഫീസടച്ച് ഒരാഴ്ച കഴിഞ്ഞപ്പോൾ ജോൺസിൽനിന്ന്

എനിക്ക് വിളി വന്നു, അവിടെ പീഡിയാട്രിക്സിൽ ചേരാൻ. ആദ്യം സർജറിക്കടയ്ച്ച കാശ്, പിന്നെ പീഡിയാട്രിക്സിനടച്ച കാശ്. രണ്ടും പോയി. ലോണെടുത്ത് ജോൺസിൽ പീഡിയാട്രിക്സിന്റെ കാശടച്ചു. എങ്കിലും സന്തോഷം. നല്ല കോളേജിൽ ഇഷ്ടമുള്ള സ്പെഷ്യാലിറ്റിതന്നെ കിട്ടിയല്ലോ.

എന്നെ ക്യാംപസിൽ വീണ്ടും കണ്ടപ്പോൾ പലർക്കും അത്ഭുതം. പീഡിയാട്രിക്സ് കിട്ടി വന്നതാണെന്ന് പറഞ്ഞപ്പോൾ എല്ലാവരുടെയും അത്ഭുതം സഹതാപത്തിന് വഴി മാറി. 'Are you sure you want to join Peds at Johns?' നൂറ് തവണയെങ്കിലും ഞാൻ ഈ ചോദ്യം പലരിൽ നിന്നായി കേട്ടു. ജോൺസിലെ പീഡിയാട്രിക്സ് ഭാരം താങ്ങാനാകാതെ ഒരുത്തൻ സീറ്റിട്ട് ഓടിപ്പോയ ഒഴിവിലാണ് ഞാൻ വന്നതെന്ന് നല്ല ബോധ്യമുണ്ടായിരുന്നതിനാൽ എന്തും നേരിടാൻ ഞാൻ മാനസികമായി തയ്യാറെടുത്തിരുന്നു. അടുപ്പിച്ച് വരുന്ന ഡ്യൂട്ടികളും എടുത്താൽ പൊന്താത്ത പണികളും ഒടുക്കം കിട്ടുന്ന തെറികളുമെല്ലാം ജീവിതത്തിന്റെ ഭാഗമായി. വാർഡിലെ ജീവിതം ബഹുകേമമായിരുന്നു. കന്നട പറയാനുള്ള വിവരമില്ല. ഹിന്ദി സംസാരിക്കാനുള്ള ഫ്ളോയില്ല. ഇംഗ്ലിഷ് ഉപയോഗിക്കാനുള്ള കോൺഫിഡൻസില്ല. ആകെയറിയാവുന്നത് മലയാളം. അത് ഭാഗ്യമായി. അവിടെയുള്ളൊരു കന്നടിഗ പിന്നീടൊരിക്കൽ പറഞ്ഞപോലെ, 'The only language you need to know to survive in a health sector anywhere around the world is Malayalam.'

മറ്റവൻ സീറ്റിട്ടിട്ട് ഓടിപ്പോകാൻ പ്രധാന കാരണക്കാരനായിരുന്ന പ്രൊഫെസ്സർ ലീവിലായിരുന്നെങ്കിലും അദ്ദേഹത്തെക്കുറിച്ചുള്ള കഥകൾ എന്റെ ഉറക്കം കളഞ്ഞു. ആവശ്യത്തിന് ഹാജരുണ്ടായിരുന്നെങ്കിലും കോഴ്സിനിടയിൽ പ്രസവിക്കാൻ പോയി എന്ന കാരണത്താൽ ഒരുത്തിയെ പരീക്ഷ എഴുതിക്കാതിരുന്നതും, PSC ഇന്റർവ്യൂവിന് പോലും ഒരുത്തന് ലീവ് നൽകാതിരുന്നതുമെല്ലാം വലിയ കഥകൾ. അദ്ദേഹത്തിന് ഇഷ്ടമില്ലാത്തവരെ എവിടെ വച്ച് കിട്ടിയാലും വെട്ടിവീഴ്ത്തുമെന്നത് ചെറിയ കഥകൾ. അങ്ങനെയൊരു ദിവസം ആ വാർത്തയെത്തി. ലീവിൽ പോയ പ്രൊഫസ്സർ തിരിച്ചെത്തിയിരിക്കുന്നു. എനിക്ക് ഒറ്റയ്ക്ക് ചെന്നുകാണാൻ പേടി. ബാക്കിയുള്ളവർക്കാണെങ്കിൽ എന്റെ കൂടെ വരാൻ പേടി. അന്ന് വൈകുന്നേരം, ഹോസ്പിറ്റൽ മെസ്സിൽ വച്ചൊരു ട്രീറ്റുണ്ടായിരുന്നു. അവിടെത്തന്നെ പഠിച്ച് അവിടെത്തന്നെ ജോലിക്കുകയറിയ രണ്ട് പീഡിയാട്രിക്സ് ലക്ചർമാരുടെ കല്യാണമുറപ്പിച്ചതിന്റെ ട്രീറ്റ്. ഇക്കാര്യം പഠിച്ചുകൊണ്ടിരുന്ന മൂന്ന് കൊല്ലവും ഒളിപ്പിച്ചുവച്ചതിന് പരിഭവം പറഞ്ഞവരോട് പുള്ളിക്കാരൻ പറഞ്ഞു, 'Even we came to know about this recently. We hardly had any time to think about this for the last three years.' അപ്പോഴേക്കും പ്രൊഫസ്സർ ഹാളിലേക്ക് കയറിവന്നു. എനിക്ക് പ്രതികരിക്കാൻ സമയം കിട്ടുന്നതിന് മുൻപ് പുള്ളിയെന്നെ നോക്കി ചോദിച്ചു, 'Who are you? What are you doing in my department? Please get out!' ഡിപ്പാർട്ട്മെന്റ് മുഴുവനും അവിടെയുണ്ടായിരുന്നു. എല്ലാവരുടെയും മുന്നിൽ വച്ചാണ് ഈ ചടങ്ങ് നടന്നത്. ഞാനപ്പോൾ കേസരി ബാത്ത് എന്നൊരു സാധനം കഴിച്ചുകൊണ്ടിരിക്കുകയായിരുന്നു. അതിനു ശേഷം അതെപ്പോൾ കണ്ടാലും എനിക്ക് ഓക്കാനം വരും.

അന്ന് രാത്രി, മനസ്സിലാഗ്രഹിച്ച PG ജീവിതവും യഥാർത്ഥത്തിൽ ലഭിച്ച PG ജീവിതവും തമ്മിലൊരു താരതമ്യപഠനം നടത്തി കിടന്നുറങ്ങി. പിറ്റേന്ന് രാവിലെയെഴുന്നേറ്റത് ചില പുതിയ തീരുമാനങ്ങളുമായാണ്. 'ടാ ജാംഗൊ... നീയെന്താണെങ്കിലും പെട്ട്. ഇനി നീന്തിക്കയറെന്നെ.' അന്ന് മുതൽ ഞാൻ കന്നട പറഞ്ഞുതുടങ്ങി. മെല്ലെ മെല്ലെ തമിഴും തെലുങ്കും പറഞ്ഞുതുടങ്ങി. എന്തിനേറെ... ഗ്രാമർ മിസ്റ്റേക് വരുമോന്ന് പേടിക്കാതെ ചറപറ ഇംഗ്ലീഷ് പറഞ്ഞുതുടങ്ങി. തെറിവിളി കേൾക്കുന്നത് പ്രശ്നമല്ലാതായിത്തുടങ്ങി. ഉറക്കമൊളിക്കുന്നത് ശീലമായിത്തുടങ്ങി. ഭക്ഷണം കഴിക്കാൻ പറ്റിയാലത് ഭാഗ്യം എന്നായിത്തുടങ്ങി. തൂക്കം കുറഞ്ഞുതുടങ്ങി. 3 മാസം കൊണ്ട് 8 കിലോ പോയിക്കിട്ടി!

അധികം വൈകാതെ തീസിസ് പരിപാടികൾ ആരംഭിച്ചു. എന്റെ ഗൈഡിനെ കാണാൻ ഞാൻ അദ്ദേഹത്തിന്റെ ഓഫിസിലെത്തി. രണ്ട് മൂന്ന് തവണ അതിന് മുൻപ് കണ്ടിരുന്നെങ്കിലും അതുവരെ അദ്ദേഹവുമായി സംസാരിച്ചിരുന്നില്ല. ഇനിയിവിടെ എന്തായിരിക്കും കാത്തിരിക്കുന്നതെന്ന ഭയത്തോടെ വാതിലിൽ മുട്ടി. 'Come in.' വല്ലാതെ മുഴക്കമുള്ളൊരു ശബ്ദം എന്നെ അകത്തേക്ക് സ്വാഗതം ചെയ്തു. ഞാനകത്ത് കയറി. ആദ്യം എന്റെ കണ്ണിലുടക്കിയത് അദ്ദേഹത്തിന്റെ സ്റ്റെത്തിന് മുകളിൽ കെട്ടിപ്പിടിച്ചിരുന്നിരുന്ന കരടി ബൊമ്മയായിരുന്നു.

"Yes Saibro?" ആ സ്വരം എന്റെ ശ്രദ്ധ വീണ്ടും അദ്ദേഹത്തിലേക്കെത്തിച്ചു.

"Sir, Thomas."

"Yes. Sir Thomas, how can I help you?"

"Good morning, sir. You are my thesis guide."

"Oh yes. So, you are the one. Please take your seat."

ഡോ.സിൽവൻ ജോൺ റെഗോ എനിക്ക് കാപ്പി തന്നു. ആസ്ട്രേലിയയിൽ പഠിക്കാൻ പോയപ്പോഴുണ്ടായ അനുഭവങ്ങൾ പറഞ്ഞു. ഡിപ്പാർട്ട്മെന്റിലെ സംസ്കാരം മാറ്റാനുള്ള ആഗ്രഹത്തെപ്പറ്റി പറഞ്ഞു. അവിടന്നിറങ്ങിയപ്പോൾ വല്ലാത്തൊരാശ്വാസം തോന്നി.

തീസിസിന്റെ രൂപരേഖ ഡിപ്പാർട്ട്മെന്റിൽ അവതരിപ്പിച്ച ദിവസം ഒരിക്കലും മറക്കാനാകില്ല. ഓരോ ആളുകൾ മാറ്റങ്ങൾ പറഞ്ഞ് പറഞ്ഞ് അവസാനം ഞാൻ നടത്താൻ ഉദ്ദേശിച്ച പഠനംതന്നെ മാറ്റേണ്ടി വരുമെന്ന അവസ്ഥയായി. ഡോ. റെഗോ ഇടപെട്ടു, “This chap is getting engaged next week. So that's probably why... Shall present with necessary changes once he returns.” അത് പറഞ്ഞതേ ഓർമ്മയുള്ളൂ. എല്ലാവരും ചേർന്ന് എന്നെ കൊന്ന് കൊലവിളിച്ചു. ലോകത്ത് ഏറ്റവും വലിയ അപരാധം കല്യാണം കഴിക്കുന്നതാണെന്ന് അന്നെനിക്ക് തോന്നി. ഒരുവിധം എല്ലാവരും ക്ലാസ്സിൽ നിന്നിറങ്ങിയപ്പോൾ ഡോ.റെഗോ വന്നെന്റെ തോളിൽ തട്ടിക്കൊണ്ട് പറഞ്ഞു, “I am really sorry Thomas. I was just trying to save you.” അതുവരെ പിടിച്ചുനിന്ന എന്റെ കണ്ണുകൾ നിറഞ്ഞൊഴുകി. “I know sir. I know.”

പിന്നീട് കല്യാണമുറപ്പിച്ച് തിരിച്ചുവന്ന് വീണ്ടും തീസിസ് അവതരിപ്പിച്ചു. അപ്പോഴും പറഞ്ഞു കുറേ മാറ്റങ്ങൾ. അടുത്ത തവണ ഞാൻ പ്രെസെന്റ് ചെയ്തത് ഏറെക്കുറെ ഏറ്റവുമാദ്യം ചെയ്തതൊക്കെ തന്നെയായിരുന്നു. ഇത്തവണ എല്ലാവരും സംതൃപ്തരായി. ഡോ. റെഗോ ചിരിച്ചുകൊണ്ട് എന്നോട് സ്വകാര്യം പറഞ്ഞു. “Some people want to feel important. We should just help them feel so.”

നമ്മുടെ ആദ്യത്തെ പ്രൊഫസ്സർ ഒരു കിടിലൻ ടീച്ചറാണ്. അദ്ദേഹത്തിന്റെ ക്ലാസ്സുകൾ വിട്ടുകളയാൻ പറ്റില്ലായിരുന്നു. പക്ഷേ അദ്ദേഹം കിട്ടുന്നിടത്തെല്ലാം വച്ച് എന്നെ കുത്തിക്കൊണ്ടിരിക്കുന്നത് കാരണം മനസ്സമാധാനത്തോടെ ഇരിക്കാനും പറ്റുന്നില്ല. അതിനുള്ള പോംവഴിയും ഡോ.റെഗോ തന്നെയാണ് പറഞ്ഞുതന്നത്. “You cannot keep running away from the bull and win the fight. At times you have to hold it by its horns.”

പിന്നീട് വന്ന സെമിനാറിന് മറ്റേ പ്രൊഫസ്സറായിരുന്നു മോഡറേറ്റർ. സെമിനാർ പ്രെസെന്റ് ചെയ്യേണ്ടവന് അന്ന് അത്യാവശ്യമായി ലീവ് വേണം. അദ്ദേഹത്തോട് അത് ചോദിക്കുന്നതിലും നല്ലത് കോഴ്സ് നിർത്തി പോകുന്നതാണ്. ഞാനവനെയും കൂട്ടി അദ്ദേഹത്തിന്റെ അടുത്തെത്തി. അവൻ ലീവും ഞാൻ അവന്റെ സെമിനാറവതരിപ്പിക്കാനുള്ള അവസരവും ചോദിച്ചു. ധൈര്യം കണ്ട്

ഇഷ്ടപ്പെട്ടിട്ടാണോ അതോ ഗതികേട് കണ്ട് സഹതാപം തോന്നിയിട്ടാണോ എന്നറിയില്ല, അന്ന് മുതൽ അദ്ദേഹം എനിക്ക് ശാപമോക്ഷം നൽകി.

ഡോ. റെഗോ പ്രൊമോഷൻ കിട്ടി പ്രൊഫസ്സറായപ്പോൾ മക്ഡൊണാൾഡ്സിൽ ട്രീറ്റ് ചോദിച്ച ഞങ്ങളെ, അദ്ദേഹം ഫോറം മാളിൽ സാഹിബ് സിന്ധ് സുൽത്താൻ എന്ന ആഡംബരഹോട്ടലിൽ കൊണ്ടുപോയി ഞെട്ടിച്ചു.

അക്കൊല്ലം MBBS കുട്ടികളുടെ ഇന്റേണൽ എക്സാമിനർ ഡോ. റെഗോ ആയിരുന്നു. എക്സ്റ്റേണൽ എന്റെ പഴയ തട്ടകമായ കോഴിക്കോട് നിന്നായിരുന്നു. സ്വാഭാവികമായും അദ്ദേഹത്തെ കൊണ്ടുനടക്കേണ്ട ചുമതല എന്നെയേൽപ്പിച്ചു. അദ്ദേഹത്തിന് ഒരു കുറവും വരാതെ നോക്കേണ്ടത് എന്റെ ഉത്തരവാദിത്വമായിരുന്നു. നമ്മളോടുള്ള ദേഷ്യം കാരണം കുട്ടികളാരും തോൽക്കാൻ പാടില്ലല്ലോ. വൈകുന്നേരം ഏഴ് മണിയോടെ ഡോ.റെഗോ എക്സ്റ്റേണലിനെ കൂട്ടി അടുത്തുള്ള ഹോട്ടലിലേക്ക് വരാൻ പറഞ്ഞു. ഞങ്ങൾ ലോബ്ബിയിൽ വച്ച് കണ്ടുമുട്ടി. ഡോ.റെഗോ ഞങ്ങളെ ബാറിലേക്ക് നയിച്ചു. ഞാൻ ഡോ. റെഗോയെ മാറ്റി നിർത്തി പറഞ്ഞു, “Sir, I don’t think he takes alcohol.”

ഡോ.റെഗോ ഉറക്കെ ചിരിച്ചുകൊണ്ട് പറഞ്ഞു, “Saibro... you have not done your homework. But I have. Do you drink?”

ഞാൻ ഒന്നും മിണ്ടിയില്ല. അദ്ദേഹം തുടർന്നു, “If you drink and you are avoiding today because of formaltiy, don’t do that. I don’t believe in formalities. If you are a teetotaller, then it’s fine. But if you would like to start, then there is no better way than to have your guide with you to guide you.”

ഞാനന്ന് കുടിച്ചില്ല. അദ്ദേഹം നിർബന്ധിച്ചതുമില്ല.

ഡോ.റെഗോയുടെ കീഴിൽ ഞാൻ എന്റെ തീസിസ് വിജയകരമായി പൂർത്തിയാക്കി. ആദ്യതവണതന്നെ പരീക്ഷയും ജയിച്ചു. കുറച്ച് കാലമെങ്കിലും വിദേശത്ത് പോകാൻ അദ്ദേഹം കുറേ നിർബന്ധിച്ചു. ജീവിതത്തെക്കുറിച്ചുള്ള കാഴ്ചപ്പാട് മാറാൻ അത് അത്യാവശ്യമാണെന്നായിരുന്നു അദ്ദേഹത്തിന്റെ പക്ഷം. അത് ഞാൻ ചെയ്തില്ല. അതിൽ ഇപ്പോൾ ചെറുതല്ലാത്ത വിഷമമുണ്ട്. അദ്ദേഹത്തിൽനിന്ന് പീഡിയാട്രിക്സ് പഠിച്ചതിലും കൂടുതൽ ഞാൻ പഠിച്ചത്, വിദ്യാർത്ഥികളോട് എങ്ങനെ പെരുമാറണം എന്നുള്ളതാണ്.

തുടക്കകാലത്തെ കഷ്ടപ്പാടിന് ശേഷം ഞാൻ സെ. ജോൺസ് പീഡിയാട്രിക് ഡിപ്പാർട്ട്മെന്റിൽ ഇഴുകിച്ചേർന്നു. ഡോ. റെഗോ ഇല്ലായിരുന്നെങ്കിൽ ഒരുപക്ഷേ എനിക്കത് ഇത്രയെളുപ്പത്തിൽ സാധിക്കുമായിരുന്നില്ല.

■

ബാംഗ്ലൂർ ഡേയ്സ്

(നിയമപ്രകാരമുള്ള മുന്നറിയിപ്പ്: തെറിയുണ്ട് സൂക്ഷിക്കുക)

PGക്ക് ചേർന്നതോടെ ഞാനൊരു ബാംഗ്ലൂർ ജീവിയായി. അല്ല... ബാംഗ്ലൂരുള്ളൊരു ജീവിയായി. ബാംഗ്ലൂർന്ന് പറയാന്നേയുള്ളൂ. ആശുപത്രിക്കെട്ടിടവും ഹോസ്റ്റെലുമല്ലാതെ ഞാൻ മറ്റൊന്നും കണ്ടി ട്ടില്ല. ഇടയ്ക്ക് വല്ലപ്പോഴുമൊരു ഫോറവും. ഫോറത്തിൽ ഞാനാദ്യ മായി പോകുന്നത് ഒരു സുഹൃത്തിന്റെ കൂടെയാണ്. അവിടെ എനിക്ക് തോന്നിയ ഏറ്റവും സ്ട്രൈക്കിങ് ഫീച്ചർ മാളിനുള്ളിൽ എല്ലാ ചെക്ക ന്മാരുടെ കൂടെയും പെണ്ണുങ്ങളുണ്ടായിരുന്നു എന്നതാണ്. എന്നാൽ മറ്റൊരു ഭാഗത്ത് നോക്കിയപ്പോൾ കുറേ പയ്യന്മാർ നിരന്നിരിക്കുന്നു. അരികിൽ മരുന്നിന് പോലും ഒരൊറ്റ സ്ത്രീജനമില്ല. എന്റെ നോട്ട ത്തിന്റെ അർത്ഥം മനസ്സിലായിട്ടാവണം, എന്റെ സുഹൃത്തെന്നെ അവരുടെ അടുത്തേക്ക് കൂട്ടിക്കൊണ്ടുപോയി. അപ്പോഴാണ് ഞാന വരുടെ അടക്കിപ്പിടിച്ചുള്ള സംസാരം ശ്രദ്ധിക്കുന്നത്.

"ദേടാ... നോക്കെടാ... ആ വെള്ള ടോപ്പിനെ നോക്കെടാ..."

"അതവിടെ നിക്കട്ടെ. നീയാ കറുത്ത ഷോർട്ട്സിനെ നോക്ക്യേടാ."

"എന്റമ്മോ! എന്നാ... ആടാ!"

സുഹൃത്തെന്റെ മുഖത്ത് നോക്കി, "ഇപ്പോ മനസ്സിലായില്ലേ മല യാളികൾക്ക് മാത്രമെന്താ ഇവിടെ പെണ്ണ് കിട്ടാത്തേന്ന്." ബുദ്ധന് ബോധിക്ക് കീഴിൽ നിന്നും കിട്ടിയതിനേക്കാൾ കൂടുതൽ വെളിപാ ടുകൾ എനിക്ക് നാല് കൊല്ലം കൊണ്ട് ബാംഗ്ലൂരിൽനിന്ന് കിട്ടി.

ഞായറാഴ്ച ഒരു മാഡത്തിനൊപ്പം റൗണ്ട്സിനുപോയി. അവ സാനം, കിഡ്നി ട്രാൻസ്പ്ലാന്റ് കാത്ത് കിടക്കുന്ന ഒരു പയ്യന്റടു ത്തെത്തി. അവന്റയമ്മ കരച്ചിലോട് കരച്ചിൽ. മാഡത്തിന്റെ പേഷ്യ ന്റാണ്. അതിനാൽ ആ അമ്മയ്ക്ക് കരയാൻ കുറച്ചധികം സമയമനു വദിച്ചു. എന്റെയും കണ്ണ് നിറഞ്ഞു. അങ്ങനെ ഏകദേശം അഞ്ച്

മിനിറ്റ് കരഞ്ഞുകഴിഞ്ഞപ്പോൾ ആ അമ്മ കരച്ചിൽ നിർത്തി കണ്ണു തുടച്ച് മാഡത്തിനോട് പറഞ്ഞു (കന്നടയിൽ) "ഇനി സണ്ടെയാണെങ്കിലും മാഡം ചുരിദാറിട്ട് വരരുത്. മാഡത്തിന് സാരിയാണ് നല്ലത്. മിനിഞ്ഞാന്നുടുത്ത ആ മറൂൺ കോട്ടൻ സാരി സൂപ്പറായിരുന്നു."

ഞാൻ മെല്ലെ നേരത്തെ വന്ന കണ്ണീർ തുടച്ചു. എന്റെ സാരി നല്ലതായേന് നീയെന്തിനാ മോനെ കരയണേ ന്നൊരു നോട്ടം നോക്കി മാഡമെന്നെ!

ഗുണപാഠം: എത്ര വലിയ സങ്കടമാണെങ്കിലും നമ്മൾ ചെറിയ ചെറിയ സന്തോഷങ്ങൾ കണ്ടെത്തണം.

വാർഡിലെ ഹൗസ് സർജൻ എന്നെ അവിടത്തെ ഇന്റർക്ലാസ്സ് പരിപാടികൾ കാണിക്കാൻ കൊണ്ടുപോയി. അവിടെ വച്ചാണ് ഇംഗ്ലീഷിൽ സ്കിറ്റ് അവതരിപ്പിക്കാമെന്നും അത് കണ്ട് ചിരിക്കാമെന്നും എനിക്ക് മനസ്സിലായത്. പരിപാടി കഴിഞ്ഞതും ഹൗസ് സർജൻ എഴുന്നേറ്റുനിന്ന് കയ്യടിച്ചു. ഞാനും കയ്യടിച്ചു. അത് കഴിഞ്ഞ് അവള് സ്റ്റേജിൽ നിന്നിരുന്ന ഒരു പയ്യനെ ചൂണ്ടിക്കാണിച്ചിട്ട് എന്റെ ചെവിയിൽ പറഞ്ഞു, "I fall in love with this guy every time I see him perform. I just wanna jump up there, hug him and give him a good long kiss."

എന്റേത് ഒരു എപിക് പ്രതികരണമായിരുന്നു. "But then, you are elder to him."

അവളുടെ മുഖത്തെ ഭാവം. ഔ... എന്റെടാ... ജനിക്കണ്ടീർന്നില്ല.

ഗുണപാഠം: ആരാധനയും പ്രേമവുമൊക്കെ ആർക്കും ആരോടും എപ്പോഴും തോന്നാം. അതിന് നമ്മൾ മനസ്സിലാക്കിവച്ചിട്ടുള്ള ഒരു നിയമവും ബാധകമാകണമെന്നില്ല.

വാർഡിലെ ഒരു പേഷ്യന്റിന്റെ വൃഷണങ്ങൾ orchidometer എന്ന ഉപകരണമുപയോഗിച്ച് അളന്നുനോക്കുന്ന കാര്യം എന്നെയേൽപ്പിച്ചിരുന്നു. ഇന്റർക്ലാസ്സും അനുബന്ധസംഭവങ്ങളുമൊക്കെയായി അതിന്റെ കാര്യം മറന്നുപോയി. പിറ്റേന്ന് റൗണ്ട്സിന് തൊട്ടുമുൻപ് ഹൗസ് സർജൻ എന്നോട് ചെവിയിൽ മെല്ലെ ചോദിച്ചു. "Bugger did you check his testes?"

"ഞാൻ കേട്ടതെന്ന്യാണോ അവള് പറഞ്ഞത്? ഒരു പെണ്ണങ്ങനെ പറയോ? ഏയ്... അതായിരിക്കില്ല!" ആലോചന ഇത്രയുമായപ്പോഴേക്കും

അവളെന്റെ തോളിൽ തട്ടി തിരിച്ചുനിർത്തി മുഖത്തുനോക്കി ചോദിച്ചു. “Hey Fucker I asked you. Did you check his balls?”

അല്ലെങ്കിലും നമ്മള് മലയാളത്തില് ഭയങ്കര തെറിയാണെന്ന് വിചാരിക്കുന്നതൊക്കെ വേറെയെവിടെയെങ്കിലും പറഞ്ഞാൽ അവർക്കത് ചെവിയില് തൂവലിടുന്നത് പോലെയേ തോന്നൂ. നോർത്ത് ഇന്ത്യയിലെ തെറികളുടെ ബേസ് ലൈൻ നമ്മുടെ ഗ്രാഫ്പേപ്പറിന്റെ പുറത്തുനിന്നാണ് തുടങ്ങുന്നതുതന്നെ. ഇന്ത്യൻ ഭാഷകളിൽ തെറികൾ പറയുന്നത് വൃത്തികേടാണെങ്കിലും ഇംഗ്ലീഷിലത് പറയുന്നത് ഭയങ്കര കൂളാണ്. ആസ്ട്രേലിയയിലാണെങ്കിൽ അമ്മയ്ക്ക് വിളിക്കാം. പക്ഷേ കുരങ്ങാ എന്ന് വിളിക്കാൻ പാടില്ല. നമ്മുടെ ഹർഭജൻ ‘മാ... കീ...’ എന്ന് പറഞ്ഞപ്പോൾ ‘മങ്കീ’ എന്ന് തെറ്റിദ്ധരിച്ചവർ, പിന്നീട് കാര്യം മനസ്സിലായപ്പോൾ ഭജിയെ വെറുതെ വിടുകയായിരുന്നല്ലോ!

ഗുണപാഠം: തെറി പറയുക എന്നത് ഒരു പ്രത്യേക ലിംഗക്കാരുടെ അവകാശമൊന്നുമല്ല.

മറ്റൊരു കൂട്ടം ഹൗസ് സർജന്മാർ അവരുടെ പോസ്റ്റിങ് കഴിഞ്ഞപ്പോൾ ചെലവ് ചെയ്യാൻ ബരിസ്റ്റ എന്നൊരു കാപ്പിക്കടയിൽ കൊണ്ടുപോയി. അവിടത്തെ കാപ്പിയുടെ വില കണ്ട് എന്റെ കണ്ണിലെ കൃഷ്ണമണി പുറത്തേക്ക് തള്ളിവന്ന് കുറച്ച് നേരത്തേക്ക് കാപ്പിക്കുരുപോലെ കാണപ്പെട്ടു. ചിലവിനിടയിൽ ഒരു പയ്യൻ സിഗരറ്റ് കത്തിച്ചു. എനിക്കൊന്നും തോന്നിയില്ല. അവനൊരു പഫെടുത്ത് അടുത്തിരുന്നവന് കൊടുത്തു. അവനുമൊരു പഫെടുത്തു. എനിക്കൊന്നും തോന്നിയില്ല. അടുത്തിരുന്നവൾ കൈ നീട്ടി. അവനത് പാസ്സ്

ചെയ്തു. അവളതുടനെ തൊട്ടപ്പുറത്തിരുന്നവന് പാസ്സ് ചെയ്തില്ല. അവളുമൊരു പഫെടുത്തു.

"You smoke?' എന്റെ ഭാഗത്തും തെറ്റുണ്ട്. ഞാനതൊരിക്കലും ചോദിക്കാൻ പാടില്ലായിരുന്നു.

"Those two guys smoked. You didn't care a shit. Now what?"

ഞാൻ ചുറ്റും നോക്കി. Nobody was caring a shit!

ഗുണപാഠം: ശ്വാസകോശം സ്പോഞ്ച് പോലെയാണ് വായു വലിച്ചെടുക്കാനായി രൂപപ്പെടുത്തിയിരിക്കുന്നത്. ആണുങ്ങൾക്കുമതേ... പെണ്ണുങ്ങൾക്കുമതേ... അതിലേക്ക് സിഗരറ്റിന്റെ പുക വലിച്ചുകയറ്റുന്നത് രണ്ട് കൂട്ടർക്കും ഒരുപോലെ ഹാനികരമാണ്. അല്ലാതെ പെണ്ണുങ്ങൾക്ക് കൂടുതൽ ഹാനികരമെന്ന് ഒരു തീയറ്ററിലും പറയുന്നില്ല.

ഒരു ന്യൂ ഇയർ ആഘോഷിക്കാൻ PGകളെല്ലാവരും കൂടി പ്ലാനിട്ടു. കുപ്പി വാങ്ങാൻ കണക്കെടുത്തപ്പോ ഒരുത്തൻ പറഞ്ഞു അവൻ കുടി നിർത്തിയിരിക്കുകയാണെന്ന്. കുറേ നിർബന്ധിച്ചിട്ടും ചെക്കനൊരു കുലുക്കമില്ല, അപാര ദൃഢനിശ്ചയം. മുറിയിലെത്തി പരിപാടി തുടങ്ങി. കുറച്ച് കഴിഞ്ഞ് അവൻ കമഴ്ത്തിവച്ചിരിക്കുന്ന ഗ്ലാസ്സുകളിലേക്ക് ഐസിടുന്നത് കണ്ടപ്പോഴാണ് സംഭവം മനസ്സിലായത്. He is in total bliss. ബാക്കി സമയം മുഴുവൻ അവൻ ഞങ്ങൾക്ക് കുടിക്കുന്നതിന്റെ ദൂഷ്യഫലങ്ങളെക്കുറിച്ച് ക്ലാസ്സെടുത്ത് തന്നു; കുടിച്ച് കരള് വാട്ടാതെ, വലിച്ച് പ്രബുദ്ധരാകാൻ!

ഗുണപാഠം: മദ്യത്തെ എതിർക്കുന്നവർ എല്ലാവരും ലഹരിവിരുദ്ധരല്ല.

"What plans this weekend?" വാർഡിൽ നിന്നിറങ്ങുന്ന വഴി ഞാൻ ഒരുത്തിയോട് വെറുതെ ചോദിച്ചതാണ്.

"Got an invitation for a dance patry. Entry only for couples." ഇങ്ങനെയൊരു മറുപടി തീരെ പ്രതീക്ഷിച്ചില്ലായിരുന്നു. ഛെ... മ്ലേച്ഛകരം. കോഴിക്കോടൻ ലിബറൽ ചിന്താഗതിക്കാരൻ പെട്ടെന്നൊരു സദാചാരവാദിയായി.

"But I need a partner. Are you free?"

"..." എത്ര ശ്രമിച്ചിട്ടും സ്വരമൊന്നും പുറത്തേക്ക് വരുന്നില്ല.

"I had planned to go with my boyfriend. But we just broke up. But I badly wanna go for this."

സദാചാരവാദി പെട്ടെന്ന് വീണ്ടും ലിബറലായി. മനസ്സുകൊണ്ട് ലിബറലായെങ്കിലും ശരീരം കൊണ്ടായില്ല. കാലുകൾ വിറയ്ക്കാൻ തുടങ്ങി. കൈകൾ വിയർക്കാനും. ഒടുവിൽ ഇത്രയും പറഞ്ഞൊപ്പിച്ചു. "Ma... ma... my marriage is fixed."

"So? I called you for a Dance patry. Not for a fling or date."

അവസാനം പറഞ്ഞ രണ്ട് വാക്കുകളുടെയും അർത്ഥം എനിക്കപ്പോൾ മനസ്സിലായില്ലെങ്കിലും അവളെന്നെ വിളിച്ചത് വളരെ നല്ല ഉദ്ദേശ്യത്തിലാണെന്നും ഞാൻ മനസ്സിൽ വിചാരിച്ച പോലെ ഒന്നിനുമല്ലെന്നും എനിക്ക് മനസ്സിലായി. പക്ഷേ പിടിച്ചുനിന്നല്ലേ പറ്റൂ.

"I... I... I know. But I have got some shopping to do this weekend."

ഗുണപാഠം: സദാചാരം തീരുമാനിക്കുന്നത് സാഹചര്യങ്ങളാണ്. മറ്റുള്ളവർ നമ്മളെ പൊലെ ഢീസന്റാകണമെന്നില്ല. തിരിച്ചും.

അങ്ങനെ ബാംഗ്ലൂർ വച്ച് കിട്ടിയ cultural ഷോക്കായിരുന്നു ഷോക്ക്.

അധികം വൈകാതെ മക്കള് വന്ന് ചോദിക്കും ബാംഗ്ലൂരൊക്കെ പോയി പഠിച്ചോട്ടേന്ന്. അപ്പോ എന്ത് പറയണംന്നാണ്.

"ജാ ബെട്ടാ ജാ... ജീലെ അപ്നെ സിന്ദഗി" എന്ന് പറയണോ അതോ

"കേറി പോടാ അകത്ത്. നിന്റെയൊക്കെ പ്രായത്തില് ഞാൻ... അങ്ങനെയിപ്പോ എനിക്കൊന്നും പറ്റാത്തത് നീയും..."

■

എന്റെ 'Nurse'ry അധ്യാപകർ

എന്റപ്പനും ഒരു കസിനും കൂടി അപ്പന്റെ അനിയനെ ഫ്ളൈറ്റ് കയറ്റി വിടാനായി ഗോവയിലേക്ക് പോയി. ഗോവയിൽ രണ്ട് തരം ഭക്ഷണ പദാർത്ഥങ്ങൾ പ്രസിദ്ധമാണ്. അവിടെ തങ്ങിയ രണ്ട് ദിവസ ങ്ങളിലും കസിൻ ഖരരൂപത്തിലുള്ളതിലും അപ്പൻ ദ്രാവകരൂപത്തി ലുള്ളതിലും ശ്രദ്ധ പതിപ്പിച്ചു. അതിനുള്ള പണിയും കിട്ടി. എഴു ന്നേറ്റ് നിൽക്കാൻ പോലുമാകാത്ത അവസ്ഥയിലാണ് കോഴിക്കോട് ട്രെയിനിറങ്ങിയത്, എന്റെ കസിൻ! അപ്പൻ ഒരുവിധത്തിൽ പുള്ളിയെ മെഡിക്കൽ കോളെജ് കാഷ്വാൽറ്റിയിലെത്തിച്ചു. ഞാനന്ന് അവസാന വർഷ വിദ്യാർത്ഥിയാണ്. എന്റെ സ്വാധീനമുപയോഗിച്ച് അവിടെ സ്റ്റാഫ് വാർഡിൽ പുള്ളിക്കൊരു ബെഡ് ഒപ്പിച്ചെടുത്തു. കാഷ്വാൽ റ്റിയിൽ തിരക്കായത് കാരണം പേഷ്യന്റിനെ അവിടെ വന്നു കണ്ടോളാമെന്ന് സാറും പറഞ്ഞു.

രോഗിയുടെ കിടപ്പ് കണ്ടപ്പോൾ എനിക്കെന്തോ ഒരു പന്തികേട് തോന്നി. പരിമിതമായ അറിവ് വച്ച് ഡീഹൈഡ്രേഷൻ ആയിരിക്കു മെന്ന് ഊഹിച്ചു. അവിടെത്തന്നെ ജൂനിയറായി പഠിച്ചിരുന്ന മറ്റൊരു കസിനും എന്റെ കുറച്ച് സഹപാഠികളും വന്ന് ഡീഹൈഡ്രേഷൻ ആയിരിക്കുമെന്ന അഭ്യൂഹം ശക്തിപ്പെടുത്തി. അങ്ങനെ മിണ്ടാനാ കാതെ കിടക്കുന്ന രോഗിയുടെ ചുറ്റും ഞങ്ങൾ കുറച്ച് മെഡിക്കൽ വിദ്യാർത്ഥികൾ കൈയുംകെട്ടി നോക്കിനിന്നു. അപ്പോഴാണ് അവി ടേക്ക് ഞങ്ങളുടെ ഒരു കുടുംബസുഹൃത്ത് മഞ്ജു സംഭവമറിഞ്ഞെ ത്തുന്നത്. മഞ്ജു അന്ന് BSc. നഴ്സിങ് അവസാനവർഷമാണ്. മഞ്ജു വന്ന് ആളെയൊന്ന് നോക്കിയ ശേഷം വേഗം താഴേക്കുപോയി. ഒരഞ്ച് മിനിറ്റിൽ തിരിച്ചുവന്ന് കാനുലയിട്ട്, പരിശോധനയ്ക്ക് ബ്ലഡെ ടുത്ത്, IV ഫ്ളൂയിഡ് തുടങ്ങി. തിരക്കുള്ളതിനാൽ പിന്നീട് വരാ മെന്ന് പറഞ്ഞ് തിരിച്ചുപോയി.

ഏകദേശം ഒരു മണിക്കൂർ കഴിഞ്ഞുകാണും. രോഗി എഴുന്നേ റ്റിരുന്നു. അപ്പോഴേക്കും ഡോക്ടർ രോഗിയെ കാണാനെത്തി. പുള്ളി

പരിശോധന നടത്തിയശേഷം എല്ലാവരോടുമായി പറഞ്ഞു. "ഫുഡ് പോയ്സനാണ്. പക്ഷേ പേടിക്കാനൊന്നൂല്ല്യട്ടോ. ബ്ലഡ് റിസൾട്ടൊക്കെ നോർമലാണെങ്കി നാളെ രാവിലെത്തന്നെ വീട്ട് പോകാ." രണ്ടടി മുന്നോട്ട് വച്ചശേഷം തിരിഞ്ഞുനിന്ന് എന്നെയൊന്ന് നോക്കിയിട്ട് എല്ലാവരോടുമായി വീണ്ടും പറഞ്ഞു. "വീട്ട്ത്തന്നെ ഒരു ഡോക്ടറൊള്ളതിന്റെ ഗുണം കണ്ടോ!" എന്നിട്ടാ കാലമാടൻ ഇറങ്ങിപ്പോയി.

കഷ്ടിച്ച് എഴുന്നേറ്റിരുന്ന ആ രോഗി, എന്റെ കസിൻ, എന്നെയും ജൂനിയറായി അവിടെ പഠിച്ചിരുന്ന മറ്റേ കസിനെയും നോക്കിയിട്ട് ഇപ്രകാരം മൊഴിഞ്ഞു, "അത് ശരിയാ. ആ മഞ്ജു വന്നില്ലായിരുന്നെങ്കി നാളെ എന്റെ അടക്കിന് ഒരുപാട് ഡോക്ടർമാരിണ്ടായേനേ."

ഹൗസ് സർജൻസി കാലം. MICUൽ നൈറ്റ് ഡ്യൂട്ടി. 4 ബെഡ്, 1 വെന്റിലേറ്റർ, 1 രോഗി, 1 ഡോക്ടർ, 1 നഴ്സ്, 1 AC. പ്രേമനൈരാശ്യം മൂലം കീടനാശിനി എടുത്തടിച്ച ഒരു കൗമാരക്കാരിയായിരുന്നു രോഗി. അപകടനില തരണം ചെയ്തിട്ടുണ്ട്. അതുകൊണ്ട് ആകെ ചെയ്യേണ്ടത് ഇടയ്ക്കിടയ്ക്ക് പൾസും ബി.പി.യും എഴുതിയിടുകയെന്നത് മാത്രമാണ്. അത് ചെയ്യാൻ അവിടെ നഴ്സുണ്ട്. മൂന്ന് ബെഡും ഡോക്ടറും ഫ്രീ. എനിക്ക് നല്ല ക്ഷീണവുമുണ്ട്. ഞാൻ വേഗം കയറിക്കിടന്നു. മോണിറ്ററിന്റെ ബീപ് ബീപ് ആദ്യം അരോചകമായിരുന്നെങ്കിലും പിന്നീട് താരാട്ടായി മാറി. ഞാൻ നല്ല ഉറക്കത്തിലായി.

പെട്ടെന്നാരോ എന്നെ വിളിക്കുന്നതായി തോന്നി. പാതിയുറക്കത്തിൽ കണ്ണ് തുറന്നുനോക്കി. മഞ്ജു സിസ്റ്റർ (മുൻപ് പറഞ്ഞ കഥയിലെ മഞ്ജുവല്ല. ഇത് വേറെ മഞ്ജു.) ട്രേയിൽ ചായയും ബിസ്കറ്റുമായി നിൽക്കുന്നു. ക്യാംപസിലെ പലർക്കും അത്തരത്തിലൊരു സ്വപ്നമുണ്ടായിരുന്നു. എങ്കിലും ഇതെങ്ങനെ എനിക്ക് യാഥാർത്ഥ്യമായി! ഞാൻ ഞെട്ടിയെഴുന്നേറ്റു. ആള് മഞ്ജുതന്നെ. പക്ഷേ കൈയിലെ ട്രേയിൽ ചായയും ബിസ്കറ്റുമല്ല, ഇൻജെക്ഷനുള്ള മരുന്നും സിറിഞ്ചും!

"ഡോക്ടർജി ... ആ പേഷ്യന്റിന്റെ ബ്രീത്തിങ് ശരിയല്ല."

"ആണോ... നോക്കട്ടെ."

എന്ത് നോക്കാനാണ്? എന്നാലും നോക്കി. ഒന്നും മനസ്സിലായില്ല. എന്തായാലും മഞ്ജു സിസ്റ്റർ പറഞ്ഞതല്ലേ, ഞാൻ മെഡിസിൻ PGയെ വിളിച്ചു. പുള്ളി ഓടിവന്ന് ഒന്ന് എത്തിനോക്കിയിട്ട് വേഗം പോയി അനെസ്തേഷ്യ PGയെ വിളിച്ചുകൊണ്ടുവന്നു. ആകെ ബഹളം. പത്ത് മിനിറ്റിനുള്ളിൽ എന്തൊക്കെയോ സംഭവിച്ചു. കൊച്ചിനെ വെന്റിലേറ്ററിലേക്ക് ഘടിപ്പിച്ചു.

മെഡിസിൻ PG, STD ബൂത്തിലെ ബില്ല് പോലെയൊരു കട ലാസ് നോക്കിയിട്ട്, "Respiratory acidosis. Type II failure."

"ആരായിരുന്നു ഇവിടെ ഡ്യൂട്ടി?" അനെസ്തേഷ്യ PG.

"ദേ ഇവനായിരുന്നു." മെഡിസിൻ PG എന്റെ തോളിൽ തട്ടി.

"Good. An alert intern is a blessing for the duty PG." അനെ സ്തേഷ്യ PGയുടെ കണ്ണുകളിൽ ഒടുക്കത്തെ സ്നേഹം.

അത് ഞാനങ്ങ് മിണ്ടാതെ സഹിച്ചേനേ. പക്ഷേ പുള്ളി ഈ പറഞ്ഞത് മഞ്ജു സിസ്റ്റർ കേട്ടുപോയില്ലേ. കേട്ടു എന്നു മാത്രമല്ല, ഒരുമാതിരി കൊണാട്ട്പാലസിലെ ഒരു നോട്ടവും. ഹോ! ഞാന ങ്ങില്ലാണ്ടായി!

PGക്ക് ചേർന്ന് അധികമായിട്ടില്ല. സീനിയർ PG എന്തോ ഒരത്യാ വശ്യത്തിന് ലീവെടുത്തു. പീഡിയാട്രിക് ICUൽ എന്നെ ഡ്യൂട്ടിക്കിട്ടു. ഡ്യൂട്ടി MO, ഡോ. ആനന്ദിനെ ഞാൻ ദയനീയമായി നോക്കി. അദ്ദേ ഹമെന്നെ PICUലേക്ക് കൂട്ടിക്കൊണ്ടുപോയി. അവിടെയുണ്ടായിരുന്ന മെഷീനുകളും മോണിറ്ററുകളും വെന്റിലേറ്ററുകളും ഞാനന്ന് ആദ്യ മായി കാണുകയായിരുന്നു. കോഴിക്കോട് മെഡിക്കൽ കോളേജിൽ മിന്നായം പോലെ കണ്ടിരിക്കുന്നതിന്റെയൊക്കെ മൂന്ന് തലമുറ മുന്നോട്ടുള്ളതായിരുന്നു അതെല്ലാം. ഞാൻ വീണ്ടും ഡോ. ആന ന്ദിനെ ദയനീയമായി നോക്കി. ആളെനിക്ക് ധൈര്യം തന്നു. "It's OK Thomas. Nothing to worry. I am here to help you."

സർ റൗണ്ട്സെടുത്തു. ഞാൻ പിന്നാലെ നടന്നു. സർ പറയുന്ന തെല്ലാം സിസ്റ്റർ ജ്യോതി കുറിച്ചുവയ്ക്കുന്നുണ്ട്. ഒരു കൊച്ചിനെ മാത്രം കാര്യമായി നോക്കിയ ശേഷം, "Get an ABG done for this patient and inform me once the results are ready," എന്നും പറഞ്ഞ് എന്നെ അവിടെ ഒറ്റയ്ക്കിട്ടിട്ട് സർ പുറത്തേക്കിറങ്ങി. ഞാൻ ചുറ്റും നോക്കി. ജ്യോതി, ജോയ്സ്, നീമ... ഡ്യൂട്ടിയിലുള്ള മൂന്ന് നഴ്സു മാരും എന്നെ നോക്കി നിൽക്കുന്നു. ആരുമൊന്നും മിണ്ടുന്നില്ല. എന്റെ നിൽപ് കണ്ട് പന്തികേട് തോന്നിയിട്ടാകണം, സി. ജോയ് സെന്നോട് ചോദിച്ചു, "What Dr. Thomas? You don't know how to do ABG?"

"Forget doing ABG. I don't know what an ABG is!"

"Arterial Blood Gas!"

"Oh! Blood Gas! Got it. But still I don't know how to do it."

"It's OK. I will teach you. Come."

വളരെ ക്ഷമയോടെ സാധനങ്ങളെല്ലാമെടുത്ത് തിയറിയെല്ലാം പഠിപ്പിച്ച ശേഷം എന്റെ നേരെ സിറിഞ്ച് നീട്ടി. "No thanks. You show once. I shall do it next time." ആൾ ചിരിച്ചുകൊണ്ട് സിറിഞ്ച് കൊച്ചിന്റെ കൈയിൽ മെല്ലെയൊന്ന് കുത്തി. കൊച്ച് ഉറക്കത്തിൽ പതുക്കെയൊന്ന് കൈ വലിച്ചു. ഗ്ലാസ്സ് പിസ്റ്റൺ സാവധാനം അനങ്ങി ത്തുടങ്ങി. സിറിഞ്ചിൽ രക്തം നിറഞ്ഞു. പുള്ളിക്കാരി തന്നെയത് കൊണ്ടുപോയി ടെസ്റ്റ് ചെയ്ത് പ്രിന്റ് ഔട്ടുമായി ഓടിവന്നു. "Dr. Thomas. Call Dr. Anand fast." ഫോണും ഡയൽ ചെയ്തുതന്നു.

ഞാൻ ഫോണിലൂടെ റിസൾട്ട് വായിച്ച് പകുതിയായപ്പോഴേക്കും മറുതലയ്ക്കൽ നിന്ന് നിർദ്ദേശം വന്നു. "We need to ventilate him. Come on. Intubate him quickly."

"Sir. Sorry. I don't know how to intubate."

"Oh! Get things ready. I will be there in 2 min."

ഞാൻ തിരിഞ്ഞുനോക്കുമ്പോൾ മൂന്ന് പേരും ഓട്ടത്തിലാണ്. "He told to keep things ready for intubation."

"Everything is ready. You come and do it."

എന്റെ നിൽപ് കണ്ടിട്ടാകണം, "Should we wait for Dr. Anand to come or shall I try once?" ഇത്തവണ സി. നീമയാണ്.

ഞാനൊന്നും പറഞ്ഞില്ല. എന്ത് ചെയ്യണമെന്നെനിക്കറിയില്ലായിരുന്നു. പുള്ളിക്കാരി കൊച്ചിന് ട്യൂബിട്ട് വെന്റിലേറ്റർ ഘടിപ്പിച്ചു. സി.ജ്യോതി വെന്റിലേറ്ററിൽ പിടിച്ച് എന്തൊക്കെയോ തിരിക്കുണ്ടായിരുന്നു. അപ്പോഴേക്കും ഡോ. ആനന്ദ് ഓടിക്കയറിവന്നു. പുള്ളി കൊച്ചിനെയും എന്നെയും മാറി മാറി നോക്കി. ഇത്തവണ ഞാൻ അവർ മൂന്ന് പേരെയും ചൂണ്ടിക്കാട്ടി. ക്രെഡിറ്റ് അവർക്കുതന്നെ കിട്ടി.

NICUലെ ആദ്യദിനം. ഡോ. സുമൻ, ഞങ്ങളുടെ പ്രൊഫസ്സർ, എന്നോട് കേസ് പ്രെസെന്റ് ചെയ്യാനാവശ്യപ്പെട്ടു. ഒന്നൊന്നര കിലോയിൽ താഴെയുള്ള കുട്ടികളെ നിരത്തി കിടത്തിയിരിക്കുന്നത് കണ്ടിട്ട് കിളിപോയി നിൽക്കുകയായിരുന്നു ഞാനപ്പോൾ. തപ്പിത്തടഞ്ഞ് ഞാനെന്തൊക്കയോ പറയാൻ ശ്രമിക്കുന്നുണ്ട്.

"Wait wait wait. It's always better to learn the proper way first. Somebody please call Sr. Nimisha." ഡോ.സുമൻ പറഞ്ഞു. നിമിഷങ്ങൾക്കുള്ളിൽ നിമിഷ പ്രത്യക്ഷപ്പെട്ടു. ആളാകെ അങ്കലാപ്പിലാണ്.

"Nothing to worry sister. Can you please present this case for me?" ഡോ. സുമൻ ചോദിച്ചു. ദാസേട്ടൻ ഹരിമുരളീരവം പാടിയ പോലെ ശ്വാസം പോലും വിടാതെ ആളെന്തൊക്കെയോ പറഞ്ഞു.

"See This is how you present a neonatal case." ഡോ.സുമൻ എന്നെ നോക്കി പറഞ്ഞു. 'ഓ! ആയിക്കോട്ടെ. അപ്പോ ഒക്കെ പറഞ്ഞ പോലെ.' ഞാൻ തലയാട്ടി. ഏതാനും ദിവസങ്ങൾ കഴിഞ്ഞപ്പോൾ ഞാനും അങ്ങനെ പറയാൻ പഠിച്ചു. നമ്മളും അവിടത്തെ ഒരു ഭാഗ മാണെന്ന് തോന്നിത്തുടങ്ങി. അങ്ങനെ അവിടെ എന്റെ ആദ്യത്തെ നൈറ്റ് ഡ്യൂട്ടിയായി.

ഡോ.സൗദാമിനി, ഞങ്ങളുടെ ലക്ചറർ, റൗണ്ട്സിന് വന്നു. വെന്റി ലേറ്ററിൽ കിടന്നിരുന്ന ഒരു കുഞ്ഞിന്റെ X-ray നോക്കിയിട്ട് പുള്ളി ക്കാരി പറഞ്ഞു. "The tube is a bit too in. Pull out by around 0.5 cm." ആള് പോയിക്കഴിഞ്ഞപ്പോൾ സി. ലിനി എന്നോട് ചോദിച്ചു, "ഡോക്ടർ തോമാസേ... ട്യൂബ് പുള്ളണ്ടേ?" ട്യൂബ് എന്ന് പറയു മ്പോൾ എളുപ്പമാണ്. പക്ഷേ അതാണ് കുഞ്ഞിനെ വെന്റിലേറ്ററി ലേക്ക് ഘടിപ്പിക്കുന്നത്. ജീവനും മരണത്തിനുമിടയിലുള്ള പാലം എന്നൊക്കെ പറയാം.

"സിസ്റ്ററെന്നെയങ്ങട് പുള്ള്യാ മതി. എനിക്ക് പേടിയാ."

"എന്നിട്ടാണോ നൈറ്റെടുക്കാൻ പോണേ?"

"അതൊക്കെ ഞാൻ ശരിയാക്കിക്കോളാം. ഇതിപ്പൊ തൽക്കാലം സിസ്റ്റെറ് ചെയ്യ്."

"ഡോക്ടർ തോമാസേ..." രണ്ട് മിനിറ്റ് കഴിയുന്നതിന് മുൻപ് സിസ്റ്ററുടെ ശബ്ദം വീണ്ടും കേട്ടു. ഇത്തവണ അല്പം കനത്തി ലാണ്. ഞാൻ തിരിഞ്ഞുനോക്കി. സിസ്റ്റർ കൈയിലെന്തോ പൊക്കി ക്കാണിക്കുന്നുണ്ട്.

"എന്തുപറ്റി? എന്താ കൈയില്?" ഞാൻ ചോദിച്ചു.

"ഡോക്ടറെ... ഇതാ ട്യൂബാ. വലിച്ചപ്പോ അതിങ്ങോട്ടൂരി പോന്നു. Reintubate ചെയ്യണം."

"അയ്യോ..."

ഞാനോടി. കുഞ്ഞിന്റടുത്തേക്കല്ല. പുറത്തേക്ക്! ഡോ. സൗദാ മിനിയെ വിളിക്കാൻ. വാർഡിലും ഡ്യൂട്ടി റൂമിലും തപ്പിയെങ്കിലും ആളെ കിട്ടിയില്ല. ഞാൻ തിരിച്ചോടി NICUലെത്തി.

"ഡോക്ടറെ... സാധനങ്ങളൊക്കെ ഇവിടെ റെഡിയാക്കി വെച്ചി ട്ടൊണ്ട്. ഒന്ന് ട്രൈ ചെയ്ത് നോക്കിയേരെ. അപ്പഴേക്കും നമുക്ക് ഡോ. സൗദാമിനിയെ മൊബൈലേല് വിളിച്ച് നോക്കാം."

ഞാൻ കുഞ്ഞിന്റടുത്തെത്തി. മുൻപ് ട്യൂബിടുന്നത് പ്രാക്ടീസ് ചെയ്തുനോക്കിയപ്പോഴുള്ള രംഗങ്ങളൊക്കെ മനസ്സിലോർത്തെ ടുത്തു. സി. ലിനി കുഞ്ഞിന് ബാഗും മാസ്കും ഉപയോഗിച്ച് കൃത്രിമ ശ്വാസം നൽകിക്കൊണ്ടിരിക്കുകയാണ്. അതിനിടയിൽ ഇത്രയും പറഞ്ഞു,

“ഡോക്ടറെ... സ്കോപ്പിടുമ്പോ രണ്ട് വെള്ള വരകള് തോറക്കേം അടക്കേം ചെയ്യണത് കാണാം. അതിലൂടെ ധൈര്യവായിട്ടങ്ങിട്ടേരെ. അതങ്ങ് കയറിപ്പൊക്കോളും.”

അതായിരുന്നു എന്റെ ആദ്യത്തെ intubation!

■

വണ്ടി വലിക്കുന്ന കാളയ്ക്ക്
...ണ്ടി ഒരു ഭാരമല്ല

വിദ്യാർത്ഥിയായിരുന്ന സമയത്തും ഹൗസ് സർജൻസി കാലത്തും തീരെ ആക്രാന്തം കാണിക്കാത്ത ഒരാളായിരുന്നു ഞാൻ. അവനവനെ ഏൽപ്പിക്കുന്ന പണി കൃത്യമായി തീർക്കുക എന്ന ലക്ഷ്യം മാത്രം. കൂടുതലായി ഒന്നും പഠിക്കാൻ ശ്രമിച്ചിട്ടില്ല. നമുക്ക് പഠിക്കാൻ വേണ്ടി ആരെയും വെറുതെ കഷ്ടപ്പെടുത്തരുത് എന്നൊക്കെയായിരുന്നു അന്നത്തെ ചിന്താഗതി. അത് തെറ്റായിരുന്നുവെന്നും സാഹചര്യവും സൗകര്യവും ഒത്തുവരുമ്പോൾ പഠിച്ചാൽ, അത്യാവശ്യ ഘട്ടങ്ങളിൽ അത് ചിലപ്പോൾ മറ്റൊരാളുടെ ജീവൻ രക്ഷിക്കാൻ ഉപകാരപ്പെട്ടേക്കുമെന്നും പിന്നീട് മനസ്സിലായി. ചിലപ്പോൾ നമ്മുടെ തന്നെയുമെന്ന് കുറച്ചുകൂടി കഴിഞ്ഞപ്പോഴേക്കും! PG കാലത്താണ് പല പ്രൊസീജറുകളും ചെയ്യാൻ പഠിച്ചത്.

എന്റെ കൂടെ പോസ്റ്റിങ്ങിലുള്ളത് സെ.ജോൺസിൽതന്നെ MBBS ചെയ്ത ഒരു കന്യാസ്ത്രീ ആയിരുന്നു. ആളൊരു പുലിയാണ്. പഠനത്തിലും... സ്വഭാവത്തിലും... ഒന്ന് പറഞ്ഞ്, രണ്ടാമത്തേതിന് ചാടും! ചെന്ന് ഒരാഴ്ചയായിക്കാണും, വാർഡിൽ കിടക്കുന്ന ഒരു കൊച്ചിന്റെ lumbar puncture (LP) ചെയ്യണം. നട്ടെല്ലിൽ നിന്നും നീര് കുത്തിയെടുത്ത് പരിശോധനയെന്ന് കേട്ടിട്ടില്ലേ? അതുതന്നെ സംഭവം. അസിസ്റ്റന്റ് പ്രൊഫസ്സർ രംഗം ഏറ്റെടുത്തു, 'Ok... let's do it.'

"Sorry madam, I am not doing it. Did it twice earlier for this child. Both attempts were traumatic. 21 days of antibiotics completed now. Have to make sure that the infection has resolved." പുലി സിസ്റ്റർ കൈ കഴുകി.

"Let our new PG do it then. Thomas." മാഡം എന്റെ നേരെ തിരിഞ്ഞു.

"അയ്യോ!"

"What happened?"

"I am not very confident madam."

"It's ok. This is how you learn. Go read and come. Sister... go and get the baby."

കുത്തിപ്പിടിച്ചിരുന്ന് അഞ്ചാറ് പ്രാവശ്യം വായിച്ചു. പ്രൊസീജർ റൂമിൽ കയറി. കൊച്ചിനെ തയ്യാറാക്കിക്കിടത്തിയിട്ടുണ്ട്. എനിക്കാണെങ്കിൽ കൈയും കാലും വിറച്ചിട്ട് പാടില്ല. കൈ കഴുകി. ശരിയായില്ല. വീണ്ടും കഴുകി. ഗ്ലൗവ്സിട്ടു. കൊച്ചിന്റെ അടുത്തെത്തി. അപ്പോൾ പെട്ടന്ന് മുറി തുറന്ന് മാഡം കയറിവന്നു. പുറകെ വാലു പോലെ പത്ത് പതിനഞ്ചെണ്ണം വേറെ. മിക്കവരും പെൺകുട്ടികൾ.

"These are MBBS students posted here in Peditarics. They have come to see the procedure. This is their first time. This is our new PG, Thomas. This is his first time as well." മാഡം പരസ്പരം പരിചയപ്പെടുത്തി.

'അടിപൊളി. ഞാൻ പോവാണ്.' മാഡം, ടെക്സ്റ്റ് ബുക്കുമായി അരികിൽ വന്നുനിന്നു. കുട്ടികൾ ചുറ്റുമായി നിരന്നു. എല്ലാവരും എന്നെ നോക്കി ചിരിക്കുന്നുണ്ട്. എല്ലാവരും മാസ്ക് ധരിച്ചിട്ടുള്ളതു കൊണ്ട് ചിരി എനിക്ക് മാത്രം കാണാം. മാഡം, ടെക്സ്റ്റ് ബുക്ക് വായിച്ച് അതിലെ ഓരോ ഘട്ടവും വിശദീകരിക്കുന്നുണ്ട്. ഞാൻ അതിനനുസരിച്ച് ഓരോന്നും ചെയ്യുന്നു. ഒടുവിൽ സൂചിയെടുത്തു. കൈ നിന്നും ഇരുന്നും കിടന്നും വിറയ്ക്കുന്നു. ബാക്കി ആളുകൾ കാണാതിരിക്കാൻ ഞാൻ അവരെ മറഞ്ഞുനിന്നു.

"OK Thomas. Now you hold the needle tight, parallel to the ground, perpendicular to the body, single poke until you feel a give-away. Wait for a second. You will see the CSF dripping out."

കുത്തി. കുഞ്ഞ് കരഞ്ഞില്ല. കുതറിയില്ല. ഒരു മണിക്കൂറിന്റെ നീളമുള്ള ഒരു സെക്കൻഡ്. CSF (നട്ടെല്ലിൽ നിന്നുള്ള നീര്) പുറത്തേക്ക് വരുന്നു... സേവാഗ് 99ൽ നിൽക്കുമ്പോൾ പന്ത് പൊക്കിയടിച്ച അവസ്ഥ! ബൗണ്ടറിയിൽ ക്യാച്ച് എടുക്കുമോ? ഇല്ല... സിക്സർ! CSF clear!

"See... this is how you do a perfect lumbar puncture." മാഡം കുട്ടികളോട്.

അന്ന് മാഡം അങ്ങനെ കൂടെനിന്ന് പഠിപ്പിച്ചില്ലായിരുന്നെങ്കിൽ?

അപ്പോഴും ഞാൻ സംഗതി എന്നെങ്കിലും പഠിച്ചേനേ... പക്ഷേ, ഇത്ര ആത്മവിശ്വാസം വരാൻ കാലം കുറേ എടുത്തേനേ.

എന്റെ ഡ്യൂട്ടി ദിവസം, മറ്റൊരു യൂണിറ്റിലെ PG, അവരുടെ ഒരു രോഗിയുടെ കാര്യം എന്നെയേൽപ്പിച്ചു. കുഞ്ഞിന് pleural effusion (ലങ്സിന്റെയും അതിന്റെ ചുറ്റുമുള്ള ആവരണത്തിന്റെയും ഇടയിൽ നീർക്കെട്ട്). അതവർ പരിശോധനയ്ക്ക് വിട്ടിട്ടുണ്ട്. റിപ്പോർട്ട് നോക്കിയിട്ട് (transudate or exudate) ചിലപ്പോൾ അത് പുറത്തേക്ക് കളയാൻ ഒരു ട്യൂബിടേണ്ടി വരും. Intercoastal Drainage (ICD) എന്ന് പറയും. എനിക്കതിടാൻ അറിയില്ലായിരുന്നു. ഞാനവരോട് കാര്യം പറഞ്ഞു. എല്ലാം സീനിയർ PGയെ എൽപ്പിച്ചിട്ടുണ്ടെന്നും റിപ്പോർട്ട് കിട്ടിയാൽ അവനെ അറിയിച്ചാൽ മതിയെന്നും അവളെന്നോട് പറഞ്ഞു. എനിക്ക് സമാധാനമായി. അവർ തമ്മിൽ അന്നൊരു അഫെയറുണ്ട്. അതുകൊണ്ട് അവർ എന്തായാലും പരസ്പരം സഹായിക്കാതിരിക്കില്ലല്ലോ. റിപ്പോർട്ട് വന്നു. ട്യൂബിടണം. ഞാൻ അവനോട് കാര്യം പറഞ്ഞു.

"The baby is not sick. Need not be put in as an emergency at night. Can be done as an elective procedure in the morning by the concerned unit PG." എന്നവനെന്നോട്.

"That PG is your girlfriend." ഞാനവനെ ഓർമ്മിപ്പിച്ചു.

"So what! This is a professional thing. Personal feelings have no role to play."

നൈസ്! ഞാനവളെ വിളിച്ചുനോക്കി. എങ്കേജ്ട്. അവനെ വിളിച്ചു. അവിടെയും എങ്കേജ്ട്. വെരി നൈസ്! കുറേ പ്രാവശ്യം വിളിച്ചതിന് ശേഷം അവളെ കിട്ടി. അവൻ പറഞ്ഞിട്ടുണ്ടാകുമെങ്കിലും ഒഫീഷ്യലായിട്ട് അറിയിക്കേണ്ടത് എന്റെ ഉത്തരാവാദിത്തമാണല്ലോ. ഞാൻ കാര്യം പറഞ്ഞു. അവനെ ബോധ്യപ്പെടുത്തി രാത്രിതന്നെ ചെയ്യിപ്പിക്കാൻ പറഞ്ഞ് അവൾ ഫോൺ വച്ചു. അവൾക്ക് ഉറക്കം വരുന്നെന്ന്! വെരി വെരി നൈസ്. അത്രയും നേരമിരുന്ന് പഞ്ചാരയടിച്ചിട്ട് ഇക്കാര്യം മാത്രം അവർ ചർച്ച ചെയ്തില്ല. ഇത്രയും പ്രൊഫെഷണലായ പ്രേമം ഞാനാദ്യമായി കാണുകയായിരുന്നു.

പിറ്റേന്ന് അവരുടെ റൗണ്ട്സിന്റെ സമയത്ത് എന്നെ വിളിപ്പിച്ചു. എന്നോട് അല്ലെങ്കിലേ വിരോധമുള്ള പ്രൊഫസ്സറുടെ കീഴിലാണ് കുഞ്ഞ് അഡ്മിറ്റായിരിക്കുന്നത്. കാര്യങ്ങൾ എന്നെ ഏൽപിച്ചിരുന്നെന്നും ഞാനത് ചെയ്തിട്ടില്ലെന്നും അദ്ദേഹത്തോട് കാമുകി പറഞ്ഞുവച്ചിട്ടുണ്ട്. കാമുകൻ സേഫ്! രണ്ടുപേരും കൂടി എന്നെ

തേച്ച്! (ഇന്നവർ വിവാഹിതരായി സന്തോഷത്തോടെ ജീവിക്കുന്നു. വിവാഹം പരസ്പരമായിരുന്നില്ലെന്നുമാത്രം.)

"Tell me one good reason for not putting the ICD." പ്രൊഫെസ്സർ.

"I was not confident in doing it alone sir." ഞാൻ പറഞ്ഞു.

"Get out of my ward. I don't know how these idiots manage to get PG seats!"

ഇതെല്ലാം സംഭവിക്കുന്നത് പീഡിയാട്രിക് വാർഡിന്റെ ഒത്ത നടുക്കാണ്. ആർക്കും ഒന്നും മിസ്സാവൂല്ല.

തൊട്ടടുത്ത മാസം പീഡിയാട്രിക് ICU പോസ്റ്റിങ്. വീണ്ടുമൊരു pleural effusion. എന്റെ ഡ്യൂട്ടി കഴിയാറായിട്ടുണ്ടായിരുന്നു. നീര് കുത്തിയെടുത്ത് പരിശോധനയ്ക്ക് വിട്ടു. റിപ്പോർട്ട് വരാൻ വേണ്ടി കുറേ നേരം കാത്തുനിന്നു. അനക്കമില്ല. എന്റെ സ്ഥിതി കണ്ട്, പാവം തോന്നിയിട്ടായിരിക്കണം, എന്നോട് പൊയ്ക്കോളാൻ പറഞ്ഞു ICU ഫെല്ലോഷിപ്പ് ചെയ്യുന്ന സീനിയർ. ഞാൻ പോയില്ല. അവിടെത്തന്നെ കിടന്നു. അല്പം കഴിഞ്ഞപ്പോൾ റിപ്പോർട്ട് വന്നു. ട്യൂബിടണം. ഞാൻ മുഖം കഴുകി വന്ന് ഫെല്ലോയുടെ മേൽനോട്ടത്തിൽ ട്യൂബിട്ടു. അവിടെത്തന്നെ കിടന്നുറങ്ങി.

രണ്ട് ദിവസം കഴിഞ്ഞപ്പോൾ വീണ്ടുമൊരു pleural effusion. നീര് കുത്തിയെടുത്തപ്പോൾ ഹോർലിക്സിന്റെ നിറം. റിപ്പോർട്ടിന് കാത്ത് നിൽക്കേണ്ട ആവശ്യമില്ല. പഴുപ്പാണ്. എന്തായാലും ട്യൂബിടണം. ഇത്തവണ ഞാനത് ഒറ്റയ്ക്ക് ചെയ്തു. അര ലിറ്ററോളം പുറത്തെടുത്തു. ചെക്കന്റെ ശ്വാസംമുട്ട് കുറഞ്ഞു. പനി കുറഞ്ഞു. എനിക്ക് ലോകം കീഴടക്കിയ സന്തോഷം. പിറ്റേന്ന് റൗണ്ട്സ് സമയത്ത് ഇത് പറയുന്നതും എല്ലാവരും അഭിനന്ദിക്കുന്നതുമെല്ലാം സ്വപ്നം കണ്ട്, ബാക്കി പണികളൊക്കെ വേഗം തീർത്തു. രണ്ട് മൂന്ന് കേസുകൾ കൂടി അഡ്മിറ്റായി. നമ്മുടെ പയ്യൻ ഒരുവിധം ശരിയായതിനാൽ, അവനെ സ്റ്റേബിൾ സൈഡിലേക്ക് മാറ്റി.

പിറ്റേന്ന് രാവിലെ കൂടുതൽ പ്രശ്നങ്ങളുള്ള കേസുകൾ കഴിഞ്ഞപ്പോൾ എന്നോട് വിട്ടോളാൻ പറഞ്ഞു. എനിക്ക് പോകാൻ പറ്റുമോ! കൈയടി വാങ്ങണ്ടേ! ഞാൻ നിന്നു. സ്റ്റേബിൾ സൈഡിലെ ബാക്കി കേസുകൾ കഴിഞ്ഞ്, നമ്മുടെ പയ്യന്റടുത്ത് എത്തിയപ്പോഴേക്കും മണി ഒന്ന്. സാറിന് വിശന്നു.

"What is this case?"

"Sir... this is a 10-year boy presenting with..."

“Kathai beda... tell me the diagnosis.”

“Right sided empyema.”

“ICD in?”

“Yes sir.”

“Fever down?”

“Yes sir.”

“Shift him out.”

“Ok sir.”

നീർപളുങ്കുകൾ ഇടറി വീഴുമീ... എല്ലാവരും പിരിഞ്ഞുപോയി. കരയിൽ ഞാൻ മാത്രമായി...

ആറ് മാസങ്ങൾക്ക് ശേഷം വീണ്ടും PICU പോസ്റ്റിങ്. ഇത്തവണ പഴയ ഫെല്ലോഷിപ്കാരൻ പോയി. പുതിയ ആള് വന്നിട്ടുണ്ട്. മലയാളിയാണ്. പക്ഷേ ജനിച്ചതും വളർന്നതും ഗുജറാത്തിൽ. അന്നും വന്നു ഒരു pleural effusion. പുതിയ ഫെല്ലോ ഇതുവരെ ICD ഇട്ടിട്ടില്ല. അപ്പോൾ ഞാൻ മാത്രമല്ല. PG കഴിഞ്ഞവരുമുണ്ട് ഇങ്ങനെയുള്ളവർ.

“Shall I put this one.” പുള്ളിയെന്നോട് ചോദിച്ചു.

“No issues. But we need to send it for analysis as well.'' ഞാനല്പം ഗൗരവത്തിൽ പറഞ്ഞു.

"It's clear-cut exudate. We will directly go for ICD. Why unnecessarily tap and pain the baby? We shall collect it while inserting the tube." പുള്ളിക്ക് ട്യൂബിടാൻ പരിചയക്കുറവുണ്ടെന്നേയുള്ളൂ. ബാക്കിയെല്ലാമറിയാം.

"OK." ഞാൻ വേഗം സമ്മതിച്ചു.

മാഡം പണ്ടെന്നെ LP പഠിപ്പിച്ചതുപോലെ, ഞാൻ പുള്ളിയുടെ കൂടെനിന്ന് ചടങ്ങിന് മുഖ്യകാർമ്മികത്വം വഹിച്ചു. ട്യൂബിട്ടു. സക്സെസ്സ്. സാംപിൾ എടുക്കാൻ ട്യൂബ് തുറന്നതും കൊച്ചൊന്ന് ചുമച്ചു. ഫ്ളൂയിഡ് മൊത്തം പുറത്തേക്ക് തെറിച്ചു. അനിക്സ്പ്രേയായി. ടെസ്റ്റ് ചെയ്യാനൊന്നും കിട്ടിയില്ല. കൊച്ചിന്റെ സ്ഥിതി മെച്ചപ്പെട്ടിട്ടുണ്ട്.

പിറ്റേന്ന് റൗണ്ട്സ്. കൃത്യം ഒരു മണിയാവുമ്പോൾ വിശക്കുന്ന പഴയ സാറുതന്നെ. പുള്ളി നമ്മുടെ പയ്യന്റെ അടുത്തെത്തി.

"Sir... it's case of empyema. ICD inserted. Fluid drained. Fever down. Baby better. May be shifted to the ward." ഞാൻ ധൃതിയിൽ പറഞ്ഞുതീർത്തു.

"Show me the pleural fluid analysis."

'സാറിനിന്ന് വെശക്കണില്ലേ?'

"Show me the pleural fluid analysis, man!"

"Sir... fluid could not be collected."

"Who was the PG on duty?"

"I was on duty sir."

"You stupid fellow. Thala ilva ninake. If you don't know how to do it, you should have asked the senior fellows, no? Idiot!"

പുള്ളി പോയി. ഇത്തവണ കരയിൽ ഞാൻ മാത്രമല്ല. ഫെല്ലോ മെല്ലെ കൂട്ടുവന്നു.

"Sorry yaar. Didn't know how to react. I am extremely sorry. You got shouted at because of me."

"ഇറ്റ്സ് ഓകെ മാൻ. വണ്ടി വലിക്കുന്ന കാളയ്ക്ക് .....ണ്ടി ഒരു ഭാരമല്ല എന്ന് കേട്ടട്ട്ണ്ടോ?"

"What! I have not heard that proverb till now. My mother has never taught me this."

"A mother can never teach you this one. Only a PG student can."

"Please come again."

"വണ്ടി വലിക്കുന്ന കാളയ്ക്ക് ....ണ്ടി ഒരു ഭാരമല്ല."

NB: PGകളുടെ ജോലിഭാരം വളരെ വളരെ കൂടുതലാണെന്നും അതിലെ നല്ലൊരു പങ്ക് ഫെല്ലോഷിപ്പ് ചെയ്യുന്നവരുടെ പെടലിക്ക് വച്ചുകൊടുക്കണമെന്നും PG കഴിഞ്ഞിറങ്ങിയപ്പോൾ ഒരു നിർദ്ദേശമായി ഞാൻ എഴുതിക്കൊടുത്തു. ഒരു കൊല്ലം കഴിഞ്ഞ് ഞാനവിടെ ഫെല്ലോഷിപ്പിന് ചേർന്നപ്പോൾ അവരത് പ്രാവർത്തികമാക്കി. വെരി വെരി നൈസ് പീപ്പിൾ!

■

അപ്പോ, അങ്ങനെയാണ് പട്ടാമ്പി റെയിൽവേ സ്റ്റേഷനുണ്ടായത്

ചിലയിടങ്ങളിൽ, അല്ലെങ്കിൽ ചിലയാളുകളുടെ മുന്നിൽ, ഒരു ഇമേജ് നിർമ്മിച്ചെടുക്കാനായി നമ്മുടെയുള്ളിൽ നമ്മളുതന്നെ ചങ്ങലയ്ക്കിട്ടിരിക്കുന്ന ഒരു നമ്മളുണ്ടാകും. പക്ഷേ അപ്രതീക്ഷിതമായി, ചിലപ്പോൾ നമ്മൾ പോലും അറിയാതെ... അറിയാതെ... ഈ പവിഴവാർത്തിങ്കളറിയാതെ...

MBBS അവസാന വർഷം. റേഡിയോളജി പോസ്റ്റിങ്. സാധാരണ മുങ്ങാറാണ് പതിവ്. അന്നെന്തോ കയറിപ്പോയി. ഫൈനൽ ഇയർ PG ക്ലാസ്സെടുക്കുന്നു. പുള്ളി X-ray, CT, MRI, USG അങ്ങനെ എല്ലാത്തിന്റെയും ബേസിക് കാര്യങ്ങളൊക്കെ പഠിപ്പിച്ചതിനുശേഷം ഓരോന്ന് എടുത്തുവച്ച് ചോദ്യങ്ങൾ ചോദിക്കാൻ തുടങ്ങി. മുങ്ങിയാ മതിയായിരുന്നു. പുള്ളി അങ്ങനെ ഒരു X-ray വച്ചു. മൂത്രസഞ്ചിയുടെ ഭാഗത്ത് പുഴുപോലെ എന്തോ ഒന്ന് വളഞ്ഞുപുളഞ്ഞ് കിടക്കുന്നു. X-rayയിൽ എല്ലുകൾ തെളിഞ്ഞു കാണുന്നപോലെ നല്ല വെള്ളനിറം.

"What's this? Any guesses?" പുള്ളിയുടെ ചോദ്യം.

"Schistosomiasis."

"Bladder worm."

"Calcified round worm."

"Calcified bladder worm."

"Blah... Blah"

"Cla... cla..."

"Cli... Cli..."

"Clu... Clu..."

"Clue തന്നാലും പറയാൻ ബുദ്ധിമുട്ടായിരിക്കും. This is the X-ray of a teenager. He watched a cassette. Chinese Kamastura. Went straight to an eletcrical shop. Bought two meters of wire and introduced it through electrical his penis." ഒടുവിൽ പുള്ളിതന്നെ പറഞ്ഞുതന്നു.

"Ouch!"

"അയ്യോ!"

"ഹൊ!"

"ഹൗ!"

"കുശ് കുശ്..."

"പിസ്സ്... പിസ്സ്..."

"അതന്നെ. പിസ്സടിക്കാൻ തോന്നീട്ട് he tried to withdraw it and it got locked." പുള്ളി ഡീറ്റെൽസിലേക്ക് കടന്നു.

"Ouch!"

"അയ്യോ!"

"ഹൊ!"

"ഹൗ!"

"അവന്റപ്പനവനെ കാഷ്വാൽറ്റീൽയ്ക്ക് കൊണ്ടോന്നത് വയറിന്റെ മറ്റേയറ്റത്ത് പിടിച്ചട്ടാ. ഈ പശൂന്യ്യാക്കെ മൂക്കയറുമ്മെ പിടിച്ചട്ട് കൊണ്ടോരണമാരി." പുള്ളി തുടർന്നു.

"Then what happened sir?"

"Actually, it had got knotted inside. You can see the knot in this X-ray. See... Here... Then the urology team came. They somehow managed to introduce the whole length into the bladder. Introduced a cystoscope. Untied the knot and removed the whole wire."

"Any complications?"

"Mild bleeding from the urethra. That's all medically until he left from here. വീട്ടിൽക്ക് എത്തിക്കഴിഞ്ഞട്ട് പിന്നെന്തൂട്ടാ ണ്ടായേന്നറിയില്ല്യ... Ok. Anymore doubts?"

"............."

"Ok then. Bye..."

"Thank you, sir..."

എല്ലാവരും നടന്നുതുടങ്ങി. ഒരുത്തൻ മാത്രം പിന്നിലായിപ്പോയി.

"നീയൊന്ന് നിന്നേ. നീ വായ തൊറക്കണതേ കണ്ടില്ല്യല്ലാ. നിനക്ക് ഡൗട്ടൊന്നൂല്ല്യേ?"

"സർ, ആ കാസെറ്റ് എവടെ കിട്ടും?"

സെ.ജോൺസിൽ ചേർന്ന് അധികം കാലമായിട്ടില്ല. അവിടെ എല്ലാവരും കടല കൊറിക്കണപോലെ തെറി പറയും. പക്ഷേ ഇംഗ്ലീഷിൽ മാത്രം. അതുകൊണ്ട് നമ്മൾക്ക് വലിയ വർത്തമാനമില്ല. തറ വർത്തമാനം തീരെയില്ല. പൊട്ടിച്ചിരിയില്ല. ഇടയ്ക്ക് ഒരു പുഞ്ചിരി മാത്രം. തനിസ്വഭാവം ആർക്കുമറിയില്ല.

അങ്ങനെയിരിക്കെ, ഒരു പ്രൊഫസ്സർ വിളിച്ചിട്ട് അദ്ദേഹത്തിന്റെയൊരു രോഗിയുടെ കാര്യം എന്നെ ഏല്പ്പിച്ചു. രോഗി താഴെ ഡേ കെയർ വാർഡിൽ അഡ്മിറ്റാണ്. മുകളിലെ വാർഡിൽ ബെഡ് കാലിയാകുമ്പോൾ ആളെ അങ്ങോട്ട് കൊണ്ടുവരണം. ഞാൻ താഴെപ്പോയി കേസെടുത്ത് കടലാസ് പണികളെല്ലാം തീർത്തു. വാർഡിൽ ബെഡ് കാലിയായിട്ടില്ല. തലേന്ന് ഡ്യൂട്ടിയായിരുന്നത് കാരണം ഭയങ്കര ക്ഷീണം. ഞാൻ മെല്ലെ ഡ്യൂട്ടി PGയുടെ അടുത്തെത്തി. ആൾ സീനിയറാണ്. മലയാളി. അല്പം ജോളി ടൈപ്പാണല്ലോ എന്ന ധൈര്യത്തിൽ പുള്ളിയോട് കാര്യം പറഞ്ഞു. "നമ്മടെ xxxx സറിന്റെ മണി താഴെ ഡേ കെയർ വാർഡ്ല്ണ്ട്. ഇവിടെ ഗ്യാപ് കിട്ടുമ്പോ ഇങ്ങോട്ട് കയറ്റി വെയ്ക്കണം."

പുള്ളി എന്നെ രൂക്ഷമായൊന്ന് നോക്കി.

"I mean patient Mani. അല്ലാതെ... ഛെ... ഛെ..."

ആ കാലമാടൻ അതവിടെ മൈക്ക് വച്ച് വിളിച്ചുപറഞ്ഞു. ഒരു പളുങ്ക് പാത്രമാണ് അന്നവിടെ ഉടഞ്ഞുപോയത്.

വാർഡിൽ ഇമേജ് തകർന്നെങ്കിലും ICUൽ നമ്മൾ കട്ട ഡീസെന്റായി തുടരുന്ന കാലം. ഒന്ന് മയങ്ങിയാലോ എന്ന് മനസ്സ് ശരീരത്തോട് പറഞ്ഞപ്പോഴേക്കും കാഷ്വാൽറ്റി പ്രതികരിച്ചു. ഒരു രോഗിയെ അങ്ങോട്ടയച്ചു. ന്യൂമോണിയ ആണെന്ന് സംശയം. ഉടൻ X-ray എടുക്കണം.

X-ray ടെക്നീഷ്യൻ വന്നു. കുഞ്ഞിനെ പൊക്കി അടിയിൽ ഫിലിം വച്ചു. ആൾ ലെഡ് ഏപ്രണിട്ടു. മെഷീൻ ഫോകസ് ചെയ്തു. ഞാനാണെങ്കിൽ, X-ray വരുന്നതും അതിൽ ന്യൂമോണിയ കാണുന്നതും തുടർന്നുള്ള നടപടികളും അപ്പോഴേക്കും രാവിലെയാകുന്നതും അങ്ങനെ ഉറക്കം പൂർണ്ണമായി നഷ്ടപ്പെടുന്നതുമെല്ലാം

മനസ്സിൽ കണ്ട് ആ അവസ്ഥയുമായി മാനസികമായി പൊരുത്തപ്പെട്ട് നഴ്സിങ് കൗണ്ടറിലിരുന്ന് ബാക്കി പണികൾ തീർത്തുകൊണ്ടിരിക്കുകയാണ്.

അവിവാഹിതർക്കും ഗർഭിണികൾക്കുമെല്ലാം ഓടിയൊളിക്കാനായി, X-ray എടുക്കുന്നതിന് തൊട്ടുമുൻപായി, ട്രിഗ്ഗർ എടുത്ത് കൈയിൽ പിടിച്ച ശേഷം, ടെക്ക്നീഷ്യൻ 'exposing' എന്നുറക്കെ വിളിച്ചുപറയും. റേഡിയേഷനിൽനിന്ന് രക്ഷപ്പെടാനുള്ള സിഗ്നലാണത്. ധോണിയുടെ ലെവലിൽ റിഫ്ളക്സുള്ളവർ ഓടിമറയും. ഒരു സെക്കൻഡിന്റെ നൂറിലൊരംശം വൈകി കത്തുന്നവർ, ആ കൃത്യം നടക്കുന്ന സമയത്ത് കൃത്യമായി അതിലൂടെ ഓടും. ചിലർ X-rayയേക്കാൾ വേഗത്തിൽ സഞ്ചരിച്ച് രക്ഷപ്പെടും. ബാക്കിയുള്ളവർ പെടും.

അന്നും 'exposing' എന്ന് വിളിച്ചുപറഞ്ഞതും എല്ലാവരും പല വഴിക്ക് ചിതറി. ഇനി X-ray എന്റെ ശരീരത്തിൽ പ്രത്യേകിച്ചൊന്നും ചെയ്യാൻ ബാക്കിയില്ലാത്തത്രയും അവശതയിലായിരുന്നതിനാൽ ഞാനത് കാര്യമാക്കാതെ അവിടെത്തന്നെയിരുന്ന് പണികൾ തുടർന്നു. ഒരു പാവം നഴ്സ്കുട്ടി 'പരോപകാരമാം ഭവപഞ്ചാക്ഷരി പരിചയിക്കുവിൻ പ്രവർത്തി രൂപത്തിൽ' എന്ന് കരുതിയാവാം, ഓടുന്നതിനിടയിൽ എന്നെ നോക്കി പറഞ്ഞു, "ഡോക്ടറെ... exposing... exposing..."

ആ ദുർബലനിമിഷത്തിലത് സംഭവിച്ചു, "ആര്? എവടെ? എവടെ?" ■

Madam, can we give KFC to this baby

സെ.ജോൺസ് NICUലെ എന്റെ ആദ്യനാളുകൾ. ഒന്നൊന്നര കിലോയിൽ താഴെയുള്ള നിരവധി കുഞ്ഞുങ്ങൾ നിരന്നുകിടക്കുന്ന ഭയാനകമായ കാഴ്ച കണ്ട് ശീലമാകുന്നതേയുള്ളൂ. നൈറ്റ് ഡ്യൂട്ടി കിട്ടിത്തുടങ്ങി. Antenatal counsellingനായി ഒരാളെ വിടുന്നുണ്ടെന്ന് വിളി വന്നു. മാസം തികയുന്നതിന് മുൻപ് ജനിക്കാൻ സാധ്യതയുള്ള കുഞ്ഞിന്റെ അപ്പനാണ് സാധാരണ ഇതിന് വരുന്നത്. പ്രസവത്തിന് ശേഷം കുഞ്ഞിനുണ്ടായേക്കാവുന്ന പ്രശ്നങ്ങൾ, വേണ്ടി വന്നേക്കാവുന്ന ചികിത്സകൾ, ഏകദേശ ചിലവുകൾ, നീണ്ട കാലത്തെ ഹോസ്പിറ്റൽ ജീവിതം മുതലായവയെക്കുറിച്ചാണ് സാധാരണ അവരോട് പറയുക. കുഞ്ഞിന്റെ വളർച്ചയുടെ തോതനുസരിച്ച് പറയുന്നതിന്റെ കട്ടി, കൂടിയും കുറഞ്ഞുമിരിക്കും. ചിലർ നിർവികാരമായി എല്ലാം കേട്ടിരിക്കും. ചിലരുടെ കണ്ണുകൾ നിറയും. ചിലരുടെ മുഖത്ത് ഭയമായിരിക്കും. ചിലർ നമ്മളോട് ദേഷ്യപ്പെടും. ചിലർ ഒരു താങ്ങിനായി ബന്ധുക്കളെ കൂട്ടി വീണ്ടും വരും. ഒരു വിധം എല്ലാവരും അവസാനം ചോദിക്കുക ഒരേ ചോദ്യമായിരിക്കും. കൃത്യമായ ഉത്തരമില്ലാത്ത ഒരു ചോദ്യം, 'ഇതെല്ലാം ചെയ്തുകഴിഞ്ഞാൽ കുഞ്ഞിനെ കിട്ടുമെന്ന് ഗ്യാരന്റിയുണ്ടോ?' നൂറ് ശതമാനം ഗ്യാരന്റിയില്ലാത്ത ഉദ്യമമാണെന്ന് അവരെ ബോധ്യപ്പെടുത്തും. ഒടുവിൽ മനസ്സില്ലാമനസ്സോടെ അവർ ചികിത്സയ്ക്ക് തയ്യാറാണോ അല്ലയോ എന്നറിയിക്കും. അതിജീവിക്കാൻ സാധ്യതയുള്ള കുഞ്ഞുങ്ങളുടെ ബന്ധുക്കളെക്കൊണ്ട് ചികിത്സയുമായി മുന്നോട്ട് പോകാനും മറ്റുള്ളവരെക്കൊണ്ട് തിരിച്ചും തീരുമാനമെടുപ്പിക്കാൻ പരമാവധി ശ്രമിക്കും. ഇത്തവണ മേൽനോട്ടമൊന്നുമില്ലാതെ ആദ്യമായി ഒറ്റയ്ക്ക് ചെയ്യുകയാണ് ഞാൻ. ഞാൻ പറയുന്നതനുസരിച്ചായിരിക്കും കുഞ്ഞിന്റെ ചികിത്സയുടെ കാര്യത്തിൽ അവർ തീരുമാനമെടുക്കുന്നത്. അവരോട് എന്തൊക്കെ പറയണമെന്നും എന്തൊക്കെ പറയരുതെന്നും രണ്ടാഴ്ചകൊണ്ട് ഏകദേശരൂപം കിട്ടിയിരുന്നു.

പ്രതീക്ഷിക്കുന്ന എല്ലാ പ്രശ്നങ്ങളും അവരോട് പറയണം. കുഞ്ഞുമായും ചികിത്സയുമായും സാമ്പത്തികമായും വികാരപരമായുമെല്ലാം ഉണ്ടായേക്കാവുന്നവ മുഴുവനും പറയണം, അവരെ ഭയപ്പെടുത്താതെ തന്നെ. ആ ചിന്തതന്നെ എന്നെ ഭയപ്പെടുത്തി. പോരാത്തതിന് ഇപ്പോൾ വരുന്നവർ മലയാളികളും.

പഠിച്ചുവച്ചതെല്ലാം അവരോട് ഒറ്റ ശ്വാസത്തിൽ പറഞ്ഞുനിർത്തി. സാധാരണ പിന്നെയങ്ങോട്ട് സംശയങ്ങളുടെ പ്രളയമാണ്. പ്രത്യേകിച്ച് മലയാളി കൂടിയാകുമ്പോൾ അത് നമ്മൾ പ്രതീക്ഷിക്കണം. അതെങ്ങനെ നേരിടുമെന്ന് ഭയന്നിരിക്കുകയായിരുന്നു. പക്ഷേ പുള്ളിയിങ്ങോട്ടൊന്നും ചോദിച്ചില്ല. 'പറയുന്ന എല്ലാ ചികിത്സയും ചെയ്താൽ കുഞ്ഞിനെ കിട്ടുമെന്ന് ഗ്യാരന്റിയുണ്ടോ' എന്ന പതിവ് ചോദ്യം പോലും വന്നില്ല. നല്ലതെന്ന് തോന്നുന്നതെന്തും ചെയ്തുകൊള്ളാൻ പുള്ളി അനുവാദം തന്നു.

ഇരുപത്തിയാറ് ആഴ്ചകൾ മാത്രം പ്രായവും തൊള്ളായിരം ഗ്രാം തൂക്കവും മാത്രമുള്ളൊരു കുഞ്ഞ്. NICUൽ അഡ്മിറ്റ് ചെയ്തു. വെന്റിലേറ്റർ ഘടിപ്പിച്ചു. രണ്ട് മൂന്ന് ദിവസം കഴിഞ്ഞു. കുഞ്ഞിന് നല്ല പുരോഗതിയുണ്ടായിരുന്നു. ഞാൻ രാവിലെ ഡ്യൂട്ടിക്ക് വന്നപ്പോൾ കാണുന്നത് ആകെ തകർന്നിരിക്കുന്ന അപ്പനെയാണ്. പുള്ളിയെന്നെ കാത്തിരിക്കുകയായിരുന്നു. നാട്ടിലുള്ളവരെല്ലാം പുള്ളിയെ പേടിപ്പിച്ചു. മുന്നോട്ടുണ്ടായേക്കാവുന്ന പ്രശ്നങ്ങൾ ഭയന്ന് അയാൾ ചികിത്സ നിർത്താൻ തീരുമാനിച്ചിരുന്നു! ഒറ്റയ്ക്ക് നോക്കിത്തുടങ്ങിയ ആദ്യത്തെ കുഞ്ഞാണ്. ഞാനും തകർന്നുപോയി. ഇതെങ്ങനെ മാഡത്തോട് പറയുമെന്ന ഭീതിയോടെ അകത്തേക്ക് നടന്നു. കണ്ട കാഴ്ച ഞെട്ടിക്കുന്നതായിരുന്നു. കുഞ്ഞിനെ വെന്റിലേറ്ററിൽനിന്ന് മാറ്റിയിരിക്കുന്നു. അഥവാ, കുഞ്ഞിന് അതിൽനിന്ന് മാറാനുള്ള പ്രാപ്തിയായിരിക്കുന്നു. അര മണിക്കൂറായത്രെ. ഞാൻ തിരിച്ചോടിച്ചെന്ന് അപ്പനോട് കാര്യം പറഞ്ഞു. പുള്ളി സംയമനം കൈവിട്ട് കരഞ്ഞുപോയി. കരച്ചിലിനിടയിൽ ചികിത്സ തുടരാനുള്ള അനുവാദം നല്കി.

വലിയ പ്രശ്നങ്ങളില്ലാതെ ഏതാനും ദിവസങ്ങൾ കടന്നുപോയി. അമ്മ അകത്തുവന്ന് കുഞ്ഞിനെ കാണാൻ തുടങ്ങി. രണ്ട് മൂന്ന് ആഴ്ചകൾ കഴിഞ്ഞ് കാണും. കുഞ്ഞ് വീണ്ടും പ്രശ്നങ്ങളുണ്ടാക്കാൻ തുടങ്ങി. PDA (ഹൃദയസംബന്ധിയായൊരു തകരാറ്) തുറന്നു. പക്ഷേ അപ്പോഴേക്കും കാര്യങ്ങളൊറ്റയ്ക്ക് തീരുമാനിക്കാനുള്ള ധൈര്യം ആ മാതാപിതാക്കൾക്കായിട്ടുണ്ടായിരുന്നു. എന്ത് വന്നാലും ചികിത്സയുമായി മുന്നോട്ട് പോകാനവർ തീരുമാനിച്ചു. കാറ്റും

കോളും നിറഞ്ഞ രണ്ട് ആഴ്ചകൾക്കൂടി കഴിഞ്ഞ് കാര്യങ്ങൾ വീണ്ടും ശാന്തമായിത്തുടങ്ങി. വീണ്ടും ദിവസങ്ങൾ കടന്നുപോയി. കുഞ്ഞ് പാല് കുടിച്ചുതുടങ്ങി. അമ്മ KMC (കുഞ്ഞിനെ അമ്മയുടെ നെഞ്ചിൽ കെട്ടിവച്ച് ചൂട് നൽകുന്ന ഒരുതരം ചികിത്സാരീതി) നൽകിത്തുടങ്ങി. കുഞ്ഞിന്റെ ഭാരം കൂടിത്തുടങ്ങി.

അപ്പോഴാണ് അടുത്ത പ്രശ്നം. NICUൽ മൂന്നാല് കുഞ്ഞുങ്ങൾക്ക് ചിക്കൻ പോക്സ്. കൂടുതൽ പടരാതിരിക്കാനുള്ള മുൻകരുതലുകളുടെ ഭാഗമായി, മുൻപ് ചിക്കൻ പോക്സ് വരുകയോ അതിനെതിരെയുള്ള പ്രതിരോധകുത്തിവെപ്പ് എടുക്കുകയോ ചെയ്തിട്ടില്ലാത്ത അമ്മമാരെ NICUൽ കയറുന്നതിൽ നിന്നും വിലക്കി. ചിക്കൻ പോക്സ് വരാത്തതിന്റെ പേരിൽ ലോകത്തൊരാളും ആ അമ്മയോളം വിഷമിച്ചിട്ടുണ്ടാവില്ല. അവരെന്നും പാലുമായി വരും... തരും... തിരിച്ചുപോകും. ആ ചുവരിനിപ്പുറമുള്ള സ്വന്തം കുഞ്ഞിനെ ഒന്ന് കാണാനാകാതെ. എങ്കിലും അവരൊരിക്കലും കരഞ്ഞ് ഞാൻ കണ്ടില്ല. ഒരുപക്ഷേ, അവരെ ഒരുതരം മരവിപ്പ് ബാധിച്ചിരിക്കാം. അപ്പൻ ഇടയ്ക്കിടെ വന്ന് കുഞ്ഞിനെ കണ്ട് തിരിച്ചുപോകും. ദിവസങ്ങൾ പിന്നെയും കടന്നുപോയി. അപ്പോഴാണ് ഞങ്ങളൊരു കാര്യം ശ്രദ്ധിച്ചത്. കുഞ്ഞ് പാല് കുടിക്കുന്നു. കരയുന്നു. ഉറങ്ങുന്നു. കൈകാലിട്ടടിക്കുന്നു. ഒരു കുഴപ്പവുമില്ല. പക്ഷേ തൂക്കം ഒട്ടും കൂടുന്നില്ല.

ആ ആഴ്ച എനിക്ക് നൈറ്റ് ഷിഫ്റ്റായിരുന്നു. എന്റെ ആദ്യ കുഞ്ഞായത് കാരണമായിരിക്കാം എനിക്കവളോട് വല്ലാത്തൊരടുപ്പം തോന്നിയിരുന്നു. ആ ആഴ്ചയിലെ ആദ്യദിനം മുഴുവൻ സമയവും അവളെ ചേർത്തുപിടിച്ച് ഞാനെന്റെ പണികൾ ചെയ്തുതീർത്തു. പിറ്റേന്ന് നോക്കിയപ്പോൾ കുഞ്ഞിന്റെ ഭാരം കൂടിയിരിക്കുന്നു! ഞാൻ ഞെട്ടി! തൂക്കം നോക്കിയവർ ഞെട്ടി!! അറിഞ്ഞവരെല്ലാം ഞെട്ടി!!! അന്ന് ഞാൻ ഇറങ്ങിയപ്പോൾ മൂന്നരയെങ്കിലുമായിക്കാണും. എങ്കിലും കൃത്യം എട്ട് മണിക്ക് ഞാൻ തിരിച്ചെത്തി കുഞ്ഞിനെ കൈയിലെടുത്തു. പിറ്റേന്ന് വീണ്ടും തൂക്കം കൂടി! ആ ഒരാഴ്ച ഇത് തുടർന്നു. ഒറ്റക്കൈയിൽ ഒരു കുഞ്ഞിനെ പിടിച്ച് മറ്റേ കൈകൊണ്ട് നോട്ട്സ് എഴുതുന്ന PG, റൗണ്ട്സിന് വരുന്ന സീനിയർ ഡോക്ടർമാർക്ക് ഭയാനകമായൊരു കാഴ്ചയായിരുന്നു. അങ്ങനെ എന്റെ ആ ആഴ്ചയിലെ നൈറ്റ് കഴിഞ്ഞ് പിറ്റേന്ന് ഞാൻ ഡേ ഡ്യൂട്ടിക്ക് ചേർന്നു. ഓടിവന്ന് കുഞ്ഞിന്റെ തൂക്കം നോക്കി. കൂടിയിട്ടില്ല! യാദൃച്ഛികമാകാം! അല്ല... യാദൃച്ഛികമാണ്. എനിക്കറിയാം. But sometimes you think beyond logic.

അന്ന്, ഡോ. സ്വർണ്ണരേഖ, ഞങ്ങളുടെ HOD, റൗണ്ട്സിന് വന്നപ്പോൾ ഞാൻ രണ്ടും കൽപ്പിച്ച് ചോദിച്ചു,

"Madam, can we give KFC to this baby?"

മാഡം എന്നെ അതിരൂക്ഷമായൊന്നു നോക്കി! ഭാഗ്യത്തിന് അന്ന് മാഡം നീല സാരിയല്ല ഉടുത്തിരുന്നത്. നീല സാരിയുടുക്കുന്ന ദിവസങ്ങളിൽ മാഡം അമ്മായിയമ്മയും മറ്റ് ദിവസങ്ങളിൽ അമ്മയുമാണെന്നാണ് വിശ്വാസം. പരമാവധി സംയമനം പാലിച്ചുകൊണ്ട് മാഡം ചോദിച്ചു,

"Thomas... Are you post night-duty? Do you need a break?"

എന്തോ അബദ്ധം പറ്റിയെന്നെനിക്ക് മനസ്സിലായെങ്കിലും എന്താണെന്ന് പെട്ടെന്ന് കത്തിയില്ല. പെട്ടെന്ന് മിന്നായം പോലെ കാര്യങ്ങൾ തെളിഞ്ഞു. ഇത് ബാംഗ്ലൂരാണ്. ഇവിടെ KFC എന്നാൽ ഒരർത്ഥമേയുള്ളൂ. അന്ന് നമ്മുടെ നാട്ടിൽ ഈ സംഭവം വന്നിട്ടില്ല. അതുകൊണ്ട് എനിക്കതൊട്ട് അറിയാനും പാടില്ല.

"Oh no no... madam. KFC... I mean not that KFC. I mean Kangaroo Father Care."

"Of course, you can give that. But you should still call it KMC. Kangaroo Mother Care. Whoever gives it. Never ever scare me like this."

മാഡം പറഞ്ഞതെല്ലാം ഞാൻ സമ്മതിച്ചു! KMC എങ്കിൽ KMC. ആ പറഞ്ഞ സാധനം അപ്പന് കൊടുക്കാൻ പറ്റുവോ? കൊടുക്കാൻ പറ്റും. പക്ഷേ ആണുങ്ങൾക്ക് അകത്തേക്ക് പ്രവേശനമില്ല. ഈ നിയമം PGകൾക്ക് ബാധകമായിരുന്നില്ല. ഒടുക്കത്തെ ഡ്യൂട്ടി കാരണം ഞങ്ങൾക്കൊന്നും അന്ന് ആവശ്യത്തിന് ആണത്തം പോരെന്ന് അവർ മനസ്സിലാക്കിയിരിക്കണം. ഇത്തവണ നിയമങ്ങൾ താത്കാലികമായി വളയ്ക്കാൻ മാഡം സമ്മതിച്ചു.

പിറ്റേന്ന് മുതൽ കൊച്ചിന്റപ്പൻ അകത്ത് വന്നുതുടങ്ങി. പകല് പുള്ളി ജോലിക്ക് പോകും, രാത്രി NICUൽ വരും. ചുവരിന് നേരെ തിരിച്ചിട്ടൊരു കസേരയിലിരിക്കും, കുഞ്ഞിനെ KMCക്ക് വയ്ക്കും, ചുവര് നോക്കിയങ്ങനെയിരിക്കും. രാത്രി മുഴുവൻ! നിങ്ങൾ വിശ്വസിക്കുമോ എന്നെനിക്കുറപ്പില്ല. ആദ്യദിനം മുതൽ കുഞ്ഞിന്റെ തൂക്കം കൂടിത്തുടങ്ങി. ആഴ്ചകൾ പിന്നെയും കടന്നുപോയി. പുള്ളിക്കത് ശീലമായി. കസേരയിൽ ചാരിയിരിന്നുറങ്ങാൻ പുള്ളി പഠിച്ചു. മൂന്നാല് മാസത്തെ ആശുപത്രി വാസത്തിന് ശേഷം കുഞ്ഞ് ഡിസ്ചാർജായി.

ഇതിലും വ്യക്തമായി KMCയുടെ ഗുണങ്ങൾ പിന്നീട് ഞാനൊരു പുസ്തകത്തിലും കണ്ടിട്ടില്ല. പുസ്തകം കാണുന്നത് പിന്നെയും രണ്ട് മൂന്ന് വർഷങ്ങൾക്ക് ശേഷം പരീക്ഷയുടെ തലേന്നാണ്. ചില പ്പോൾ അതുകൊണ്ടാവും.

തിരിഞ്ഞുനോക്കുമ്പോൾ എനിക്കൊരു കാര്യം ഉറപ്പിച്ച് പറയാ നാകും. ഞാൻ Neonatologist ആകാനുള്ള ഒരു പ്രധാന കാരണം ആ അപ്പനാണ്. ആ അമ്മയാണ്. ആ കുഞ്ഞാണ്.

Thank you.

■

ഇളംതെന്നൽ പോലെ

സെ.ജോൺസ് NICU ജീവിതത്തിലെ ഒരു സാദാ നൈറ്റ് ഡ്യൂട്ടി. അന്ന് പതിവിലും അല്പം നേരത്തെ പണികൾ തീർന്നു. 'ഇന്നെങ്കിലും ഉറങ്ങാൻ പറ്റണേ...' എന്നാഗ്രഹിച്ച് ഡ്യൂട്ടി റൂമിൽ കയറിയതും ലേബർ റൂമിൽനിന്ന് വിളി വന്നു. ഒരാളെ antenatal counsellingനായി വിടുന്നുണ്ടെന്ന്. കുഞ്ഞിന്റെ അപ്പൻ കയറിവന്നു. മുപ്പതിനടുത്ത് പ്രായം. വളരെ സമാധാനത്തോടെയുള്ള ശരീരഭാഷയും മുഖത്ത് ശാന്തഭാവവും. കേസ് ഷീറ്റെടുത്ത് മറിച്ച് നോക്കി. ഇരുപത്തിനാല് ആഴ്ചകൾ തികഞ്ഞിട്ടേയുള്ളൂ. തൂക്കം കഷ്ടി അഞ്ഞൂറ് ഗ്രാം. വിദേശത്ത് പോലും അൻപത് ശതമാനം മാത്രം സാധ്യത. അന്നത്തെ സൗകര്യങ്ങൾ വച്ച് ഇവിടെ അതിലും കുറവ്. രക്ഷപ്പെട്ടാലും ജീവിതകാലം മുഴുവനുമുണ്ടായേക്കാവുന്ന പ്രശ്നങ്ങൾ വേറെയും. അയാളുടെ ഇരുപ്പ് കണ്ടപ്പോൾ സംഭവത്തിന്റെ ഗൗരവം പിടികിട്ടിയിട്ടില്ലെന്ന് തോന്നി. ചികിത്സ വേണ്ട എന്ന് അയാളെക്കൊണ്ട് തീരുമാനമെടുപ്പിക്കാനുള്ള എല്ലാ ശ്രമങ്ങളും എന്റെ ഭാഗത്തുനിന്ന് നടന്നു. എല്ലാം ക്ഷമാപൂർവ്വം കേട്ടിരുന്ന ശേഷം അയാൾ വളരെ സൗമ്യനായി പറഞ്ഞു, "Please go ahead with all possible treatment even if there is 0% chance of long-term survival."

മുഖത്തടിയേറ്റത് പോലെയായി. ഞാനത്രയും നേരം പറഞ്ഞത് പുള്ളിയുടെ തലയിലേക്ക് ഒട്ടുംതന്നെ കയറിയില്ലെന്ന് മനസ്സിലായി. ഞാനൊരിക്കൽ കൂടി കേസ് ഷീറ്റ് വായിച്ചുനോക്കി. ഇതിന് മുൻപ് അഞ്ച് തവണ ഇരുപത് ആഴ്ചകൾക്ക് മുൻപ് ഗർഭം അലസിപ്പോയിരിക്കുന്നു. അഞ്ച് പേരുണ്ടായിട്ടും ഒരു കുഞ്ഞിനെ പോലും ജീവനോടെ കാണാൻ ഭാഗ്യമില്ലാതെ പോയ ഒരച്ഛൻ! പിന്നെ ഞാനൊന്നും പറഞ്ഞില്ല. കുഞ്ഞിനെ സ്വീകരിക്കാനുള്ള എല്ലാ ഒരുക്കങ്ങളും പൂർത്തിയാക്കി.

കുഞ്ഞ് ജനിച്ചു. ജീവനുണ്ടായിരുന്നു. ട്യൂബിട്ട് കൃത്രിമശ്വാസം നൽകിക്കൊണ്ട് കുഞ്ഞിനെ NICUൽ എത്തിച്ചു. സർഫാക്റ്റന്റ് (പതിനായിരത്തിന് മുകളിൽ വില വരുന്നൊരു മരുന്ന്) കൊടുത്തു. വെന്റിലേറ്റർ ഘടിപ്പിച്ചു. രക്തക്കുഴലുകൾ വഴി പോഷകങ്ങൾ നൽകിത്തുടങ്ങി. ജീവിക്കാൻ സാധ്യത തീരെ കുറവുള്ള ഇത്രയും ചെറിയ ഒരു കുഞ്ഞിനെ എന്തിന് ബുദ്ധിമുട്ടിക്കണം എന്നൊരു ചിന്ത എല്ലാവർക്കുമുണ്ടായിരുന്നു. പൂർവ്വചരിത്രം കേട്ടുകഴിഞ്ഞപ്പോൾ എല്ലാവരുടെയും മനോഭാവത്തിൽ പെട്ടെന്ന് മാറ്റം വന്നു. ചെയ്യുന്നതിലെല്ലാം സഹതാപവും സ്നേഹവും കലർന്നതുപോലെ.

ഏകദേശം ഒരു മണിക്കൂറിന് ശേഷം അപ്പനെ വിളിപ്പിച്ചു. അയാൾ ഉള്ളിൽ കയറി കുഞ്ഞിനെ കണ്ടു. കുഞ്ഞിന്റെ ചെവിയിൽ എന്തൊക്കെയോ പറയുന്നുണ്ടായിരുന്നു. അല്പം കഴിഞ്ഞ് അയാൾ പുറത്തേക്കിറങ്ങി. അയാളുടെ കണ്ണുകളിൽ കണ്ണുനീർ തളംകെട്ടി നിന്നിരുന്നു. രക്ഷപ്പെടാനുള്ള സാധ്യത വളരെ കുറവാണെന്നും രാത്രി കടന്നുകിട്ടിയാൽ ഭാഗ്യമാണെന്നും മടിച്ച് മടിച്ച് അയാളോട് പറഞ്ഞു. അതയാളിൽ വലിയ ചലനമൊന്നുമുണ്ടാക്കിയതായി തോന്നിയില്ല. വാങ്ങാനുള്ള മരുന്നുകളുടെ നീണ്ട കുറിപ്പടി വാങ്ങി അയാൾ നടന്നകന്നു.

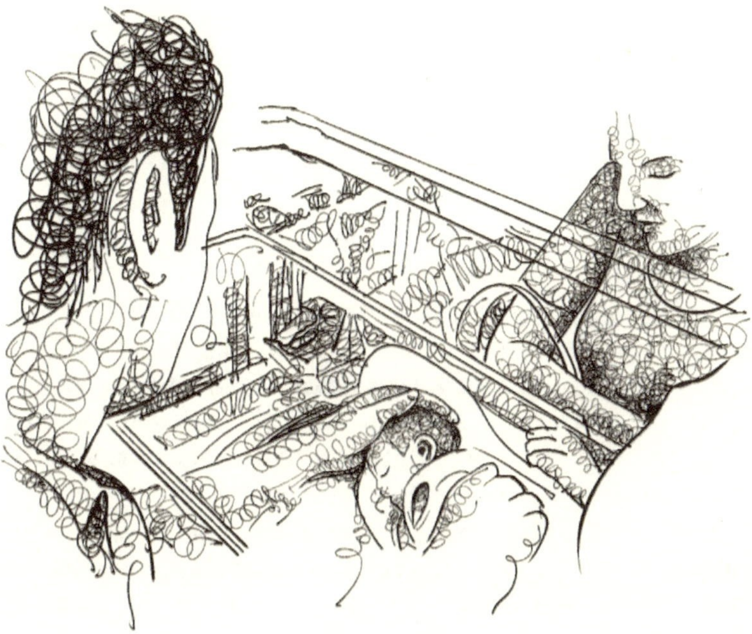

രാവിലെയായി. കുഞ്ഞ് ജീവനോടെയുണ്ട്. റൗണ്ട്സിന് വന്നപ്പോൾ മുതിർന്ന ഡോക്ടർമാർക്കും ആശയക്കുഴപ്പം. ബുദ്ധിയും മനസ്സും തമ്മിലൊരു വടംവലി. ഒടുവിൽ നമ്മളാൽ കഴിയുന്നതെല്ലാം ചെയ്യാമെന്ന് തീരുമാനിച്ചു. അല്പം കഴിഞ്ഞപ്പോൾ കുഞ്ഞിന്റെ അമ്മയെത്തി. അവർ അകത്ത് കയറി കുഞ്ഞിനെ കണ്ടു. അവരുടെ മുഖത്ത് അന്ന് കണ്ട ഭാവം, അതിന് മുൻപോ ശേഷമോ ഞാൻ എവിടെയും കണ്ടിട്ടില്ല. അതിൽ സങ്കടമുണ്ടായിരുന്നു, സന്തോഷമുണ്ടായിരുന്നു, അത്ഭുതമുണ്ടായിരുന്നു, നിസ്സഹായതയുണ്ടായിരുന്നു. അന്ന് ഡ്യൂട്ടി കഴിഞ്ഞ് പോകുമ്പോൾ പതിവ് ആശ്വാസമുണ്ടായിരുന്നില്ല. ശരിക്കും കിടന്നുറങ്ങാനും പറ്റിയില്ല. നൈറ്റ് ഡ്യൂട്ടിക്ക് നേരത്തെയെത്തി. കുഞ്ഞ് അങ്ങനെത്തന്നെയുണ്ട്. ആശ്വാസമാണോ സങ്കടമാണോ തോന്നിയതെന്നറിയില്ല. അന്ന് രാത്രിയും കടന്നുപോയി.

പിറ്റേന്നായപ്പോഴേക്കും ഞങ്ങളിൽ ചിലർക്ക് ചെറിയൊരു പ്രതീക്ഷ. ഒരത്ഭുതം സംഭവിച്ചാലോ! എന്നാൽ മുൻപരിചയം കൂടുതലുള്ളവർ അത് പ്രതീക്ഷിച്ചിരുന്നില്ല. എന്റെ പ്രായത്തെക്കാൾ അല്പംകൂടി കൂടുതൽ എക്സ്പീരിയൻസുള്ള ഞങ്ങളുടെ HOD അന്ന് റൗണ്ട്സിന് വന്നിരുന്നു. കുഞ്ഞിനെ ഒന്ന് നോക്കിയിട്ട് ഞങ്ങളുടെ നേരെ തിരിഞ്ഞു. മാഡത്തിന്റെ മുഖത്തെ ചോദ്യഭാവം കണ്ടപ്പോൾതന്നെ ഞാൻ സംഭവിച്ചതെല്ലാം പറഞ്ഞു. മാഡം പറഞ്ഞു. “Ok fine. But, please don’t give the parents any false hopes.”

പതിയെ മുളച്ചുതുടങ്ങിയ പ്രതീക്ഷ കരിഞ്ഞുപോയി. വീണ്ടും കുഞ്ഞിന്റെ അപ്പനെ വിളിച്ച് കാര്യങ്ങൾ ധരിപ്പിച്ചു. പക്ഷേ പിന്നെയും രണ്ട് ദിവസം കടന്നുപോയി. പ്രത്യേകിച്ച് പുരോഗതി ഒന്നുമില്ലെങ്കിലും കുഞ്ഞ് ജീവനോടെയുണ്ട്. വീണ്ടും മനസ്സിൽ ചെറിയൊരു പ്രതീക്ഷ മുള പൊട്ടി. മാഡം പറഞ്ഞത് തെറ്റിപ്പോകട്ടെ എന്നാത്മാർത്ഥമായി ആഗ്രഹിച്ചു.

പക്ഷേ, അന്ന് രാത്രി, എന്റെ ഡ്യൂട്ടിക്കിടയിൽതന്നെ ആ കുഞ്ഞ് മരിച്ചു. സാച്ചുറേഷൻ (രക്തത്തിലെ ഓക്സിജന്റെ അളവ്) താഴുന്നു എന്ന് സിസ്റ്റർ പറഞ്ഞതും എല്ലാവരും ഓടിയെത്തിയെങ്കിലും ഏതാനും സെക്കൻഡുകൾക്കകം എല്ലാം കഴിഞ്ഞു. അപ്പനും അമ്മയും വന്നു. അമ്മ കരയുന്നുണ്ടായിരുന്നു. അപ്പന് ആദ്യം കണ്ട അതേ ഭാവം. രണ്ടുപേരും പുറത്തേക്കുപോയി.

അര മണിക്കൂറിന് ശേഷം അപ്പൻ മാത്രം തിരിച്ചുവന്നു. കണ്ടുനിൽക്കുന്നവരാരും ഒന്നും മിണ്ടുന്നില്ല. ഞങ്ങൾക്കുതന്നെ താങ്ങാനാവുന്നുണ്ടായിരുന്നില്ല. ഈ അപ്പനെങ്ങനെ! അകത്തേക്ക്

പോകുന്ന വഴി അയാൾ എന്റെ തോളിൽ ഒന്ന് തട്ടി. അതോടെ എന്റെ കണ്ണിൽനിന്ന് ഒന്നോ രണ്ടോ തുള്ളി പുറത്തേക്ക് ചാടി.

ഇതുവരെ അയാൾ കേൾക്കാനാഗ്രഹിച്ചതൊന്നും ഞാനയാളോട് പറഞ്ഞിട്ടില്ല. എന്നിട്ടും അയാൾ എന്തിനായിരിക്കും അങ്ങനെ ചെയ്തത്?

അയാൾ കുഞ്ഞിനെ ഏറ്റുവാങ്ങി നടന്നുപോയി. രണ്ട് ദിവസങ്ങൾക്ക് ശേഷം NICUലേക്ക് ഒരു കാർഡ് വന്നു. അതിൽ എഴുതിയിരുന്നത് ഇപ്രകാരമായിരുന്നു:

'Forever grateful for your love, care and affection. That's what kept me alive and not the medicines you gave.'

Hawah Mariam.

■

ഈ ഞാനില്ലേ,
ഇത് ശരിക്കുമുള്ള ഞാനല്ല!

"ഹലോ. ഡോക്ടർ തോമാസേ. ഇവിടെ്യാരു പ്രശ്നണ്ട്."

"എന്ത് പറ്റി?"

"ഒരു ബൈ സ്റ്റാൻഡർ ഭയങ്കര ബഹളം. അവർക്ക് കൺസൾട്ടന്റ് തന്നെ കാണണന്ന്. PG പറ്റില്ലാത്രേ!"

"ശരി. ഞാൻ സാറിനെയൊന്ന് വിളിച്ച് നോക്കട്ടെ."

അന്ന് ഞാൻ ഫൈനൽ ഇയർ PG. കാഷ്വാൽറ്റിയിൽ ഫസ്റ്റ് ഇയർ PG. പുള്ളിക്കാരി അയാളെ മാനേജ് ചെയ്യാൻ ശ്രമിച്ച് പരാജയപ്പെടുന്നതിനിടയിൽ നഴ്സാണ് എന്നെ വിളിച്ചത്. ഞാൻ കൺസൾട്ടന്റിനെ വിളിച്ചു, "Sir... we have a patient in casualty. The father is insisting that the consultant should see the patient. He is very adamant."

"Is the child very sick?"

"I'm yet to see, sir."

"OK. I just reached home. I need to freshen up, have dinner and be back. But being a weekend, and Bangalore traffic, I am not sure when I will be able to reach. Yout ry to manage the situation somehow. I will reach as soon as possible."

"OK sir. I will try. Shall keep you posted."

അപ്പോഴേക്കും കാഷ്വാൽറ്റിയിൽനിന്ന് അടുത്ത വിളി വന്നു. "ഡോക്ടർ തോമാസേ. ഇവിടെ ആള് വയലെന്റായിത്തൊടങ്ങി."

"പുള്ളിക്കാരനാദ്യായിട്ടാണോ ഇവിടെ വരണേ?"

"അതെ. ഫ്രെഷ് കേസാണ്."

"ഓകെ."

ഡ്യൂട്ടി MO എത്താൻ വൈകുമെന്നുറപ്പാണ്. അതുവരെ എങ്ങനെയെങ്കിലും പിടിച്ചുനിന്നേ പറ്റൂ. ഒന്നാം വർഷം എന്നെ PICU ഡ്യൂട്ടിക്ക് സഹായിച്ച ഡോ. ആനന്ദ് തന്നെയായിരുന്നു ഇത്തവണ ഡ്യൂട്ടിയിൽ. അന്ന് പേടിച്ച് മുട്ടുവിറച്ച ഞാൻ ഇത്തവണ ഒന്ന് പയറ്റിനോക്കാനുള്ള ധൈര്യമൊക്കെ ഈ കാലയളവിൽ സംഭരിച്ചിരുന്നു. ഞാൻ വേഗം വായ കഴുകി, കണ്ണട വച്ച്, മുടി മാടിയൊതുക്കി, ഷർട്ട് ഇൻ ചെയ്ത്, വെള്ള കോട്ടെടുത്തിട്ട്, സ്റ്റെത്ത് കഴുത്തിൽ ചുറ്റി കൊടുങ്കാറ്റുപോലെ കാഷ്വാൽറ്റിയിലേക്ക് കയറിച്ചെന്നു. ഞാൻ കയറിയതോടെ മുറിയിലെ ഓക്സിജന്റെ അളവല്പം താഴ്ന്നു. അമ്മാതിരി വലിയാണ് വലിച്ചുകയറ്റിയിരിക്കുന്നത്. രൗദ്രത്തിൽ നിൽക്കുന്ന അപ്പൻ. വീരത്തിൽ നിൽക്കുന്ന അമ്മ. ഭയാനകത്തിൽ നിൽക്കുന്ന PG. അത്ഭുതത്തിൽ നിൽക്കുന്ന സ്റ്റാഫ്. ശാന്തമായി ഉറങ്ങുന്ന കുഞ്ഞ്. ബീഭത്സത്തിൽ കയറിവരുന്ന ഞാൻ.

"Yes... where's the patient?" ഞാൻ നൂറെ നൂറ്റിപ്പത്തിൽ തുടങ്ങി.

ഫസ്റ്റ് ഇയർ PG ആകെ കിളിപോയി നിൽപ്പാണ്.

"Come on. History please." ഞാൻ നൂറെ നൂറ്റിപ്പത്തിൽ തുടർന്നു.

"Not yet taken." പോയ കിളി തിരിച്ചുവന്നിട്ടില്ല.

"What?" ഞാൻ രൂക്ഷമായി അവളെ നോക്കി. അപ്പോഴാണ് അവൾക്ക് കാര്യം പിടികിട്ടിയത്. അവൾ അപ്പുക്കുട്ടനെപോലെ ഭയാനകം മാറി ഹാസ്യം പുറത്തുവിടാതെ കടിച്ചുപിടിച്ച് നിൽക്കുന്നു.

"Sorry sir. I didn't want any PG student to experiment with my kid. That's why I insisted on a consultant." കൊച്ചിന്റെ അപ്പൻ.

"Ok. Now please tell me what happened."

"Sir, fever."

"Since?"

"7."

"Fever for 7 days and you waited till Sunday night to drop in! Excellent!"

"No sir. Fever since 7 pm. We had come to forum and then we noted that she is slightly dull. Later she developed fever."

"Any other symptoms?"

"Nothing as such."

"Ok."

ഒരക്ഷരം മിണ്ടാതെ കുട്ടിയെ പരിശോധിച്ചു. കസേരയിൽ പോയിരുന്ന്, PGയെ കൈ കാണിച്ച് വിളിച്ച്, പാരസെറ്റമോളും മൂക്കിലൊഴിക്കാൻ മരുന്നും എഴുതിച്ചു. നമ്മൾ കൺസൽട്ടന്റാണല്ലോ. നമ്മളെങ്ങനെ എഴുതും!

അതിനിടയിൽ അമ്മ അപ്പനോട് സംസാരിക്കുന്നത് കേട്ടു, "Rajeev... we had booked for 9:30 show. Its already 10. The movie has started. What was the need for all this fuss?"

"This is a casualty. All these outside please," എന്നും പറഞ്ഞ്, മനസ്സിൽ വന്ന എല്ലാ വികാരങ്ങളും അടക്കിപ്പിടിച്ച് പുറത്തേക്ക് നടന്നുപോന്നു. ഓടിച്ചെന്ന് ഡ്യൂട്ടി റൂമിൽ കയറി കാഷ്വാൽറ്റിയിലേക്ക് വിളിച്ചു.

"സിസ്റ്ററേ... അവര് പോയാ?"

"പോയി... പോയി..."

"എന്തെങ്കിലും പറഞ്ഞാ?"

"സർ ആള് ചെറുതാണെങ്കിലും ഭയങ്കര ടഫാണല്ലേന്ന് ചോദിച്ചു. PGയോട് സോറി പറഞ്ഞു."

"ഓക്കെ താങ്ക്യൂ... നവ് ഗോ ടു യുവർ ക്ലാസ്സസ്."

തിരിച്ച് വാർഡിലേക്ക് പോന്നു. കുറച്ച് കഴിഞ്ഞ് വീണ്ടും വിളി. ഒരാഴ്ചയായി പനി. അഞ്ചാറ് വയസ്സ് കാണും. കുഞ്ഞിനെ കണ്ടാൽ വലിയ കുഴപ്പങ്ങളില്ല. എന്നാലും ഒരാഴ്ചത്തെ പനിയാണ്. വെറുതെ വിടാൻ പറ്റില്ല. വിശദമായ പരിശോധനകൾ കഴിഞ്ഞപ്പോൾ ഡെങ്കിപ്പനി സ്ഥിരീകരിച്ചു. അപ്പനോടും അമ്മയോടും സംസാരിച്ചു. ആദ്യമൊന്ന് മടിച്ചെങ്കിലും കാര്യങ്ങളൊക്കെ പറഞ്ഞുമനസ്സിലാക്കിയപ്പോൾ അവർ അഡ്മിറ്റാകാൻ സമ്മതിച്ചു. കുഞ്ഞിനെ ICUലേക്ക് മാറ്റി. അവിടെയുള്ള PGക്ക് കൊച്ചിനെ കൈമാറി.

ഡെങ്കിപ്പനി വരുമ്പോഴുണ്ടാകാവുന്ന സങ്കീർണ്ണതകൾ (വിരളമായേ വരാറുള്ളൂ) എല്ലാംതന്നെ അവന് വന്നു. Thrombocytopenia (പ്ലെയ്റ്റ്ലെറ്റ് കുറയുന്ന അവസ്ഥ), ARDS (ശ്വാസകോശത്തെ ബാധിക്കുന്ന ഒരവസ്ഥ), shock (ബി.പി. കുറയുന്ന അവസ്ഥ) എല്ലാം വന്നു. രണ്ടാഴ്ചയോളം അവൻ ICUൽ വെന്റിലേറ്റർ സഹായത്തോടെ കിടന്നു. Cetnral line ഇട്ടു. Platelets പല തവണ കയറ്റി. Intoropes (BP കൂട്ടുവാനുള്ള മരുന്ന്) തുടർച്ചയായി വേണ്ടിവന്നു. മെല്ലെ മെല്ലെ അവൻ മരുന്നുകളോടും മറ്റ് ചികിത്സകളോടും പ്രതികരിച്ചു. പിറ്റേന്ന് വാർഡിലേക്ക് മാറ്റാമെന്ന അവസ്ഥയായി. അത് മാതാപിതാക്കളെ ധരിപ്പിച്ചു.

പക്ഷേ പിറ്റേന്ന് രാവിലെ നോക്കിയപ്പോൾ കുഞ്ഞിന് വീണ്ടും പനി. കാനുലയിട്ട സ്ഥലത്ത് ചുവപ്പും ചൂടും. Thrombophlebitis എന്ന് പറയും. റിസ്ക്കെടുക്കണ്ടെന്ന് കരുതി ഒരു ദിവസം കൂടി ICUൽതന്നെ തുടരട്ടെ എന്ന് തീരുമാനിച്ചു. അക്കാര്യം PG അപ്പനെ വിളിച്ചുപറഞ്ഞു. അപ്പന്റെ കൺട്രോൾ പോയി. "സാർ... വരുമ്പോത് ഒരു വാരമാ കാച്ചൽ. ഇപ്പോ രണ്ട് വാരം നീങ്ക ഊസിയെല്ലാം പോട്ട് മാത്തിരയെല്ലാം കൊടുത്തതുക്കപ്പുറവും കാച്ചൽ! നീങ്ക ഇത്തന നാളും എന്ന പണ്ണീറ്റിരുന്തീങ്ക സാർ?" (സാർ... വരുമ്പോ ഒരാഴ്ചയായി പനി. രണ്ടാഴ്ച ചികിത്സിച്ച് കഴിഞ്ഞിട്ട് ഇപ്പോ വീണ്ടും പനി! നിങ്ങളിത് എന്താ ഇത്രയും ദിവസം ചെയ്തിരുന്നത്?)

കൺസൾട്ടന്റ് നേരിട്ടുവന്ന് സംസാരിച്ചു. അവസാനം മനസ്സില്ലാമനസ്സോടെ ഒരു ദിവസം കൂടി അവിടെ തുടരാൻ പുള്ളി സമ്മതിച്ചു. പിറ്റേന്ന് കുഞ്ഞിനെ വാർഡിലേക്ക് മാറ്റി. വാർഡിലേക്ക് ഏറ്റുവാങ്ങിയത് ഞാൻ. എന്നെ കണ്ടതോടെ അപ്പന് ആശ്വാസമായി. ആശുപത്രിയിൽ വന്നപ്പോൾ ആദ്യം കണ്ടത് എന്നെയാണല്ലോ. രണ്ട് ദിവസം കൂടി കഴിഞ്ഞ് ഡിസ്ചാർജായി പോകാൻ നേരം പുള്ളി വന്ന് എന്നോട് പറഞ്ഞു. "സാർ, വന്ത ടൈമില നീങ്ക താനേ

പാർത്തീങ്ക? പെരിയ പ്രച്നെ എതുവും ഇരുന്തതില്ലയേ? ആനാ ICU പോനതുക്കപ്പുറം എല്ലാമേ പ്രച്നെ താൻ. ഉങ്കളെ നാൻ അങ്കെയെല്ലാം തേടി പാത്തേൻ. മറുപടി ഇങ്ക വന്ത് ഉങ്കളെ പാർത്തതും ഒരേ നാളിലേ എല്ലാം സരിയാ പോച്ച്. മൊതൽലയേ ഇങ്കേ, ഉങ്ക കീളെ താൻ അഡ്മിറ്റ് പണ്ണിയിരുക്കണും. സുമ്മാ ICUലെ എല്ലാം പോട്ട്..."‘ (ഇവിടെ വന്ന സമയത്ത് നിങ്ങളല്ലെ കണ്ടത്? വലിയ പ്രശ്നങ്ങൾ ഒന്നുമുണ്ടായിരുന്നില്ലല്ലോ? ICU എത്തിയതിന് ശേഷം മുഴുവൻ പ്രശ്നങ്ങളായിരുന്നു. ഞാൻ നിങ്ങളെ അവിടെയൊക്കെ അന്വേഷിച്ചു. ഇവിടെ വന്ന്, നിങ്ങള് നോക്കിയപ്പോ ഒറ്റ ദിവസംകൊണ്ട് എല്ലാം ശരിയായി. ആദ്യമേ ഇവിടെ, നിങ്ങളുടെ കീഴിൽ അഡ്മിറ്റ് ചെയ്താ മതിയാരുന്നു. വെറുതെ ICUലൊക്കെ കിടത്തി)

ഡിസ്ചാർജ് സമ്മറി കൈയിൽ കൊടുത്തിട്ട്, ICUൽ ഉറക്കമൊളിച്ച് അവനെ പരിചരിച്ച നഴ്സുമാരെയും PGകളെയും ചികിത്സ നിർണ്ണയിച്ച കൺസൾട്ടന്റിനെയുമെല്ലാം മനസ്സിൽ ധ്യാനിച്ചുകൊണ്ട്, ഞാനൊരു ‘ഇതൊക്കെയെന്ത് ചിരി’ അങ്ങ് വച്ചുകൊടുത്തു.

അയാൾക്ക് സ്നേഹിച്ച് മതിയായിട്ടില്ല. “ഊരിലെ പോനതുക്കപ്പുറം അങ്കേ യാരുക്കാവത് ഏതാവത് കാച്ചൽ വന്തതുണ്ണാ ഉങ്കളെ മട്ടും പാക്ക സൊല്ലി അനുപ്പി വെക്കിറെൻ.” (നാട്ടിൽ പോയിട്ട്, ആർക്കെങ്കിലും എന്തെങ്കിലും പനി വന്നാ നിങ്ങളെത്തന്നെ കാണാൻ പറഞ്ഞിട്ട് ഇങ്ങോട്ട് വിടാം.)

അങ്ങനെയാണ് ഹൊസൂർ ഭാഗത്ത് ഞാൻ പ്രശസ്തനായ ഡെങ്കിപ്പനി വിദഗ്ദ്ധനായത്. അവിടെ നിന്നുവരുന്ന ചില രോഗികൾ സെ.ജോൺസിൽ വന്നാൽ എന്നെ അന്വേഷിക്കും. ഞാനില്ലാത്ത ദിവസമാണെങ്കിൽ വല്ല അസ്സോസിയേറ്റ് പ്രൊഫെസ്സറെയോ വെറും പ്രൊഫെസ്സറെയോ ഒക്കെ കാണിച്ചിട്ടങ്ങ് പോകും.

ഈ ഞാനില്ലേ... ഇത് ശരിക്കുമുള്ള ഞാനല്ല. ശരിക്കുമുള്ള ഞാൻ ഹൊസൂർ ഭാഗത്തെ നാടോടിക്കഥകളിൽ ഡെങ്കിയെ ചവുട്ടിക്കൊല്ലുന്ന ഒരവതാരമാണ്.

■

ഞാൻ സത്യമായിട്ടും ബി.കോം ഫസ്റ്റ് ക്ലാസ്സാ!

"അതേ ഞാൻ ബൈക്കീന്നൊന്ന് വീണു. വീണില്ല ബൈക്ക് സ്കിഡെയ്തപ്പോ ചാടി. ഒന്നും പറ്റീല്ല. പക്ഷേ അവിടേം ഇവിടേം ഒക്കെ വേദനയൊണ്ടോന്നൊരു സംശയം പോലെ."

"കാഷ്വാൽറ്റീലൊന്ന് കാണിച്ചേക്ക്. Just to be safe."

"Shall do that. But can you suggest a tablet for the time being?"

"Take a paracetamol tablet of 650 mg. But make sure that you get yourself checked."

"OK. Thank you. Bye."

"Daddy is a bit feverish since last night."

"Any other symptoms? Cough, cold, abdominal pain, vomiting?"

"ഒരു മിനിറ്റ്. ഞാൻ കൊടുക്കാവേ."

"പറ അങ്കിളേ."

"കുഞ്ഞേ... വേറെ കൊഴപ്പവൊന്നുവില്ല. ചെറിയ പനി. പക്ഷേ എട്ട് പത്ത് ദിവസം മുൻപ് ചിക്കൻ പോക്സൊള്ള ഒരാളെ കണ്ടാരുന്ന്. പിറ്റേന്നാ പുള്ളിക്കാരന് അതാണെന്ന് മനസ്സിലായത്. അപ്പോ എനിക്കൊരു സംശയം."

"അങ്കിളൊരു കാര്യം ചെയ്യ്. പാരസെറ്റമോൾ 650 ഒരെണ്ണം കഴിക്ക്. എന്നട്ട് ദേഹത്ത് കുമിളപോലെ വരുന്നൊണ്ടോന്നൊന്ന് ശ്രദ്ധിക്ക്. ഇണ്ടെങ്കി എന്താണെങ്കിലും ഒന്ന് കാണിക്ക്. ഇനിയിപ്പോ അതാണെങ്കിലും പേടിക്കാനൊന്നൂല്ല. പാരസെറ്റമോൾ കഴിച്ച് റെസ്റ്റെടുത്താ മതി."

“കുഞ്ഞിന് ചെവി വേദന ആണോന്നൊരു സംശയം. ചെവി പൊത്തിപ്പിടിച്ച് കരയുന്നു. എന്നാ ചെയ്യണ്ടേ?‘

“അവൾക്ക് വെയ്റ്റെത്രയിണ്ട്?”

“ട്വെൽവ് കിലോസ്”

“പാരസെറ്റമോൾ കയ്യിലിണ്ടോ?”

“ആം. P250.”

“എന്നാ പിന്നെ അത് xx ml കൊടുക്ക്. സലൈൻ ഡ്രോപ്സ് ഇണ്ടെങ്കി അത് മൂക്കിലൊഴിച്ച് പത്ത് മിനിറ്റ് കഴിഞ്ഞ് ഒന്ന് ആവി പിടിയ്ക്ക്. കൊറയാണെങ്കി തല്ക്കാലം വെയിറ്റെയ്യാം. നാളെ രാവിലെ OPല് വന്ന് കാണിച്ചാ മതി.”

“അതേ... കെട്ടിയോന് ചെറിയൊരു പല്ല് വേദന. തല്ക്കാലം ഒരു മരുന്ന് പറഞ്ഞേ.”

“xxxxxxxxxxxxx.” ഞാൻ ഫോണിലൂടെ മരുന്ന് പറഞ്ഞു കൊടുത്തു.

*അവള് ഫോൺ വച്ച് തിരിഞ്ഞതും പിന്നിൽ നിന്ന കെട്ടിയോൻ.

"പുള്ളി പാരസെറ്റമോൾ 650 കഴിക്കാൻ പറഞ്ഞുകാണും."

"അതേ."

"എന്നിട്ട് കുറവില്ലെങ്കിൽ നാളെത്തന്നെ എവിടെയെങ്കിലും ഒന്ന് കാണിക്കാൻ പറഞ്ഞ് കാണും."

"Almost. He told to show a dentist tomorrow even if there is relief. But how do you know?"

"ഞാൻ മെഡിസിൻ പഠിച്ചിട്ടില്ല. പക്ഷേ നിന്റെ കസിനെ പഠിച്ചിട്ടൊണ്ട്. ബൈക്കേന്ന് വീണാലും ചിക്കൻ പോക്സാണേലും പല്ലു വേദനയാണേലും ഒരേ മരുന്ന് കൊടുക്കുന്ന വേറെയാരെയും ഞാൻ കണ്ടിട്ടില്ല. കൊച്ചിന് ചെവി വേദന വന്നാലും അത് തന്നാ. പിന്നെ ഡോസ് കുറച്ച് കുറച്ചാരുന്ന്. പുള്ളി പഠിച്ച് പാസ്സായതല്ലെന്ന് എനിക്ക് നല്ല സംശയവൊണ്ട്."

* (പിന്നീട് അവരുടെ വീട്ടിൽ പോയപ്പോൾ അവർ നേരിട്ട് പറഞ്ഞത്.)

■

വെടിമരുന്നാണ്, സൂക്ഷിക്കണം!

ഒൻപത് മാസം പ്രായമുള്ള ഒരു കുഞ്ഞിനെയുംകൊണ്ട് അപ്പനും അമ്മയും OPയിലേക്ക് വന്നു. കുഞ്ഞിന്റെ മുഖത്ത് വലത്തെ കണ്ണിനരികിലായി ചെറിയൊരു പാട് ശ്രദ്ധയിൽ പെട്ടു. "മുഖത്തെന്ത് പറ്റി?"

"വിഷു! പടക്കം പൊട്ടിക്ക്യാണ്ട് വിഷു ആഘോഷിക്ക്യണത് കള്ളൊഴിക്ക്യാണ്ട് സോഡ കുടിക്ക്യണ പോല്യാണല്ലാ. ആണുങ്ങളങ്ങനെ ചെയ്യുവാ?" അമ്മയുടെ പെട്ടെന്നുള്ള മറുപടി കേട്ട് ഞാനൊന്ന് പകച്ചു. തൊടുത്തത് എന്റെ മുഖത്ത് നോക്കിയാണെങ്കിലും ലക്ഷ്യം വേറെയായിരുന്നു. അതവിടെ കൃത്യമായി കൊണ്ടു.

"പറ്റിപ്പോയതാണ് സാറേ. കൊച്ച് വീടിന്റുള്ളിലായിരുന്ന്. പൊറത്തിട്ടാണ് ഞങ്ങ പൊട്ടിച്ചോണ്ടിരുന്നേച്ചത്. ഒരെണ്ണം തെറിച്ച് ജനലീക്കൂടെ അകത്താട്ട് പോയതാണ്. കൊച്ച് അഞ്ച് മിനിറ്റ് കഴിഞ്ഞപ്പ കരച്ചില് നിർത്തി. പക്ഷേ ഇവളപ്പ തൊടങ്ങിയേണ്. ഇതുവരെ നിർത്തീട്ടില്ല." വെടി കൊണ്ട ഭർത്താവ് പുളഞ്ഞു.

"പേടിക്കാനൊന്നൂല്ല. മരുന്ന് പെരട്ടിയാ മതി." ഞാൻ പറഞ്ഞു. അപ്പനൊരു ദീർഘനിശ്വാസം വിട്ട് നന്ദിയോടെ എന്നെ നോക്കി. എന്നിട്ട് ഭാര്യയുടെ നേരെ തിരിഞ്ഞു, തികഞ്ഞ പുച്ഛത്തോടെ. അയാൾക്കതിന്റെ വല്ല കാര്യവുമുണ്ടോ? എന്റെ മുഖത്തൂന്ന് സൂം ഔട്ട് ചെയ്തങ്ങ് പോയാൽ പോരായിരുന്നോ? അയാളുടെ നോട്ടം പതിച്ചതോടെ അമ്മ രൂക്ഷമായി എന്റെ നേരെ തിരിഞ്ഞു.

'ഛെ... അത്രയ്ക്ക് സിംപിളാക്കരുതായിരുന്നു. സംഭവം ഒന്ന് ബാലൻസ് ചെയ്യാനായി എന്ത് ചെയ്യും. വല്ല ഇൻജെക്ഷനും കൊടുത്താലോ? വേണ്ട... പാവം കൊച്ച്. ഒരു ദിവസം ഒബ്സർവേഷൻ? ഏയ്... അതും വേണ്ട. ഐഡിയാ!'

"ഭാഗ്യത്തിനാ കണ്ണിനൊന്നും പറ്റാഞ്ഞത്. കണ്ടില്ലേ. തൊട്ടടുത്തായിരുന്നു. വെടിമരുന്നല്ലെ സൂക്ഷിക്കണ്ടേ?" ഞാൻ കളമൊന്ന് മാറ്റി ചവിട്ടി.

“ഇനിയൊരു സൂക്ഷോം വേണ്ട. ആ സാധനം ഇനി വീട്ടീ കേറ്റണ പരിപാടിയില്ല.” ഭാര്യ ഉത്തരവിട്ടു.

“ഇല്ല. നിർത്തി.” ഭർത്താവ് കീഴടങ്ങി.

“അപ്പോ ശരി. അങ്ങനെയാവട്ടെ.” ഞാനൂരി.

പുറത്തേക്കിറങ്ങുന്നതിനിടയിൽ പുള്ളിയെന്നെ തിരിഞ്ഞു നോക്കുന്നത് ഞാനെന്റെ മനക്കണ്ണിൽ കണ്ടു. നേരിട്ട് കാണാൻ മനക്കട്ടിയില്ലാത്തതുകൊണ്ട് മിനക്കെട്ടില്ല.

പണ്ടൊരു ക്രിസ്തുമസിന് പള്ളിയിൽ നിൽക്കുകയാണ്. പെട്ടെന്ന് അപ്പൻ വന്ന് എന്നെ പുറത്തേക്ക് വിളിച്ചു. പുറത്തെത്തിയപ്പോൾ അഞ്ചാറ് ആളുകൾ ജീപ്പിലിരിക്കുന്നു.

“നീ അവരെയൊന്ന് മെഡിക്കൽ കോളെജില് കൊണ്ടുപോയി കാണിക്ക്.”

“അവർക്ക് നേരിട്ടങ്ങോട്ട് പോയാ പോരേ?”

“അവരവിടെ പോയിട്ടിണ്ടാരുന്നു. ഡ്യൂട്ടി മാറണ സമയാണെന്ന്. പോരെങ്കി ഇന്ന് ഹോളിഡേയും. കൊറേ വൈകുന്നാ പറഞ്ഞേ. ഒന്ന്, കൂടെച്ചെന്ന് സഹായിക്ക്. വെറുതെ പള്ളീല് കുത്തിപ്പിടിച്ചിരിക്കണേക്കാ നല്ലതതാ.”

“ന്തൂട്ടാ കേസ്? വല്ല അടിപിടിയാണോ?”

“ഏയ്... എന്തോ പടക്കം പൊട്ടീതാ.”

ഞാനവരെയും കൂട്ടി കാഷ്വാൽറ്റിയിലെത്തി. ഓരോരുത്തരായി ജീപ്പിൽ നിന്ന് പുറത്തിറങ്ങി. ആർക്കും കുഴപ്പമുള്ളതായി തോന്നിയില്ല. അവസാനം, ഒരു കണ്ണ് രണ്ട് കൈ കൊണ്ടും പൊത്തിപ്പിടിച്ച് ഒരാൾ കൂടി പുറത്തുവന്നു. ആറടിക്ക് മേലെ പൊക്കം. അതിനൊത്ത ശരീരം. കട്ടി താടിയും മീശയും. കണ്ടാൽ കീരിക്കാടൻ ജോസ് തന്നെ. പടക്കം പൊട്ടൽ തന്നെയല്ലേ എന്നൊരു സംശയം.

“ശരിക്കും എന്ത് പറ്റീതാ?”

“ഞങ്ങള് ഈണ്ടാപ്പുഴേന്ന് വരുവാന്നേ. തിരുന്നാളൊക്ക്യല്ല്യോ. അപ്പോ പടക്കം പൊട്ടിച്ചാരുന്നേ. അതേലൊരെണ്ണം തെറിച്ച് കുഞ്ഞൂഞ്ഞിന്റെ കണ്ണേലൊന്ന് കൊണ്ടതാ.”

ഓ... അപ്പോ അതന്നെ. ഞങ്ങൾ അകത്ത് കയറി. അവിടന്ന് ഞങ്ങളെ ഒഫ്താൽ വാർഡിലേക്ക് വിട്ടു. ഡ്യൂട്ടി തീരാറായപ്പോൾ കയറിവന്ന രോഗിയെ PGക്ക് തീരെ ഇഷ്ടപ്പെട്ടില്ല. പിന്നെ, കൂടെയൊരു മെഡിക്കൽ വിദ്യാർത്ഥി ഉണ്ടായിരുന്നതുകൊണ്ട് പുള്ളിക്കാരി ഒന്നും പറഞ്ഞില്ല. രോഗിയെയും വിളിച്ച് അകത്തേക്ക് പോയി.

കുറച്ച് നേരം കഴിഞ്ഞ്, ഒരു കണ്ണ് അടച്ചുകെട്ടി, പുള്ളിക്കാരൻ തിരിച്ചെത്തി. ഇപ്പോൾ ലക്ഷണമൊത്തൊരു ഗുണ്ടയായി! പിന്നാലെ PGയും വന്നു.

"വലിയ കുഴപ്പില്ല. പക്ഷേ ചെറിയൊരു കോർണിയൽ ഇൻജുറിയുണ്ട്. ഒരാഴ്ച കഴിഞ്ഞ് ഒന്നുകൂടി വരണം. സ്കാറിങ് വന്നാൽ ചിലപ്പോ കാഴ്ചയ്ക്ക് ചെറിയ പ്രശ്നമുണ്ടാകാൻ സാധ്യതയുണ്ട്." PG എന്നോട് പറഞ്ഞു.

"ചാച്ചൻ എന്നോട് പറഞ്ഞതായിരുന്ന്, ചാച്ചൻ വരാതെ പടക്കം പൊട്ടിക്കാൻ പോകല്ലേ പോകല്ലേന്ന്. ഞാൻ കേട്ടില്ല. കൂട്ടുകാരെ കണ്ടപ്പോ ചാടിപ്പോയതാ. അതിന് ദൈവം തന്ന ശിക്ഷയായിത്. ഇനി ചാച്ചനില്ലാതെ ഞാനെങ്ങോട്ടും വരത്തില്ല. നോക്കിക്കോ." നമ്മുടെ കീരിക്കാടൻ ജോസ് കരയുകയാണ് സുഹൃത്തുക്കളേ, ഏന്തിയേന്തി കരയുകയാണ്.

ഹൗസ് സർജൻസി സമയം. ഇത് പോലൊരു ആഘോഷദിവസം രാത്രി കാഷ്വാൽറ്റിയിലേക്ക് ഒരു പയ്യനെ മൂന്നാല് പേർ പൊക്കിയെടുത്ത് കൊണ്ടുവന്നു. പ്രത്യേകിച്ച് കുഴപ്പമൊന്നും പുറത്തേക്ക് കാണുന്നില്ല. പണിയൊക്കെ തീർത്ത് ഒന്നിരുന്നതേയൊള്ളൂ. എങ്ങനെയെങ്കിലും ഒഴിവാക്കാനുള്ള ശ്രമം ആരംഭിച്ചു.

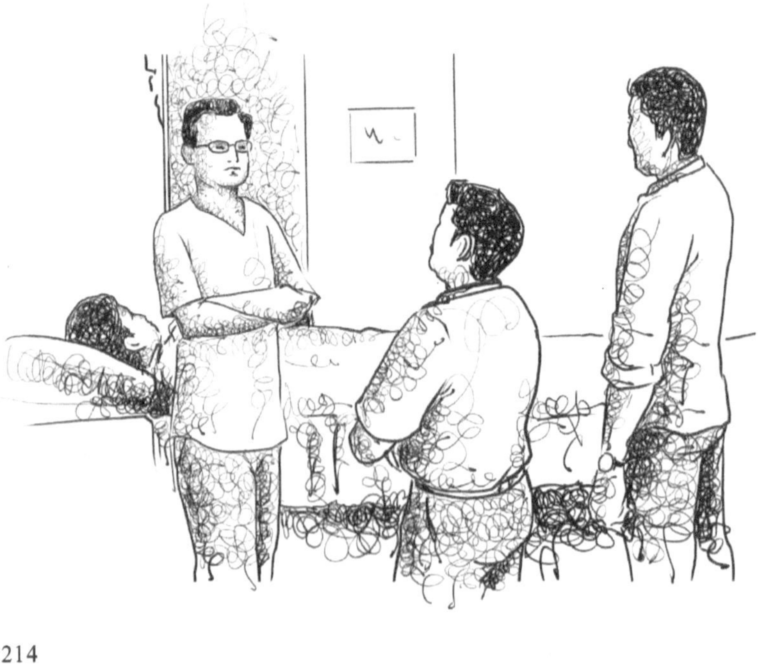

“എത്ര വയസ്സായി? പതിനഞ്ചിന് താഴെയാണെങ്കി IMCHലാ കാണിക്കണ്ടേ.”

“ഓന് കഴിഞ്ഞയാഴ്ച പതിനഞ്ച് തികഞ്ഞിക്ക്ണു.”

“കോപ്പ്.” ഉള്ളീന്ന് വന്നതാ. പക്ഷേ പുറത്തേക്ക് വന്നില്ല.

“കണ്ടട്ട് വലിയ കൊഴപ്പൊന്നൂല്ലല്ലോ. നാളെ ഓപീല് കാണിച്ചാ പോരേ?”

“ങ്ങളീടൊന്ന് വന്ന് നോക്ക്യാ ഡൊക്ടറെ.”

“പനിയെങ്ങാനുവാണെങ്കി ആ ഡോക്ടറാ നോക്കണ്ടേ.” മെഡിസിനിലേക്ക് തട്ടാനുള്ള അവസാന ശ്രമം.

“പനിയല്ല. പടക്കം പൊട്ടീതായ്നു.”

അപ്പോ നമ്മടെ പെടലിക്കുതന്നെ! എന്തായാലും കാര്യമായ പരുക്കൊന്നുമില്ല. പുള്ളി വളരെ കൂളായിട്ടാണ് ഇരിക്കുന്നത്. പിന്നെന്തിനായിരിക്കും എല്ലാവരും കൂടി പുള്ളിയെ ഇങ്ങനെ താങ്ങിപ്പിടിച്ച് കൊണ്ടുവന്നിരിക്കുന്നത്? അടുത്തെത്തിയപ്പോഴാണ് ശ്രദ്ധിച്ചത്. നാലഞ്ച് പേരുണ്ട് ചുറ്റും. രണ്ട് പേർ പുള്ളിയുടെ നടുഭാഗം മറച്ചുകൊണ്ട് ഒരു തുണി പൊക്കിപ്പിടിച്ചിട്ടുണ്ട്. ഞാൻ മെല്ലെ ആ തുണി മാറ്റി നോക്കി. രണ്ട് തുടയും മുഴുവനും പൊള്ളിയിട്ടുണ്ട്.

“ഷഡ്ഡിയിട്ടോണ്ട് അത് കയ്ച്ചിലായി.” പുറകിൽനിന്ന് ഉറക്കെയൊരു ആത്മഗതം.

‘സത്യം... ഇല്ലെങ്കിലവന്റെ decibel decimal ആയേനേ,’ ഞാനോർത്തു.

ഡ്രെസ്സിംഗ് ചെയ്യാനുള്ള സാധനസാമഗ്രികൾ ഒക്കെയെടുത്തുകൊണ്ടുവന്നു. കത്രികകൊണ്ട് അണ്ടർവെയർ മുറിച്ചു. കൂട്ടുകാരുടെ സഹായത്തോടെ മുറിവേറ്റിടത്ത് തൊടാതെ ഒരുതരത്തിൽ അത് മാറ്റാൻ ശ്രമിക്കുന്നതിനിടയിൽ വീണ്ടും മറ്റവന്റെ ആത്മഗതം, “ഇതിട്ടതിപ്പൊ വല്ല്യ എടങ്ങേറായാ!”

രോഗി അവനെ ദയനീയമായി നോക്കി. “സോറി. ഈയ് ബേജാറാകല്ലാ. ഇപ്പ ശരിയാവും.” അവൻ ആശ്വസിപ്പിക്കാൻ ശ്രമിച്ചു.

“എന്ത് പറ്റീതാ?” ഞാൻ ചോദിച്ചു.

“പടക്കം പൊട്ടിച്ചതായ്നു.” ഒരാൾ പറഞ്ഞു.

“അത് മനസ്സിലായി. പക്ഷേ എങ്ങനെയാടൊ ഇങ്ങനെ പൊള്ളിയത്? കാലിന്റെടേല് വെച്ചട്ടാണോ ഇയാള് പടക്കം പൊട്ടിയ്ക്കാറ്?”

“ഞങ്ങക്കറിയൂല്ല. സൗണ്ട് കേട്ട് നോക്കിയപ്പൊ ഓനതാ താഴെ കെടക്ക്ന്നാ.” മറ്റൊരുത്തൻ.

ഞാൻ പയ്യനെ നോക്കി. രോഗി ആദ്യമായി വാ തുറന്നു. “ഈ കയ്യില് തിരിയും ഈ കൈയില് പടക്കോം പിടിച്ച് നിന്നപ്പം പെട്ടെന്ന് മുണ്ടിന്റെ മടിക്കുത്തയിഞ്ഞോയി. അങ്ങനെ പറ്റീതായ്നു.”

ചുറ്റുമുള്ളവർ പൊട്ടിച്ചിരിച്ചു. ഞാനും ചിരിയടക്കാൻ പെടാപ്പാടു പെടുകയാണ്. രോഗിയെന്റെ മുഖത്തേക്ക് തുറുപ്പിച്ച് നോക്കി. “ഡോക്ടറും ബ്രൂട്ടസായിരുന്നല്ലേ!”

“വെടിമരുന്നല്ലേ, സൂക്ഷിക്കണ്ടേ?” ഞാൻ ഉപദേശിയായി.

“സൂക്ഷിക്കും ഡോക്ടറെ. ഇനി പാന്റിട്ടിറ്റേ ഞാൻ പടക്കം പൊട്ടിക്കൂ.”

“ഞങ്ങളും.”

ഒന്നുകിൽ നിങ്ങൾക്ക് മൂന്നാമത്തെ കൂട്ടരെപോലെ മതിയായ സുരക്ഷ ഉറപ്പ് വരുത്താം. അല്ലെങ്കിൽ രണ്ടാമത്തെ കൂട്ടരെപോലെ ഉത്തരവാദിത്തപ്പെട്ടവരെ എപ്പോഴും കൂടെ നിർത്താം. അതുമല്ലെങ്കിൽ ആദ്യത്തെ കൂട്ടരെപോലെ പൂർണ്ണമായി നിരോധിക്കാം. പക്ഷേ വെടിമരുന്നാണെങ്കിൽ സൂക്ഷിക്കണം. ഇനി നിങ്ങളായി... നിങ്ങടെ പാടായി... പൊള്ളിയ പാടാവാതിരിക്കട്ടെ.

■

രക്തദാനം... മഹാദാനം...

മെഡിക്കൽ വിദ്യാർത്ഥികൾക്ക് നാട്ടിലെ താരമാകാനുള്ള ഒരെളുപ്പവഴിയാണ് പീപികൾക്ക് (ബന്ധുക്കളോ സുഹൃത്തുക്കളോ ബന്ധുക്കളുടെ ബന്ധുക്കളോ ബന്ധുക്കളുടെ സുഹൃത്തുക്കളോ സുഹൃത്തുക്കളുടെ ബന്ധുക്കളോ സുഹൃത്തുക്കളുടെ സുഹൃത്തുക്കളൊ അങ്ങനെ ആരുമാകാം private patients അഥവാ PP എന്ന് ശാസ്ത്രീയ നാമം) OPയിൽ നുഴഞ്ഞുകയറാനുള്ള സൗകര്യമുണ്ടാക്കുന്നത്. മറ്റൊന്നാണ് ഇവരിലാർക്കെങ്കിലും രക്തം ആവശ്യം വന്നാൽ രക്തദാതാക്കളെ എത്തിച്ചുകൊടുക്കുന്നത്.

ഞാൻ O ഗ്രൂപ്പാണ്. ലോകത്തിൽ വ്യക്തമായ ഭൂരിപക്ഷമുള്ള, അടുത്തെങ്ങും അത് നഷ്ടപ്പെടാൻ സാദ്ധ്യയില്ലാത്ത, ഒ പോസിറ്റീവ് ഗ്രൂപ്പ്? ഡോണർമാരെ കിട്ടാൻ താരതമ്യേന എളുപ്പമാണ്, അതുപോലെതന്നെ ആവശ്യക്കാരെയും! MBBS കാലഘട്ടത്തിൽ പല അവസരങ്ങളിലും പലരുടെയും പീപികൾക്ക്. ഞാൻ ഡോണർ ആയിട്ടുണ്ട്. രക്തദാനം കഴിഞ്ഞാൽ ഒരു ഗ്രേപ് ജ്യൂസ് നിർബന്ധാ. കടുംചുവപ്പ് നിറത്തിലുള്ള രക്തം കൊടുത്തുകഴിഞ്ഞാൽ അതിനോട് ഏറ്റവും ചേർന്നുനിൽക്കുന്നത് മുന്തിരിങ്ങാ ജ്യൂസിന്റെ നിറമാണല്ലോ. അന്നൊന്നും ഈ മാതളനാരങ്ങ അത്രയ്ക്കങ്ങോട്ട് പോപ്പുലറായിരുന്നില്ല. ഇതുപോലുള്ള കുറേ വിശ്വാസങ്ങളുണ്ട്... നടുവേദനയ്ക്ക് ആടിന്റെ നട്ടെല്ലിന്റെ സൂപ്പ്, കാലുവേദനയ്ക്ക് പോത്തിന്റെ കാലിന്റെ ബ്രാത്ത്, വാതത്തിന് (പിടിക്കാനൊക്കെ ബുദ്ധിമുട്ടാവുമല്ലോ) ഉടുമ്പിന്റെ (പിടിത്തം കിട്ടിയാൽ പിന്നെ വിടൂല്ലല്ലോ) ഇറച്ചി. ഇപ്പോഴതിനൊക്കെ കുറേ മാറ്റമായി. ഫ്രൂട്ടിയാണ് പിന്നെയുള്ള രക്തദാനത്തിനൊക്കെ കിട്ടിയിരിക്കുന്നത്. PG സമയത്ത് ഒരിക്കൽ മാത്രമേ കൊടുത്തിട്ടുള്ളൂ എന്നാണോർമ്മ. അത് കഴിഞ്ഞ് തൃശ്ശൂർ അമലയിൽ ചേർന്ന ശേഷം രണ്ട്തവണ കൊടുത്തത് വ്യക്തമായി ഓർക്കുന്നു.

താമസം ക്യാംപസിനുള്ളിൽ തന്നെയായതിനാൽ, അമലയിലെ ജീവിതം PG ജീവിതത്തിന്റെ ചെറിയ പതിപ്പ് തന്നെയായിരുന്നു. ഒരു ദിവസം കാഷ്വാൽറ്റിയിൽ നിന്നൊരു വിളി വന്നു. രണ്ടാഴ്ചയോളം പ്രായമായൊരു കുഞ്ഞ്. കണ്ടിട്ട് അതിപരിതാപകരമായ അവസ്ഥയിലാണ്. അവരെ അഡ്മിറ്റ് ചെയ്യണോ പുറത്തേക്ക് റെഫർ ചെയ്യണോ എന്നറിയാനാണ് വിളിക്കുന്നത്. രണ്ടാമതൊന്ന് ആലോചിക്കാതെ അഡ്മിറ്റ് എന്ന് പറഞ്ഞു. കുഞ്ഞിനെ ചെന്നുകണ്ടപ്പോൾ സങ്കടം വന്നു. വലിയ കുഴപ്പമൊന്നുമില്ലാതെ ജനിച്ച കുഞ്ഞായിരുന്നു. വീട്ടിൽ പോയ ശേഷം പൊടിപ്പാലും തേനും വയമ്പും ഉരമരുന്നും ബ്രഹ്മിയും മുന്തിരിവെള്ളവും അങ്ങനെ എന്തെല്ലാമോ കൊടുത്ത് മൃതപ്രാണനാക്കി കൊണ്ടുവന്നിരിക്കുകയാണ്. രക്തത്തിൽ അണുബാധയുടെ വ്യക്തമായ ലക്ഷണങ്ങൾ. സെപ്സിസ് എന്ന് പറയും. പക്ഷേ അവരെ സംബന്ധിച്ചിടത്തോളം കുഞ്ഞിന് വയറ്റിൽനിന്ന് പോകാൻ ചെറിയൊരു ബുദ്ധിമുട്ട് മാത്രം. അവരുടെ കൂട്ടത്തിലെ മൂന്ന് പേരെ അകത്തേക്ക് വിളിച്ചു. മറ്റുള്ളവർക്കത് അത്രയ്ക്ക് പിടിച്ചില്ല. നിവൃത്തിയുണ്ടായിരുന്നില്ല. അകത്ത് കയറിയവരോട് കാര്യങ്ങൾ വിശദീകരിച്ചു. കുഞ്ഞിന്റെ അവസ്ഥയും മോണിറ്ററിലെ സംഖ്യകളും കാണിച്ചുകൊടുത്തു. വെന്റിലേറ്റർ അടക്കമുള്ള എല്ലാ ചികിത്സയും ആരംഭിച്ചു. കാര്യമായ പുരോഗതിയില്ല. വലിയ പ്രതീക്ഷയുമില്ല. എന്നാലും അറ്റക്കൈ പ്രയോഗമെന്ന നിലയിൽ കുഞ്ഞിന്റെ രക്തം മാറ്റി പുതിയ രക്തം നൽകി നോക്കാൻ (exchange transfusion) തീരുമാനിച്ചു.

പുതിയതായി എടുക്കുന്ന രക്തം വേണം കുഞ്ഞിന് കയറ്റാൻ. രക്തദാനം എന്ന് പറഞ്ഞയുടനെ കൂടെ വന്നവരിൽ ചിലർ സ്ഥലം കാലിയാക്കി. തയ്യാറായവരിൽ ആരും O പോസിറ്റീവില്ല. ഡോണറെ കണ്ടുപിടിക്കാനും മറ്റും സമയം കളയാനില്ലാത്തതിനാൽ എന്റെ തന്നെ രക്തമുപയോഗിച്ച് സംഭവം നടത്തി. പക്ഷേ കുഞ്ഞിനെ രക്ഷിക്കാനായില്ല. പിറ്റേന്ന് കുഞ്ഞ് പോയി. തലേന്ന് അപ്രത്യക്ഷനായൊരാൾ വീണ്ടും അവതരിച്ചിട്ട് കുഞ്ഞിന്റെ അമ്മയോട്, “ഞാനപ്പളേ പറഞ്ഞതാ കുട്ടാവിനൊരു കൊഴപ്പോല്ല്യാന്ന്. വയറ്റീന്ന് പോവാത്തേന് ചോര കേറ്റിയേക്കുണു. വേറെവിട്യേങ്കിലും കൊണ്ടോവാന്ന് പറഞ്ഞതല്ലേ. കേട്ടില്ല്യല്ലാ. ഇനി കെടന്ന് കരഞ്ഞോ.”

കുഞ്ഞിന്റെ അപ്പനും അമ്മയ്ക്കും ആവശ്യത്തിന് ആത്മസംയമനം ഉണ്ടായിരുന്നതുകൊണ്ട് പുള്ളിക്ക് തല്ല് കൊണ്ടില്ല, വകതിരിവ് ഉണ്ടായിരുന്നതുകൊണ്ട് എനിക്കും.

മാസങ്ങൾ കഴിഞ്ഞ് മിനുവിന്റെ രണ്ടാമത്തെ പ്രസവത്തിനായി ലീവെടുത്തിരിക്കുന്ന സമയം. പ്രസവം അമലയിൽ തന്നെയായതിനാൽ,

'അവധിയാണെങ്കിലും അറിയുന്നു ഞാൻ എന്റെ NICU ഫോണിൻ മധുരശബ്ദം'.

"ഡോക്ടർ ലീവാണെന്ന് അറിയാം. ന്നാലും ഒന്ന് വിളിച്ചൂന്നേള്ളൂ. ഒരു മഞ്ഞക്കുഞ്ഞ് വന്നട്ട്ണ്ട്. ഡോക്ടർ വരൂന്നുണ്ടെങ്കി അഡ്മിറ്റ് ചെയ്യാം. ഇല്ല്യെങ്കി ഞാൻ റെഫറെയ്യും."

"ഇൻവെസ്റ്റിഗേഷൻസ് വിട്ടട്ട് അഡ്മിറ്റ് ചെയ്തോ. ഞാൻ വന്നോളാം."

ഡിസ്ചാർജ് പരിപാടിയൊക്കെ തീർത്ത് മിനുവിനെയും കുഞ്ഞിനെയും അവളുടെ വീട്ടിലേക്ക് കയറ്റിവിട്ടശേഷം NICUൽ എത്തിയപ്പോഴേക്കും പരിശോധനാ ഫലങ്ങൾ തയ്യാർ. മഞ്ഞപ്പിത്തം ഇരുപത്തഞ്ചിന് മുകളിൽ എത്രയോ ആയിരുന്നു. കൃത്യം ഓർമ്മയില്ല. അങ്ങനെയൊരു ഫലം കണ്ടാൽ ആറ് മണിക്കൂറിനുള്ളിൽ exchange transfusion ആരംഭിച്ചിരിക്കണമെന്നാണ് പ്രോട്ടോക്കോൾ. അപ്പോഴാണ് അറിയുന്നത് കുഞ്ഞിന്റെ അച്ഛൻ വിദേശത്താണെന്ന്. ഇത്തരം അവസരങ്ങളിൽ ചില അമ്മമാർ ഒരു തീരുമാനവുമെടുക്കാതെ കാര്യങ്ങൾ നീണ്ട് പോകും. പക്ഷേ ഈ അമ്മ വളരെ പക്വമായി പ്രതികരിച്ചു. പക്ഷേ ഡോണറെ തപ്പിയെടുക്കണം. സമയം നഷ്ടപ്പെടുത്താനില്ലാത്തതിനാൽ വേഗം പോയി രക്തം നൽകി NICUൽ വന്ന് അനന്തരനടപടിക്രമങ്ങൾ ആരംഭിച്ചു. അല്പം സങ്കീർണ്ണതകൾ നിറഞ്ഞ പരിപാടിയാണെങ്കിലും അപകടങ്ങളൊന്നുമില്ലാതെ അന്നത്തെ എക്സ്ചെയ്ഞ്ച് കഴിഞ്ഞു. നാലഞ്ച് ദിവസങ്ങൾ കഴിഞ്ഞ് കുഞ്ഞ് ഡിസ്ചാർജായി. ഇത്തരം കുഞ്ഞുങ്ങളിൽ കേൾവിത്തകരാറുണ്ടാകാനുള്ള സാധ്യത വളരെ കൂടുതലാണ്. അതുകൊണ്ട് അടുത്ത തവണ കാണാൻ വരുമ്പോൾ BERA എന്ന കേൾവി പരിശോധന കൂടി ചെയ്തിട്ട് വരണമെന്ന് അമ്മയോട് പ്രത്യേകം പറഞ്ഞിരുന്നു.

ഏതാനും മാസങ്ങൾക്ക് ശേഷം, പതിവുപോലെ OPയിൽ ഈച്ച പിടിച്ചിരിക്കുന്നതിനിടയിൽ, ഒരച്ഛൻ കുഞ്ഞുമായി കയറിവന്നിട്ട് പരുങ്ങി പരുങ്ങി എന്റെ മുന്നിൽ വന്നിരുന്ന് പേര് ചോദിച്ചു. "തോമസ് രൻജിത്ത്." ആൾക്കൊരു തൃപ്തി വരാത്തതുപോലെ. 'ആ പേര് തനിക്ക് താങ്ങുമോ' എന്നൊരു നോട്ടവും തന്നിട്ട് എന്തോ പരതുന്നതുപോലെ കാണിച്ച് പുള്ളി മെല്ലെ പുറത്തേക്കിറങ്ങി. അല്പം കഴിഞ്ഞപ്പോൾ പുള്ളിയതാ അപ്പുറത്തെ മുറിയിൽ മറ്റൊരാളെ കുഞ്ഞിനെ കാണിക്കുന്നു. അല്ലെങ്കിലും എല്ലാവർക്കും നരച്ച മുടിയുള്ളവരെ മതി. എന്റെ മുടിയാണെങ്കിൽ ഒരിക്കൽ കളറടിച്ചാൽ ഏകദേശം ഒരു മാസത്തോളം കറുത്തുതന്നെയിരിക്കും.

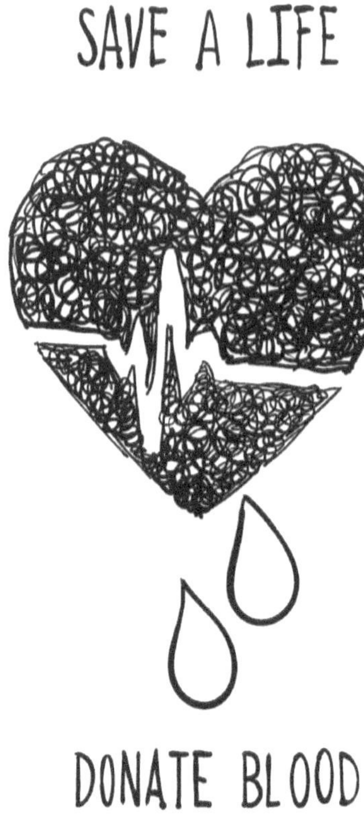

അപ്പന്റെ തോളിൽ കിടന്ന കുഞ്ഞ് എന്നെ കണ്ടപ്പോൾ വെളുക്കെ ചിരിച്ചു. സോഷ്യൽ സ്മൈൽ! എന്നെ മാത്രമല്ല, ആരെയും ചിരിച്ച് കാണിക്കും ആ പ്രായത്തിൽ. പെട്ടെന്നാണ് ഞാൻ കൂടെയുള്ള സ്ത്രീയെ ശ്രദ്ധിച്ചത്. നമ്മുടെ മഞ്ഞക്കുഞ്ഞിന്റയമ്മ. എന്നെ കണ്ടതും അവർ പറഞ്ഞു. "ഡോക്ടറേ... ചെവീടെ ടെസ്റ്റ് പാസ്സായീട്ടോ."

■

ഒരു വാക്സീൻ വീരഗാഥ

കുറച്ച് വർഷങ്ങൾക്ക് മുൻപ്:

"ഹലോ... ഡോക്ടർ സാറേ... ഇത് ഞാനണ്... ജിറ്റൊ... ചെന്നൈന്ന്."

ജിറ്റൊ! സ്കൂൾ സഹപാഠിയാണ്. ഇപ്പോൾ IT എൻജിനീയർ. സ്വന്തമായി ബൈക്കുണ്ട്, കാറുണ്ട്, ഫ്ളാറ്റുണ്ട്. അതും ചെന്നൈയിൽ! ആയിടയ്ക്ക് പഠനം കഴഞ്ഞിറങ്ങിയ എനിക്ക് സ്വന്തമെന്ന് പറയാൻ ആകെ കുറച്ച് ലോണുണ്ട്.

"ഹലോ ജിറ്റൊ, എന്ത്ണ്ട് വിശേഷം?"

"അതേ... ഞാനാശുപത്രീന്നാ വിളിക്ക്യണേ. മ്മ്ടെ രണ്ടാമത്തോനെ കുത്താൻ കൊണ്ടന്നതാണേ. അവരൊരു ചിക്കൻ പോക്സ് ഇൻജെക്ഷന്റെ കാര്യം പറയിണ്ടല്ലാ. അതെടുക്കണൊ?"

"എന്ന് ചോയ്ച്ചാ... എടുക്കണത് നല്ലതാ."

"അയ്! അതപ്പൊ ഗവൺമെന്റാശുപത്രീലൊന്നും എടുക്കണില്ല്യാന്ന് പറയണു."

"ഇല്ല. അത് കൊറച്ച് വെലയൊള്ളതാ. പൊറത്തൊക്കെ എടുക്ക്ണ്ട്. നമ്മടെ ഗവൺമെന്റിന് തൽക്കാലം താങ്ങില്ല."

"എനിക്ക്യത്രേം കൂടി താങ്ങില്ല്യ. മൂത്തോൾടെ ബർത്ത്ഡേയൊക്കെ കഴിഞ്ഞട്ട് ആകെ ഓട്ടയാട്ടിരിക്ക്യാ. ഇതെടുത്തില്ല്യെങ്കീ വേറെ കൊഴൊപ്പൊന്നൂല്ല്യല്ലോ."

"എടുത്താ ആ അസുഖത്തീന്നൊള്ള പ്രൊട്ടെക്ഷൻ കിട്ടും. അത്രന്നെ. കടം വാങ്ങിച്ചട്ടെടുക്കണംന്ന് ഞാൻ പറയില്ല. പക്ഷേ കൊച്ചിന്റെ ബർത്ത്ഡേക്കൊക്കെ പൊടിയ്ക്കണ കാശിന്റെ ഒരു ഭാഗാ ഇതിനൊക്കെ ആവൊള്ളോ."

"നൂറ് ശതമാനം പ്രൊട്ടെക്ഷൻ കിട്ടോ? നീ ഗ്യാരന്റീ?"

"തൊണ്ണൂറ് ശതമാനത്തി മോളില് കിട്ടും. ഇനി അഥവാ അസുഖം വന്നാലും കാര്യായിട്ട് പ്രശ്നങ്ങളിണ്ടാവില്ല. ഹെൽമെറ്റും

സീറ്റ് ബെൽറ്റൊക്കെ പോലെന്നെ. വെച്ചാലും ഇട്ടാലും ഗ്യാരന്റി യൊന്നൂല്ല. പക്ഷേ ഇല്ലെങ്കി റിസ്ക് കൂടും."

"നീയിത് എടുത്ത്ണ്ടോ?"

"എനിക്ക് വന്നട്ടൊള്ളതാ ചെറുപ്പത്തില്. അതോണ്ട് ഞാനെടു ത്തട്ടില്ല. പക്ഷേ പുത്രൻസിന് കൊടുത്തണ്ട്."

"അയ്! ഡോക്ടർമാരിതൊന്നും സ്വന്തം പിള്ളേർക്ക് കൊടുക്കി ല്ല്യാന്നാണല്ലോ ഞാൻ കേട്ടേ."

"അങ്ങനെ പറ. കേട്ടതല്ല. കണ്ടത്. വാട്ട്സാപ്പില്. നിനക്കൊക്കെ ഇത്ര വിദ്യാഭ്യാസൊള്ളതല്ലേ. ഇങ്ങനെ കേക്കണ സാധനങ്ങളൊക്കെ ഒള്ളത് തന്നെയാണോന്നൊക്കെ ഒന്ന് തപ്പി നോക്കിക്കൂടേ?"

"മ്മക്കെവിടെയാടാ അയ്നൊക്കെ സമയം?"

"ഞാനൊരു കാര്യം ചെയ്യാം. നിനക്കെന്റെ കൊച്ചിന്റെ വാക് സീൻ കാർഡ് അയച്ചെരാ."

"നിനക്കെടുക്കാലോ! നിനക്കിതൊക്കെ ഫ്രീ കിട്ടണതല്ലേ?"

"ഇപ്പോ അങ്ങനെയായാ! ഫ്രീയൊന്നും കിട്ടില്ല. ഡിസ്കൗണ്ട് കിട്ടും."

"ഞാനിപ്പോ ഇതെടുക്കണോ വേണ്ടേ?"

"എടുക്കണത് നല്ലതാ. പക്ഷേ എനിക്ക് വേണ്ടി എടുക്കണ്ട."

"നിനക്കവര് ജാതി കമ്മീഷൻ തരിണ്ട്ന്ന് തോന്നണു?"

"എന്റെ പൊന്ന് ജിറ്റൊ... നീയവിടെ ചെന്നൈയില് വാക്സീൻ എടുക്കണേന് എനിക്കിവിടെ കൊച്ചീലാര് കമ്മീഷൻ തരാനാ? ഞാ നെന്റെ മോനെടുത്തട്ട്ണ്ട്. നീ വേണെങ്കി എട്ക്ക്."

"മ്മക്കൊക്കെ ഇത് ചെർപ്പത്തില് വന്നട്ടൊള്ളതല്ലേ. എന്നട്ടെ ന്തൂട്ട് തേങ്ങ്യാണ്ടായേ. മൂത്തോൾക്കും ഇതെടുത്തട്ടില്ല്യാ. ഇനി ഇവ നെടുത്താ പിന്നെ അവൾക്കും എടുക്കണ്ടി വരും. ഇല്ല്യെങ്കി കുടുംബ കലഹാവും. തൽക്കാലം ഇങ്ങന്യെന്നങ്ങട് പോട്ടെ."

"ITഫീൽഡൊക്കെയാണെങ്കിലും നിന്റെ വർത്താനത്തിനൊരു മാറ്റോല്ലാട്ടാ."

"ഏയ്... ഇവിടെ ഞാൻ ജാതി സ്മൂത്ത് വർത്താനാ. ഈ ഭാഷ പഴയ ഗഡ്യോളെ വിളിക്കുമ്പ മാത്രാ വരൊള്ളോ. അപ്പ ശരീടന്നാ."

"ഓക്കെ."

ഏകദേശം നാല് ആഴ്ചകൾക്ക് മുൻപ്:

"ഹലോ... ഇത് ഞാനാ... ജിറ്റൊ... ചെന്നൈന്ന്."

"ആ പറ ജിറ്റൊ."

"ടാ... അതേ... എന്റെ മൂത്ത മോൾക്ക് ചിക്കെൻ പോക്സ്! സ്കൂളീന്ന് കിട്ടീതാ. ആദ്യം മനസ്സിലായില്ല്യാ. ശനിയാച്യാ പൊന്തീത്. പണ്ടൊക്കെ ഇത് ചൊവ്വാഴ്ചേം വെള്ളിയാഴ്ചേം മാത്രല്ലെ പൊന്തീർന്നൊള്ളൊ? ഇപ്പങ്ങനെയൊന്നൂല്ല്യാല്ലേ? ഹോസ്പിറ്റലില് വന്നപ്പഴാ മനസ്സിലായേ. രണ്ടൂസം വീട്ടീ തന്ന്യായിരുന്നു. അപ്പ ബാക്ക്യൊള്ളോർക്കും വരോ?"

"വരാം... സാധ്യതയിണ്ട്."

"അവർക്കിനി വാക്സീനെടുക്കാൻ പറ്റോ?"

"എടുക്കണത് തന്നെയാ നല്ലത്. കിട്ടിയാലും കട്ടി കൊറയും."

"അതേല്ലേ. ശരീടന്നാ. എന്തെങ്കിലൂണ്ടെങ്കി ഞാൻ വിളിക്കൂട്ടാ."

മൂന്നാല് ദിവസങ്ങൾക്ക് ശേഷം:

"ഹലോ! ജിറ്റൊ പറയൂ."

"എന്റെ രണ്ടാമത്തേനും മൂന്നാമത്തേനും കിട്ടി. ഇത് പെട്ടെന്ന് പടരുല്ലേ?"

"ഉം."

"കുട്ട്യോളെ നോക്കണ ചേച്ചിമാര് രണ്ടും വീട്ടീ പൊയി. അവർക്കിതുവരെ വന്നട്ടില്ല്യാന്നാ പറയണേ. വെർതെ പറയണതാവും. ഇത് പണ്ടെല്ലാവർക്കും വരണതല്ലേ?"

"അങ്ങനെയൊന്നൂല്ല. പണ്ട് കൊറച്ചധികം ആൾക്കാർക്ക് കിട്ടീട്ടിണ്ടാവുംന്ന് മാത്രം."

"അവർക്കും വന്ന്ണ്ടാവും. വീട്ടീ പോവാൻ ഓരോരോ കാരണങ്ങള് കണ്ടുപിടിക്ക്യണതാ."

"ആയിരിക്കും. നമക്കിപ്പെന്താ ചെയ്യാൻ പറ്റാ?"

"ഒന്നും ചെയ്യാൻ പറ്റില്ല്യ. വെഷമം പറഞ്ഞുതീർക്കാല്ലോ."

"എടാ... പക്ഷേ അവർക്ക് ശരിക്കും പണ്ട് വന്നട്ടില്ലെങ്കി പണിയാവുംട്ടാ. കുട്ടികൾക്ക് പ്രശ്നങ്ങള് കൊറവാ. പ്രായായോർക്കാ കൂടുതല്."

"ശരിയന്നാ."

വീണ്ടും മൂന്നാല് ദിവസങ്ങൾക്ക് ശേഷം:

"ടാ... ഏറ്റോം ചെർതിനും വന്നൂട്ടാ."

"അപ്പ നിനക്ക് മൊത്തത്തിലെത്രെണ്ണണ്ട്?"

"നാല്."

"നിർത്തിയാ?"

"ഏയ്... കർത്താവ് തരുമ്പോ വേണ്ടാന്ന് വെക്ക്യാൻ പാടില്ല്യല്ലോ?"

"അത് പാടില്ല. പക്ഷേ കർത്താവ് ഇനി കൊറച്ച് കാലം ക്രിയ നിർത്ത്യില്ലെങ്കി ബാക്കിയൊള്ള കർമ്മങ്ങള് ചെയ്യാൻ ഭാര്യ ബാക്കിണ്ടാവില്ലാട്ടാ."

"അത് പറയാനാ ഞാനിപ്പൊ വിളിച്ചെ. അവള് പ്രെഗ്നന്റാണോന്നൊരു സംശയം. ഈ സമയത്തിത് വന്നാ ഭയങ്കര പ്രശ്നല്ലേ?"

"ആ... പ്രെഗ്നൻസീടെ തൊടക്കത്തില് വന്നാ കൊച്ചിന് പ്രശ്നങ്ങളിണ്ടാവാൻ ചാൻസിണ്ട്."

"ഒരു ധൈര്യത്തിന് വേണ്ടീട്ടാ നിന്നെ വിളിച്ചെ. അപ്പ നീ കൂടുതല് പേടിപ്പിക്ക്യാ?"

"ഞാൻ പറഞ്ഞൂന്ന് മാത്രം. ഇപ്പോ എന്തെങ്കിലും പ്രശ്നൊക്കെ ഇണ്ടെങ്കി നേരത്തെതന്നെ കണ്ടുപിടിക്കാം സ്കാനിങ്ങില്. നീ പേടിക്കാണ്ടിരിക്ക്."

"എടാ... പിന്നെ മൂത്താൾക്ക് നല്ല പനിയിണ്ടല്ലാ. കൊറഞ്ഞതായിരുന്നു. പിന്നേം കൂടി."

"പേടിപ്പിക്കാൻ വേണ്ടി പറയല്ലാ. പക്ഷേ നീ അവളെ ഒന്നൂടി കാണിക്ക്. സെക്കണ്ടറി ഇൻഫെക്ഷൻ അടിച്ചിണ്ടോന്ന് നോക്കണം."

പിന്നെയും മൂന്നാല് ദിവസങ്ങൾക്ക് ശേഷം:

"ടാ... നാല് മിസ്സ്ഡ് കോള് കാണും നിന്റെ ഫോൺല്. ഇതെവിട്യാരുന്നൂ?"

"കൊറച്ച് തെരക്കില് പെട്ടുപോയി. പറ എന്തായി? നീയിപ്പൊ എവിടെയാ?"

"മൂത്താളെ അഡ്മിറ്റെയ്തു. നീയന്ന് പറഞ്ഞപോലെ ഇൻഫെക്ഷനടിച്ചതാ. എനിക്ക് മാത്രാ വരാത്തതൊള്ളോ. അതോണ്ട് ഞാനാ ആശുപത്രി ഡ്യൂട്ടി."

"അപ്പ ഭാര്യ?"

"അവൾക്കും വന്നു. അവളും ബാക്കി മൂന്നു പിള്ളേരും വീട്ടിലാ."

"നീ ഭയങ്കര സന്തോഷത്തിലാല്ലോ? ഭാര്യയ്ക്ക് വന്നേന്റ്യാണോ അതോ അവള് മാറി നിക്കണേന്റ്യാണോ?"

"അതല്ലടാ... അവള് പ്രെഗ്നന്റ് അല്ലാട്ടാ. അത് പറയാനാ വിളിച്ചത്. മൂന്നാലൂസം ടെൻഷനടിച്ച് പണ്ടാരടങ്ങി. ആദ്യായിട്ടാ ഭാര്യ പ്രെഗ്നന്റല്ലാന്നറിയുമ്പോ ഞാനിത്ര സന്തോഷിക്ക്യണേ."

"നന്നായി."

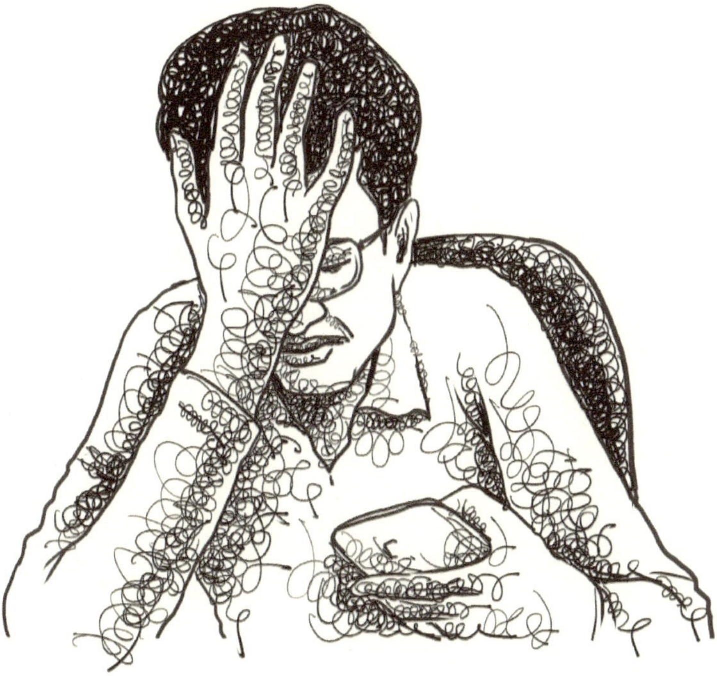

ഇന്നലെ:

“അവസാനം കഴിഞ്ഞിസ്റ്റോ. എല്ലാവര്ടേം മാറി. ഈ സാധനം ഒരു ജ്ജാതി ടെററിസ്റ്റ് സാധനാട്ടാ... കൊടുംഭീകരൻ.”

“എന്തായാലും പ്രശ്നങ്ങളൊന്നൂല്ലാണ്ട് കഴിഞ്ഞല്ലോ?”

“ഇല്ല്യേടാ. വീട്ടീ പോയ രണ്ടു ചേച്ചിമാർക്കും കിട്ടി. അവർ കൊറച്ച് ദൂസോം കൂടി കഴിഞ്ഞട്ടാ വരൊള്ളോ. ഞാനിപ്പൊ വർക് ഫ്രം ഹോം.”

“നിനക്കങ്ങനെ ചെയ്യാനൊള്ള ഓപ്ഷനിണ്ടല്ലോ. ഭാഗ്യം.”

“ന്തൂറ്റ് ഭാഗ്യം! എനിക്കൊരു ഓൺസൈറ്റ് കിട്ടീട്ടിണ്ടാരുന്നു. ഇവര്ടെ വിസ ഇന്റർവ്യൂ കൊളായി. എന്നെയിവള് ഒറ്റയ്ക്ക് വിടൂല്ല്യ.”

“അവളെ കുറ്റം പറയാൻ പറ്റില്ല.”

“ഏത് തേങ്ങേടെ മൂട്ടിലെ ഇൻജെക്ഷൻ കൊടുത്തില്ല്യേങ്കിലും ഈ മൈ....... എല്ലാർക്കും കൊടുത്തോളോട്ടാ.”

“എല്ലാ അസുഖത്തിന്റേം കാര്യം ഇങ്ങനെന്ന്യാ. വന്ന് കഴിയുമ്പോ പറയും വാക്സീൻ നേരത്തെ എടുക്കായിരുന്നൂന്ന്.”

“അത് പോട്ടെ. നിനക്കിതിന്റെ പാട് പെട്ടന്ന് മായാൻ വല്ല ഓയിൽമെന്റ് തരാൻ പറ്റോ? കെട്ടിയോള് സ്വൈര്യം തരണില്ല്യിസ്റ്റോ.”

“എന്ററിവില് അങ്ങനെയൊരു ഓയിന്റ്മന്റൊന്നൂല്ല. എന്തായാലും ഞാനൊന്ന് തപ്പട്ടെ.”

“കാശൊരു പ്രശ്നല്ലാട്ടാ. മനസ്സമാധാനല്ലേ വൽത്. പൊറത്ത്ന്ന് കൊണ്ടുവരണ്ണെങ്കി അതും ചെയ്യാം. ഇനി ഉപകാരില്ല്യേങ്കിലും കൊഴപ്പില്ല്യ. നീ നല്ല വെലയൊള്ള ഒരെണ്ണത്തിന്റെ പേരൊന്ന് തപ്പ്യെടുത്ത് താ.”

“ങേ...”

■

പാരമ്പര്യ അറിവുകൾ + ശാസ്ത്രീയ തെളിവുകൾ

കുറച്ച് കാലം മുൻപാണ്. നാട്ടിൽ പെട്ടെന്നൊരു വൈദ്യൻ പൊന്തി വന്നു. വന്ധ്യതാ ചികിത്സ മാത്രമേ പുള്ളി ചെയ്യൂ. ആദ്യഘട്ടങ്ങളിൽ പരിശോധയൊക്കെ സൗജന്യമാണ്, മരുന്നുകളും. മരുന്ന് ഫലിക്കുന്നുണ്ട് എന്ന് പരിശോധനയിൽ തെളിഞ്ഞതിന് ശേഷം മാത്രം പൈസ നൽകിയാൽ മതി. നല്ല ഓഫറല്ലേ? ഇത്രയും ആത്മ വിശ്വാസം വേണമെങ്കിൽ പുള്ളി പുലിയായിരിക്കണമല്ലോ. ആളുകൾ മെല്ലെ എത്തിത്തുടങ്ങി. രോഗികളുടെ ചികിത്സയുടെ രണ്ടും മൂന്നും ഘട്ടങ്ങൾ കഴിഞ്ഞതോടെ, ചികിത്സ ഫലിച്ചുതുടങ്ങിയെന്ന് തെളിഞ്ഞുതുടങ്ങി. ചിലർ, സന്തോഷംകൊണ്ട് പറഞ്ഞതിലും കൂടുതൽ തുക നൽകി. അതിലും കൂടുതൽ പരസ്യവും നൽകി. ഫലം കാണാത്തവർ മറ്റുള്ളവർക്ക് കണ്ടുതുടങ്ങിയതറിഞ്ഞ് കൂടുതൽ വിശ്വാസത്തോടെ ചികിത്സ തുടർന്നു. പതിയെ പതിയെ പുറമെ നിന്നെല്ലാം ആളുകൾ എത്തിത്തുടങ്ങി. സാധാരണക്കാരും പ്രമുഖരും വിദ്യാഭ്യാസമുള്ളവരും ഇല്ലാത്തവരുമെല്ലാം ചേർന്ന് പുള്ളിയുടെ വീടിന് മുന്നിലെ വരിയിൽ സോഷ്യലിസം പുലർന്നു. ചിലർ ശിപാർശക്കത്തും കൂടുതൽ പണവുമെല്ലാം ഉപയോഗിച്ച് അവിടത്തെ സമത്വം തകിടം മറിച്ചു.

പുള്ളിയുടെ ചികിത്സാ രീതികളും പരിശോധനാക്രമവുമെല്ലാം മെല്ലെ പുറംലോകം അറിഞ്ഞുതുടങ്ങി. ആദ്യദിവസം ചെല്ലുമ്പോൾ പുള്ളി വിശദമായി അവരുടെ ചരിത്രം പഠിക്കും. എന്നിട്ട് അകത്തെ മുറിയിലേക്ക് കൂട്ടിക്കൊണ്ട് പോകും. ദമ്പതിമാരെ വിവസ്ത്രരാക്കി മുന്നിലിരുത്തും. എന്നിട്ട് രണ്ട് എലക്ട്രിക് വയറെടുത്ത് ഒന്ന് ഭർത്താവിന്റെയും മറ്റേത് ഭാര്യയുടെയും ശരീരത്തിൽ മുട്ടിക്കും (ആ... അതേ... അവിടെത്തന്നെ). അവ ഘടിപ്പിച്ചിരിക്കുന്ന ബൾബ് പുള്ളി ഇരിക്കുന്നതിന് മുന്നിലാണ്. ആദ്യദിനം എത്രയൊക്കെ ശ്രമിച്ചാലും

ബൾബ് കത്തില്ല. അപ്പോൾ പുള്ളി ആദ്യത്തെ പൊതി കൊടുക്കും. ഒരാഴ്ച കഴിഞ്ഞ് അവർ വീണ്ടും വരും. ഇത്തവണ ബൾബ് ഇട യ്ക്കൊക്കെ മിന്നാൻ തുടങ്ങും. അങ്ങനെ ചികിത്സയുടെ ഓരോ ഘട്ടവും കടന്നുപോകുംതോറും ബൾബ് കൂടുതൽ കൂടുതൽ ആഞ്ഞ് കത്താൻ തുടങ്ങും. ചുരുക്കം ചിലരുടേത് നേരത്തെയും മിക്കവരുടെയും അല്പം വൈകിയും കത്തും. അങ്ങനെ ചികിത്സ യുടെ ഫലം തികച്ചും 'ശാസ്ത്രീയമായി തെളിയിച്ച' ശേഷം പുള്ളി അവരെ യുദ്ധം ജയിച്ചുവരാൻ അനുഗ്രഹിച്ച് വിടും. ബൾബ് കത്തിയ തരിപ്പിൽ യുദ്ധം നടക്കും. ചിലർ ജയിക്കും. ചിലർ തോൽക്കും.

അങ്ങനെ കാര്യങ്ങളെല്ലാം തകൃതിയായി നടക്കുന്നതിനിട യിലാണത് സംഭവിച്ചത്. ഏതോ ഒരു വലിയ പൊലീസുകാരന്റെ മകനും ഭാര്യയും വന്നു. ചികിത്സ ഏകദേശം തീരാറായ സമയമാ യിരുന്നു. തൊട്ടുമുൻപ് വന്നപ്പോൾ അത്യാവശ്യം കത്തിത്തുടങ്ങിയ ബൾബായിരുന്നു. അന്നത് തെളിഞ്ഞ് കത്തുന്നതിനിടയിൽ പെട്ടെന്ന് ഫിലമെന്റടിച്ചുപോയി. പൊലീസുകാരന്റെ മകന് ദേഷ്യം വന്നു. അയാൾ വൈദ്യനെ ഇരിക്കുന്നിടത്തുനിന്ന് വലിച്ചുപൊക്കി. അ പ്പോഴാണ് വൈദ്യന്റെ കാലിന്റെ അടിയിലുള്ള സ്വിച്ച് ശ്രദ്ധയിൽ പെടുന്നത്.

വിശദമായ ചോദ്യം ചെയ്യലിൽ പുള്ളി പണ്ടേതോ എലക്ട്രിക് കടയിൽ പണിയെടുത്ത് ജീവിച്ചിരുന്നതാണെന്ന് മനസ്സിലായി.

മുതലാളി ഇവനെ പറ്റിച്ചു. ഗതികേടുകൊണ്ട് ഇവൻ നാട്ടുകാരെ ചികിത്സിച്ചു. പുള്ളി നായ്ക്കൊരണ പരിപ്പ് പൊടിച്ചതാണ് എല്ലാവർക്കും കൊടുത്തിരുന്നത്. 'പാരമ്പര്യ അറിവുകളും' 'ശാസ്ത്രീയ തെളിവുകളും' കൃത്യമായി സമന്വയിച്ചപ്പോൾ ചരിത്രം പിറന്നു. പക്ഷേ പുള്ളി അകത്ത് കിടന്നു.

ആ ബൾബ് അന്ന് അടിച്ചുപോയില്ലായിരുന്നെങ്കിൽ മിക്കവാറും നമ്മുടെ നാട്ടിലെ ആരോഗ്യമേഖലയിലെ അതികായനായി പുള്ളി വിലസിയേനേ. അങ്ങനിണ്ടായിട്ട്ണ്ടിവിടെ, അതോണ്ടാ ഈ പറയണേ!

■

ഒരു ന്യൂ ജെൻ സത്യകഥ

ഏഴാം ക്ലാസ്സ് വരെ കൂടെ പഠിച്ച ഒരാൾ കൊച്ചിയിലേക്ക് വരുന്നുവെന്ന് അറിയിപ്പ് കിട്ടി. കൊച്ചിയിലുള്ള ബാക്കി നാല് പേരും കൂടി ആളെ സൽക്കരിക്കാൻ തീരുമാനിച്ചു. അഞ്ചാറ് കൊല്ലം ഇവിടെ കിടന്നിട്ടും ഞങ്ങൾ നാല് പേരും പരസ്പരം കണ്ടിട്ടുണ്ടായിരുന്നില്ല. അല്ലെങ്കിലും ദൂരെയുള്ള ആരെങ്കിലും വരുമ്പോഴല്ലേ അടുത്തുള്ളവർ തമ്മിൽ കാണാറുള്ളൂ. വർഷങ്ങൾക്ക് ശേഷമുള്ള കൂടിക്കാഴ്ചയാണ്. എന്തെല്ലാം മാറ്റങ്ങളായിരിക്കും ഓരോരുത്തർക്കും സംഭവിച്ചിരിക്കുക? എല്ലാവരുടെയും വാട്ട്സാപ്പ് ഡിപികൾ മക്കൾ കയ്യടക്കിയിരിക്കുന്നു. ഫേസ്ബുക്കിലെ പടങ്ങൾ പൂർണ്ണമായി വിശ്വസിക്കാൻ വയ്യ. അവരും എന്നെപോലെ വർഷങ്ങൾ പഴക്കമുള്ളതാണ് ഇടുന്നതെങ്കിലോ? അങ്ങനെ വളരെ കൂലങ്കഷമായ ചിന്തകളുമായി എം.ജി. റോഡിലുള്ള ഹോട്ടൽ ഗ്രാൻഡിലേക്ക് യാത്രയായി. ടോൾ ഇനി എപ്പോൾ വേണമെങ്കിലും ആരംഭിക്കാം എന്ന ഭീഷണി നിലനിൽക്കുന്നതിനാൽ പരമാവധി ഓസ്സാമെന്ന് കരുതി ഞാൻ വല്ലാർപ്പാടം ടെർമിനൽ റോഡിലേക്ക് വണ്ടി തിരിച്ചു. ദൂരെ ഒരു പയ്യൻ നിർത്താതെ ലൈക്കടിക്കുന്നു.

പതിനഞ്ച് വയസ്സിനടുത്ത് പ്രായം. പാർക്കുകളിൽ ചെടി വെട്ടി നിറുത്തിയിരിക്കുന്നത് പൊലുള്ള മുടി. കണങ്കാലിന് വളരെ മുകളിലായി ശരീരത്തിൽ ലാമിനേറ്റ് ചെയ്തുപിടിപ്പിച്ച പാന്റ്സ്. കൈമുട്ടിന് മുകളിലേക്ക് മടക്കി വച്ച, നിതംബത്തിന് വളരെ താഴെവരെ ഇറക്കമുള്ള, ട്രെയിൻ പോലും ചവുട്ടി നിർത്തിപ്പോകുന്ന ചുക ചുകന്നൊരു ഷേർട്ട്, അതേ നിറത്തിലുള്ള ഷൂസ്. ഈ ചെറുക്കനിതെന്തിനാണ് എന്റെ കാറിന് ലൈക്കടിക്കുന്നതെന്ന് കരുതി വണ്ടി പതിയെ അവന്റെയടുത്ത് നിർത്തി. അവൻ വണ്ടിയിൽ ചാടിക്കയറിയപ്പോഴാണ് മനസ്സിലായത് പുള്ളി ലിഫ്റ്റ് ചോദിച്ചതാണെന്ന്. ചെറുപ്പക്കാരുമായുള്ള ഇടപഴകൽ നമ്മളെയും ചെറുപ്പമാക്കുമെന്ന് നമ്മുടെ മെഗാസ്റ്റാർ പറഞ്ഞത് പെട്ടെന്നോർത്തു. ഇന്നൊരു പത്ത്

വയസ്സ് കുറച്ചിട്ടുള്ള കാര്യമേ ഉള്ളൂ. അതിനേറ്റവും നല്ലത് ഈ ചങ്ക് ബ്രോ തന്നെ. ഞാനൊന്ന് പുഞ്ചിരിച്ചു. അവനത് ശ്രദ്ധിച്ച് പോലുമില്ല. ഞാൻ ചമ്മി. പക്ഷേ വേറെയാരും കണ്ടില്ല. ചെറുപ്പമാകേണ്ടത് എന്റെ മാത്രം ആവശ്യമായിപ്പോയതുകൊണ്ട് ജാട മാറ്റിവച്ച് ഞാൻ ചോദിച്ചു, “മോന്റെ പേരെന്താ?”

“ഡെൻഫിൽ.”

‘ഡെന്നിസ് ഫിലോമിന ദമ്പതിമാരുടെ പുത്രൻ.’ ഞാൻ മനസ്സിൽ പറഞ്ഞു. എന്നിട്ടുറക്കെ ചോദിച്ചു, “എന്ത് ചെയ്യുന്നു?”

“പ്ലസ് വൺ.”

കഴിഞ്ഞു. ഇങ്ങോട്ട് ചോദ്യമൊന്നുമില്ല. നിമിഷങ്ങളുടെ നിശ്ശബ്ദത. എന്ത് ചെയ്യാം ആവശ്യം എന്റെയായിപ്പോയില്ലേ. വീണ്ടും ഞാൻ, “ഫ്രെണ്ട്സ്ന്റൊപ്പം പൊളിക്കാൻ പോവായിരിക്കും?”

"അതൊന്നുവല്ലേട്ടാ."

ചേട്ടാ, അങ്ങനെയാരെങ്കിലും വിളിച്ചിട്ട് വർഷങ്ങളായി. അവനെ വണ്ടിയിൽ കയറ്റിയത് ശരിക്കും മുതലായി. അഞ്ച് വയസ്സ് കുറഞ്ഞു കഴിഞ്ഞു. എന്റെയുള്ളിൽ ലഡ്ഡുകൾ ലോഡ് കണക്കിന് പൊട്ടിയ തറിയാതെ അവൻ തുടർന്നു. "കൈയിലൊള്ള ഫോൺ മൂന്ന് മാസായി, സെക്കൻഡ് ഹാൻഡാണ്. അതിന്റെ ആപ്പൊക്കെ ആകെ ജാമായി, ഗേംസ് ഫുൾ സ്ലോവായി, ആകെ ഡാർക്കാണ്. ഡാഡി യോട് ഒരു 5K തരാൻ പറഞ്ഞപ്പ കട്ട റോൾ. ലാസ്റ്റ് മമ്മി കാശ് തന്ന്. വീട്ടിലാകെ സീനാക്കി ഫോൺ മാറ്റാനെറങ്ങ്യാണ്."

ഇങ്ങനെ സംസാരിക്കുന്ന ആളുകളെ സിനിമയിൽ ധാരാളം കണ്ടിട്ടുണ്ടെങ്കിലും നേരിട്ടാദ്യമാണ്. ഞാൻ പിന്നൊന്നും മിണ്ടാതെ വണ്ടിയോടിച്ചുകൊണ്ടിരുന്നു. അല്പം കഴിഞ്ഞപ്പോൾ പുള്ളി ചോദിച്ചു. "നൈസ് വണ്ടിയാണല്ലാ?"

ഞാനൽപം അഹങ്കാരത്തിൽ പുഞ്ചിരിച്ചു.

"കൊറച്ച് സ്പീഡീ പൊക്കൂടെ? ഈ വഴീല് കാമറ ഒന്നൂല്ല ബ്രോ." പയ്യൻ തിരക്കിലാണ്.

ഞാനൽപം സ്പീഡ് കൂട്ടി. തീരെ വയസ്സായിട്ടില്ലാന്ന് തെളിയി ക്കണമല്ലോ. കഴിഞ്ഞ ആഴ്ച എന്നെയീ വഴിയിൽ വച്ച് പൊലീസ് പൊക്കിയതാണ്. ജീപ്പിൽ മറ്റേ ക്യാമറയും വച്ച് അവർ ഒളിച്ചിരി ക്കുന്നത് പെട്ടെന്ന് കണ്ണിൽ പെട്ടില്ല. അന്ന് ആശുപത്രിയിൽനിന്ന് വിളി വന്നിട്ട് അത്യാവശ്യമായിട്ട് പോവുകയായിരുന്നു. കാര്യം പറ ഞ്ഞപ്പോൾ പൊലീസുകാരൻ പറഞ്ഞു. "തെരക്കിലാണെങ്കി സാർ സമയം കളയണ്ടാ... ഒരു നാനൂറ് രൂപ തന്നട്ട് വേഗം പൊക്കോ." നല്ല തങ്കപ്പെട്ട പൊലീസുകാരൻ. നല്ല മാന്യമായ പെരുമാറ്റം. ഞാനന്ന് വേഗം കാശ് കൊടുത്തിറങ്ങി. ഇന്നിനി വീണ്ടും പിടി വീഴുമോ?

പെട്ടെന്ന്, ഇന്ത്യൻ സ്കൗണ്ട്രെൽ വെറൈറ്റിയിൽ പെട്ട ഒരു പട്ടി വട്ടം ചാടി. ഞാൻ വണ്ടി ആഞ്ഞ് ചവുട്ടിനിർത്തി. സീറ്റ് ബെൽറ്റ് ഇട്ടതുകൊണ്ട് ഞങ്ങൾക്കും ഇടാത്തതുകൊണ്ട് അവൾക്കും ഒന്നും പറ്റിയില്ല. പുള്ളിക്കാരി വളരെ കൂളായി ഫീലിങ് പുച്ഛം സ്റ്റാറ്റസും ഇട്ടോണ്ട് റോഡ് ക്രോസ്സ് ചെയ്തങ്ങ് പോയി.

"വെറ്തെയല്ലാ ഇതിനെയൊക്കെ കൊന്ന്കളയണന്ന് എല്ലാരും പറയണേ." ഞാനൽപം ഉറക്കെ പ്രതികരിച്ചു.

"അങ്ങനെ പറയല്ലേ ഏട്ടാ... അതൊരു മനുഷ്യജീവ്യല്ലേ? അയ്നും ജീവിക്കണ്ടേ?" അവൻ പറഞ്ഞു.

'ശ്ശെ, ഞാനെന്തൊരു ക്രൂരനാ?' ഒരു നിമിഷം എനിക്കെന്നോടു തന്നെ പുച്ഛം തോന്നി.

അല്പം കഴിഞ്ഞു വിഷയം മാറ്റാനായി ഞാൻ ചോദിച്ചു, "പ്രേമം കണ്ടാ?"

യൂത്തുമായി കണക്റ്റ് ചെയ്യാൻ സിനിമയേക്കാൾ നല്ലൊരു വിഷയമില്ല. ഇപ്പോഴത്തെ സ്ഥിതിയിൽ പ്രേമത്തിനേക്കാൾ നല്ലൊരു സിനിമയും. എന്റെ ഒടുക്കത്തെ സൈക്കോളജിക്കൽ മൂവ്.

"പ്രേമം പഴേ പടല്ലേയേട്ടാ? സംഭവം നുമ്മടെ ഫ്രെണ്ട്സ്ന്റെ മൊബൈലിലൊക്കെ കെടപ്പിണ്ട്."

അപ്പോഴത്തെ ദേഷ്യത്തില് അവനെയും അവന്റെ ഫ്രെണ്ട്സ് നെയും അവരുടെ മൊബൈലിനെയുമൊക്കെ സൈബർ സെല്ലി നെക്കൊണ്ട് പിടിപ്പിച്ചാലോന്നാലോചിച്ചു.

"ചേട്ടൻ ബാഹുബലി കണ്ടേ്യണാ?"

'യാറെ പാത്ത് യെന്നെ കേൾവി കേൾക്കറേണ്ടാ സിന്ന പയ്യാ...' അവനെയൊരു ചെറുപുച്ഛത്തോടെ നോക്കിയിട്ട് ഞാൻ പറഞ്ഞു, "പിന്നേ... അതൊക്കെ എന്നേ കണ്ടു. അവസാനത്തെ യുദ്ധം തകർ ത്തില്ലേ?"

"ആ അത് കൊള്ളാരുന്നു. പക്ഷേണ്ടല്ലാ ആ വെള്ളച്ചാട്ടത്തീ ക്കൂടെ കയറണ സീനും മഞ്ഞുമല ഉരുകണ സീനും കൊറച്ച് കോൺട്രെ യായിരുന്ന്."

'ഈ ചെക്കനെ ഞാനിന്ന് തല്ലിക്കൊല്ലും.' ഞാൻ വീണ്ടും മൗനി യായി.

"നിവിൻ താടി വച്ചട്ട് കൊള്ളായിരുന്നല്ലേയേട്ടാ?" പ്രേമത്തിന്റെ 55-ാം ദിന പോസ്റ്ററാണ് മൊത്തം.

"ശരിയാ... കട്ട കലിപ്പായിണ്ട്." അവനറിയട്ടെ ഞാനും മോഡേ ണാണെന്ന്.

"അയ്യേ... ഇതാണേട്ടാ കലിപ്പ്? കലിപ്പ് കാണണണോങ്കീ നുമ്മടെ ലാലേട്ടനെ കാണണം. ലോഹത്തിന്റെ പോസ്റ്ററ് കണ്ടാ? പിന്നെ ഇന്നൊരെണ്ണം പുതിയതെറങ്ങീട്ട്ണ്ട്. അതേട്ടൻ കണ്ടിണ്ടാവില്ല. പുലിമുരുകൻ ഫസ്റ്റ് ലുക്ക്! അതാണേട്ടാ കലിപ്പ്."

'ടാ മോനേ... നീയൊക്കെ വള്ളിക്കളസിട്ടോണ്ട് നടക്കണ കാലത്ത് ഏട്ടൻ ഈ സീൻ വിട്ടതാ.' പണ്ട് ഹോസ്റ്റലിൽ ഉറക്കമൊ ഴിച്ചിരുന്ന് ലാലേട്ടന് വേണ്ടി ഘോരഘോരം വാദിച്ചതൊക്കെ പെട്ടെന്ന് മനസ്സിലൂടെ കടന്നുപോയി. കൊച്ചി പഴയ കൊച്ചിയല്ല.

തോമ പഴയ തോമ തന്നെയാ. അല്ലാ... അത് തന്നെയാണ് പ്രശ്നം. അപ്ഡേറ്റട് അല്ലാ. നമ്മടെ മനസ്സിലിപ്പഴും നീലകണ്ഠനും ആട് തോമയുമൊക്കെ തന്നെയാ... അവിടേക്ക് പുലിമുരുകനൊന്നും കയറിയിട്ടില്ല.

"ഏട്ടാ... ഇന്നൊരു ജൂനിയർ കസബിനെ പട്ടാളക്കാര് പിടിച്ചണ്ട്. ഇനി അവനെയൊക്കെ കൊണ്ടോയി താമസോം ഫുഡുവൊക്കെ കൊടുത്ത് കൊറേ കഴിയുമ്പൊ നുമ്മടെ മാമനെ തൂക്കിക്കൊന്ന പോലെയങ്ങാട് തൂക്കിക്കൊല്ലും. ആകെ സീനാവും. ഇവനെയൊക്കെയിണ്ടല്ലാ... കയ്യീ കിട്ടുമ്പത്തന്നെ നൈസായിട്ടങ്ങാട് ഷൂട്ടെയ്തിടണം. പിന്നെ ഒരു പ്രശ്നോല്ല."

ആഹ! അടിപൊളി! അല്പം മുൻപ് 'പട്ടിയും ഒരു മനുഷ്യജീവിയല്ലേയേട്ടാ'ന്ന് പറഞ്ഞ ടീമാണ്.

എം.ജി. റോഡെത്തി. പക്ഷേ വണ്ടികൾ നീങ്ങാത്തതുപോലെ. പെട്ടെന്ന് പുള്ളി പറഞ്ഞു, "ഇവിടെ ലൈറ്റായിട്ട് ഒന്ന് സൈഡ് ആക്ക്യേക്കേട്ടാ."

'ഇവന്റെ ചേട്ടാ വിളിക്ക് ഒരു ആക്കിയ മണമുണ്ടോ? ലൈറ്റായിട്ട്?' ഏയ്... ഒക്കെ തോന്നലാ. ഞാൻ വണ്ടി നിർത്തി. ഇറങ്ങാൻ നേരം അവൻ പെട്ടെന്ന് കാറിന്റെ മുന്നിലെ എംബ്ലം കണ്ടിട്ട് ചോദിച്ചു. "കൂൾ സ്റ്റിക്കറാണല്ലാ മാൻ. സ്നേക്സും വിങ്സൊക്ക്യായിട്ട്. ഇത് ടാറ്റൂവടിച്ചാ പൊളിക്ക്യും. ഇതെവിടെന്നാണ്?"

"ഇത് ഹോസ്പിറ്റൽ എംബ്ലമാണ്. ഞാനൊരു ഡോക്ടറാണ്." ഇതുവരെ ഇല്ലാതിരുന്ന ഒരു ഗാംഭീര്യം വരുത്തിക്കൊണ്ട് പറഞ്ഞു. ഈ നിമിഷം വരെ ഇറക്കിയത് മുഴുവൻ ചീറ്റി. ഇനിയല്പം ബഹുമാനം പിടിച്ചുവാങ്ങിയേ പറ്റൂ.

"ഏട്ടൻ ഡോക്ടറാണാ? കണ്ടാ പറയൂല്ലാട്ടാ. എന്നിട്ടാണാ ഇങ്ങനെ സിനിമയൊക്കെ കണ്ട് നടക്കണത്? എന്തായാലും താങ്ക്സ് ബ്രോ."

"നീ പോടാ പുല്ലേ..." ഞാനുറക്കെ വിളിച്ചുപറഞ്ഞു. അവൻ നടന്ന് നീങ്ങി, ഞാൻ ഗ്ലാസ്സ് കയറ്റിയതിന് ശേഷം.

പെട്ടെന്ന് മുന്നിലെ ഒരു വലിയ പോസ്റ്റർ കണ്ണിൽ പെട്ടു, "കണ്ണുരുട്ടല്ലേ അങ്കിൾ... മെട്രോ ദാ എത്തിക്കഴിഞ്ഞു." അങ്കിൾ! ആഹാ! എന്തൊരു സുഖം... എന്തൊരു സംഗീതാത്മകം... ഐശ്വര്യത്തിന്റെ കാഹളനാദം മുഴങ്ങുന്നതുപോലെ...

■

കരിമണിയില്ലാത്ത കിനാശ്ശേരി

നോട്ടുനിരോധനം കഴിഞ്ഞ് ഒരു മാസത്തിനു ശേഷമാണ് ബാങ്കിലേക്ക് പോകുന്നത്. ATMൽ തിരക്കില്ലാത്തത് കണ്ടപ്പോൾ അതിൽ ചാടിക്കയറി. ഇളിഭ്യനായി... വിഷണ്ണനായി... എകാന്തനായി... ഞാൻ പുറത്ത് വന്നപ്പോൾ ബാങ്കിൽ ക്യൂ നിൽക്കുന്നവരുടെ മുഖത്ത് കണ്ട ആ ഭാവം ഞാൻ മുൻപ് കണ്ടിട്ടുള്ളത് പണ്ട് ഹോസ്റ്റലിൽ താമസിക്കുമ്പോഴാണ്. കക്കൂസ് കാലിയായി കിടക്കുന്നത് കണ്ട് അകത്ത് ചാടിക്കയറുമ്പോഴാണ് മനസ്സിലാവുക അതിൽ വെള്ളമില്ലെന്ന്. അങ്ങനെ ആകെ ചമ്മി പുറത്തിറങ്ങുമ്പോൾ കുളിമുറിയുടെ മുന്നിൽ ക്യൂ നിൽക്കുന്നവരുടെ കൂട്ടത്തിൽ അവിടന്ന് വെള്ളം പിടിച്ച് ഇവിടെ പോകാനുള്ള അത്യാവശ്യക്കാരുടെ ഒരു മുഖഭാവമുണ്ട്... 'ഞങ്ങള് പിന്നെ ഊ........ ഇവിടെ നിക്കണേ'ന്നുള്ളൊരു ഭാവം. അത് ഞാനിന്ന് വീണ്ടും കണ്ടു. അങ്ങനെ ഞാനവരുടെ പുറകിലായി ബാങ്കിന്റെ ക്യൂവിൽ ചേർന്നു. ഈ മാസത്തെ കാര്യങ്ങൾ നടക്കണമല്ലോ. ഏകദേശം ഒരു മാസം മുൻപാണ് അവസാനമായി കാശ് പിൻവലിച്ചത്. അന്ന് ഇരുപത്തിനാലായിരം വലിച്ചു. കാർഡുകൾ അത്യാവശ്യം ഉരച്ച് ഇതുവരെ പിടിച്ചുനിന്നു. വീടുപണി തുടങ്ങിയതിന് പിന്നാലെ വന്ന ഈ പണി കാരണം പണി മാത്രം ബാക്കിയായി. വീടെങ്ങും എത്തിയില്ല.

കഴിഞ്ഞ മാസത്തേതിനേക്കാൾ ക്യൂവിന് നീളം വല്ലാതെ കുറഞ്ഞിരിക്കുന്നു. ഇത്തവണ മുന്നിൽ ഒരു പത്ത് പന്ത്രണ്ട് പേരേയുള്ളൂ. അതും സ്ഥലം കൊച്ചിയായിരുന്നിട്ട് കൂടി മുഴുവൻ മലയാളികളും. എന്റെ പിന്നിൽ ഒരാൾ നിൽക്കുന്നുണ്ട്. പുള്ളി ഈ നില്പെല്ലാം ആസ്വദിക്കുന്ന മട്ടുണ്ട്. അതിർത്തിയിലെ പട്ടാളക്കാരെക്കുറിച്ചോർത്തുള്ള നില്പാണെന്ന് തോന്നുന്നു. വരി മെല്ലെ നീങ്ങുന്നുണ്ട്. ഞാൻ ഏകദേശം കൗണ്ടറിലെ ആളുടെ മുഖം കാണുന്നത്ര അടുത്തെത്തി. ഏറ്റവും മുന്നിലെയാൾ കാശ് വാങ്ങിക്കൊണ്ട്

തിരിഞ്ഞു. പുള്ളിയുടെ മുഖം കണ്ടപ്പോൾ എനിക്കോർമ്മ വന്നത് 'ഈ പുഴയും കടന്ന്' എന്ന സിനിമയാണ്. പ്രായപൂർത്തിയായ മൂന്ന് പെൺപിള്ളേരെ എങ്ങനെ കെട്ടിച്ചുവിടും എന്നോർത്ത് ആവലാതി പൂണ്ടുനിൽക്കുന്ന അതിലെ മുത്തശ്ശിയെ. ഈ പുള്ളിയുടെയടുത്ത് അഞ്ചെണ്ണമായിരുന്നു. എങ്ങനെ ചെലവാക്കുമെന്നറിയാത്ത രണ്ടായിരത്തിന്റെ അഞ്ചെണ്ണം.

ഞാൻ വീണ്ടും വരിയിൽ ശ്രദ്ധ കേന്ദ്രീകരിച്ചു. ഭാഗ്യമെന്നു പറയട്ടെ, എന്റെ തൊട്ടുമുന്നിൽ വച്ച് അയാൾ കൗണ്ടറടച്ചു. "ഇനി അര മണിക്കൂറ് കഴിഞ്ഞേ ഒള്ളൂ. ഞാനെന്തെങ്കിലുമൊന്ന് കഴിച്ചിട്ട് വരാം." അവരുടെ ദയനീയമായ ആ അവസ്ഥ കണ്ടപ്പോൾ എനിക്ക് ദേഷ്യം തോന്നിയില്ലെന്ന് മാത്രമല്ല രണ്ടുരുള ചോറ് വാരിക്കൊടുക്കാൻ വരെ തോന്നി. എന്റെ തൊട്ടുപിന്നിലെയാളും വളരെ സൗമ്യനായി നിൽക്കുന്നുണ്ട്. അതിന് പുറകിലുള്ള എല്ലാവരും പിതൃസ്മരണ നടത്തി പിരിഞ്ഞുപോയി. സ്മരിക്കപ്പെട്ട പിതാക്കളുടെ കൂട്ടത്തിൽ കൗണ്ടറിലെ ചേട്ടന്റെ മുതൽ ഗുജറാത്തിലെ മാമന്റെവരെയുണ്ടായിരുന്നു.

എന്തായാലും ഞാനവിടെത്തന്നെ നിൽക്കാൻ തീരുമാനിച്ചു. എന്റെ തൊട്ടുപിന്നിലെയാളും കൂട്ടിനുണ്ട്. അപ്പോഴതാ ഒരു മൂന്നാമൻ

കയറിവരുന്നു. പുള്ളി വന്നപാടെ പിന്നിലെയാളുടെ തോളത്ത് കയ്യിട്ടുകൊണ്ട് സംസാരിച്ചുതുടങ്ങി, "ബ്ലാക്കൊക്കെ വൈറ്റാക്കാൻ നിക്കണെയാല്ലേ?"

"ഒന്ന് പോടാപ്പാ... നുമ്മടടുത്തൊക്കെ എവടുന്നാണ് ബ്ലാക്ക്?"

"അപ്പ അന്ന് മറ്റേ സ്ഥലം വിറ്റപ്പ കിട്ടിയതൊക്കെ തീർന്നാ. അതൊരു അഞ്ച് സീയാറിന്റെ സ്റ്റഫായിരുന്നല്ലാ?"

"അത് കറക്റ്റാണ്. പക്ഷേ മുപ്പത് ബ്രോക്കർമാരിണ്ടാര്ന്ന്. കയ്യീ കിട്ടിയപ്പ ഒന്നൂണ്ടായില്ല. അത് ഒരുകണക്കിന് നന്നായി. ഇല്ലെങ്കീ ഇപ്പ ആകെ സീനായേനേ."

"എന്ത് സീൻ?"

"ഇതെങ്ങനെ മാറ്റും. മൊത്തം ബ്ലോക്കാക്കിക്കളഞ്ഞില്ലേ?"

"തേങ്ങയാണ്. 2.5 ലാക്ക്സ് വരെ സിംബിളായിട്ട് അക്കൗണ്ടിലിടാ. അതിന്റെ മോളിലൊള്ളതൊക്കെ പത്ത്ക്ക് എട്ടിന് മാറ്റാനാളിണ്ട്. ഇപ്പ ചെലപ്പ കൊറച്ച് കൂടീണ്ടാവും. നിങ്ങ ആളിണ്ടങ്ങി പറഞ്ഞോ. നുമ്മക്ക് നൈസ്സായിട്ട് മാറ്റികൊടുക്കാ. കമ്മീഷൻ കിട്ടും."

വെറുതെയല്ല. ഒറ്റ ബാങ്കിന്റെ ക്യൂവിലും ഞാനിതുവരെ മരുന്നിന് പോലും ഒരു 'കരിമണികുരുവിയെ കണ്ടില്ല.'

"ഏയ്... അതൊന്നും ശരിയല്ല. ഇതോട് കൂടി ഈ സംഭവം ഇല്ലാണ്ടാവണം. അംബാനീം അഡാനീം പെട്ടില്ലേലും വേണ്ടൂല്ല. എന്റെ വീടിനടുത്തുള്ള മൂന്നാലെണ്ണം മൂ..."

"നിങ്ങക്ക് വട്ടാണാ മാൻ. ബസീ പോണോരൊക്കെ ഇപ്പോ നടക്കണെയണ്. പക്ഷേ കാറീ പോണോരൊക്കെ ഇപ്പഴും കാറീ തന്ന്യേണ് പോണത്. ഇതൊന്നും നിക്കാൻ പോണില്ല."

"പക്ഷേ കള്ളനോട്ട് നിക്കും."

"എന്നാ കൊള്ളാ... പക്ഷേ അതും ഇറങ്ങിത്തൊടങ്ങീന്ന് പറയിണ്ടാരുന്ന്."

"ആര്?"

"വാട്ട്സാപ്പില്."

"അതൊക്കെ വെർതേ പറയണെയാണ്."

"ആയാ മതി. ഇല്ലെങ്കീ ഇത് മുഴോൻ കാണിച്ചട്ട് ആകെ ഡാർക്ക് സീനായി പോവൂല്ലേ?"

"ഇനി അല്ലെങ്കിലും കളിയൊന്നും നടക്കൂല്ല മാൻ. ഫുൾ ക്യാഷ് ലെസ്സ് ആവണ്ണ്യേണ്."

“ക്യാഷ്‌ലെസ്സ് ആവണ കാര്യം ആകെ സീരിയസായിട്ടെടുത്തേക്കണത് ATMകളാ. അഞ്ച് സ്ഥലത്ത് പോയി. ഒറ്റ സ്ഥലത്ത് ക്യാഷിണ്ടായില്ല,” എന്റെയൊരു ഹ്യൂമർ സെൻസ്.

“ഫുൾ കാർഡാവാൻ പോണെയണ്.”

“അതിനൊക്കെ ഇനിയും സമയെടുക്കും. ഇതുവരെ റയിൽവേ കൗണ്ടറുകള് പോലും കാർഡാക്കീട്ടില്ല.” ഞാൻ അവരോടൊപ്പം കൂടി. സമയം പോകണ്ടേ.

“അത് ഇവിടത്തെ ആൾക്കാരെ കൊള്ളൂല്ലാണ്ടാണ്.”

“അതിന് റെയിൽവേ സെൻട്രലിന്റെ കീഴിലല്ലെ?”

പുറകിലെ ആൾക്ക് നേരിയ മതിപ്പൊക്കെയായിട്ടുണ്ട്. പുള്ളി ആ വാട്ട്സാപ്പ് മെസ്സേജ് വായിച്ചിട്ടില്ലെന്ന് തോന്നുന്നു. ഞാൻ കട്ട സീരിയസാണ്. “എന്തൊക്കെ പറഞ്ഞാലും ഇത്ര വലിയൊരു സംഭവത്തിനൊള്ള ഒരു ഹോം വർക്കോ പ്രെപ്പറേഷനോ ആരുടെ ഭാഗത്ത്ന്നും ഇണ്ടായിട്ടില്ലാന്നൊള്ളത് നമ്മള് അംഗീകരിച്ചേ പറ്റൂ. ഇല്ലെങ്കി RBIക്ക് ഇങ്ങനെ മണിക്കൂറിന് മണിക്കൂറിന് പോളിസി മാറ്റേണ്ടി വരില്ലായിരുന്നല്ലോ. പക്ഷേ ക്യാഷ് ലെസ്സായാ ഈ ബുദ്ധിമുട്ടൊന്നും വെറുതെയാവില്ല. സ്വീഡെനൊക്കെ പണ്ടേയങ്ങനെയാ. അറിയില്ലേ സ്വീഡെൻ. നമ്മടെ ബ്ലാസ്റ്റേഴ്സിന്റെ പോലെ മഞ്ഞ ജെർസിയിട്ട് ഫുട്ബോൾ കളിയ്ക്കണെ?” അങ്ങനെ സ്വീഡെനെക്കുറിച്ച് എനിക്കറിയുന്നതെല്ലാം ഞാനിങ്ങനെ പറഞ്ഞുകൊടുത്തുകൊണ്ടിരിക്കുന്നു. രണ്ട് പേരും വാ പൊളിച്ച് ഒരുമിച്ച് തലയാട്ടുന്നു.

“അതുകൊണ്ട് കൊറേ ഗുണങ്ങളിണ്ട്. പക്ഷേ റിലയൻസ് SBI ടൈഅപ് ഈ ക്യാഷ്‌ലെസ്സ് എക്കണോമി ചൂഷണം ചെയ്യാനുള്ള സാദ്ധ്യത തള്ളിക്കളയാൻ പറ്റില്ല. കൊറച്ചുംകൂടി ദീർഘവീക്ഷണം ഇണ്ടായിരുന്നെങ്കി ആദ്യം മൂന്ന് ദിവസം, പിന്നെ ഒന്നര മാസം, അതുകഴിഞ്ഞ് അര കൊല്ലം, അങ്ങനെ അങ്ങനെ മാറ്റി മാറ്റി പറയേണ്ട സ്ഥിതി വരില്ലായിരുന്നു. ഇതിപ്പൊ അക്കങ്ങൾ ചെറുതാവിണ്ടെങ്കിലും ദിവസങ്ങള് കൂടാണല്ലോ?” വായിച്ച ഒരുവിധം ഫോർവേർഡുകൾ മുഴുവനും ഞാനവിടെ വാരിവിതറി, അക്കരെയക്കരെയക്കരെയിൽ സോമൻ വെടിവയ്ക്കുന്നപോലെ. അപ്പോൾ ഞാനെന്ത് പറഞ്ഞാലും രണ്ട് പെരും ചെയ്യും. കുറച്ച് ബ്ലാക്കുണ്ടായിരുന്നെങ്കിൽ... രണ്ട് പെരുടെയും അക്കൗണ്ട് വഴി രണ്ടരേം... രണ്ടരേം... അഞ്ച് സിംപിളായിട്ട് മാറ്റായിരുന്നു. ആരൊക്കെ വിലക്കിയാലും അവരതെനിക്ക് വേണ്ടി ചെയ്തേനെ.

അപ്പോഴേക്കും കൗണ്ടർ വീണ്ടും തുറന്നു. എന്റെ കാശ് റെഡി യായി. കെട്ടുപ്രായമായത് പന്ത്രണ്ടെണ്ണം ഒറ്റക്കെട്ടിൽ. "ഒരു രണ്ടാ യിരത്തിന് ചേഞ്ച് കിട്ടോ?"

"പുതിയ അഞ്ഞൂറ് ഇറങ്ങീന്ന് പറയുന്നു. ഇവിടെ വന്നില്ല. പഴയ നൂറ് കഴിഞ്ഞു. പത്തിന്റെ കെട്ടായിട്ട് വേണെങ്കി തരാം."

"ഓ വേണ്ട. ഞാനിന്ന് കാറിലാ വന്നേ. വേറൊരു ദൂസം പെട്ടി യോട്ടോല് വന്ന് വാങ്ങിച്ചോളാം."

ശോഭ ചിരിച്ചില്ലെന്ന് മാത്രമല്ല കട്ട പുച്ഛവും. നോട്ട് നിരോധന ത്തോടെ എല്ലാവരുടെയും ഹ്യൂമർ സെൻസ് സെൻസെക്സ് പോലെ തകർന്നിരിക്കുന്നു. വെരി ബാഡ്. ഞാൻ മെല്ലെ തിരിഞ്ഞു. അപ്പോ ഴതാ നേരത്തെ ക്ലാസ്സെടുത്തുകൊടുത്ത രണ്ടാമൻ.

"ചേട്ടാ... അപ്പോ ഈ നോട്ട് നിരോധനം നല്ല്യേണാ ചീത്ത്യാണാ?"

"തെരിയിലയേ പാ... തെരിയിലയേ..."

(BGM: തെൻപാണ്ടി ചീമയിലെ...)

■

ശിങ്കാരി മണികൾ

ഒരു ഞായറാഴ്ച ആകസ്മികമായി പള്ളിയിൽ നേരത്തെയെത്തി. അച്ചന്റെ പ്രസംഗം പൊടി പിടിക്കുന്നു. പതിവ് തെറ്റിക്കാതെ, ഞാൻ പലവിചാരങ്ങളിലേക്ക് ചേക്കേറി.

ഹാ... എന്റെയൊക്കെ ചെറുപ്പത്തിൽ...

മംഗലാപുരത്ത് മിലാഗ്രെസ് പള്ളിയിലെ ഇംഗ്ലീഷ് കുർബാനകൾ എന്ത് രസമായിരുന്നു. തുടങ്ങുമ്പോഴേക്കും കഴിയും. അതിന് ശേഷം കോഴിക്കോട് വച്ചുള്ള മലയാളം കുർബ്ബാനകൾ. ഹൊ! ഭയങ്കര നീളം. പിന്നെ വന്നത് ഇരിഞ്ഞാലക്കുട ബോർഡിംഗ് കാലത്തെ കുർബാനകളായിരുന്നു. പ്രധാന പരിപാടി കുർബ്ബാന സ്വീകരണ സെൻസസ്... ആകെ മൊത്തം എത്രയാളുകൾ... അതിൽ ആണെത്ര... പെണ്ണെത്ര... ഏതെങ്കിലും പെൺകുട്ടികൾ സ്വീകരിക്കാൻ വന്നില്ലെങ്കിൽ അവള് ചെയ്ത പാപമെന്തായിരിക്കും... അങ്ങനെ മൊത്തത്തിൽ ജഗപൊഗ... എങ്കിലും നല്ല ഈമാനുള്ള കുട്ടിയായിരുന്നെന്ന് അവർക്ക് തോന്നിയതിനാൽ അന്നെന്നെ സലേഷ്യൻ സഭയിൽ ചേരാൻ വിളിച്ചതായിരുന്നു. പിന്നെ ഒറ്റപ്പുത്രനായതുകൊണ്ട് അവർ തന്നെ വേണ്ടെന്നുവച്ചു. അതിനുശേഷം തൃശ്ശൂർ പുത്തൻപള്ളിയിലെയും കോഴിക്കോട് ദേവഗിരിയിലെയും കുർബാനകൾ.

തലേ ആഴ്ച കിട്ടിയ പിരിവിന്റെ കണക്ക് പറയുന്നത് അവ്യക്തമായി കേൾക്കുന്നുണ്ട്. അത് കുറഞ്ഞുപോയതിന്റെ പരിഭവവും. ഫ്ളാഷ് ബാക്കാണോ? ഞെട്ടലോടെ ചുറ്റും നോക്കി. എല്ലാവരും ചെറുതായിട്ടൊന്നിളകിയിട്ട് വീണ്ടുമിരിക്കുന്നു. അപ്പോൾ ഇത് ലൈവ് ടെലെകാസ്റ്റാണ്. ഒന്നിനും ഒരു മാറ്റവുമില്ല. ഞാൻ സ്ഥലകാല ബോധം വീണ്ടെടുത്തു. കുർബാന തുടർന്നു. ഞാൻ ചേക്കേറൽ നിർത്തി ഊളിയിടാൻ തുടങ്ങി.

ഇപ്പോൾ ക്രിസ്മസ് കാലത്ത് മാത്രമേ പള്ളിയിൽ ഒരു ഹരമുള്ളു. നല്ല അടിപൊളി പുൽക്കൂട് കാണാം. പ്രത്യേകിച്ച്, മത്സരമൊക്കെയുള്ള പള്ളികളിൽ. ഇടപ്പള്ളി പള്ളിയിലെ ചില പുൽക്കൂടൊക്കെ

നേരെ ബാഹുബലിയുടെ സെറ്റിൽ കൊണ്ടുവയ്ക്കാം. അല്ലെങ്കിലും ക്രിസ്മസ് കാലത്തെ രസമൊന്നും വേറെ ഒരു കാലത്തും കിട്ടില്ല. കാലാവസ്ഥതന്നെ കിടുവല്ലെ. ഈസ്റ്ററൊന്നും തീരെ പോരാ. കച്ചവട സാധ്യതയില്ലാത്തതുകൊണ്ട് മൊത്തത്തിൽ പ്രൊമോസൊക്കെ വളരെ മോശം. വീട്ടിലിരുന്നാലും വഴിയിലിറങ്ങിയാലും ക്രിസ്മസ് സീസണാണെങ്കിൽ മൊത്തത്തിൽ ഒരോളമാണ്. ഓണം സീസ ണോട് കട്ടയ്ക്ക് നിൽക്കാൻ ഇതേയുള്ളൂ. ഇവിടെ അരക്കൊല്ല പരീക്ഷ, അവിടെ കാൽക്കൊല്ല പരീക്ഷ. അവിടെ പൂക്കളം, ഇവിടെ പുൽക്കൂട്. ഇവിടെ സാന്റ, അവിടെ മാവേലി. അവിടെ ഓണപ്പാട്ടു കൾ, ഇവിടെ കരോൾ ഗാനങ്ങൾ. ആഹാ! ആഹഹാ!

കരോൾ ഗാനങ്ങൾ എന്ന് പറഞ്ഞപ്പോഴാണ് ഓർത്തത്. എത്ര യെത്ര തരത്തിലുള്ള ജിംഗിൽ ബെൽസാണ്. പല രാജ്യങ്ങളിൽ പല ഉപകരണങ്ങൾ ഉപയോഗിച്ച് ഒരേ പാട്ട്. എന്താ അതുപോലൊ രെണ്ണം ഇവിടെ ആരും എടുക്കാത്തത്? ഓണത്തിന്റെ കൊട്ട്... ക്രിസ്മസിന്റെ പാട്ട്... കിടിലൻ കോമ്പോ!

അപ്പോഴേക്കും കുർബാന കഴിഞ്ഞു. പള്ളിയിൽ നിന്നും വീട്ടി ലേക്ക് ഓടിയെത്തി. യൂട്യൂബ് മുഴുവൻ അരിച്ചുപെറുക്കി. ഇല്ല... നമ്മുടെ നാട്ടിലെ സ്ഥാവരജംഗമവസ്തുക്കളുപയോഗിച്ച് ആരും അങ്ങനൊരെണ്ണം ഇറക്കിയിട്ടില്ല. ഉടനെ സൗഹൃദവലയത്തിലുള്ള മേളക്കാരൻ അനിയെ വിളിച്ചു. "അനിയെ, പഞ്ചാരി മേളം വച്ച് ജിംഗിൽ ബെൽസ് പാട്ട് പിടിയ്ക്കാൻ പറ്റ്വോ?"

"പിന്നെന്നാ... പക്ഷേയൊണ്ടല്ലോ... ഇതിന് ശിങ്കാരിയായിരിക്കും നല്ലത്. പഞ്ചാരി ശരിയാകുകേല."

"ഓഹോ... അത് രണ്ടും രണ്ടാണല്ലേ?"

"പഞ്ചവാദ്യം വേറെയുണ്ട്."

"അടിപൊളി. നാടൻ കൊട്ടും ഫോറിൻ പാട്ടും. അത്രയേ യൊള്ളു ഉദ്ദേശ്യം."

"നടക്കുവെന്നേ."

കണവയോട് കാര്യം പറഞ്ഞു. അവൾക്കിഷ്ടപ്പെട്ടു. അതിന് ശേഷം പലരോടും ചോദിച്ചു. എല്ലാവരും തികഞ്ഞ പ്രോത്സാഹനം. ഓഡിയോ ചെയ്യാൻ പലരെയും മുട്ടാൻ നോക്കി. ജേക്സ് ബിജോയ്, ഷാൻ റഹ്മാൻ, അൽഫോൺസ് ജോസഫ്... ചിലരെ നേരിട്ട് മുട്ടി. ചിലരുടെ അടുത്ത് വരെയെത്തി. ആശയമൊക്കെ എല്ലാവരും അംഗീ കരിച്ചു. പക്ഷേ ആശയത്തേക്കാൾ വലുത് ആമാശയമായതുകൊണ്ട് നമ്മളെ തട്ടി. എങ്ങനെ മുന്നോട്ട് പോകണം എന്നൊരു ഊഹവുമില്ല.

വെറുതെ നടക്കുമ്പോൾ എല്ലാവരും 'ജിംഗിളേ ജിംഗിളേ' എന്ന് വിളിക്കുന്ന ഒരു ഫീൽ. അങ്ങനെയിരിക്കെ ഒരു ദിവസം, പെട്ടെന്ന് അമ്മ ഒരാളെക്കുറിച്ച് ഓർമ്മിപ്പിച്ചു.

ലിജിൻ ചേട്ടൻ. കസിനാണ്. കൊട്ടിസ്റ്റാണ്. പുള്ളിയെ വിളിച്ചു. 'ഇത് മ്മക്ക് പൊളിക്ക്യോടാ' എന്ന് പറയുക മാത്രമല്ല അതിന് പറ്റിയ ഒരാളെ മുട്ടിച്ചുതരുകയും ചെയ്തു. രജിത് ജോർജ്. ഫോൺ പെ ചർച്ച. ആദ്യത്തെ കൂടിക്കാഴ്ചയിൽ ഒരു സംഭവം കേൾപ്പിച്ചു. ആദ്യ കേൾവിയിൽ കൊള്ളാം... പക്ഷേ വീണ്ടും കേട്ടപ്പോൾ... പോരാ... എന്താണ് വേണ്ടതെന്ന് പറഞ്ഞുകൊടുക്കാൻ എനിക്കൊരു ചുക്കും ചുണ്ണാമ്പും അറിയാനും പാടില്ല. അനിയെ വീണ്ടും വിളിച്ച് കുറച്ചു കൂടി ചർച്ചിച്ചു. രജിതും ലിജിൻ ചേട്ടനുമായി രണ്ടാം വട്ട കൂടിക്കാഴ്ചയിൽ കാര്യങ്ങൾക്ക് കുറച്ചുകൂടി വ്യക്തത വന്നു.

ശിങ്കാരി മേളക്കാരായി ആട്ടം കലാസമിതി വന്നു. പാടാൻ ജോയ് ഫുൾ സിക്സിനെ തീരുമാനിച്ചു. കൊട്ട്, ഒരു പറമ്പിലും പാട്ട്, ഒരു സ്റ്റുഡിയോയിലും റെക്കോർഡ് ചെയ്തു. എല്ലാം കഴിഞ്ഞ് മിക്സിങ്, മാച്ചിങ്, ബാലൻസിങ് എന്നിവയെല്ലാം തീർത്ത് നവംബർ മുപ്പതിന് സാധനം അയച്ചുകിട്ടി. സംഭവം ഞാൻ വിചാരിച്ചില്ലേ... ആ... അതുക്കും മേലെ! ഇത് മതിയോ? കണവയെ കേൾപ്പിച്ചു. ഭർത്താവിന്റെ ഒരു സംരംഭം, ആദ്യകേൾവിയിൽതന്നെ ഭാര്യ പാസ്സാക്കുകാന്ന് പറഞ്ഞാൽ പിന്നെ അതിൽ കൂടുതൽ എന്തെങ്കിലും പറയാനുണ്ടോ! ഇനി വീഡിയോ എടുക്കണം.

2/12/19

നോക്കി വച്ചിരുന്ന പ്രൊഡ്യൂസറെ കണ്ടു. പാട്ടിന് കുറവൊന്നുമില്ല. പക്ഷേ കൈയിലെ കാശിനല്പം കുറവുണ്ട്. പുള്ളി പിൻവാങ്ങി. നിരാശ. മൂന്നാല് മാസമായി മനസ്സിൽ കൊണ്ടുനടന്നതെല്ലാം ഒറ്റയടിക്ക് കളയാനൊരു മടി. വേറെയാരോടെങ്കിലും ചോദിക്കാൻ അതിലും മടി. കാർ മാറ്റാനായി വിളിച്ചെടുത്ത ചിട്ടിക്കാശ് മറിക്കാൻ തീരുമാനിച്ചു. കണവയോട് പറയാനൊരു പേടി. പക്ഷേ ഒന്നും സംഭവിച്ചില്ല. അവള് കട്ടയ്ക്ക് കൂടെനിന്നു. അമ്മയും.

3/12/19

ഈ സംഭവം ആദ്യം ചർച്ച ചെയ്തവരിൽ ഒരാളായ സ്വരൂപിനെ വിളിച്ചു. 'അരവിന്ദന്റെ അതിഥികൾ' അടക്കമുള്ള പടങ്ങളുടെ ക്യാമെറമാൻ. പുള്ളിയും തിരക്കിലാണ്. എങ്കിലും ആളിത് ഏറ്റെടുത്തു.

പുള്ളിയുടെ കുഞ്ഞിന് ഞാൻ മരുന്ന് മാറ്റി കൊടുത്താലോ എന്ന് പേടിച്ചിട്ടാണോ എന്നറിയില്ല. മനസ്സിലുള്ള വിഷൽസ് മുഴുവൻ പങ്കുവച്ച് കഴിഞ്ഞപ്പോൾ, 'ഉള്ള ലോണൊന്നും പോരേടെയ്' എന്നൊരു ഉൾവിളി. അങ്ങനെ ബഡ്ജറ്റ് ചുരുക്കി ചുരുക്കി എറണാകുളം ബ്രോഡ്‌വേയോളം ചുരുങ്ങി.

അന്ന് വൈകുന്നേരം പെട്ടെന്ന് വാട്സപ്പിൽ ഒരു ലിങ്ക് അയച്ചു കിട്ടി. തുറന്നുനോക്കിയപ്പോൾ കണ്ണിൽ ഇരുട്ടുകയറി. ഇന്ത്യൻ സ്റ്റൈൽ ജിംഗിൽ ബെൽസ്. മുന്നോട്ട് പോകണോ വേണ്ടയോ എന്ന് സംശയം. പക്ഷേ ഇത് ഭംഗ്രയാണ്. നമ്മുടേത് ശിങ്കാരിയും. അവസാനം മുന്നോട്ട് പോകാൻ തീരുമാനം. വിചാരിച്ചതിലും മുൻപേ സംഭവം ഇറക്കാനും. നാല് ദിവസങ്ങൾ കഴിഞ്ഞ് ഞായറാഴ്ച ഷൂട്ട്. വെള്ളിയാഴ്ച റിലീസ്.

4/12/19

അനി വഴി ശിങ്കാരി മേളക്കാരെ ശരിയാക്കി. പക്ഷേ കണ്ടുവച്ചിരുന്ന കോറിയോഗ്രാഫർക്ക് ഒഴിവില്ല. അന്ന് രാത്രി ശരിക്കും ഉറങ്ങാൻ പറ്റിയില്ല.

5/12/19

പിറ്റേന്ന് പതിവുപോലെ ആശുപത്രിയിലേക്ക്. അന്ന് കുഞ്ഞിനെ കാണിക്കാൻ വന്നപ്പോഴാണ് രാജേഷ് സിനിമയിലൊക്കെ കോറിയോഗ്രാഫി ചെയ്യുന്ന ആളാണല്ലോ എന്നോർത്തത്. കാര്യം പറഞ്ഞ വഴി പുള്ളി ദ്വിമുദ്ര കാട്ടി. ഡാൻസിന്റെ കാര്യം പുള്ളിക്ക് വിട്ടു കൊടുത്തു.

6/12/19

അനുമതി വാങ്ങാനുള്ള സമയമൊന്നുമില്ലാത്തതിനാൽ ബ്രോഡ്‌വേ വേണ്ടെന്നുവച്ചു. സ്വരൂപിനയും കൂട്ടി വേറെ കുറച്ച് ലൊക്കേഷനുകൾ കണ്ടു. മഴ വന്നും പോയുമിരിക്കുന്നതിനാൽ ഔട്ട്ഡോറും ഒഴിവാക്കി. അങ്ങനെ റോയൽ വിഷൻ എന്ന ഷൂട്ടിംഗ് ഫ്ലോർ ഉറപ്പിച്ചു. ഒരു ചെറിയ പ്രശ്നം. ആർട്ട് വർക്ക് ചെയ്യാൻ ആരെയും കിട്ടിയില്ല. പാട്ട് പാടാൻ കുറച്ച് കുട്ടികളെയും വേണം. പുത്രൻസ് പഠിക്കുന്ന രാജഗിരി സ്കൂളിലെ ഒരമ്മയെ വിളിച്ചു. നിമിഷങ്ങൾക്കകം എല്ലാം റെഡി. പിള്ളേര് പാടും. അമ്മമാർ ആർട്ട് ചെയ്യും. കോംബോ ഓഫർ!

7/12/19

ആർട്ടമ്മമാർ അവരുടെ വീട്ടിലെ ക്രിസ്മസ് അലങ്കാരങ്ങളും പിന്നെ തലേന്ന് വാങ്ങിയ കുറച്ച് സാധനസാഗ്രികളുമായി എന്റെ അമ്മയുടെ ഫ്ളാറ്റിലേക്ക്, അവരുടെ പണിസ്ഥലത്തേക്ക്.

പിള്ളേരുടെ വസ്ത്രാലങ്കാരം ദിവ്യയെ ഏൽപ്പിച്ചു. സ്വരൂപിന്റെ ഭാര്യ. അവർ 'ഹൃദയം' സിനിമയുടെ ഡിസ്ക്കഷനൊക്കെ കഴിഞ്ഞ് ചെന്നൈയില് നിന്നും ഇറങ്ങിയതേയുള്ളൂ. കൈയോടെ പൊക്കി പണി കൊടുത്തു. ഭർത്താവ് ക്യാമറ. ഭാര്യ കോസ്റ്റ്യൂം.

അന്ന് രാത്രി കണവയുടെ ആശുപത്രിയിൽ ഡോക്ടർസ് ഡേ ആയിരുന്നു. കെട്ടിയോനും കെട്ടിയോളും കുട്ട്യോളുമെല്ലാമുള്ള നൃത്തനൃത്യങ്ങളുണ്ടായിരുന്നു. ഒരു മാസത്തോളം തയ്യാറെടുപ്പ് നടത്തിയിട്ടും ഞാൻ ചുവടുകൾ തെറ്റിച്ചു. ഒരുവിധത്തിൽ കുറച്ച് ഭക്ഷണം കഴിച്ചെന്ന് വരുത്തി അമ്മയുടെ ഫ്ളാറ്റിലെത്തി. അവിടെ അപ്പോഴും ആർട്ടമ്മമാർ നക്ഷത്രം എണ്ണിക്കൊണ്ടിരിക്കുകയാണ്. എണ്ണി എണ്ണി പെട്ടിയിൽ അടുക്കി വച്ചുകൊണ്ടിരിക്കുകയാണ്. എല്ലാം തീർത്ത് അത് രാത്രിതന്നെ ഷൂട്ടിംഗ് സ്ഥലത്തെത്തിച്ചു.

8/12/19

വെളുപ്പിന് എഴുന്നേറ്റ് സെറ്റിലേക്കുള്ള പുൽക്കൂട്, പകുതി പണി തീർത്ത് കാറിൽ കയറ്റി. ഏഴ് മണിക്ക് സെറ്റിലെത്തിയപ്പോൾ അവിടെ ഉത്സവപ്രതീതി ആയിക്കഴിഞ്ഞിരുന്നു. രാജഗിരി മാതാപിതാക്കളുടെ ഒരു പടതന്നെയുണ്ട്. പുൽക്കൂടിന്റെ ബാക്കി പണി അവരെ ഏൽപ്പിച്ചു. കുട്ടികളുടെ മേക്കപ് പട്ടണം ഷാനവാസ്. പുള്ളിയും രാജഗിരി പിതാവാണ്.

സ്വന്തം പുത്രന്മാരടക്കം രാജഗിരിയിലെ എട്ട് കുട്ടികൾ പാടിക്കൊണ്ടിരുന്നു. ക്ലൗഡ് നൈൺ ഡാൻസ് സ്കൂളിലെ പതിനൊന്ന് കുട്ടികൾ ഡാൻസ് കളിച്ചുകൊണ്ടിരുന്നു. കുന്നലക്കാടന്മാർ പതിനേഴ് പേർ ശിങ്കാരി കൊട്ടിക്കൊണ്ടിരുന്നു. ഹരിയും രാജേഷും ശിൽപയും നിർദ്ദേശങ്ങൾ നൽകിക്കൊണ്ടിരുന്നു. ലൈറ്റിന്റെ ആളുകൾ വെളിച്ചമടിച്ചുകൊണ്ടിരുന്നു. ക്യാമറ വിഭാഗം എല്ലാം പകർത്തിക്കൊണ്ടിരുന്നു. ബാക്കിയെല്ലാവരും എന്താണ് സംഭവിക്കുന്നതെന്നറിയാതെ അന്തം വിട്ട് കുന്തം വിഴുങ്ങിനിന്നു, രാത്രി ഒൻപതരയോടെ പായ്ക്കപ്പാകുന്നതുവരെ.

നാല് മാസത്തോളം ആലോചിച്ചും ഒരു മാസത്തോളം പ്ലാൻ ചെയ്തും ഒരാഴ്ചയോളം ഓടിനടന്നും ഒരു ദിവസംകൊണ്ട് പകർത്തിയതെല്ലാം കൂടി വെട്ടിക്കൂട്ടി രണ്ട് മിനിറ്റിലേക്ക് കുറുക്കിയെടുത്തു എഡിറ്റർ മഹേഷ്. മുരളി എല്ലാത്തിനും മേൽനോട്ടം വഹിച്ചു.

നാലാം നൂറ്റാണ്ടിൽ, ഇപ്പോഴത്തെ തുർക്കിയിൽ, ജീവിച്ചിരുന്ന സെ. നിക്കൊളാസ് എന്ന വ്യക്തിയെ അടിസ്ഥാനപ്പെടുത്തി, സാന്റാ ക്ലോസ് എന്നൊരു കഥാപാത്രത്തെ രൂപപ്പെടുത്തി, കൊക്ക കോള കമ്പനി അവരുടെ പരസ്യത്തിന്റെ ഭാഗമായി വരച്ചുണ്ടാക്കിയ ചുവന്ന കുപ്പായവും ഇടിയിച്ച്, ഫിൻലൻഡിൽ ഒരു പോസ്റ്റ് ഓഫീസും തുറന്നുവച്ചപ്പോൾ, സായിപ്പന്മാർ ഒരിക്കലും വിചാരിച്ചിട്ടുണ്ടാവില്ല, അങ്ങനെയുള്ള 18112 എണ്ണത്തിനെ, പപ്പടം ഉണക്കാനിടുന്നപോലെ നിരത്തിനിർത്തി, അതിന്റെ പേരിൽ ഒരു ഗിന്നസ് റെക്കോർഡ് ലോകത്തിന്റെ ഇങ്ങേയറ്റത്തുള്ള കേരളം എന്നൊരു കൊച്ച് സ്ഥലം അടിച്ചോണ്ട് പോവുമെന്ന്. (Boun Natale 2014 @ Thrissur)

ഉന്തിന്റെ കൂടൊരു തള്ളും എന്ന് പറഞ്ഞപോലെ, ദേ ഇപ്പോൾ അവരുടെ പാട്ടും നമ്മളിങ്ങെടുത്തു. ജയിംസ് ലോർഡ് പിയർപോണ്ട്

എന്നൊരു കക്ഷി താങ്ക്സ് ഗിവിങ് സോങ് എന്ന രീതിയിൽ ചിട്ടപ്പെടുത്തിയ, ഒരു കാലത്ത് പാർട്ടി സോങായി മാറിയ, പിന്നീട് ക്രിസ്മസ് സോങ് എന്ന രീതിയിലേക്ക് രൂപാന്തരപ്പെട്ട ഈ ഗാനം, അങ്ങനെ പുതിയ രൂപത്തിൽ 2019 ക്രിസ്മസിന് പുറത്തിറങ്ങി.

JINGLE BELLS with a SINKARI TWIST

■

തുമ്പ ചെന്നാകിത്തു

കാലങ്ങൾക്ക് ശേഷം, ഒഴിവാക്കാനാകാത്ത ഒരു വിമാനയാത്ര വന്നുപെട്ടു. എയർപോർട്ടിലേക്കെത്താൻ ഇപ്പോൾ തീരെ ബുദ്ധിമുട്ടില്ല, ഊബർ ഉണ്ടല്ലോ. പക്ഷേ ഗൂഗിൾ മാപ്പ് നോക്കി, ഏറ്റവും വളവും തിരിവുമുള്ള വഴി തിരഞ്ഞെടുത്ത്, അതിൽ നൂറെ നൂറ്റിപ്പത്തിൽ കത്തിക്കുന്ന ഒരു ഹോർണി ഡ്രൈവറായിരുന്നു വന്നത്. കുതിരപ്പുറത്തിരുന്ന് യാത്ര ചെയ്താൽ പോലും ഇത്രയും കുലുങ്ങേണ്ടി വരില്ലായിരുന്നു. അതിന് പുറമെയാണ് അവന്റെ നിർത്താതെയുള്ള ഹോർണടി. മജീഷ്യൻ, വാൾ തുണ്ടയിലേക്ക് കുത്തിയിറക്കുന്നത് കണ്ടിട്ടില്ലേ? ഏതാണ്ട് അതേ അവസ്ഥയിലാണ് ഞാൻ എയർപോർട്ടെത്തിയത്. വാൾ അകത്തുനിന്ന് പുറത്തേക്ക് വരാതെ നോക്കുന്ന പരുവത്തിലായിരുന്നെന്ന് മാത്രം.

കാറിൽ നിന്നിറങ്ങിയപാടെ യൂണിഫോമിട്ട രണ്ടാളുകൾ ഓടിവന്ന് കെട്ടിപ്പിടിച്ച്, പെട്ടിപിടിക്കൽ, ചെക്ക് ഇൻ ചെയ്യൽ എന്നിവ മിതമായ നിരക്കിൽ ചെയ്തുകൊടുക്കപ്പെടും എന്നറിയിച്ചു. പുതിയ പരിപാടിയാണെന്ന് തോന്നുന്നു. പക്ഷേ എയർലൈൻ കമ്പനിക്കാർ നിരവധി അനവധി മെസ്സേജുകൾ അയച്ച് പേടിപ്പിച്ചതിനാൽ വെബ് ചെക്ക്ഇൻ ചെയ്ത് ഫോണിൽ സോഫ്ട് കോർ... ഈ നശിച്ച ഓട്ടോ കറെക്റ്റ്... സോഫ്ട് കോപ്പി ഡൗൺലോഡ് ചെയ്തുവച്ചിരുന്നു. എന്നിട്ടും ധൈര്യം പോരാതെ പ്രിന്റ് ഔട്ട് ബാഗിലും വച്ചിരുന്നു.

സിങ്കത്തിലെ സൂര്യയെപോലെ ആകാര വടിവുള്ള ഖാഖി വേഷധാരികൾ നിരന്ന് നിൽക്കുന്നത് കൊച്ചി എയർപോർട്ടിൽ മാത്രമേ കാണാൻ കിട്ടൂ. കോവിഡ് കാരണം ലോകത്തിലെ മലിനീകരണം കുറഞ്ഞെന്നും ഭംഗി കൂടിയെന്നുമൊക്കെ എവിടെയൊക്കെയോ വായിച്ചിരുന്നു. കൊച്ചി എയർപോർട്ടിന്റെ കാര്യത്തിൽ അത് നൂറ് ശതമാനം സത്യമാണ്. എങ്കിലും വിജനമായ എയർപോർട്ട് കണ്ടപ്പോൾ അല്പം പേടി തോന്നി. കൗണ്ടറിലേക്ക് നടന്നു. അവിടെ പ്രായമായ ഒരപ്പൂപ്പൻ മാത്രം നിൽപ്പുണ്ട്.

"ഏത് സീറ്റാണ് വേണ്ടത്?"

"ഇരിക്കാനൊക്കണം." അപ്പൂപ്പന് ചെറിയ ആവശ്യങ്ങളേയുള്ളൂ.

"അതല്ല. ജനലിന്റെ അടുത്തുള്ളതാണെങ്കിൽ കാഴ്ചകൾ കാണാം."

"ഈ പ്രായത്തിലിനി എന്നാ കാണാനാ കൊച്ചേ?" കാഴ്ച കുറവാണേലും അപ്പൂപ്പന്റെ കാഴ്ചപ്പാട് വളരെ വ്യക്തമാണ്.

"എന്നാ പിന്നെ ഐൽ ഭാഗത്തുള്ളത് എടുക്കാം."

"എന്ന് വെച്ചാലെന്നാ?"

"നടുക്കുള്ള വഴിയുടെ അടുത്തുള്ളത്."

"അത് മതി. പെട്ടന്ന് മുള്ളാൻ പോകാനൊക്കുവല്ലോ."

ആ കൊച്ചിന്റെ വിളറിയ മുഖം കണ്ടപ്പോൾ, ഇതിന് മുൻപ് ആ വാക്ക് കേട്ടിട്ടേയില്ലെന്ന് തോന്നി. എന്തായാലും എന്റെ ബാഗ് വലിച്ചെറിയാനുള്ള അധികാരം അവിടെ കൊടുത്തിട്ട് ഞാൻ ഗുഹയിലേക്ക് നടന്നു. ഊരി വച്ചതൊന്നും ഊരണ്ടായിരുന്നെന്നും പുറത്ത് വച്ചതൊന്നും പുറത്ത് വയ്ക്കണ്ടായിരുന്നെന്നും അവർ പറഞ്ഞു. ഒടുക്കം അതെല്ലാം തിരിച്ചുകയറ്റി അവർ പറഞ്ഞതെല്ലാം ഊരി മാറ്റി ഗേറ്റ് വേ ഓഫ് എയർപോർട്ട് വഴി നടന്ന് കർത്താവിനെ കുരിശിൽ തറച്ചതുപോലെ നിന്നുകൊടുത്തു. ഞാൻ കറങ്ങി കറങ്ങി വന്നപ്പോൾ അയാളുടെ കൈയിലെ വലയില്ലാത്ത മൊസ്കിറ്റോ ബാറ്റ് പീ പീ എന്ന് ശബ്ദിച്ചു. ഇനി ഞാനറിയാതെ എന്റെ ദ്വാരത്തിൽ വല്ലതും... ജീൻസിന്റെ ബട്ടണായിരുന്ന്!

ഗേറ്റിന് മുന്നിൽ പോയിരുന്ന് മൊബൈൽ കയ്യിലെടുത്തതും വിളി വന്നതും ഒരുമിച്ചായിരുന്നു. പറഞ്ഞത് വൻ ഇംഗ്ലീഷ് ആയിരുന്നെങ്കിലും ഉള്ളടക്കം പഴയ റെയിൽവേ അനൗൺസ്മെന്റായിരുന്നു. ഫ്ളൈറ്റ് ഒരു മണിക്കൂർ വൈകും. അപ്പോഴാണ് പണ്ട് ക്രെഡിറ്റ് കാർഡ് പിടിപ്പിച്ച പയ്യൻ പറഞ്ഞത് ഓർമ്മ വന്നത്. ഏർത്ത് ലോഞ്ച് ഫ്രീ ആക്സെസ്സ്. അങ്ങോട്ട് നടന്നു. അകത്ത് കയറി. അവർ കാർഡ് ഉരച്ചു. അയ്യോ! ദേ ബില്ലും മെസ്സേജും. ഫ്രീ ആണെന്ന് പറഞ്ഞിട്ട്! ഭാഗ്യം... 2 രൂപ മാത്രം. ചടങ്ങാണ്. അത് ഓക്കെ.

ചാരി ഇരിക്കാൻ കുഷ്യനുള്ള കസേരയൊക്കെയുണ്ട്. ബാഗ് അവിടെ വച്ച് മുഖം കഴുകി വന്നപ്പോൾ അവിടെയൊരു പാത്രത്തിലേക്ക് ചൂടുള്ള എന്തോ ഒഴിക്കുന്നു. സ്വീറ്റ് കോൺ സൂപ്പ്, സൂപ്പെങ്കിൽ സൂപ്പ്. എന്ത് കോപ്പെങ്കിലും ചെയ്തിട്ട് സമയം കളയണ്ടേ? ഒരു സ്പൂൺ കോരി ബൗളിലേക്ക് ഒഴിച്ചു. ഇത് സൂപ് തന്നെയല്ലേ! പാത്രം മോറിയ വെള്ളമല്ലല്ലോ. നല്ലപോലെ ഇളക്കി അടിയിൽ

നിന്നും കോരി നോക്കി. അവിടെയുള്ള ബോർഡിൽ എഴുതി വച്ച തല്ലാതെ സൂപ്പിൽ അറിയാതെ പോലും ഒരു കോൺ വീണിട്ടില്ല. ഒഴിച്ചത് രുചിച്ച് നോക്കി. ചെറിയ മധുരമുള്ളമൊരു വെള്ളം. കുറേ കുരുമുളക് പൊടിയൊക്കെ കുടഞ്ഞിട്ട്, ചില്ലി സോസൊക്കെ ഒഴിച്ച്, റാംജിറാവിലെ സായ്കുമാറിനെപോലെയിരുന്ന ആ സാധനത്തിനെ കുഞ്ഞിക്കൂനനിലെ സായ്കുമാറാക്കിയെടുത്തു. അത് കുടിച്ചുതീർത്ത് കസേരയിലേക്ക് നടന്നു. ഫോൺ കുത്തിയിടാൻ നോക്കിയപ്പോ തൊട്ടടുത്തുള്ള പ്ലഗ് പ്ലിങ്. അങ്ങനെ മൂന്നാലെണ്ണം നോക്കി നോക്കി കസേരയൊന്നും അടുത്തില്ലാത്ത സ്ഥലത്ത് ഒരെണ്ണം ശരിയായി. ഫോൺ അവിടെ കുത്തിവച്ച് ഞാൻ കസേരയിൽ കണ്ണടച്ചിരുന്നു. എപ്പോഴോ മയങ്ങിപ്പോയി.

ഒച്ചയും അനക്കവും കേട്ട് കണ്ണ് തുറന്നുനോക്കുമ്പോ മൂന്നാലാളുകൾ കൂട്ടം കൂടി നിൽക്കുന്നുണ്ട്. കൂർക്കം വലിക്കുന്നത് കേട്ട് തല്ലാൻ വന്നതാണോ? അല്ലായിരുന്നു. ഒരു പെൺകൊച്ച് ഫോൺ കുത്തിയപ്പോൾ ചാർജ് കേറിയില്ല. അത് നോക്കാൻ വന്ന ബിടെക്ക് മാമന്മാരായിരുന്നു മൊത്തം. ഈ മാമന്മാർക്കെന്ത് സാമൂഹിക അകലം? പ്ലഗിന്റെ കുഴപ്പമാണെന്നറിയാനുള്ള പഠിപ്പെങ്കിലും തികഞ്ഞില്ലേ മക്കളേ നിങ്ങൾക്ക്? വെറുതെയല്ല നിരത്തിപ്പിടിച്ച് സപ്ളി അടിക്കുന്നത്. ഞാൻ എഴുന്നേറ്റുപോയി എന്റെ ഫോൺ ഊരിയെടുത്ത് അവിടെ കുത്തിക്കോളാൻ ആംഗ്യം കാണിച്ചു. മാമൻസിന്റെ നോട്ടം കണ്ടപ്പോ തോന്നി, ബാക്കി മൊത്തം അവരിപ്പോഴങ്ങോട്ട് പുഴുങ്ങിക്കൊടുത്തേനെയെന്ന്. ഞാൻ അവരെ മൈൻഡാകാതെ തിരിച്ച് കസേരയിൽ വന്നിരുന്ന് ഫോണിലേക്ക് തല താഴ്ത്തി. മുന്നിൽ ഒരു നിഴലനക്കം തോന്നി മുഖമുയർത്തി നോക്കിയപ്പോൾ ആ പെൺകൊച്ചാണ്. 'Thank you bhaiyya...'

വോ... ആയിക്കോട്ട്. മാസ്കുള്ളത് ഭാഗ്യം. ഇല്ലെങ്കിൽ മാമാജീന്ന് വിളിച്ചേനെ! ഞാൻ വീണ്ടും ഫോണിലേക്ക് തല പൂഴ്ത്തി. ഒരു മിസ്സ്ഡ് കോൾ. നേരത്തെ വന്ന നമ്പറുതന്നെ. ഒരു മെസ്സേജും വന്ന് കിടപ്പുണ്ട്. പിന്നെയും ഒരു മണിക്കൂർ വൈകുമത്രെ! കുറച്ചു കൂടി കഴിഞ്ഞപ്പോൾ വീണ്ടും മെസ്സേജ്. ഒരു മണിക്കൂർ കൂടി വൈകും. അതുകഴിഞ്ഞ് വന്ന മെസ്സേജ് 'ആനെ കി സംഭാവന ഹെ' ആയിരുന്നു. അങ്ങനെ, പറഞ്ഞതിലും മൂന്ന് മണിക്കൂർ വൈകിയാണെങ്കിലും ഫ്ളൈറ്റ് തയ്യാർ.

എല്ലാവരെയും ഒരു ബസ്സിലേക്ക് കുത്തിക്കയറ്റി. അപ്പോൾ തൊട്ടു മുൻപുവരെ അകലം പാലിച്ച് ഇരുത്തിയതും നിർത്തിയതും നടത്തിയതുമൊക്കെ എന്തിനായിരുന്നു? ബസ് അല്പം ദൂരേക്ക് പോയി വലിയ ആളനക്കമില്ലാത്ത ഒരു മൂലയിൽ എല്ലാവരെയും ഇറക്കി

വിട്ടു. അവിടെ ഒരു വണ്ടി കിടപ്പുണ്ട്. ഓട്ടോറിക്ഷയുടെ രണ്ട് ഭാഗത്തും രണ്ട് ടേബിൾ ഫാൻ പിടിപ്പിച്ചൊരു വണ്ടി. ചാടി കൈ വീശിയാൽ മുകളിലെ പൊടി തട്ടാം. അലുമിനിയം കോണി ചാരി വച്ച് പോലും ഫ്ളൈറ്റിൽ കയറിയിട്ടുണ്ട്. മുട്ടിപ്പലകയിട്ട് കയറുന്നത് ആദ്യമായിട്ടാണ്.

കുറച്ച് നേരം കഴിഞ്ഞപ്പോൾ വണ്ടി മെല്ലെ മെല്ലെ പുറകിലേക്ക് നീങ്ങിത്തുടങ്ങി. ടയറിന്റെ പുറകിൽ ഊട് വച്ചത് കണ്ടിരുന്നു. അതെങ്ങാനും മാറിപ്പോയതാണോ! അല്ലാ... അല്പം കഴിഞ്ഞപ്പോൾ മുന്നിലേക്ക് നീങ്ങുന്നുണ്ട്. റൺവേ മോശമായിട്ടാണോ അതോ ടയറിൽ കാറ്റില്ലാത്തതുകൊണ്ടാണോ എന്നറിയില്ല. നല്ല കുലുക്കമായിരുന്നു. അല്പം കഴിഞ്ഞ് ഒന്ന് നിർത്തി, പിന്നെ സ്പീഡ് കൂട്ടി, വണ്ടി മുന്നോട്ട് നീങ്ങി. ഇത് ശരിക്കും പൊന്തുമോ എന്ന് സംശയിച്ച എന്നെ അത്ഭുതപ്പെടുത്തിക്കൊണ്ട് ഹൈ ജമ്പിലൊക്കെ ആളുകൾ

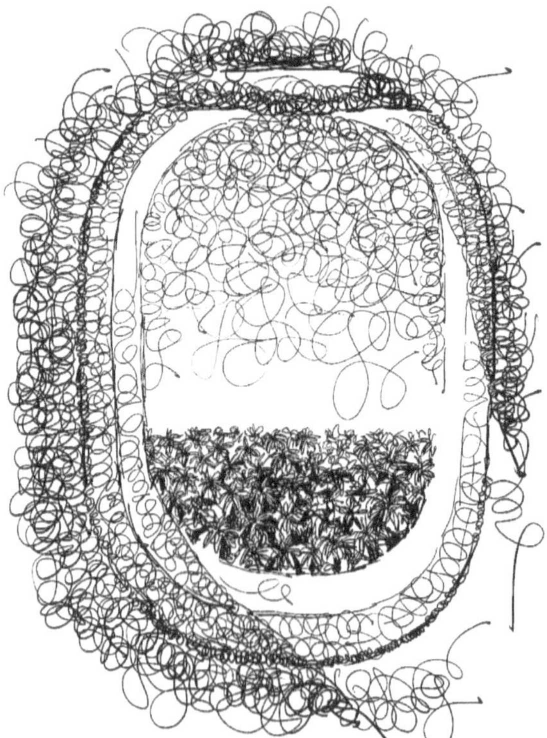

ചാടുന്നതുപോലെ അവൻ പെട്ടെന്ന് കുതിച്ചുപൊങ്ങി. കുറേ നേരം കഴിഞ്ഞ് നോക്കിയപ്പോഴും അവൻ ഒരുപാടൊന്നും ഉയർന്നിട്ടില്ല. പാടത്ത് കളിക്കുന്ന പിള്ളേർ ആരെങ്കിലും ഒന്നാഞ്ഞടിച്ചാൽ പന്ത് വന്നുകൊണ്ട് ചിലപ്പോൾ ചില്ല് പൊട്ടുമെന്ന അവസ്ഥ.

അല്പംകൂടി താഴ്ന്ന് പറന്നാൽ ഇതുപയോഗിച്ച് തേങ്ങ പറിക്കുന്ന ഒരു സ്റ്റാർട്ട്അപ് തുടങ്ങാലോ എന്നൊരു ചിന്ത വന്നപ്പോഴേക്കും പെട്ടെന്ന് സീറ്റ്ബെൽറ്റ് ഇടാനുള്ള സൗണ്ടും ലൈറ്റും വന്നു. പുറകെ വിളംബരവും. മുള്ളാൻ പകുതി വഴിയെത്തിയ ഒരുത്തനെ എയർഹോസ്റ്റെസ്സ് തിരിച്ചോടിച്ചു. എന്നിട്ട് പുള്ളിക്കാരി കോക്ക് പിറ്റ് വാതിലിൽ തട്ടി. പൈലറ്റ് ഇറങ്ങി ടോയ്‌ലറ്റിൽ കയറി. എയർഹോസ്റ്റെസ്സ് കോക്ക്പിറ്റിലേക്കും. "ഇതിപ്പോ ടർബുലൻസ് വന്നപ്പോ പുള്ളിക്ക് മുട്ടിയതാണോ അതോ മുട്ടിയപ്പോ ടർബുലൻസ് വന്നതാണോ? ആ പുള്ളിക്കാരി എന്തിനാ കോക്ക്പിറ്റിൽ കയറിയത്? ഫ്ളൈറ്റിന് പറയത്തക്ക പ്രശ്നങ്ങൾ ഒന്നുമില്ല. മാത്രമല്ല പുള്ളിക്കാരിയുടെ മുഖത്ത് പൊള്ളൽ പോയിട്ട് ഒരു മുഖക്കുരു പോലുമില്ല. അങ്ങനെയുള്ള എയർഹോസ്റ്റെസ്സിന് ഫ്ളൈറ്റ് ഓടിക്കാനറിയുമോ?' അപ്പോഴതാ ആദ്യം കയറിയ പൈലറ്റ് ഇറങ്ങി അകത്തേക്ക് പോയിട്ട് രണ്ടാമത്തെ പൈലറ്റ് പുറത്തിറങ്ങി ടോയ്‌ലറ്റിൽ കയറുന്നു. ഈ പുള്ളിക്ക് ആറടിക്ക് മുകളിൽ പൊക്കമുണ്ട്. അതിനകത്തുനിന്ന് മുള്ളണേൽ മിനിമം ബാബ രാംദേവിന്റെ അത്രയെങ്കിലും യോഗ വശമുണ്ടാകണം. പുള്ളി എങ്ങനെയോ കാര്യം നടത്തി പുറത്തിറങ്ങി അകത്തേക്ക് കയറി. എയർഹോസ്റ്റെസ്സ് പുറത്തിറങ്ങി. 'പണ്ട് ഡ്രൈവിംഗ് പഠിക്കാൻ തുടങ്ങുന്ന സമയത്ത് ആദ്യം സ്റ്റീയറിങ് മാത്രം പിടിക്കാൻ തരും. അതുപോലെ വല്ല സെറ്റപ്പ് ആവും. ഇതിപ്പോ താമരശ്ശേരി ചൊരൊന്നുമല്ലല്ലോ? ആകാശം പരപരേ പരപരേന്നിങ്ങനെ പരന്ന് കെടക്കല്ലേ! ഒരു കടുകുമണി ഒന്നങ്ങോട്ടോ ഒന്നിങ്ങോട്ടോ മാറിയാലും ഞമ്മക്കും എൻജിനും ഒന്നും പറ്റൂല്ല.' ചിന്തകൾ അത്രടം എത്തിയപ്പോഴേക്കും താഴെ തെങ്ങുകൾ മാറി നിറയെ വണ്ടികളായിട്ടുണ്ടായിരുന്നു. ബാംഗ്ലൂരെത്തി.

വൈകിയത് കാരണം ദൂരെയുള്ള കസിന്റെ വീട്ടിലേക്ക് പോകാതെ അടുത്തെവിടെയെങ്കിലും മുറിയെടുത്തേക്കാമെന്ന് കരുതി ടാക്സി സ്റ്റാൻഡിന്റെ ഭാഗത്തേക്ക് നടന്നു

"Where you going sir?" അവിടെ നിൽക്കുന്ന ഒരുദ്യോഗസ്ഥനാണ്... പ്രദീപ്.

"I want to stay for one night. Will be leaving tomorrow evening. Any decent hotel nearby will do."

പുള്ളി ഉടനെ ഒരു ടാക്സിക്കാരനെ വിളിച്ച് അയാളുടെ ഫോണിൽനിന്ന് ആരെയോ വിളിച്ചു. 'ഒരു കസ്റ്റമറെ അങ്ങോട്ട് വിടുന്നുണ്ട്. എന്റെ കമ്മീഷൻ ഡ്രൈവറുടെ കൈയിൽ ഇപ്പത്തന്നെ കൊടുത്തുവിട്ടേക്കണം' എന്നാണ് കന്നഡയിൽ പറഞ്ഞതിന്റെ രത്ന ച്ചുരുക്കം. ഇവനൊന്നും ബോധമില്ലേ! ചുമ്മാതല്ല നമ്മുടെ നാട് ടൂറിസത്തിൽ പച്ചപിടിക്കാത്തത്. ഞാൻ മനസ്സിലായതായി ഭാവി ച്ചില്ല. ടാക്സിയിൽ കയറി.

കുറച്ച് മുന്നോട്ട് പോയിക്കഴിഞ്ഞപ്പോൾ രണ്ട് മൂന്ന് ഹോട്ടലു കൾ അടുപ്പിച്ചടുപ്പിച്ച് കണ്ടു. അവിടെ നിർത്തിയാൽ മതിയെന്ന് ഞാൻ ഡ്രൈവറോട് പറഞ്ഞു. അയാളെന്നെ ദയനീയമായി നോക്കി. ഇയാളെന്നെ വേറെയെവിടെയെങ്കിലും ഇറക്കിയാൽ പ്രദീപ് ഇയാളെ തെറ്റിദ്ധരിക്കും. ഞാൻ പിന്നെ ഒന്നും മിണ്ടിയില്ല. പറഞ്ഞേൽപ്പിച്ച ഹോട്ടലെത്തി. പണിയുന്നതാണോ പൊളിച്ച് പണിയുന്നതാണോ എന്ന് മനസ്സിലായില്ല. എന്തായാലും പണിയാണെന്ന് മനസ്സിലായി. ഒരു രാത്രിയല്ലേ. അഡ്ജസ്റ്റ് ചെയ്യാം.

ഒരു പയ്യന്റെ കൂടെ എന്നെ മുകളിലേക്ക് കയറ്റിവിട്ടു. ലിഫ്റ്റില്ല. സ്റ്റെപ്പ് കയറണം. പെട്ടി പയ്യനെടുത്തു. എന്റെ തോളിൽ ബാഗ് മാത്രം. പക്ഷേ ക്ഷീണം കാരണം നല്ല കനം തോന്നുന്നുണ്ട്. മറ്റേയാൾക്കുള്ള കമ്മീഷൻ ഡ്രൈവറുടെ കൈയിൽ കൊടുക്കുന്നത് ഞാൻ ചില്ലിലെ പ്രതിബിംബത്തിൽ കണ്ടു. മുറി ഡീസന്റാണ്. പക്ഷേ ഒടുക്കത്തെ തണുപ്പ്. AC കിടക്കുന്നത് ഇരുപതിൽ. റിമോട്ട് ചോദിച്ച പ്പോൾ പയ്യൻ കൈ മലർത്തി. അത് പിടിപ്പിച്ചിട്ടേയുള്ളൂ, റിമോട്ട് കൊടുത്തിട്ടില്ല പോലും. എന്തായാലും ഒന്ന് തപ്പിനോക്കട്ടെ എന്ന് പറഞ്ഞ് അവൻ താഴേക്ക് പോയി. ഭാഗ്യത്തിന് ചൂടുവെള്ളമുണ്ട്. വേഗം കുളിച്ചിറങ്ങി. തണുപ്പ് കാരണം പല്ല് കൂട്ടിയിടിക്കുന്നുണ്ട്. പയ്യനെ കാണാനില്ല. താഴേക്ക് പോയി നോക്കാനൊന്നും വയ്യ. മൂടിപ്പുതച്ച് കിടന്നു. അപ്പോൾതന്നെ ഉറങ്ങിപ്പോയി.

വാതിലിൽ മുട്ട് കേട്ടാണ് എഴുന്നേറ്റത്. ഇത്ര പെട്ടന്ന് രാവിലെ യായോ! ഇല്ലല്ലോ. ഓ... റിമോട്ട് കൊണ്ടുവന്നതാവും. വാതിൽ തുറന്നുനോക്കിയപ്പോൾ രണ്ട് പേർ സ്ക്രൂ ഡ്രൈവറും മറ്റുമായി നിൽക്കുന്നു. റിമോട്ട് കിട്ടാത്തതുകൊണ്ട് AC ഊരിക്കൊണ്ടു പോകാൻ വന്നതാണോ?

“ഏനായിത്തു?” (എന്ത് പറ്റി?)

“ലൈറ്റ് പ്രോബ്ലം ഹേളിതനല്ല?” (ലൈറ്റിന് പ്രശ്നമുണ്ടെന്ന് പറഞ്ഞിരുന്നില്ലേ?)

“ലൈറ്റ് യേൻ പ്രോബ്ലം ഇല്ല. റിമോട്ട് ബേക്കു. അഷ്ടേ.” (ലൈറ്റിന് പ്രശ്നമൊന്നുമില്ല. റിമോട്ട് വേണം. അത്രയേയുള്ളൂ.)

"അഷ്ടേനാ!" (അത്രെയൊള്ളോ!)

പുള്ളി ഒരു റിമോട്ടെടുത്ത് കയ്യിൽ തന്നു. നോക്കിയപ്പോൾ TV റിമോട്ട്. TV ഇല്ലാത്ത റൂമിലെന്തിനാ TV റിമോട്ട്. ഞാനത് തിരിച്ചു നീട്ടി,

"TV റിമോട്ട് അൽറീ... AC റിമോട്ടു" (TV റിമോട്ട് അല്ല ചേട്ടാ. AC റിമോട്ട്.)

"സോറി സാർ. AC ബഗൈ നമുഗെ ഏനു ഗൊത്തില്ല." (സോറി സാർ. ACയുടെ കാര്യം ഞങ്ങൾക്കറിയില്ല.)

അവന്മാര് പോയി. ഞാൻ കുറച്ച് നേരം ആ റിമോട്ട് പിടിച്ചു നിന്നു. ഛെ... ഉറക്കം പോകുന്നതിന് മുൻപ് വേഗം കിടക്കാം. കിടന്ന് കഴിഞ്ഞപ്പോൾ എയർപോർട്ടിലെ കാര്യമൊക്കെ ചുമ്മാ മനസ്സിൽ വന്നു. വരിയിലെ അപ്പൂപ്പനെ ഓർത്തപ്പോൾ മുള്ളണോ എന്നൊരു സംശയം. മനസ്സ് പറയുന്നു മുള്ളാൻ. ശരീരം പറയുന്നു കിടക്കാൻ. തൊട്ടുമുൻപ് മുള്ളിയതേയുള്ളൂ. ഫിസിയോളജി വച്ച് അധികം മൂത്ര മൊന്നുമാകാൻ സമയമായിട്ടില്ല. അങ്ങനെ എല്ലാ വശങ്ങളും ആലോ ചിച്ചാലോചിച്ച് ഒടുക്കം മൂത്രം ജയിച്ചു. ശാസ്ത്രം തോറ്റു. മുള്ളി ക്കഴിഞ്ഞ് കൈ കഴുകാൻ നിന്നപ്പോൾ, ലൈറ്റുള്ള ഒരു സ്വിച്ച് കത്തി ക്കിടക്കുന്നത് കണ്ണാടിയിൽ കണ്ടു. ഗീസറാവും. വെറുതെ കറന്റ് കളയണ്ടെന്ന് കരുതി അത് ഓഫാക്കി വന്നുകിടന്നു. ഉറക്കം വരു ന്നില്ല. അപ്പോഴാണ് AC ഓഫായ കാര്യം ശ്രദ്ധിക്കുന്നത്. വെറുതെ ഒരു സംശയം. ടോയ്‌ലറ്റിൽ പോയി സ്വിച്ചിട്ട് നോക്കി. AC ഓണായി! ഇവന്മാരിക്കണക്കിന് ഫ്ളഷ് അടിക്കാനുള്ള ലിവർ കട്ടിലിന്റെ അടി യിൽ കൊണ്ടുവയ്ക്കുമല്ലോ! എന്തായാലും സ്വിച്ച് ഓഫാക്കി. വീണ്ടും വന്നുകിടന്നു. എപ്പോഴോ ഉറങ്ങിപ്പോയി.

രാവിലെ എഴുന്നേറ്റ് പുറത്തുപോയി പണികളെല്ലാം തീർത്ത് തിരിച്ചുവന്നു. തലേന്ന് കൊണ്ടാക്കിയ ഡ്രൈവറെത്തന്നെ വിളിച്ചു. പുള്ളി താഴെ റിസെപ്ഷനിൽ വന്ന് വല്ലതും തടയുമോ എന്ന് അന്വേ ഷിക്കുന്നതും റിസെപ്ഷൻ പയ്യൻ തലേന്ന് തന്നതിൽ കൂടുതൽ ഒന്നും തരാനാവില്ലെന്ന് നിസ്സഹായനായി പറയുന്നതും കേട്ടു കൊണ്ടാണ് ഞാൻ സ്റ്റെപ്പിറങ്ങുന്നത്. എന്നെ കണ്ടതും രണ്ടുപേരും ഒന്നുമറിയാത്ത ഭാവത്തിൽ നിന്നു. ഡ്രൈവർ ഓടിവന്ന് പെട്ടിയെ ടുത്ത് വണ്ടിയിൽ കയറ്റി. ഞാൻ ഹോട്ടലിൽ പൈസ കൊടുത്ത് കാറിൽ കയറി.

എയർപോർട്ടിലേക്ക് തിരിച്ചുള്ള യാത്ര തുടങ്ങിയപ്പോഴാണ് പഴയ ബാംഗ്ലൂർ ജീവിതം നൊസ്റ്റു അടിക്കുന്നത്. HD കുമാരസ്വാമിയുടെ

അപ്പൻ പണിത അൾട്രാ HD എയർപ്പോർട്ട് എത്താറായപ്പോഴാണ് പെട്ടെന്ന് ഡ്രൈവർ പരിഭ്രമിച്ച് തിരിഞ്ഞുനോക്കുന്നത് ശ്രദ്ധയിൽ പെട്ടത്. 'മുംഗാരു മളെ' സിനിമയിലെ പാട്ട് മൂളിക്കൊണ്ടിരിക്കുക യിരുന്നു ഞാൻ. ബോധപൂർവമല്ലെങ്കിലും. എനിക്ക് കന്നഡ മനസ്സി ലാവും എന്ന് മനസ്സിലായതിന്റെ അങ്കലാപ്പ് ഡ്രൈവർക്ക്. ഞാൻ പാടാൻ ഉദ്ദേശിച്ച പാട്ട് പുള്ളിക്ക് മനസ്സിലായതിന്റെ സന്തോഷം എനിക്ക്. വണ്ടി കൊണ്ടുനിർത്തിയത് നമ്മുടെ പ്രദീപിന്റെ മുന്നിൽ. ആൾക്ക് കണ്ടപ്പോൾതന്നെ എന്നെ മനസ്സിലായി. തലേന്നത്തെ ക്വാട്ട എന്റെ വകയായിരുന്നല്ലോ.

"Night stay good sir?"

"തുമ്പ ചെന്നാകിത്തു." (വളരെ നല്ലതായിരുന്നു.)

പുള്ളി വാ പൊളിച്ച് ഡ്രൈവറെ നോക്കുന്നതിന്റെ ഒരു ക്ലോസ് അപ് ഷോട്ട്. ഇത് വേസ്റ്റിടാൻ വച്ചിരിക്കുന്ന സ്റ്റീൽ ബിന്നിന്റെ റിഫ്ളെക്ഷനായിട്ട് കാണിക്കണം. അതിൽ വാ കുറച്ചധികം പൊളിയുമല്ലോ.

■

ഓരോരോ ആചാരങ്ങളാവുമ്പോ...

"**കു**ഞ്ഞിക്ക് വാങ്ക് കൊടുക്കണാരുന്നു." തല മൂത്ത ഒരു സ്ത്രീയാണ്. കുഞ്ഞിന്റെ ബന്ധുക്കളും കൂടെ പുരോഹിതൻ എന്ന് തോന്നിക്കുന്ന ഒരാളും വന്നു. പുരോ ഭയങ്കര ഗൗരവത്തിലാണ്. ലൗകിക കാര്യങ്ങളോടുള്ള വിരക്തി മുഖത്ത് എഴുതിവച്ചിട്ടുണ്ട്.

"സാധാരണ ICUന്റെ അകത്ത് അപ്പനെയും അമ്മയെയും മാത്രേ കയറ്റാറൊള്ളൂ." ഞാൻ ഗൗരവം ഒട്ടും കുറയ്ക്കാതെ പറഞ്ഞു.

"വാപ്പ എത്തിയിട്ടില്ല. ഉമ്മയും ഇന്ന് വരൂല്ലല്ലോ? അതിന് പകരം ഇവരെ കയറ്റണം." സ്ത്രീ വിടുന്ന മട്ടില്ല. അല്പം മാറി നിൽക്കുന്ന പുരോ മെല്ലെ തിരിഞ്ഞുനോക്കി ഒരു കരുണാകടാക്ഷം തന്നു.

"നിങ്ങളോട് നേരത്തെ പറഞ്ഞതല്ലേ? നിങ്ങളുടെ കുഞ്ഞ് ഭയങ്കര ചെറുതാണ്. മാസം തികയാതെ പുറത്തുവന്നതാണ്. പരമാവധി സന്ദർശകരെ കുറയ്ക്കേണ്ടത് നിങ്ങളുടെ കുഞ്ഞിനുവേണ്ടി ചെയ്യണതാണ്. ഇങ്ങനെ ഒരാവശ്യാതുകൊണ്ട് ഇന്ന് മാത്രം കയറ്റാം. രണ്ട് പേര് വരൂ. ബാക്കിയെല്ലാവരും ഇവിടെത്തന്നെ നിന്നോളൂ. ഇനി മുതൽ അമ്മയ്ക്ക് പകരം കാണാൻ വരുന്നോര് കുഞ്ഞിന് മുലപ്പാലുംകൂടി കൊടുക്കാൻ കണക്കാക്കി വന്നാ മതി." ഞാൻ ഒന്നയഞ്ഞെങ്കിലും പിടിവിട്ടില്ല. ഉപ്പൂപ്പയും പുരോയും അകത്ത് കയറി.

"ഷർട്ടിന്റെ കൈ, മുട്ടുവരെ മടക്കിക്കയറ്റി കൈ കഴുകി ഈ ഗൗൺ ഇട്ടിട്ട് ഉള്ളിലേക്ക് കയറിക്കോളൂ." ഞാൻ പറഞ്ഞു.

പുരോക്ക് അതും ഇഷ്ടപ്പെട്ടില്ല. നീരസം മുഖത്ത് വ്യക്തം. മനസ്സില്ലാമനസ്സോടെ പറഞ്ഞതുപോലെ ചെയ്ത് രണ്ടുപേരും അകത്ത് കയറാൻ വാതിൽ തുറന്നു. അകത്ത് വെന്റിലേറ്ററിന്റെയും സിറിഞ്ച് പമ്പിന്റെയും ബീപ് ബീപ് ശബ്ദവും ഓടിനടക്കുന്ന സ്റ്റാഫിന്റെ ശബ്ദവും കേട്ടിട്ടായിരിക്കണം പുരോ ആദ്യമായി സംസാരിച്ചു. എന്നോടല്ല, കുഞ്ഞിന്റെ ഉപ്പൂപ്പയോട്.

“ചെവീല് ആദ്യം വീഴണ്ടത് വാങ്കിന്റെ ശബ്ദാണ്.” ഉപ്പൂപ്പയുടെ മുഖത്ത് നിസ്സഹായതയും ഭയവും.

‘അതേ... അതുവരെയും അത് കഴിഞ്ഞും കുഞ്ഞ് ജീവിച്ചിരിക്കാൻ വേണ്ടിയാണ് ബാക്കി ശബ്ദങ്ങള്.’

രണ്ടുപേരും അകത്ത് കയറി. അല്പം കഴിഞ്ഞപ്പോൾ ഒരു സ്റ്റാഫ് പുറത്തേക്ക് ഓടിവന്നു. “ദേ സാറേ... ഈ കൊച്ചിന് തേനും തമ്പ് സപ് വെള്ളോം കൊടുക്കണെന്ന് പറയുന്ന്.”

“തമ്പ്സ് അപ് വെള്ളല്ല. സംസം വെള്ളം. ഞാൻ സംസാരിച്ചോളാം.” ഞാൻ സ്റ്റാഫിനെ മറികടന്ന് അകത്തേക്ക് കയറി.

“കുഞ്ഞിന് മുലപ്പാല് പോലും കൊടുത്ത് തൊടങ്ങാൻ പറ്റിയ സ്ഥിതിയല്ല. കണ്ടില്ലേ മൂക്കിലൂടേം വായിലൂടേം ട്യൂബിട്ടിരിക്കുന്നത്.” ഞാനവരോട് പറഞ്ഞു.

“ഇത് ഞങ്ങടെ ചടങ്ങിന്റെ ഭാഗാണ്.” പുരോ കലിപ്പിലാണ്.

“ചടങ്ങുകളൊന്നും മുടക്കണെന്ന് പറയുന്നില്ല. സാധാരണ കുഞ്ഞുങ്ങളെ പൊറത്ത് വന്നൊടനെ നിങ്ങടെ കൈയില് തന്ന് ചടങ്ങുകളൊക്കെ കഴിഞ്ഞാണ് തിരിച്ചുവാങ്ങിക്കാറ്. അപ്പഴും വായിക്കൂടെ ഒന്നും കൊടുക്കുന്നത് നല്ലതല്ല.”

"ഇതിപ്പോ കൊടുക്കാമോ? ഇല്ലേ?"

"ആയിക്കോട്ടെ. കുഞ്ഞിനെന്തെങ്കിലും സംഭവിച്ചാ നിങ്ങള് ഉത്തരവാദിത്തം ഏറ്റെടുക്കണം. അത് എഴുതി ഒപ്പിട്ട് തരേം വേണം."

അവർ ദേഷ്യത്തിൽ പുറത്തേക്കിറങ്ങിപ്പോയി. അവർക്ക് പിന്നാലെ പോയി എല്ലാവരോടുമായി ഞാൻ പറഞ്ഞു. "കുഞ്ഞ് ചെറുതാണ്. വെന്റിലേറ്ററിലാണ്. പ്രതിരോധശേഷിയൊക്കെ കൊറ വാണ്. കാണാൻ വരുന്ന ആളുകളുടെ എണ്ണം കൂടുംതോറും കുഞ്ഞിന് റിസ്ക് കൂടിക്കൊണ്ടിരിക്കും. അതോണ്ട് ഇനി തൊടങ്ങി അപ്പ നെയും അമ്മയെയും അല്ലാതെ വേറാരെയും അകത്ത് കയറ്റാൻ പറ്റില്ല. അമ്മയ്ക്ക് എപ്പോ വേണേലും വരാം. അപ്പന് സന്ദർശന സമയത്തും."

"അപ്പോ മുടി എടുക്കണതും സുന്നത്ത് നടത്തണതും ഇനി എപ്പഴാ?" എന്ന് പിറുപിറുത്തുകൊണ്ട് പുരോ ഇറങ്ങിപ്പോയി. പുറകെ മെരുക്കാനെന്നവണ്ണം വേറെ രണ്ട് പേരും.

കൂട്ടത്തിൽ ഒരു പയ്യൻ മൊബൈൽ നീട്ടിയിട്ട് "ഒരു ഫോട്ടോ എടുത്തരോ? ഇക്കാക്ക കുട്ടിയെ കണ്ടട്ടില്ല. ലീവ് ശരിയാക്കി എത്താൻ രണ്ട് ദൂസെടുക്കും."

"അതൊന്നും വേണ്ട. പടം പിടിക്കണത് കുട്ടിക്ക് നല്ലതല്ല." കാർന്നോത്തി വിലക്കി.

അവര് പോയപ്പോൾ ഞാൻ ആ പയ്യന്റെ കൈയിൽനിന്ന് മൊബൈൽ വാങ്ങിയിട്ട് കുഞ്ഞിന്റെ പടമെടുത്ത് തിരിച്ചുകൊടുത്തു കൊണ്ട് പറഞ്ഞു. "ഇപ്പോ ഒള്ള പല ചടങ്ങുകളേക്കാ നല്ലത് കുഞ്ഞിന്റെ പടം പിടിക്കുന്ന ഒരു ചടങ്ങായിരിക്കും."

■

മുലപ്പാൽ മാഫിയ

സ്കൂളുകളിൽ എല്ലാ പരിസ്ഥിതിദിനത്തിലും മരം നടുന്നതു പോലെയും സേവനവാരത്തിലത് പറിച്ചുകളഞ്ഞ് പറമ്പ് വൃത്തിയാക്കുന്നതുപോലെയുമുള്ള കലാപരിപാടികൾ ആശുപത്രികളിൽ ധാരാളം നടക്കുന്ന ഒരു സമയമാണ് ആഗസ്റ്റ് ആദ്യവാരം. ലോക മുലയൂട്ടൽ വാരം. അങ്ങനെയുള്ള ഒരാഴ്ചയുടെ ആദ്യദിനം റൗണ്ട്സിനിടയിൽ പതിവ് ഡയലോഗുകൾ പ്രവഹിക്കുകയാണ്. "എക്കിൾ, തുമ്മൽ, ഞെളിപിരി, കുറുകൽ, പകലുറക്കം, രാത്രി കരച്ചിൽ, ശരീരത്തിൽ അങ്ങിങ്ങായി കാണുന്ന കൊതുക് കടിച്ചതുപോലുള്ള പാടുകൾ ഇതെല്ലാം കുട്ടികൾക്ക് സാധാരണ കാണണതാണ്. അതിനൊന്നും ചികിത്സ ആവശ്യല്ല. ആദ്യത്തെ രണ്ട് മൂന്ന് ദിവസം പാല് കാര്യാട്ടിണ്ടാവില്ല. വളരെ കൊറച്ചേ വരൂ. അതിനെയാണ് കൊളോസ്ട്രംന്ന് പറയണത്. കുഞ്ഞിന് അതാ ആവശ്യ്യാള്ളൂ. കുഞ്ഞ് പകല് കെടന്നൊറങ്ങുമ്പോ എല്ലാവരും കെടന്നൊറങ്ങാ. രാത്രിയായിരിക്കും കരച്ചില് കൂടുതൽ. അതിന് റെഡിയായിട്ടിരിക്കാ." ഇത്രയും ഒറ്റശ്വാസത്തിൽ പറഞ്ഞുനിർത്തിയതും മുറിയുടെ മൂലയിൽനിന്നും ആദ്യവെടി പൊട്ടി.

"നിങ്ങക്കിതൊക്കെ പറഞ്ഞട്ടങ്ങട് പോയാ മതി. ബാക്ക്യോള്ളോർക്കാ കഷ്ടപ്പാട്. നിങ്ങള് ഉണ്ണിക്ക് കൊടുക്കാൻ വല്ല പൊടീം എഴുതിത്തന്നേ. ഇല്ല്യേങ്കി രാത്രിയതൊറങ്ങില്ല്യ. ഇന്നലെന്തായിരുന്നു അങ്കം. ഒരുകണക്കിനാ നേരം വെളുപ്പിച്ചേ."

പുതിയ കാര്യമൊന്നുമല്ല. ഇടയ്ക്കിടയ്ക്ക് കേൾക്കുന്നതാണ്. ആരാണിത് പറയുന്നത് എന്നതനുസരിച്ചിരിക്കും മറുപടിയും. കുഞ്ഞിനെ നോക്കാൻ വന്നിട്ടുള്ള ചേച്ചിയാണെങ്കിൽ സൂക്ഷിക്കണം. അടുത്ത രണ്ട് മൂന്ന് മാസത്തെ ചുക്കാൻ അവരുടെ കൈയിലാണ്. കിലോമീറ്റേർസ് & കിലോമീറ്റേർസിന്റെ എക്സ്പീരിയൻസെടുത്ത് വീശി അവർ ആരെയും അവരുടെ വഴിക്കാക്കും. അവർ ചെയ്യുന്ന നല്ല കാര്യങ്ങൾക്ക് ആവശ്യത്തിന് പ്രോത്സാഹനം കൊടുത്ത് അവരെ മെല്ലെ ബോധവത്കരിക്കണം. ഇനിയും കുറേ

കുഞ്ഞുങ്ങൾക്കത് ഉപകാരപ്പെട്ടേക്കാം. എന്നാൽ അമ്മാമ്മമാരാണെങ്കിൽ കാര്യങ്ങൾ കുറച്ചുകൂടി എളുപ്പമാണ്. അവരോട് കുറച്ചുകൂടി ആധികാരികമായി കാര്യങ്ങൾ പറയാം. മക്കളും പേരക്കുട്ടികളുമായി കൂടിവന്നാലൊരു പത്തോ പതിനഞ്ചോ പേർ. അത്ര എക്സ്പീരിയെൻസേ കാണൂ. അത് നമുക്ക് എളുപ്പത്തിൽ മറികടക്കാം. മക്കളെ ബോധ്യപ്പെടുത്താൻ പറ്റിയാൽ ഇവരുടെ കാര്യം പിന്നെ അവര് നോക്കിക്കോളും. ഇവിടത്തെ കഥാപാത്രത്തെ കണ്ടപ്പോൾതന്നെ അമ്മാമ്മയാണെന്ന് മനസ്സിലായി.

മുലയൂട്ടൽ വാരം പ്രമാണിച്ച് ഇത്തവണ അല്പം സംയമനം പാലിക്കാൻ ഞാൻ തീരുമാനിച്ചു. "അത് പിന്നെ അമ്മേ... പൊടി കൊടുക്കുന്നതത്ര നല്ലതല്ല. നമുക്കതൊഴിവാക്കണം."

"അതിനിവൾക്ക് പാലൊന്നൂല്ല്യാന്നേ."

"പാല് വരാൻ സമയാവണേ ഒള്ളൂ. പേടിക്കണ്ട."

"അപ്പ അതുവരെ ഉണ്ണീനെ പട്ടിണിക്ക്യിടേ?"

"അതിനല്ലേ കൊളോസ്ട്രം."

"കൂാങ്ങൾക്ക് മൊലപ്പാലൊന്നും തെകയില്ല്യാ. ഞാൻ അഞ്ചാറെണ്ണത്തിനെ വളർത്തീതല്ലെ? എനിക്ക്യറിഞ്ഞൂടെ?"

"അത്രേണ്ണത്തിനെ ഞാൻ ഓരോ ദിവസോം കാണുന്നതാണ്. ഇരട്ടക്കുട്ടികൾക്ക് പോലും മിക്ക അമ്മമാരും ഇവിടെ നാല് മാസം വരെ മുലപ്പാല് മാത്രം കൊടുത്ത് വളർത്തുണ്ണു. ഒരേ സമയം രണ്ട് പേർക്ക് ഒരുമിച്ച് പാലും കൊടുക്കുണ്ണു."

"അപ്പ മൂന്ന് പേരിണ്ടെങ്കി എന്തുട്ടാ ചെയ്യാ?" അമ്മാമ്മ കലിപ്പിലാണ്. പക്ഷേ ചോദ്യം ന്യായം. എന്ത് മറുപടി പറയും. റൂട്ട് മാറ്റാം.

"ഇവിടെയിപ്പൊ അതില്ലല്ലോ. ഒന്നല്ലെയുള്ളൂ? പാലിണ്ടോ... വാവയ്ക്ക് കിട്ടിണ്ടോ... തെകയിണ്ടോ... ഇതൊന്നും ആലോചിച്ച് ടെൻഷനടിക്കണ്ട. പാലൊക്കെ വന്നോളും. നല്ലപോലെ ചാരിയിരുന്ന്, വാവയെ അമ്മയുടെയടുത്തേക്ക് പൊക്കി, അമ്മയുടെ നേരെ തിരിച്ച്, അടുപ്പിച്ചുപിടിച്ച് പാല് കൊടുക്കാ... പാലൊക്കെ തനിയെ വരും."

"അതൊക്കെ ചെയ്താലും ആവശ്യത്തിന് പാലൊന്നും വരില്ല്യാ."

"എല്ലാ അമ്മമാർക്കും പാലിണ്ടോന്നുള്ള ടെൻഷനിണ്ടാവും. പക്ഷേ പാലില്ലാത്തോര് വളരെ വളരെ കൊറവായിരിക്കും. നിങ്ങളിങ്ങനെ ചുറ്റുംനിന്ന് പാലില്ലാ, പാലില്ലാന്ന് പറഞ്ഞാ ഓക്സിറ്റോസിൻ ഹോർമോൺ ആവശ്യത്തിനുണ്ടാവില്ല. പാല് കൊറയും." ചിലപ്പോഴൊക്കെ ഇടയ്ക്കിങ്ങനെ മെഡിക്കൽ വാക്കുകൾ ഉപയോഗിക്കുന്നത് ഏൽക്കാറുണ്ട്.

"എനിക്ക്യും എന്റെ മൂത്തോൾക്കൊന്നും പാലിണ്ടായില്ല്യ." ഇവിടെയതും ചീറ്റിപ്പോയി.

"അതുകൊണ്ട് ഇയാൾക്കിണ്ടായിക്കൂടാന്നില്ല. നന്നായി ശ്രമിച്ചാ പാലായിക്കോളും. ഇന്നലെ വാവയെത്ര പ്രാവശ്യം മൂത്രൊഴിച്ചു?"

"നാലഞ്ച് പ്രാവശ്യൊഴിച്ചു."

"ആഹാ, എന്നിട്ടാ പാലില്ലാന്ന് പറയണേ? പാല് കിട്ടാണ്ട് മൂത്രം പോവോ? വാവ പുറത്തുപോയി ഒന്നും കഴിച്ചട്ടില്ലല്ലോ."

"ഏയ്... എങ്ങടും പോയിട്ടില്ല്യ. ഞങ്ങളിവടെന്നിണ്ടാർന്നു."

സർകാസം മനസ്സിലാകേണ്ടവർക്ക് മനസ്സിലായില്ലെങ്കിൽ അത് ആദ്യപ്രണയം നിരസിക്കപ്പെടുന്നതിനേക്കാൾ നിരാശയുണ്ടാക്കും! ഗെറ്റ് ഔട്ട് എന്നലറാൻ തോന്നിയെങ്കിലും ഒന്നും മിണ്ടിയില്ല.

"ഇനി ഉണ്ണി കരഞ്ഞാ ഞാൻ കൽക്കണ്ടം കലക്കി കൊടുക്കും. വീട്ടിലെത്ത്യാ പിന്നെ പശൂംപാല് നേർപ്പിച്ചാ കൊടുത്താമതി."

"അതൊന്നും കൊടുക്കരുത്. വാവയ്ക്കാവശ്യൊള്ളത് മുഴുവൻ മുലപ്പാലിലിണ്ട്. വേറൊന്നും കൊടുക്കാൻ പാടില്ല. എല്ലാ മാമ്മൽസും... അതായത് സസ്തനികളും ഒരു പ്രായം വരെ മുലപ്പാല് മാത്രേ കുടിക്കൂ. ബുദ്ധി ഉപയോഗിച്ച് മണ്ടത്തരം കാണിക്കണ ഒരേയൊരു ജീവി മനുഷ്യനാണ്. പശുംപാൽ പശുക്കുട്ടിക്ക് കണക്കാക്കി ഇണ്ടാക്കണതാണ്. വയറ് വേദന, മലം പോകാൻ ബുദ്ധിമുട്ട് അങ്ങനെ കൊറേ കൊറേ പ്രശ്നങ്ങള് വരും."

"അതിന് കൊറച്ച് ബോണിസാനും ഗ്രൈപ് വാട്ടറും കൊടുത്താ പോരെ?"

"ഇല്ലാത്ത പ്രശ്നം പറഞ്ഞ്, ആവശ്യില്ലാത്ത സാധനോം കൊടുത്ത്, പിന്നെ അതിണ്ടാക്കണ പ്രശ്നം മാറ്റാൻ വേറെ മരുന്നും കൊടുത്ത്... നിങ്ങക്കൊക്കെ ഇതെന്തിന്റെ കേടാ? ഇതൊക്കെ ചെയ്യാനാണെങ്കി ഞാനിപ്പൊത്തന്നെ ഡിസ്ചാർജെഴുതിത്തരാം. നിങ്ങക്ക് വീട്ടീ പോയിട്ട് എന്താന്നച്ചാ ചെയ്യാം. പിന്നെ കൊച്ചിനെ കാണിക്കാനും ഇങ്ങോട്ട് വരണ്ടാ." ചില സന്ദർഭങ്ങളിൽ ഇത്തരം ഭീഷണികൾ ഏൽക്കാറുണ്ട്.

"അയ്യോ! വേണ്ടാ! ഞങ്ങള് ഡോക്ടറ് പറയണ പോലെയൊക്കെ ചെയ്തോളാം." ഏറ്റു... ഏറ്റു.... ആദ്യമായി കൊച്ചിന്റെ യമ്മ വാ തുറന്നു.

അമ്മാമ്മ അവരെ രൂക്ഷമായൊന്നു നോക്കി. എന്നിട്ട് പരമാവധി പുച്ഛം വരുത്തി പറഞ്ഞു, "നിങ്ങളൊക്കെ ഇതൊക്കെ കുടിച്ചിട്ടെന്ന്യാ വളർന്നോക്കണേ. എന്നിട്ടെന്തൂറ്റ് പ്രശ്നാ ഇപ്പിണ്ടായേ?"

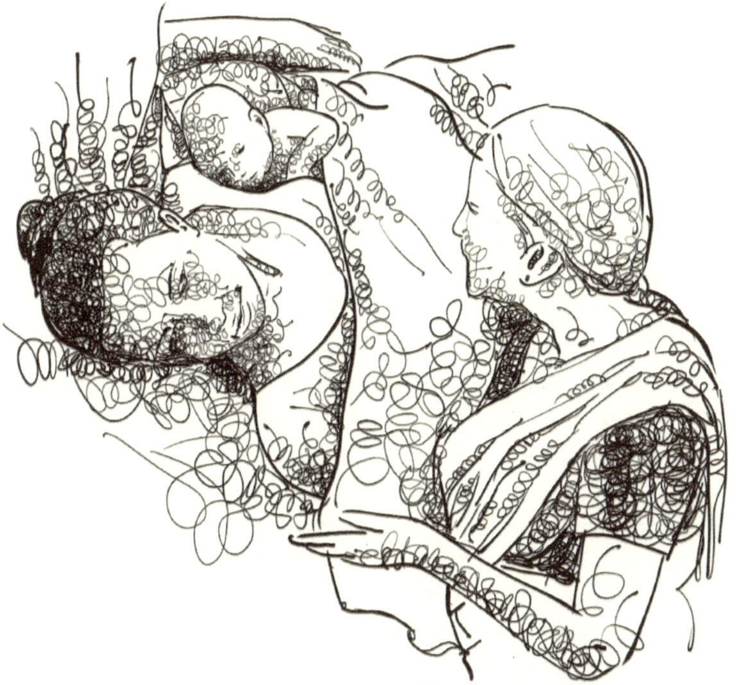

"അതുകൊണ്ടൊക്കെ തന്നെയാ ഇപ്പോഴത്തെ ആൾക്കാർക്ക് നാല്പത് വയസ്സാവുമ്പഴേയ്ക്കും പ്രഷറും ഷുഗറുവൊക്കെ വരണത്. നിങ്ങളതൊക്കെ തന്നതോണ്ട് മാത്രാന്നല്ല പറയണത്. പക്ഷേ അതും ഒരു കാരണാണ്. ആറ് മാസം വരെ കുഞ്ഞിന് മുലപ്പാലല്ലാതെ വേറൊന്നും കൊടുക്കരുത്."

"ഡോക്ടർടെ ക്ടാവിന് ഡോക്ടറ് ആറ് മാസം വരെ മൊലപ്പാൽ മാത്രാ കോടുത്തൊള്ളോ?"

"എനിക്ക് രണ്ട് പിള്ളേരാ. ഞാനവർക്ക് മുലപ്പാല് കൊടുത്തട്ടേയില്ല." അവരുടെ മുഖം തെളിഞ്ഞു. പക്ഷേ ഞാൻ ഓങ്ങുന്നതേ ഉണ്ടായിരുന്നൊള്ളൂ. "അതെന്റെ ഭാര്യയാണ് കൊടുത്തത്. ആറ് മാസംവരെ മുലപ്പാല് മാത്രം. പിന്നെ ബാക്കിയൊള്ള ഭക്ഷണം തുടങ്ങി. പക്ഷേ രണ്ട് വയസ്സ് കഴിയണവരെ അവര് മുലപ്പാല് കുടിച്ചിരുന്നു. അതും രണ്ട് പേരുണ്ടായത് PG കോഴ്സിന്റേടേലാണ്. രണ്ടാമന് രണ്ടു മാസം തികഞ്ഞപ്പോ യൂണിവേഴ്സിറ്റി എക്സാമും!"

"പരീക്ഷയൊക്കെ ആ സമയത്ത് വരുംന്ന് അറിയില്ല്യാർന്നോ?"

ഇവരെ ഞാനിന്ന്. അല്ലെങ്കിൽ വേണ്ട. വീണ്ടും ചോദ്യം ന്യായം. റൂട്ട് മാറ്റാം.

"നമ്മടെ ചർച്ചാവിഷയം അതല്ല. മുലയൂട്ടലിനെക്കുറിച്ചാണ്."

"ഒരു മൂന്ന് മാസാവുമ്പോ ഇവരങ്ങട് തൃശ്ശൂർക്ക് വരും. അപ്പ നല്ല പശൂംപാല്... അല്ലെങ്കി വേണ്ടാ... ഇനി അത് കൊടുത്തട്ട് പ്രശ്നാ വണ്ടാ. നല്ല ആട്ടുംപാല് കൊടുത്തൊടങ്ങും ഞാൻ. ന്നാലാ ഉണ്ണ്യോൾക്ക് ഒരു പുഷ്ടിയിണ്ടാവൊള്ളോ. എന്തെങ്കിലും പ്രശ്നം വന്നാ ഞാനവടെ കാണിച്ചോണ്ട്."

ക്ഷമയുടെ നെല്ലിപ്പലക ഞാൻ കണ്ടു. ഞാനാ പലകയെടുത്ത് അവരുടെ തലേടെ സെന്റർ ബോൾട്ട് നോക്കി ഒരെണ്ണങ്ങട് വച്ചു കൊടുത്തു. "ഇങ്ങനെയൊള്ള അമ്മാമ്മമാരുള്ളോടൊത്തോളം കാലം പേരക്കുട്ടികള് നല്ല ഉരുണ്ടിരിക്കും. പക്ഷേ ആരോഗ്യണ്ടാവില്ല. അതോണ്ട് അവരെ മാറ്റി താമസിപ്പിക്കണതാ നല്ലത്."

അവർ മുറിയിൽ നിന്നുമിറങ്ങിപ്പോയി. ഞാൻ വല്ലാതെയായി. കുറ്റബോധത്തോടെ ഞാനാ കുഞ്ഞിനെയും അമ്മയെയും നോക്കി. കുഞ്ഞിതൊന്നുമറിയാതെ നല്ല ഉറക്കം. അമ്മയുടെ ഭാവം പക്ഷേ ഞെട്ടിക്കുന്നതായിരുന്നു. നിഗൂഢമായ ഒരു ചിരിയോടെ അവർ പറഞ്ഞു. "ഡോക്ടർ അത്രയും പറഞ്ഞത് നന്നായി. അവരെക്കൊണ്ട് ഭയങ്കര ശല്ല്യായിരുന്നു. ഹസ്ബന്റാണെങ്കി അമ്മ പറയണത് വിട്ട് ഒന്നും ചെയ്യില്ല. ഇന്ന് രാത്രി കൂടി എങ്ങനെയെങ്കിലും കടന്ന്കിട്ടിയാ മതി. നാളെ രാവിലെ എന്റെ മമ്മിയെത്തും. പിന്നെ കൊഴപ്പൊന്നൂണ്ടാവില്ല. മമ്മി വാവയ്ക്ക് വേറെയൊന്നും കൊടുക്കാൻ സമ്മതിക്കില്ല. അത്യാവശ്യാണെങ്കി മാത്രം കൊറച്ച് ബാർലി വെള്ളം മാത്രം കൊടുക്കാന്നാ മമ്മി പറഞ്ഞേ. അതിന് കൊഴപ്പൊന്നൂല്ലല്ലോ ഡോക്ടർ?"

"മമ്മിയോട് ഞാൻ നാളെ രാവിലെ സംസാരിച്ചോളാം."

ഞാൻ പുറത്തിറങ്ങി. ഇന്നിനി വയ്യ. അപ്പോഴതാ ഒരാൾ എതിരെ നടന്നുവരുന്നു. അയാളുടെ മുഖഭാവത്തിൽനിന്ന് ഒരു കാര്യം വ്യക്തം. ഇയാളാണ് നേരത്തെ പുറത്തേക്ക് പോയ അമ്മയുടെ മകൻ. അകത്ത് കിടക്കുന്ന അമ്മയുടെ ഭർത്താവ്!

കുഞ്ഞ് മുലപ്പാൽ കുടിക്കുമോ? കുടിച്ചാൽതന്നെ തികയുമോ? തികഞ്ഞാൽതന്നെ എത്ര കാലം? ഈ ചോദ്യങ്ങളുടെ ഉത്തരങ്ങൾക്കായി കാത്തിരിക്കണം. പക്ഷേ ഒന്നുറപ്പാണ്... ഇയാൾ... ഇയാൾ വെള്ളം കുറേ കുടിക്കും! (ഏഷ്യനെറ്റിലെ ആലിയാർ മാഷിന്റെ ശബ്ദത്തിൽ വായിക്കുക.)

■

ഇതൊക്കെ പണ്ട് തൊടങ്ങിയേ ഒള്ളതല്ലേ?

കുഞ്ഞിന്റെ അമ്മാമ്മ: കുഞ്ഞ് മൂന്നാല് ദിവസവായിട്ട് ഭയങ്കര കരച്ചിലാ!

ഡോക്ടർ: മുലപ്പാലല്ലാതെ വേറെന്തെങ്കിലും?

കു.മ്മാമ്മ: ഇല്ല.

കുറച്ച് ചോദ്യങ്ങൾക്കും പരിശോധനകൾക്കും ശേഷം.

ഡോ: കുഞ്ഞിന് വേറെ കൊഴൊപ്പൊന്നും തോന്നണില്ല. ചെല കുട്ടികൾക്ക് അമ്മമാര് കഴിക്കണെ ഭക്ഷണോം മരുന്നുവൊക്കെ ചെലപ്പോ പ്രശ്നിണ്ടാക്കും. ചെമ്മീൻ, അയ്‌ല, ചക്കയൊക്കെ തല്ക്കാലത്തേക്കൊന്ന് നിർത്തിവെക്ക്. പ്രസവരക്ഷാ മരുന്നുകളും. എന്നിട്ട് ഓരോന്നായിട്ട് വീണ്ടും തൊടങ്ങിനോക്ക്. അപ്പോ നമുക്ക് ചെലപ്പോ ഒരു സൂചന കിട്ടും. വളരെ ചുരുക്കം കേസുകളില് അമ്മ കുടിക്കണെ പാലും പ്രശ്നിക്കാറ്ണ്ട്. അത് നമുക്ക് അറ്റക്കൈയ്ക്ക് നിർത്തിനോക്കാം. ഇപ്പോ വേണ്ട.

രണ്ടാഴ്ചയ്ക്ക് ശേഷം.

കു.മ്മാമ്മ: ഡോക്ടറെ ഒരു രക്ഷയുവില്ല. അമ്മ കുടിക്കുന്ന പാലടക്കം എല്ലാം നിർത്തിനോക്കി. എന്നിട്ടും കുഞ്ഞ് കരച്ചിലോട് കരച്ചിലാ!

ഡോ: മുലപ്പാലല്ലാതെ വേറെന്തെങ്കിലും?

കു.മ്മാമ്മ: ഇല്ല.

കുറച്ച് ചോദ്യങ്ങൾക്കും പരിശോധനകൾക്കും ശേഷം.

ഡോ: കുഞ്ഞിന് വേറെ കൊഴൊപ്പൊന്നും തോന്നണില്ല. പറഞ്ഞ് കേട്ടടത്തോളം വയറുവേദനപോലെ തോന്നുന്നു. അതിനൊള്ള മരുന്ന് കൊടുത്തുനോക്കാം. പക്ഷേ കുഞ്ഞിന് നിങ്ങള് വേറൊന്നും കൊടുക്കണില്ലാന്നൊള്ളത് സത്യല്ലേ? വല്ല ഉരമരുന്നോ മറ്റോ?

കു.മ്മാമ്മ: ആ... അത് കൊടുക്കുന്നൊണ്ട്.

ഡോ: അപ്പോ അതല്ലേ നിങ്ങളോട് അന്ന് മൊതല് ചോദിക്കണത്.

കു.മ്മാമ്മ: അത് മാത്രം. വേറെയൊന്നും കൊടുക്കുന്നില്ല.

ഡോ: എത്ര കൊടുക്ക്ണ്ട്?

കു.മ്മാമ്മ: വോ... അങ്ങനെയൊന്നുവില്ല. കൊറച്ചങ്ങോട്ട് വച്ചു കൊടുക്കും.

ഡോ: ആര് പറഞ്ഞിട്ട്?

കു.മ്മാമ്മ: ഇതൊക്കെ പണ്ട് തൊടങ്ങിയേ ഒള്ളതല്ലേ ഡോക്ടറേ?

ഡോ: എന്നാലത് നിർത്തണം.

കു.മ്മാമ്മ: തേനും വയമ്പും സ്വർണോം കൂടി അരച്ച് കൊടുക്കാവോ?

ഡോ: അതും പാടില്ല. അല്ലെങ്കിലും അതെന്തിനാ കൊടുക്കണേന്നെനിക്കിപ്പഴും മനസ്സിലായിട്ടില്ല.

കു.മ്മാമ്മ: അതൊക്കെ സ്വരം നന്നാവാൻ വേണ്ടി കൊടുക്കുന്നതാ മോനേ... അതൊന്നും നിങ്ങക്ക് പറഞ്ഞാ മനസ്സിലാക്വോല.

ഡോ: അമ്മ അതൊക്കെ കഴിച്ചിണ്ടൊ?

കു.മ്മാമ്മ: പിന്നേ. ഇഷ്ടംപോലേ!

ഡോ: എന്നട്ടും അത്യാവശ്യം മോശം സൗണ്ടാണല്ലോ? ഇപ്പഴും അതിലൊക്കെ വിശ്വാസണ്ടോ?

കു.മ്മാമ്മ: ഈ ഡോക്ടർടെ ഒരു കാര്യം. ബ്രഹ്മി കൊടുക്കാവോ?

ഡോ: എന്തിന്?

കു.മ്മാമ്മ: ബുദ്ധിക്കും ശോധനയ്ക്കും.

ഡോ: കുഞ്ഞിന്റെ ബുദ്ധിക്കും ശോധനയ്ക്കും ഇപ്പോ കൊഴപ്പൊന്നൂല്ല. നിങ്ങളായിട്ട് ഇണ്ടാക്കാതിരുന്നാ മതി.

കു.മ്മാമ്മ: Gripe water? അല്ലെങ്കി ഒണക്കമുന്തിരീടെ നീര്?

ഡോ: മുലപ്പാലല്ലാതെ കുഞ്ഞിന് വേറെയെന്തെങ്കിലും കൊടുത്തൂന്ന് ഞാനറിഞ്ഞാ പൊലീസിനെക്കൊണ്ട് പിടിപ്പിക്കും.

കു.മ്മാമ്മ: ദഹനത്തിനപ്പോ ഒന്നും കൊടുക്കണ്ടേ?

ഡോ: വേണ്ടാ.

കു.മ്മാമ്മ: എണ്ണ തേച്ച് കുളിപ്പിക്കാവോ?

ഡോ: ആ. അത് ചെയ്തോ.

കു.മ്മാമ്മ: എണ്ണ തേച്ച് കൊറച്ച് നേരം കെടത്താവോ?

ഡോ: അതും ചെയ്തോ.

കു.മ്മാമ്മ: നാൽപാമരത്തൈലം കൊഴപ്പവില്ലല്ലോ?

ഡോ: ഇല്ല.

കു.മ്മാമ്മ: മഞ്ഞള്, രക്തചന്ദനം, മുയൽച്ചെവി, ഇതൊക്കെ അരച്ചുപിടിപ്പിക്കാവോ?

ഡോ: മുയൽച്ചെവിയോ!

കു.മ്മാമ്മ: അതൊരു ചെടിയാ ഡോക്ടറെ.

ഡോ: ഒള്ള മഞ്ഞളും മസാലയുവൊക്കെ പെരട്ടിവെച്ചട്ട് അവസാനം വറുക്കാൻ വെച്ചിരിക്കണെ മീനും കുളിപ്പിക്കാൻ കെടത്തിയിരിക്കണെ കൊച്ചും തമ്മില് മാറിപ്പോവരുത്.

കു.മ്മാമ്മ: അതൊന്നും മാറിപ്പോകുകേലാ. മസ്സാജ് ചെയ്യാവോ?

ഡോ: അത്യാവശ്യം മസ്സാജൊക്കെ ചെയ്തോ. പക്ഷേ കണ്ടാ പേടിയാവണപോലേം കുഞ്ഞിനെ ഓളിയിട്ട് കരയിപ്പിക്കണെപോലേം ഒന്നും വേണ്ട. ഒരു മയത്തിലൊക്കെ.

കു.മ്മാമ്മ: മയത്തില് ചെയ്താ നെഞ്ച് വിരിയുകേലാ.

ഡോ: കഴിഞ്ഞ കൊല്ലം ഇതുപോലെ നെഞ്ച് വിരിയിച്ച ഒരു കൊച്ചിനെ കൊണ്ടുവന്നിരുന്നു. തച്ചോളി ഒതേനന്റെ തോളെല്ലിന് ചെറിയൊരു പൊട്ടൽ.

കു.മ്മാമ്മ: അയ്യോ! പക്ഷേ ഇതൊക്കെ പണ്ട് തൊടങ്ങിയേ ഒള്ളതല്ലേ?

ഡോ: കുഞ്ഞിനെ കുളിപ്പിക്കുമ്പോ മൂത്രൊഴിക്കണെ ഭാഗോം ചന്തീടെ ഭാഗോം പൊക്കിളും നല്ലതുപോലെ കഴുകണം.

കു.മ്മാമ്മ: പൊക്കിളോ!

ഡോ: എന്ത്പറ്റി?

കു.മ്മാമ്മ: അപ്പോ പൊക്കിളില് വെള്ളം കയറി വീർത്ത് വരത്തില്ലേ?

ഡോ: അത് ഹെർണിയ. വെള്ളം കേറണതോണ്ടൊന്നുവല്ല. ഇനിയിപ്പോ അത് വന്നാലും പേടിക്കണ്ട. ഒരു വയസ്സാവുമ്പോഴേക്കും അത് തന്നെ മാറിക്കോളും.

കു.മ്മാമ്മ: അതെങ്ങനാ തനിയെ മാറുന്നേ?

ഡോ: തനിയെ മാറും. പക്ഷേ ആളുകളുടെ വിചാരം അവരോരോന്ന് ചെയ്തിട്ട് മാറുന്നതാന്നാ. ഉദാഹരണത്തിന് തമിഴ്നാട്ടില് കുഞ്ഞിന്റെ അമ്മാവൻ കാലിന്റെ തള്ളവിരലോണ്ട് അവിടെ ചവിട്ടും. അങ്ങനെ ഒരു കൊല്ലം ചെയ്താ അത് മാറുന്നാണ് അവരുടെ

വിശ്വാസം. അഥവാ അങ്ങനെ ചെയ്യുന്നതോണ്ടാണ് അത് മാറണത് എന്നാണ് വിശ്വാസം.

കു.മ്മാമ്മ: ഈ തമിഴന്മാർടെ ഒരു കാര്യം. പണ്ടായിരുന്നെങ്കി വെറുതെ ഒരു രൂപേടെ ചില്ലറപൈസ ഒട്ടിച്ചുകൊടുത്താ മതിയാരുന്നു. ഒറ്റ കൊല്ലം കൊണ്ടത് മാറും. ഇതിപ്പോ ചില്ലറയൊക്കെ ചെറുതാക്കിക്കളഞ്ഞില്ലേ!

ഡോ: ബെസ്റ്റ്! പിന്നേ... പൗഡർ വേണ്ട.

കു.മ്മാമ്മ: അയ്യോ! പൗഡർ ഇട്ടില്ലേലെങ്ങനാ?

ഡോ: ഒന്നും സംഭവിക്കില്ല. അത് ഉള്ളിലേയ്ക്ക് വലിച്ചുകേറ്റി ഇണ്ടാവണ പ്രശ്നങ്ങൾ ഇല്ലാണ്ടാവുന്നല്ലാണ്ട്. കുളി കഴിഞ്ഞ് പൗഡർ പൊത്തുമ്പോ ശ്രദ്ധിച്ചട്ടില്ലേ കൊറച്ച് നേരത്തേക്ക് മുറി മുഴോനും പൊകപോലെ പൊങ്ങി സിനിമേലെ നായകനെപോലെ കുഞ്ഞ് പതുക്കെ തെളിഞ്ഞ് വരണത്. ആ പൊന്തണ പൗഡർ പകുതി കേറണത് നമ്മടെ നായകന്റെ ഉള്ളിലായിരിക്കും.

കു.മ്മാമ്മ: കൺമഷി എഴുതുമ്പോ അത് പരക്കാതിരിക്കാനേലും ഒരല്പം പൗഡർ ഇടണ്ടേ?

ഡോ: കഥകളിക്ക് ചുട്ടികുത്തണ പോല്യല്ലേ? കൺമഷി ഇട്ടില്ലെങ്കിലും ഒരു കൊഴപ്പോല്ല.

കു.മ്മാമ്മ: അയ്യോ! അപ്പോ പുരികം എങ്ങനാ വരുന്നേ?

ഡോ: തലമുടി വരുന്നപോലെ വന്നോളും.

കു.മ്മാമ്മ: അത് വടിക്കുന്നോണ്ട് വരുന്നതല്ലേ?

ഡോ: വടിച്ചില്ലെങ്കിലും വരും.

കു.മ്മാമ്മ: പക്ഷേ കട്ടിയുണ്ടാകുകേലാ.

ഡോ: കട്ടിയും വരും.

കു.മ്മാമ്മ: പെങ്കൊച്ചായോണ്ട് കൊള്ളാം. ആൺപിള്ളേരുടെ മുടി വെട്ടി നിർത്തിയില്ലേ. അവർക്ക് ജലദോഷവും ചൊമയും മാറുകേല.

ഡോ: അത് തമ്മിലെന്താ കണക്ഷൻ?

കു.മ്മാമ്മ: വിയർപ്പെറങ്ങിയിട്ട്.

ഡോ: അപ്പെന്താ പെൺകുട്ടികൾക്ക് മുടി നീട്ടിയിട്ടും വിയർപ്പെറങ്ങാത്തത്. അവര്ടെ തലേല് വെതർകോട്ട് പെയിന്റടിച്ചിട്ടാണോ വരണത്?

കു.മ്മാമ്മ: അത് പിന്നെ. പണ്ട് തുടങ്ങിയെ അങ്ങനെയല്ലേ പറയാ? അരഞ്ഞാണം കേട്ടാലോ ല്ലേ?

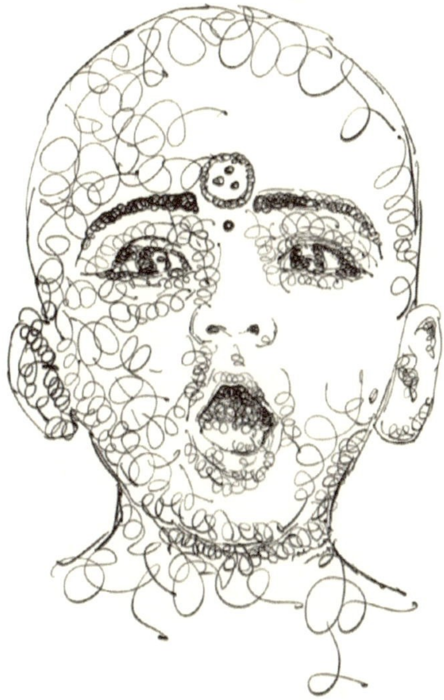

ഡോ: അതായിക്കോട്ടെ. ചരട് ഇടയ്ക്ക് മാറ്റിയാ മതി.

കു.മ്മാമ്മ: ആ... ഇല്ലെങ്കിലേ അരക്കെട്ട് ഒതുങ്ങുകേലാ. അതാ! ആ പിന്നേ കുഞ്ഞിന് ഭയങ്കര ഗ്യാസാ...

ഡോ: ടൈം പാല് കുടിയല്ലേ ഫുൾ. അതീ പ്രായത്തില് സാധാരണ കാണണതാ.

കു.മ്മാമ്മ: ഈ വയസ്സായ കാർന്നോന്മാരുടെ പോലെ ഇടയ്ക്കിടയ്ക്ക്.

ഡോ: സത്യത്തീ അവര് കുഞ്ഞുങ്ങൾടെ പോലെയാണ്.

കു.മ്മാമ്മ: പക്ഷേ, ഇത് പെങ്കൊച്ചല്ലേ?

ഡോ: അതോണ്ട്?

കു.മ്മാമ്മ: ഇങ്ങനെ എപ്പഴും ഗ്യാസ് വിട്ടോണ്ടിരുന്നാ നല്ല കല്യാണാലോചനകളൊക്കെ വരോ?

ഡോ: ങേ!

സാമൂഹിക വ്യവസ്ഥിതിയോടുള്ള പ്രതിഷേധമെന്നോണം കുഞ്ഞ് ഒരെണ്ണമങ്ങോട്ട് നീട്ടിവിട്ടു... ബ്ർർർർർർർർർർർ.... ■

ഓരോ വക സ്പെസിമെൻ!

കുഞ്ഞിന്റെ അച്ഛൻ: കുത്തിവെപ്പെടുക്കാൻ വന്നതാ.

ഡോ: കാർഡൊന്ന് തരാമോ?

കു.ച്ഛൻ: അതെന്തിനാ? കാശ് താഴെയടച്ചാ പോരേ?

ഡോ: ATM കാർഡല്ലാ. കുത്തിവെപ്പിന്റെ കാർഡ്.

കുഞ്ഞിന്റെ അമ്മ: അതെടുത്തട്ടില്ല.

ഡോ: ഇനി വരുമ്പോ കൊണ്ടുവരണട്ടോ. അതില് ഇതൊക്കെ എഴുതിവെയ്ക്കണം.

കു.മ്മ: ഉം.

ഡോ: ഏതൊക്കെയാണ് ഇതുവരെ എടുത്തത്?

കു.ച്ഛൻ: ആ കാർഡിലെഴുതിയതില് ചെലതൊഴിച്ച് ബാക്കിയെല്ലാം എടുത്തട്ട്ണ്ട്. വിട്ടുപോയതെടുക്കാൻ വന്നതാ.

ഡോ: ഇനി ഏതൊക്കെയാ എടുക്കാനുള്ളത്?

കു.ച്ഛൻ: അതിവിടെ കമ്പ്യൂട്ടറീ നോക്ക്യാ അറിയില്ലേ?

ഡോ: ഇതിലൊന്നൂല്ലല്ലോ. ഇതുവരെയൊള്ളതൊക്കെ എവിടെയാ എടുത്തത്?

കു.ച്ഛൻ: ഇവൾടെടെ വീട്ടില്. ഇവര് നാട്ടിലായിരുന്നു.

ഡോ: അങ്ങനെയാണെങ്കി നിങ്ങള് പോയിട്ട് ആ കാർഡും കൊണ്ടുവരൂട്ടോ.

കു.ച്ഛൻ: അപ്പോ ഡോക്ടർക്ക് ഇന്നിവടന്ന് കുത്തിവെപ്പൊന്നും തരാൻ പറ്റില്ല ല്ലേ?

കു.മ്മാമ്മ: കുഞ്ഞിന് വെരേടെ മരുന്നൂടി എഴുതിയേക്ക് ഡോക്റ്ററെ.

ഡോ: ആറ് മാസല്ലേ പ്രായായിട്ടൊള്ളൂ. മുലപ്പാൽ മാത്രേ കൊടുത്തിട്ടൊള്ളൂ. പിന്നെന്തിനാ വിരേടെ മരുന്ന്?

കു.മ്മാമ്മ: ഞാനിവളോട് പറഞ്ഞതാ എന്തേലൊക്കെ കൊടുത്തൊടങ്ങാന്ന്. സമ്മയ്ച്ചില്ല. ഇപ്പെന്തായി?

ഡോ: എന്താവാൻ?

കു.മ്മാമ്മ: വെരേടെ മരുന്ന് പോലും കൊടുക്കാൻ പറ്റാണ്ടായില്ലേ.

ഡോ: ഒരു വയസ്സ് കഴിഞ്ഞാ എല്ലാ ആറ് മാസം കൂടുമ്പോഴും വിരേടെ മരുന്ന് കൊടുക്കണം. പക്ഷേ മുലപ്പാൽ മാത്രം കുടിക്കുന്ന സമയത്ത് വിര, കൃമി എന്ന് മാത്രല്ലാ, ഒരുവിധം ഇൻഫെക്ഷനൊന്നുംതന്നെ പെട്ടെന്നേൽക്കില്ല.

കു.മ്മാമ്മ: പക്ഷേ ഇവന് വെരയിണ്ട്.

ഡോ: എങ്ങനെ മനസ്സിലായി? പല്ലിറുമ്മുന്നുണ്ടോ?

കു.മ്മാമ്മ: അതിനിവന് പല്ല് വന്നിട്ടില്ല.

ഡോ: ഇനി വന്നാലും ഇറുമ്മിയാലും അത് വിരേടെയല്ല. അത് പറയാനാ.

കു.മ്മാമ്മ: ഇവന്റെ വയറ്റീന്ന് വെരേടെ ശബ്ദം കേൾക്കുന്നുണ്ട്.

ഡോ: വിരേടെ ശബ്ദോ!

കു.മ്മാമ്മ: ആ... ഗുളു ഗുളൂന്ന്.

ഡോ: അത് കുടലനങ്ങി വെള്ളവും വായുവും ഇറങ്ങുമ്പോ വരുന്ന ശബ്ദാണ്. Borborygmi എന്ന് പറയും.

കു.മ്മാമ്മ: നിങ്ങള് ഇംഗ്ലീഷ് മരുന്നിന്റെ ഡോക്ടർമാരങ്ങനെ പലതും പറയും. മോള് വന്നേ... ഞാനത് അവിടത്തെ ഹോമിയോ ഡോക്ടറ്ടെ അടുത്തൂന്ന് വാങ്ങിച്ചെരാം.

ഡോ: എന്താണ് അമ്മാമ്മയും കൊച്ചുമോനും കൂടി. കൊറേ കാലായല്ലോ കണ്ടിട്ട്?

കു.മ്മാമ്മ: ഇവന് പണ്ട് എന്നും ചൊമയായിരുന്നല്ലാ. ഇപ്പോ മൂന്നാല് മാസായിട്ട് കൊഴപ്പവൊന്നൂല്ല.

ഡോ: ഈ കോവിഡ് കാരണം ആരും പൊറത്തൊന്നും ഇറങ്ങുന്നില്ലല്ലോ. അതോണ്ട് വൈറൽ പനികളൊക്കെ കൊറവാണ്.

കു.മ്മാമ്മ: എന്നാലുവൊരു ടെൻഷൻ.

ഡോ: ങേ!

കു.മ്മാമ്മ: ഇന്നലെ ഞാൻ പറഞ്ഞപ്പഴാണ് മോള് ശ്രദ്ധിക്ക്യണത്.

ഡോ: എന്ത്?

കു.മ്മാമ്മ: കൊറേ കാലായിട്ട് കൊഴപ്പൊന്നൂല്ലല്ലാന്ന്. അപ്പ ഒന്ന് കാണിക്കാൻ പറഞ്ഞ്.

ഡോ: ആര്?

കു.മ്മാമ്മ: മോള്.

ഡോ: എന്തിന്?

കുമ്മാമ്മ: അവടെ ഒരു സമാധാനത്തിന്. ഇങ്ങനെ പനി വരാതിക്ക്യണത് ആദ്യായിട്ടാണല്ലാ. അപ്പ അവക്കൊരു പേടി.

ഡോ: നന്നായി. എന്തായാലും വന്ന സ്ഥിതിക്ക് കുത്തിവെപ്പെടുത്തിട്ട് പൊക്കോ. പിന്നെ അതിന് വേണ്ടി വരണ്ടല്ലോ.

കു.മ്മാമ്മ: അത് വേണ്ട. വെഷമാവും.

ഡോ: ആർക്ക്?

കു.മ്മാമ്മ: മോക്ക്.

ഡോ: എന്തിന്?

കുമ്മാമ്മ: അവളില്ലാണ്ട് കുത്തിയാ അവക്ക് വെഷമാവും. കുത്തിവെപ്പെടുക്കാൻ അവളെ കൂട്ടി പിന്നെ വരാം.

ഡോ: പനി വരുമ്പോ വരുന്ന ഫിറ്റ്സ് പോലെയെ തോന്നണൊള്ളൂ. വീട്ടില് വേറെ ആർക്കെങ്കിലും ഇങ്ങനെയിണ്ടായിട്ട്ണ്ടോ ചെറുപ്പത്തില്?

കു.ച്ഛൻ: എന്റെ വീട്ടില് ആർക്കൂല്ല. ഇവളുടെ വീട്ടിലിണ്ടോന്നെ നിക്കറിയില്ല.

കു.മ്മ: എന്റെ വീട്ടിലും ആർക്കൂല്ല.

ഡോ: ഇത് അഞ്ചാറ് വയസ്സ് വരെയേ വരൂ. നമുക്കോർമ്മയി ണ്ടാവില്ല. അപ്പനോടും അമ്മയോടും ഒന്ന് ചോദിച്ച്നോക്ക്. മിക്ക വാറൂണ്ടാവും.

ഒന്ന് പുറത്തേക്കിറങ്ങി തിരിച്ചുകയറിയ കു.ച്ഛൻ: ഞാൻ വീട്ടി ലേക്ക് വിളിച്ചിരുന്നു. എനിക്ക് ചെറുപ്പത്തില് ഒരിക്കലിങ്ങനെ വന്ന ട്ടിണ്ടെന്നാ അമ്മ പറയണേ.

കു.മ്മ: ഇപ്പെന്തായി? ഇങ്ങനെ എന്തൊക്കെയിനി പറയാണ്ട് വെച്ച ട്ടിണ്ട്?

കു.ച്ഛൻ: നിനക്കും വന്നട്ടിണ്ട്. രണ്ട് പ്രാവശ്യം. നിന്റമ്മേനേം ഞാൻ വിളിച്ചിരുന്നു.

"**ഡോ**ക്ടറെ ഇവൻ ഇടിയും ചവിട്ടും വെട്ടും കുത്തുമൊക്കെ വന്നാ പിന്നെ സ്ക്രീനീന്ന് കണ്ണെടുക്കില്ല. കണ്ണ് പൊത്തിയാ കൈ തട്ടി മാറ്റും." അമ്മ ആകെ വിഷമത്തിലാണ്.

പണ്ട് ആന്റിയുടെ വീട്ടിൽ നടന്ന സംഭവം പെട്ടെന്ന് ഓർമ്മ വന്നു. തീയറ്ററിൽ ടൈറ്റാനിക് തകർത്തോടുന്ന സമയം. ആന്റിയുടെ മകൾ ആറിലോ ഏഴിലോ പഠിക്കുന്നു. ഒരു ദിവസം സ്കൂൾ വിട്ട് വന്നപ്പോ ടൈറ്റാനിക് കാണാൻ പോണമെന്ന് അവൾ പറഞ്ഞു. ഒരുപാട് ആളുകളിൽ നിന്ന് മുൻപും അഭിപ്രായങ്ങൾ കേട്ടത് കാരണം കാണാൻ പോകണമെന്ന് വീട്ടിലുള്ളവർക്കും ആഗ്രഹ മുണ്ടായിരുന്നു. പക്ഷേ അതിൽ പടം വരയ്ക്കുന്ന ഒരു ഭാഗമുണ്ട് എന്ന് കേട്ടതിനാൽ മോളെയും കൊണ്ട് എങ്ങനെ പോകും എന്ന സംശയത്തിലായിരുന്നു അവർ.

ഒടുവിൽ രണ്ടും കൽപ്പിച്ച് പോകാൻ തീരുമാനിച്ചു. അപ്പനും അമ്മയും മോളും. കാറിൽ കയറാൻ നേരമാണ് കൂടെ അപ്പന്റെ അമ്മയും ഉണ്ടെന്ന് മോളറിയുന്നത്. അവള് ചെറുതായൊന്ന് പകച്ചു. പിന്നെ മെല്ലെ പറഞ്ഞു.

"പടവൊക്കെ നല്ലതാ അമ്മച്ചി. പക്ഷേ അതേലിച്ചിരെ പ്രശ്ന വൊള്ളൊരു സീനൊണ്ട്. അമ്മച്ചിക്ക് പറ്റുകേല. കൊഴപ്പവില്ല. ഞാനന്നേരം അമ്മച്ചിയെ ചെറുതായൊന്നു തട്ടിയേക്കാം. അപ്പോ കണ്ണടച്ചേരെ. പിന്നെ ഞാൻ തിരിച്ച് തട്ടുമ്പോ തൊറന്നേച്ചാ മതി."

കുഞ്ഞിന്റെ ശബ്ദം കേട്ടപ്പോൾ പെട്ടെന്ന് സുബോധത്തിലേക്ക് തിരിച്ചുവന്നു. "ഒരു വയസ്സിന്റെ താഴെയൊള്ള കുഞ്ഞുങ്ങളെ സ്ക്രീൻ കാണിക്കാനേ പാടില്ലാന്നാണ്."

"അയ്യോ ടിവി വെച്ചില്ലെങ്കി ഇവൻ ഭക്ഷണം കഴിക്കാൻ വാ തൊറക്കില്ല."

"ആ ശീലം മാറ്റണം."

"പകരം മൊബൈൽ കൊടുക്കാമോ?"

"ഞാനൊരു റിപ്പോർട്ട് വാട്ട്സാപ്പ് ചെയ്തിട്ടിണ്ട്. ഒന്ന് നോക്കീട്ട് അഭിപ്രായം പറയാവോ?"

"കണ്ടിരുന്നു. പക്ഷേ അതെന്റെ കയ്യില് ഒതുങ്ങണതല്ല. Adult gatsro case ആണ്."

"ന്നാലും കണ്ടാലറിയില്ലേ? ഇതിന് lap cholecystectomy വേണോ?"

"അറിയില്ല. എന്റെ ഫീൽഡ് അല്ല."

"ന്നാലും..."

"ന്നാലും അറിയില്ല. xxxxലൊന്ന് കാണിക്ക്. അവിടത്തെ ഗാസ്ട്രോ നല്ലതാന്ന് കേട്ടട്ടിണ്ട്."

"അവിടെയാ കാണിച്ചത്. അവരാ ലാപ് പറഞ്ഞത്. പക്ഷേ ഇതിന് ശരിക്കും ഓപ്പണല്ലേ നല്ലത്. എന്റെയൊരു ഫ്രെൻഡങ്ങനെ പറഞ്ഞു."

"എന്നാ പിന്നെ പുള്ളിയെ കാണിക്ക്."

"അതിന് പുള്ളി ഡോക്ടർ ഒന്നുവല്ല. KSEBലാ. പുള്ളീടെ ആർക്കോ ഇങ്ങനെ വന്നട്ട് അവര് ഓപ്പണാ ചെയ്തത്."

"ഓ... അയ് ശരി..."

"ലാപിന് നല്ല കാശാവില്ലേ?"

"എനിക്കറിയാൻ പാടില്ല. ഞാൻ ജോലി ചെയ്യണ സ്ഥലത്ത് ഇത് ചെയ്യാറില്ല."

"എന്നാലും ഡോക്ടറാണെങ്കി ഡോക്ടറെത്ര വാങ്ങും."

"ഞാനോ? Lap cholecystectomyക്കോ?"

"ആ..."

"പത്ത് ലക്ഷം."

"പത്ത് ലക്ഷോ!!! എന്തിന്?"

"ഈ പ്രായത്തിലിനി അതൊക്കെ പഠിച്ചെടുത്തിട്ട് വേണ്ടേ? അത്ര കിട്ടിയാ പോലും മൊതലാവില്ല."

"ഡാക്കർ... നേത്ത് രാത്രി ഇവളെ എറുമ്പ് കടിച്ചിരുച്ച്. കൊഞ്ചം വീക്കമാ ഇരുന്തത്. ഒരു വാട്ടി ഉങ്കളെ കാട്ടീട്ട് പോലാംണ്ണ് നെന ച്ചേൻ."

"കൊഞ്ചം കാമി... ഇത് പറവാല്ലേമ്മാ. വീക്കമെല്ലാം പോയിടിച്ച്. വലി ഇറുക്ക്ണ്ണാ പാരസെറ്റമോൾ കൊടുക്കലാം. അവളവ് താൻ. ഉങ്കൾക്ക് വലിക്കുതാ പാപ്പാ?"

"ഇല്ലെ അങ്കിൾ. ഇപ്പോ വലി എതും ഇല്ലെ. നേത്ത് കൊഞ്ചം ഇറുന്തത്."

"അളുതിയാ നീ?"

"ഇല്ലെ അങ്കിൾ. ഒരു ചിന്ന ഊസി പോട്റ വലി താൻ ഇറുന്തിച്ച്. നാൻ അളവേ ഇല്ലേ."

"ഗുഡ് ഗേൾ. അപ്പോ ഉനക്ക് മരുന്ത്, മാത്ര, യെതും ഇല്ലെ... പോ."

"താങ്ക് യൂ അങ്കിൾ."

അല്ലാ... ആ കുട്ടി ഇപ്പൊ എന്താ പറഞ്ഞിട്ട് പോയെ? ഉറുമ്പ് കടിച്ചപ്പോ ചെറിയ സൂചി കുത്തണ വേദനയാ എടുത്തൊള്ളൂ ന്നല്ലേ! ശരിക്കും തിരിച്ചല്ലേ!! ഈ പിള്ളേർ!!

■

ഡോക്ടറേ, ഒരു പനിക്കോളുണ്ടേ

"ഹലോ"

"പറയൂ"

"ഡോക്ടറേ... കൊച്ചിനൊരു ചൂടുപോലെ..."

"എന്നാ പനി തൊടങ്ങീത്?"

"പനി ഒന്നൂല്ല. ചൂട് മാത്രം."

"കുഞ്ഞിനെ നിങ്ങള് അടുപ്പിന്റെ മൊകളിലോ മറ്റോ വെച്ചിരുന്നോ?"

"അയ്യോ! ഇല്ല."

"എങ്കി പിന്നെ... ആ ചൂട് പനി തന്നെയാകാനാണ് സാധ്യത."

"ഡോക്ടറെ... ഇന്നലെ മൊതല് കുഞ്ഞിന് വിട്ട് വിട്ട് പനിക്കുന്നു."

"ഏത് സമയത്താണ് പനി വരുന്നത്? എപ്പഴാണ് കൊറയുന്നത്?"

"മരുന്ന് കൊടുക്കുമ്പോ കൊറയും. കൊറച്ച് കഴിഞ്ഞ് പിന്നേം പനിക്കും."

"ആദ്യത്തെ രണ്ട് മൂന്ന് ദിവസങ്ങളങ്ങനെയായിരിക്കും. അതു കഴിഞ്ഞ് പനി കൊറഞ്ഞുതൊടങ്ങും സാധാരണ."

"വിട്ട് വിട്ട് പനിക്കണത്കൊണ്ടാണൊരു പേടി."

"ഓ! എന്നാ പിന്നെ മരുന്ന് കൊടുക്കാതിരുന്നാ മതി. അപ്പോ വിടാതെ പനിച്ചോളും."

"ഹലോ..."

"ഹലോ... ആരാണ്?"

"ഞാനൊരു പേഷ്യന്റിന്റെ അപ്പനാ."

"ഓകെ. പറയൂ..."

"ഡോക്ടർ തന്ന മരുന്ന് കൊടുത്തിട്ട് പനി കൊറയുന്നില്ല."

"സോറീട്ടോ. എനിക്ക് നിങ്ങളെ ഓർമ്മ കിട്ടണില്ല. കൊച്ചിന്റെ പേരെന്താ? ഏത് മരുന്നാ ഞാൻ തന്നത്?"

"ഡോക്ടർ മരുന്ന് തന്നത് ഞങ്ങടക്കല്ല. എന്റെയൊരു ഫ്രെണ്ടിന്റെ കൊച്ചിനാ. ഞങ്ങളും ആ മരുന്നുതന്നെ കൊടുത്തുനോക്കി. കൊറയാതായപ്പോ അവനാ പറഞ്ഞത് വിളിച്ചുനോക്കാൻ."

"വാവ്! നൈസ്!"

"**ഡോ**ക്ടറേ... ഞങ്ങള് പഴയൊരു പേഷ്യന്റാണേ. കൊച്ചിനൊരു പനി. പഴയ മരുന്ന് കൊടുത്തിട്ട് കൊറയണില്ല. ഡോസ് മാറ്റേണ്ടിവരോ?"

"കുഞ്ഞിന്റെ തൂക്കം എത്രയാ? ഏത് മരുന്നാ കൈയിലുള്ളത്? എത്ര വെച്ചാ കൊടുക്കുന്നത്?"

"15kg. calpol drops. 0.5mL"

"അയ്യോ! അത് വളരെ കൊറവാണ്. മരുന്നും മാറ്റണം. ഡോസും കൂട്ടണം."

"ആണല്ലേ? ഞാനപ്പഴേ അവളോട് പറഞ്ഞതാ. അപ്പോ അവളാ പറഞ്ഞത്. ചെറിയ പനിയല്ലേ ഒള്ളൂ, ഡോക്ടർ പറഞ്ഞതിന്റെ പകുതി കൊടുത്താ മതീന്ന്."

"അടിപൊളി. ഇപ്പോ ഒള്ളതിന്റെ പകുതി തൂക്കം ഒള്ള സമയത്ത് എഴുതിയ മരുന്നിന്റെ പകുതി ഡോസും കൊടുത്തിട്ട് പനി കൊറയണില്ലാന്നല്ലേ?"

"**ഡോ**ക്ടറേ... കൊച്ചിന് ഇന്നലെ മൊതല് പനിയാ... മരുന്ന് കൊടുക്കുമ്പോ കൊറയുന്നുണ്ട്. പക്ഷേ പിന്നെയും കൊറച്ച് കഴിയുമ്പോ വരുന്നു."

"ഇന്നലെ തൊടങ്ങിയല്ലേ ഒള്ളൂ. രണ്ട് മൂന്ന് ദിവസം പിടിക്കും."

"അതല്ല ഡോക്ടർ. മരുന്ന് കഴിഞ്ഞു."

"അയ്യോ! ഒരു മിനിറ്റേ. ഒരു പെന്നും പേപറും എടുത്തോട്ടെ. നിങ്ങടെ അഡ്രസ്സ് പറ. മരുന്നങ്ങോട്ട് എത്തിക്കാം?"

"**ഹ**ലോ ഡോക്ടർ... ഞാൻ XXXXXന്റെ അപ്പനായിരുന്നേ. XXXന്ന് വിളിക്കുവാ..."

"ആ... പറയൂ..."

“അതേയ്... April 20 ചൊവ്വാഴ്ചയാണോ? ബുധനാഴ്ചയാണോ?”

“ങേ!”

“കുത്തിവെപ്പെടുക്കാൻ വരാനായിരുന്ന്. പനി വരുന്ന കുത്തിവെപ്പല്ല്യോ? ഓഫീസില് ലീവ് പറയണവായിരുന്നേ. അതാ. ഒന്ന് നോക്കീട്ട് പറയാവോ?”

“ഹലോ ഡോക്ടർ... കൊച്ചിനെ ഇന്നലെ വൈകുന്നേരം മൊതല് ചെറിയ പനി. അപ്പോ പാരസെറ്റമോൾ എത്രയാ കൊടുക്കണ്ടേന്നറിയാൻ വിളിച്ചതാ.”

സമയം നോക്കിയപ്പോൾ വെളുപ്പിന് അഞ്ച് മണി!

“കഴിഞ്ഞ തവണ വന്നപ്പോ തന്ന പ്രിസ്ക്രിപ്ഷൻ നോക്കി കൊടുക്കൂ.”

“മരുന്ന് കിട്ടി. പ്രിസ്ക്രിപ്ഷൻ പെട്ടന്ന് തപ്പിയപ്പോ കിട്ടിയില്ല. ഇനി ബാഗ് ഒക്കെ കൊടഞ്ഞിട്ട് നോക്കണം. അതാ വിളിച്ചത്. ജസ്റ്റ് ആ ഡോസ് ഒന്ന് പറഞ്ഞ് തന്നാ മതി.”

“കുഞ്ഞിന്റെ വെയ്റ്റ് എത്രയാ?”

“കുഞ്ഞിന്റെ വെയ്റ്റ്... കഴിഞ്ഞ തവണ അവിടന്ന് നോക്കിയതാ.”

“അതെത്രയാ?”

“ഓർമ്മയില്ല. ഏതാണ്ട് ഏഴ് കിലോ കാണുമായിരിക്കും.”

“ഉറപ്പാണല്ലോ?”

“അതേ...”

"പാരസെറ്റമോൾ ഏതാ കയ്യിലൊള്ളത്? സിറപ്പാണോ ഡ്രോപ്സാണോ?"

"അതറിയില്ല... ചെറിയ കുപ്പിയാ..."

"ഫില്ലർ വെച്ചാണോ മുകളിൽ അടക്കുന്നത്?"

"അതേ."

"അപ്പോ... XX mL കൊടുക്ക്. എന്നിട്ട് രാവിലെ ആശുപത്രിയിൽ കാണിക്ക്."

"ഇന്ന് തന്നെ കാണിക്കണോ? രണ്ട് ദൂസം നോക്കീട്ട് പോരെ?"

"ഹലോ ഡോക്ടറെ... കൊച്ചിന് കൊഴപ്പൊന്നൂല്ലാ... അവിടേം ഇവിടേം ചെറിയ ചുവന്ന പാട് പോലെ."

"പനിയെങ്ങാനും?"

"ഏയ്... അങ്ങനെ ഒന്നൂല്ല."

"എത്ര ദൂസായി ഇങ്ങനെ കണ്ട് തൊടങ്ങീട്ട്?"

"ഇത് കൊറേ കാലായിട്ട് ഇങ്ങനെ ഇടയ്ക്കിടയ്ക്ക് വരണതാണ്. പനിയൊന്നും ഇല്ലാത്തോണ്ട് വേറെ പേടിക്കാനൊന്നൂല്ല. കൊതുകടിക്കണതാവും. ശരിയന്നാ."

ങേ! ഇതെന്തിനാ ഇപ്പോ എന്നെ വിളിച്ച് പറഞ്ഞത്!

ഓരോ പനിcallികളെ!

■

മാതാപിതാ പലവിധം

a) Punctilious - Attention to details

ഡോ: എന്ത് പറ്റി?

കു.മ്മ: ഡോക്ടറേ... ഇതിപ്പോ മൂന്നാമത്തെ തവണയാണേ ഇവന് പനി വരുന്നത്. ആദ്യം പനി വന്നത് ഇവന് ആറ് മാസം പ്രായ വൊള്ളപ്പഴാ. അതുവരെ ഇവന് മൊലപ്പാല് മാത്രേ കൊടുത്തൊള്ളാ യിരുന്നേ. കുറുക്ക് കൊടുത്തുതൊടങ്ങി ഒരാഴ്ച കഴിഞ്ഞപ്പോ പനി തൊടങ്ങി. അന്ന് പാരസെറ്റമോൾ കൊടുത്തപ്പോ പനി മാറിയാ രുന്ന്. ഒരു മൂന്ന് ദിവസം... അല്ലാ... നാല് ദിവസം കഴിഞ്ഞ് അഞ്ചാ മത്തെ ദിവസം രാവിലെയായപ്പോ പനി മാറി. പിന്നെ പനി വരു ന്നത് ആദ്യത്തെ ബർത്ത്ഡേ പരിപാടി കഴിഞ്ഞപ്പഴാ. അന്ന് രണ്ട്

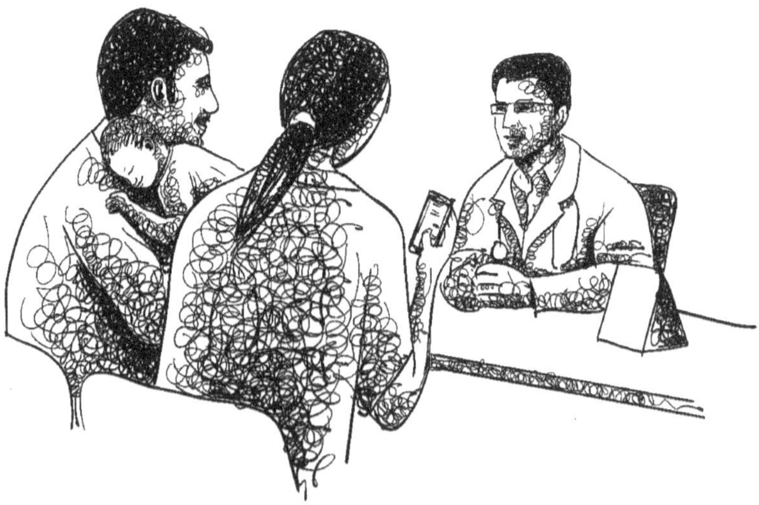

ദിവസം വയറിളകിയായിരുന്ന്. അഞ്ച് ദിവസംകൊണ്ട് പനിയും മാറി. പിന്നെ ഇപ്പഴാണ് പനി വരുന്നത്.

ഡോ: ഇപ്പോ പ്രായം എത്രയായി?

കു.മ്മ: 2 വയസ്സും 3 മാസോം.

ഡോ: OK. ഇപ്പോ പനി തൊടങ്ങീട്ട് എത്ര ദിവസായി?

കു.മ്മ: പനി തൊടങ്ങീത്... കഴിഞ്ഞ വെള്ളിയാഴ്ച. വെള്ളിയാഴ്ച വൈകുന്നേരം ഞങ്ങളൊന്ന് ലുലുവരെ പോയാരുന്ന്. പോയി തിരിച്ചുവന്ന് കുളിയൊക്കെ കഴിഞ്ഞ് കുറച്ച് ചോറും തൈരും കഴിച്ചു കഴിഞ്ഞ് ഒന്ന് തൊട്ടുനോക്കിയപ്പോ ചെറിയ ചൂടൊണ്ടായിരുന്ന്. തെർമോമീറ്റർ വച്ച് നോക്കിയപ്പോ 99.3. ഞങ്ങള് പാരസെറ്റമോൾ കൊടുത്തു. 1ml ആണ് കൊടുത്തത്. പനി കാര്യവായിട്ട് കുറഞ്ഞില്ലായിരുന്ന്. പിറ്റേന്ന് രാവിലെ നോക്കിയപ്പോ 100.3 ഒണ്ടായിരുന്ന്. അടുത്തുള്ള ഹോസ്പിറ്റലീ കാണിച്ചാരുന്നേ. അപ്പോ അവര് പാരസെറ്റമോളിന്റെ ഡോസ് അഡ്ജസ്റ്റ് ചെയ്തുതന്നാരുന്ന്. പിന്നെ 3 ml വെച്ചാണ് കൊടുത്തത്. ശനിയാഴ്ച നാല് പ്രാവശ്യം പനി നോക്കി. ഒരു പ്രാവശ്യം 101.1. പിന്നെ 100.3. പിന്നെ 100.4. രാത്രി ആയപ്പോ 102.4. ഞായറാഴ്ച രാവിലെ 99.9. പിന്നെ 98.4. പിന്നെ 99.7. രാത്രി ആയപ്പോ 100.2.

ഡോ: പനി നാലഞ്ച് ദിവസിണ്ടാവും. പനിയല്ലാതെ വേറെയെന്തെങ്കിലും ബുദ്ധിമുട്ടുകള്ണ്ടോ?

കു.മ്മ: തൊടക്കത്തീ ചെറിയ മൂക്കടപ്പൊണ്ടായിരുന്ന്. ഇപ്പോ ചെറുതായിട്ട് ചൊമ തൊടങ്ങിയിട്ടൊണ്ട്. ഇന്ന് രാവിലെ നോക്കിയപ്പോ പനി 99.

കു.ച്ഛൻ: ഇന്ന് രാവിലെ 99 അല്ല. 98.8. മാറ് ഞാൻ പറയാം. ഡോക്ടറേ... ഇതിപ്പോ മൂന്നാമത്തെ തവണയാണ് ഇവന് പനി വരുന്നത്. ആദ്യം പനി വന്നത് ഇവനൊരു ആറ് മാസം പ്രായയൊള്ളപ്പോഴാ...

b) Cruciverbalist - Keeps puzzling

ഡോ: എന്ത് പറ്റി?

കു.ച്ഛൻ: ഓ... ഒന്നൂല്ല...

ഡോ: അല്ല... എന്തിനാ ഹോസ്പിറ്റലില് വന്നത്?

കു.ച്ഛൻ: അത്... കൊച്ചിന് നല്ല സുഖവില്ല.

ഡോ: എന്ത് പറ്റി? പനിയാണോ?

കു.ച്ഛൻ: പനിയൊന്നൂല്ല. നല്ല ചൂടിണ്ട്.

ഡോ: ഓ... എന്നാ തൊടങ്ങീത്?

കു.ച്ഛൻ: കൊറച്ചൂസായി.

ഡോ: കൊറച്ച് ദിവസംന്ന് പറഞ്ഞാ?

കു.ച്ഛൻ: അമ്മയ്ക്ക് പനിയിണ്ടായിരുന്നു. അത് കിട്ടിയതാ.

ഡോ: അമ്മയ്ക്ക് എന്നാ പനി വന്നത്?

കു.ച്ഛൻ: അത്... കഴിഞ്ഞാഴ്ച... വെയിലത്ത് പോയപ്പോ വന്നതാ.

ഡോ: ഓകെ. ഇന്ന് വെള്ളി. കൊച്ചിനെന്നാ പനി തൊടങ്ങീത്?

കു.മ്മ: ചൊവ്വാഴ്ച ഉച്ച മൊതലാ.

കു.ച്ഛൻ: ആ... ചൊവ്വാഴ്ച ഉച്ച മൊതല്.

ഡോ: വേറെ എന്തെങ്കിലും ബുദ്ധിമുട്ടുണ്ടോ?

കു.ച്ഛൻ: ഏയ്... വേറൊന്നൂല്ല.

ഡോ: മൂക്കൊലിപ്പ്... ചുമ... അങ്ങനെയെന്തെങ്കിലും?

കു.മ്മ: അത് രണ്ടൂണ്ട്.

കു.ച്ഛൻ: ആ... അത് രണ്ടൂണ്ട്.

ഡോ: കൊച്ചിന്റെ ചെസ്റ്റ് ക്ലിയറാണ്. വൈറൽ പനി പോലെയാണ് തോന്നുന്നത്. ചിലപ്പോ ചില കുട്ടികൾക്ക് വയറിളക്കോം ഛർദ്ദിയും ഇതിന്റെ കൂടെത്തന്നെ കാണാറുണ്ട്.

കു.മ്മ: ആ അത് രണ്ടൂണ്ട്.

ഡോ: കയ്യില് മരുന്നുകളേതെങ്കിലൂണ്ടോ?

കു.ച്ഛൻ: പനീടെ മരുന്ന്ണ്ട്.

ഡോ: ഏത് മരുന്നാ?

കു.ച്ഛൻ: അതറയില്ല.

ഡോ: പ്രിസ്ക്രിപ്ഷൻ കൈയിലുണ്ടോ?

കു.ച്ഛൻ: ഇല്ല.

ഡോ: മരുന്ന് കൊണ്ടുവന്നിട്ടുണ്ടോ?

കു.ച്ഛൻ: ഇല്ല. വീട്ടിലിണ്ട്.

ഡോ: ഇനി വരുമ്പോ കൈയിലൊള്ളതൊക്കെ കൊണ്ടുവരണട്ടോ. ഇപ്പോ പനി, ചുമ, മൂക്കൊലിപ്പ്, വയറിളക്കം, ഛർദി. എല്ലാത്തിനും മരുന്നെഴുതുന്ന്ണ്ട്. അഞ്ച് ദിവസം കഴിഞ്ഞിട്ട് കൊറഞ്ഞില്ലെങ്കി ഒന്നൂടി വന്ന് കാണിക്കണം.

കു.ച്ഛൻ: അപ്പോ അത്രയും ദിവസം മരുന്ന് കൊടുക്കണോ?

ഡോ: വേണ്ടാ... വാങ്ങിച്ചിട്ട് കാറില് വെച്ചാ മതി.

കു.ച്ഛൻ: ങേ!

ഡോ: ഇവിടെ പറഞ്ഞതാ...

c) Insatiable - Never satisfied

ഡോ: എന്തുപറ്റി?

കു.മ്മാമ്മ: കുഞ്ഞിന് ഇടയ്ക്കിടയ്ക്ക് പനി വരുന്നു. ആന്റിബയോട്ടിക്സ് എന്തെങ്കിലും?

ഡോ: ഇപ്പോ എത്ര ദിവസായിട്ട് പനിയിണ്ട്?

കു.മ്മാമ്മ: മൂന്ന് ദിവസായി.

ഡോ: ഇതിന് മുൻപെപ്പഴാ വന്നത്?

കു.മ്മാമ്മ: ആറ് മാസം മുമ്പ്.

ഡോ: അതത്ര കൂടുതലല്ലാട്ടോ. വൈറൽ പനികള് ഒരു കൊല്ലത്തില് പത്ത് പന്ത്രണ്ട് തവണവരെ വരാംന്നാണ്. ഇപ്പോ എല്ലാവരും മാസ്ക് വച്ച് നടക്കുന്ന കാരണം ഇൻഫെക്ഷൻ കൊറച്ച് കൊറവാണെന്ന് മാത്രം.

കു.മ്മാമ്മ: പക്ഷേ കൊച്ചിന് മൂന്ന് ദിവസായിട്ട് വിട്ട് വിട്ട് പനിക്ക്യാണ്. ആന്റിബയോട്ടിക്സ് എന്തെങ്കിലും?

ഡോ: എപ്പോഴാ പനി വിടുന്നത്?

കു.മ്മാമ്മ: പാരസെറ്റമോൾ കൊടുക്കുമ്പോ.

ഡോ: പനി വിടുമ്പോ കുഞ്ഞ് ആക്റ്റീവാണോ?

കു.മ്മാമ്മ: അയ്യോ! ഡോക്ടറെ... ആ സമയത്ത് ഇവനെ പിടിച്ചാ കിട്ടില്ല. വീട് മൊത്തം ഓടിനടക്കും. എന്നാലും പഴയപോലെ ഉഷാറില്ല.

ഡോ: ഉം...

കു.മ്മാമ്മ: പക്ഷേ മൂക്കൊലിപ്പും ചൊമയുമുണ്ട്. ആന്റിബയോട്ടിക്സ് എന്തെങ്കിലും?

ഡോ: നോക്കീട്ട് വലിയ കൊഴപ്പൊന്നും കാണുന്നില്ല. വൈറൽ പനിപോലെ തോന്നുന്നു.

കു.മ്മാമ്മ: വയറില് പനിയില്ല ഡോക്ടർ. തലയ്ക്കാണ് ചൂട്.

ഡോ: അതല്ല. വൈറസ്... വൈറസ്... നാലഞ്ച് ദിവസം ചൂട് കാണും. കൊച്ച് നല്ല ആക്ടീവാണ്. അഞ്ച് ദിവസം കഴിഞ്ഞിട്ടും പനി മാറിയില്ലെങ്കി ഒന്നൂടി വരണം. എന്നിട്ട് തീരുമാനിക്കാം ആന്റിബയോട്ടിക് വേണോ ബ്ലഡ്ടെസ്റ്റ് വേണോന്നൊക്കെ.

കു.മ്മാമ്മ: എന്നാ പിന്നെ ആന്റിബയോട്ടിക്സ് ഇപ്പത്തന്നെ തൊടങ്ങിക്കൂടെ?

ഡോ: വേണ്ടാ. ഇപ്പോ ആവശ്യില്ല.

കു.മ്മാമ്മ: അവന് ഭയങ്കര തലവേദനയൂണ്ടേ. അതാ ഞാൻ...

ഡോ: തലവേദനയോ? അതെങ്ങനെ മനസ്സിലായി?

കു.മ്മാമ്മ: അല്ലാ. തലയ്ക്ക് നല്ല ചൂടുണ്ട്.

ഡോ: അത് കൊഴപ്പില്ല. തലയ്ക്കെപ്പഴും ബാക്കി ഭാഗങ്ങളേക്കാ ചൂട് കൂടുതല് തോന്നും.

കു.മ്മാമ്മ: വിശപ്പും തീരെയില്ല.

ഡോ: അത് അസുഖത്തിന്റെയാണ്. കുത്തിക്കയറ്റാൻ നോക്ക രുത് ശർദ്ദിക്കും.

കു.മ്മാമ്മ: ശർദ്ദിച്ചു.

ഡോ: അതാ പറഞ്ഞത്. അസുഖം മാറുമ്പോ വിശപ്പ് വരും.

കു.മ്മാമ്മ: പൊതുവേ വിശപ്പ് കൊറവാണ്. വിശപ്പിനൊള്ള മരു ന്നെന്തെങ്കിലും?

ഡോ: അവന് പ്രായത്തിനനുസരിച്ചുള്ള തൂക്കമുണ്ട്.

കു.മ്മാമ്മ: എന്നാലും ഇവനിപ്പോ ഒന്നും കഴിക്ക്യണില്ല.

ഡോ: ഇപ്പോ പനിയല്ലേ, അത് മാറുമ്പോ കഴിച്ച് തൊടങ്ങും.

കുമ്മാമ്മ: ഇങ്ങനെ ഇടയ്ക്കിടയ്ക്ക് പനി വരുന്നതുകൊണ്ട് കൊഴ പ്പൊന്നൂല്ലല്ലോ ല്ലേ? ആന്റിബയോട്ടിക്സൊന്നും വേണ്ടല്ലോ?

d) Paragon - Just perfect

ഡോ: എന്തുപറ്റി?

കു.മ്മ: കൊച്ചിന് മൂന്ന് ദിവസായിട്ട് പനി. പാരസെറ്റമോൾ കൊടു ക്കുമ്പോ കൊറയും. അഞ്ചാറ് മണിക്കൂർ കഴിയുമ്പോ വീണ്ടും ചൂട് വരും. ഇടയ്ക്ക് 100 കടന്ന് പോകുന്നുണ്ട്. പക്ഷേ പനി കൊറയുമ്പോ ആള് നല്ല ആക്റ്റീവാണ്.

ഡോ: വേറെ ബുദ്ധിമുട്ടുകളെന്തെങ്കിലും?

കു.മ്മ: ചെറിയ മൂക്കടപ്പ്ണ്ടായിരുന്നു. ഇന്ന് രാവിലെ തൊടങ്ങി മൂക്കൊലിക്കുന്നുണ്ട്. ചെറുതായിട്ട് ചുമയ്ക്കുന്നൂണ്ട്. അതിന്റെ മരുന്നുകള് മുൻപ് എഴുതിയത് കൈയിലുണ്ട്. ഡോക്ടറെ കാണി ച്ചിട്ട് വേണെങ്കി കൊടുക്കാംന്ന് വിചാരിച്ചു.

ഡോ: എക്സാമിൻ ചെയ്തിട്ടും കൊഴപ്പൊന്നും കാണുന്നില്ല. വൈറൽ പനി പോലെയേ തോന്നണൊള്ളൂ.

കു.ച്ഛൻ: കഴിഞ്ഞ ഒരു കൊല്ലത്തിലിത് മൂന്നാമത്തെ തവണയാ ഇങ്ങനെ വരുന്നത്. എല്ലാ പ്രാവശ്യവും ഒരാഴ്ചകൊണ്ട് മാറുന്നുണ്ട്. വേറെ ടെസ്റ്റുകളെന്തെങ്കിലും ചെയ്യണോ?

ഡോ: അത് സാധാരണ കാണുന്ന എണ്ണമാണ്. ഇപ്പോ എന്താ യാലും ടെസ്റ്റൊന്നും വേണ്ടാ. അഞ്ച് ദിവസം കഴിഞ്ഞ് കൊറഞ്ഞി ല്ലെങ്കി വരൂ. നോക്കീട്ട് തീരുമാനിക്കാം.

കു.ച്ഛൻ: ഓക്കെ ഡോക്ടർ.

■

താനൊക്കെ ഒരു ഡോക്ടറാണോടോ!

MBBS കഴിഞ്ഞയുടനെ കൂട്ടാലിട ഹെൽത്ത് സെന്ററിൽ കുറച്ച് കാലം ജോലിക്ക് പോയിരുന്നു. ബാലുശ്ശേരിയിൽനിന്നും പിന്നെയും ഉള്ളിലേക്ക് പോകണം. മെഡിക്കൽ കോളെജിന്റെ തണൽ വിട്ടുള്ള ആദ്യത്തെ ജോലിസ്ഥലമാണ്. ചെറിയ പകപ്പുണ്ടായിരുന്നെങ്കിലും ഒരു കൊല്ലത്തെ ഹൗസ് സർജൻസി തന്ന ആത്മവിശ്വാസമുണ്ടായിരുന്നു. OPയിൽ ആദ്യദിനം ഒരു വൃദ്ധൻ കയറിവന്നു.

"എന്ത് പറ്റി?"

"ഇങ്ങക്ക് ഞരമ്പിന്റെ ഡോക്ടറെ ആരെയെങ്കിലും അറിയോ?"

"അതറിയാം. ആദ്യം നിങ്ങള് പ്രശ്നെന്താണെന്ന് പറയൂ. ഞാനൊന്ന് നോക്കട്ടെ."

"ഇങ്ങള് ഓർക്കൊന്ന് എഴുതി തരീ. എനക്ക് രണ്ടൂസായിറ്റ് ഭയങ്കര തലവേദന. ഞാനോരെ കാണിച്ചോളാ. ഇങ്ങടെ പോലത്തെ കുട്ട്യാളെ കാണിച്ചാ ശരിയാവൂല്ലാ."

എന്നിട്ടൊരു നോട്ടോം... 'താനൊക്കെ ഒരു ഡോക്ടറാണോടോ?'

അന്നാണാദ്യമായി ഞാൻ ആ ചോദ്യത്തിനിരയാകുന്നത്. എന്തായാലും ഡോക്ടറായി എന്നുള്ള അഹങ്കാരം ആ ഒറ്റ നോട്ടത്തോടെ തീർന്നുകിട്ടി. രണ്ട് ദിവസത്തെ തലവേദന പോലും ആളുകൾക്ക് ധൈര്യമായി കാണിക്കാനാകാത്ത ഒരു ഡോക്ടർ. 'ഞാനൊരു ഡോക്ടറാണോടോ?' എന്നൊരു ശങ്ക എനിക്കുമന്ന് തോന്നി.

ഇത് നടന്നത് പതിനഞ്ച് വർഷങ്ങൾക്ക് മുൻപാണ്. അതിന് ശേഷം, ഒളിഞ്ഞും തെളിഞ്ഞും വാ കൊണ്ടും കണ്ണ് കൊണ്ടും കൈ കൊണ്ടും ഈ ചോദ്യം ഞാൻ നേരിട്ടിട്ടുണ്ട്.

NICUൽ ആഴ്ചകളായി കിടക്കുന്ന ഒരു കുഞ്ഞിന്റെ അപ്പനും അമ്മയും ഒരു ദിവസം അല്പം പരിഭ്രമത്തോടെ കയറിവന്നു.

"ഡോക്ടർ... ഇന്ന് ഞങ്ങടെ കുറേ ബന്ധുക്കള് കുഞ്ഞിനെ കാണാൻ വരുന്നുണ്ട്."

"അവരോട് ഇപ്പത്തന്നെ വിളിച്ചുപറഞ്ഞേക്ക് വരണ്ടാന്ന്. ICUല് അങ്ങനെയെല്ലാവരെയും കേറ്റി കാണിക്കാനൊന്നും പറ്റില്ല. അതിന്റെ ബുദ്ധിമുട്ട് നിങ്ങടെ കൊച്ചിനും കൂടിയാ."

"ഞങ്ങക്കറിയാം. അച്ഛനേം അമ്മേം ഞങ്ങള് പറഞ്ഞു മനസ്സിലാക്കിക്കോളാം. പക്ഷേ അകന്ന ബന്ധുക്കളൊക്കെയാ പ്രശ്നം. ഞങ്ങള് പറഞ്ഞാ അവര് കേക്കില്ല. അവരെ ഡോക്ടറെന്നെ ഡീലെയ്യണം."

"അത് ഞാൻ ചെയ്യാം. ചെലപ്പോ ഏത് ലെവലിലേക്കും ഞാൻ താഴും. കൊഴപ്പിണ്ടോ?"

"ഒരു കൊഴോപ്പോല്ല. ഫുള്ളായിട്ട് വിട്ട്തന്നിരിക്കുന്നു."

"അവര് വരുമ്പോ എന്നെ വന്ന് കാണാൻ പറയ്."

കുറച്ച് കഴിഞ്ഞപ്പോൾ പത്തിരുപത് ആളുകൾ മുറിയിലേക്ക് ഇരച്ചു കയറിവന്നു. ഏതോ കല്യാണം കഴിഞ്ഞ് മടങ്ങുന്ന വഴി കയറിയതാണെന്ന് വേഷഭൂഷാദികളിൽനിന്ന് മനസ്സിലായി. കൊച്ചിനെയൊന്ന് കണ്ട് ആ ചടങ്ങങ്ങ് തീർക്കാൻ വേണ്ടിയാണെന്ന് വ്യക്തം. ചിലർ കുട്ടിയുടെ അപ്പനുമായുള്ള അടുപ്പത്തെപ്പറ്റി പറയുന്നു. മറ്റ് ചിലർ അയാളെ പണ്ടെടുത്തോണ്ട് നടന്നതിന്റെ തയമ്പ് കാണിക്കുന്നു. വേറെ ചിലർ പണ്ട് കൊച്ചിന്റെ അമ്മയുടെ കൂടെ കളിച്ചപ്പോൾ പുള്ളിക്കാരി മാന്തിയ പാട് കാണിക്കുന്നു. അല്പം ശമനമായപ്പോൾ ഞാൻ കുട്ടിയുടെ അപ്പനെയും അമ്മയെയും പുറത്തേക്ക് നിർത്തി, ബാക്കിയുള്ളവരോടായി പറഞ്ഞു,

"ഇപ്പോ അവർക്കാവശ്യം കൊറച്ച് സാമ്പത്തിക സഹായാണ്. നിങ്ങക്ക് പറ്റുന്നപോലെ എന്തെങ്കിലും അവർക്ക് ചെയ്ത്കൊടുത്താ നല്ലതായിരുന്നു."

കുറച്ച് പേരുടെ തയമ്പും പാടുമെല്ലാം അതോടെ മാഞ്ഞുപോയി. കൊച്ചിനെ കാണാനുള്ള പൂതിയും. ആളുകൾ തിടുക്കത്തിലിറങ്ങുന്നത് കണ്ടപ്പോൾ അപ്പനും അമ്മയും തിരിച്ചുകയറി. ഞാനവരോട് മറ്റുള്ളവർ കേൾക്കേ പറഞ്ഞു,

"കൊച്ചിന് രണ്ട് മൂന്ന് പ്രാവശ്യം രക്തം കേറ്റേണ്ടി വരും. ഇവരുടെയൊക്കെ ബ്ലഡ് ഗ്രൂപ്പൊന്ന് വാങ്ങിവെച്ചേക്ക്."

ഞാൻ കൊച്ചിന്റെ അപ്പനമ്മമാരെ കണ്ണിറുക്കി കാണിച്ചു. അപ്പോൾ അപ്പന്റെ മുഖത്തും ആ ഭാവമായിരുന്നു, 'ഇയാള് ശരിക്കും ഡോക്ടർ തന്നെയാണോ?'

ഒരു ദിവസം ഉച്ചഭക്ഷണത്തിനിറങ്ങാൻ നേരം OPലേക്കൊരു വിളി വന്നു. ഒരു രോഗി കൂടിയുണ്ടത്രെ. മണി രണ്ടിനോടടുക്കുന്നു. അല്പം

ദേഷ്യം തോന്നാതിരുന്നില്ല. എങ്കിലും കണ്ടിട്ട് പോകാമെന്ന് കരുതി. ഫയൽ വന്നു. പുറകെ ഒരു മുതിർന്നയാളും. മുൻപ് കണ്ടിട്ടില്ല.

"ഡോക്ടറൊന്ന് വെയിറ്റെയ്യണം. അവരിപ്പൊ എത്തും."

"അവരിതുവരെ വന്നട്ടില്ലേ, നിങ്ങളാരാ?"

"ഞാൻ കൊച്ചിന്റെ അച്ഛച്ഛനാ. ഇവിടെ അടുത്താ താമസം. ഞാൻ വന്ന് ഫയലെടുത്തു. അവരിപ്പൊ എത്തും."

ഏകദേശം പത്ത് മിനിറ്റ് കഴിഞ്ഞപ്പോൾ ക്ഷമ നശിച്ച് ഞാൻ പുള്ളിയോട് പറഞ്ഞു. "ഞാൻ പോയി ഭക്ഷണം കഴിച്ചിട്ട് വരാം."

"ഒരു പത്ത് മിനിറ്റ് കൂടി വെയിറ്റ് ചെയ്യൂ. കഴിഞ്ഞ മാസം എടുക്കണ്ട കുത്തിവെപ്പായിരുന്നു. ഇനിയും വൈകിയാ ശരിയാവില്ല."

"എന്തായാലും ഒരു മാസം വൈകീല്ലേ. ഇനിയിപ്പോ ഒരു മണിക്കൂറ് കൂടി വൈകിയാലും ഒന്നും സംഭവിക്കില്ല."

"നിങ്ങടെ ഒരു നോബിൾ പ്രൊഫെഷനല്ലേ. ഇങ്ങനെ കൃത്യസമയമൊക്കെ നോക്ക്യാലെങ്ങന്യാ? നിങ്ങളൊക്കെ ഇരുപത്തിനാല് മണിക്കൂറും സേവനസന്നദ്ധരായിരിക്കണ്ടേ?"

"എന്റെ പൊന്നങ്കിളേ... ഇരുപത്തിനാല് മണിക്കൂറും പ്രവർത്തിക്കണത് കാഷ്വാൽറ്റി. അവിടെ ഒരേ ആളല്ല മുഴുവൻ സമയോം ഇരിക്കണത്. ഞങ്ങടെ കാര്യം ഞങ്ങള് നോക്കാണ്ട് ഞങ്ങക്കെന്തെങ്കിലും പറ്റിയാ നിങ്ങള് ഡോക്ടറെ മാറ്റും. പക്ഷേ ഞങ്ങളെന്ത് ചെയ്യും? ഞാനെന്തായാലും പോയി ഭക്ഷണം കഴിച്ചിട്ട് വരാം."

അപ്പോൾ പുള്ളിയുടെ മുഖത്തും ഞാനത് കണ്ടു, 'താനൊക്കെ ഒരു ഡോക്ടറാണോടോ?'

ഒരിക്കൽ സിനിമ തിയറ്ററിൽ വെച്ചൊരു ഫോൺ വന്നു. "ഡോക്ടർ തിരക്കാണോ? ഒരു കാര്യം ചോദിക്കാനായിരുന്നു."

"അത്യാവശ്യമല്ലെങ്കിൽ ഒരു പത്ത് പതിനഞ്ച് മിനിറ്റ് കഴിയുമ്പോൾ ഞാൻ തിരിച്ചുവിളിക്കാം."

"ഓകെ ഡോക്ടർ."

ഇന്റർവെല്ലിന് തിരിച്ചുവിളിച്ചു. "എന്തുപറ്റി?"

"അതേ ഡോക്ടറേ, കൊച്ചിന്റെ വയറ്റീന്ന് പോയിട്ട് അഞ്ച് ദിവസായി."

സമയം നോക്കി. രാത്രി പത്ത് മണി കഴിഞ്ഞിരിക്കുന്നു. "കൊച്ചിനെന്തെങ്കിലും ബുദ്ധിമുട്ടുണ്ടോ?"

"ഏയ്... അവള് ദേ ഇവിടെ കളിച്ച് കിടപ്പ്ണ്ട്."

"എന്നാ പിന്നെ നിങ്ങള് നാളെ ഹോസ്പിറ്റലില് കൊണ്ടുവന്ന് കാണിക്കൂ."

"ശരി സാർ. തെരക്കിലായിരിക്കും ല്ലേ."

"തെരക്കൊന്നൂല്ല. ഞാനൊരു സിനിമയ്ക്ക് വന്നതാ. എന്തായാലും ഫോണീക്കൂടെ എനിമയൊന്നും വെയ്ക്കാൻ പറ്റില്ലല്ലോ?"

"സാർ സ്ഥിരം തിയറ്ററിലാണല്ലോ? ഞാൻ കഴിഞ്ഞ പ്രാവശ്യം വിളിച്ചപ്പോഴും സാർ തിയറ്ററിലായിരുന്നു."

"അത് നിങ്ങള് സ്ഥിരായിട്ട് ഈ സമയത്ത് വിളിക്കുന്നോണ്ടാ. ഒൻപത് തൊടങ്ങി അഞ്ച് വരെ ഞാനെല്ലാ ദിവസോം ഹോസ്പിറ്റലിണ്ടാവാറ്ണ്ട്. ഇനിയങ്ങോട്ട് വന്നാ മതി തിയറ്ററിലേക്ക് വിളിക്കണ്ട."

അപ്പോഴും ഞാൻ ഫോണിന്റെ അങ്ങേ തലയ്ക്കൽനിന്നും ആ അശരീരി കേട്ടു. 'താനൊക്കെ ഒരു ഡോക്ടറാണോടോ?'

വലിയ മഹത്വവത്ക്കരണത്തിന് പുറകിൽ അതിലും വലിയ ചൂഷണം ഒളിഞ്ഞിരിപ്പുണ്ടാകും. അതിപ്പോൾ അമ്മയെ ദേവിയാക്കുന്നതാണെങ്കിലും ശരി, നഴ്സിനെ മാലാഖയാക്കുന്നതാണെങ്കിലും ശരി, ഡോക്ടറെ ദൈവമാക്കുന്നതാണെങ്കിലും ശരി, മെഡിക്കൽ പ്രൊഫഷൻ എന്ന് പറയുന്നത് ഒരു ജോലിയാണ്, ജീവിതരീതിയല്ല. രോഗം ഒരു കടങ്കഥയും രോഗനിർണ്ണയം ഒരു ലോട്ടറിയും ചികിത്സ ഒരു കറക്കിക്കുത്തും രോഗശാന്തി ഒരു അത്ഭുതവുമായിരുന്ന കാലത്ത് ഈ ജോലിക്ക് ചാർത്തിക്കിട്ടിയ ദൈവികവശം ആവശ്യത്തിലധികം ഉയർത്തിപ്പിടിച്ചുകഴിഞ്ഞു. ഇനി മാനുഷികവശംകൂടി പരിഗണിക്കാം. ■

നാട്ടുകാരുടെ നികുതിപ്പണംകൊണ്ട് ജീവിക്കാൻ പറ്റുന്നൊരു ജോലിയുണ്ട്

MBBS കഴിയുന്നതുവരെയുള്ള ചെലവ് വീട്ടുകാരുടെ ഉത്തരവാദിത്തമായിരുന്നു. തികച്ചും സ്വാഭാവികം. ചിലർ ഹൗസ് സർജൻസി തുടങ്ങുമ്പോഴേക്കും വീട്ടുകാരുടെ കാശൊന്നും ഇനി വേണ്ടെന്ന് പ്രഖ്യാപിക്കും. ഞാനത് ചെയ്തില്ല. ഞങ്ങൾക്കന്ന് കിട്ടിയിരുന്ന സ്റ്റൈപെൻഡ് പുറത്ത് പറയാൻ കൊള്ളാത്തതായിരുന്നു. ഇപ്പോൾ അതത്ര മോശമല്ലാത്ത തുകയാണെന്നറിയുന്നു.

കോഴ്സ് തീരുന്നതിന് മുൻപുതന്നെ അനധികൃതമായി പുറത്ത് ജോലിക്ക് പോകുന്ന കലാപരിപാടിയായിരുന്നു GP (General Practice) അടി. ചിലർ അക്കാലത്തുതന്നെ GP അടിച്ച് പ്രാരബ്ധങ്ങൾ തീർത്തിരുന്നു. മറ്റ് ചിലർ ജീവിത നിലവാരം ഉയർത്തിയിരുന്നു. ചുരുക്കം ചിലർ പേടി കൊണ്ടോ ആദർശം കൊണ്ടോ GP അടിച്ചിരുന്നില്ല. ഞാൻ അക്കൂട്ടത്തിലായിരുന്നു. GP അടിക്കാൻ അത്യാവശ്യമായ മെഡിസിൻ/സർജറി പോസ്റ്റിങ് എനിക്കേറ്റവും ഒടുവിലായിരുന്നു. അതുകൊണ്ടുതന്നെ പേടി മൂലമുള്ള ഒരു ആദർശം ഉടലിനുള്ളിൽ ഉടലെടുത്തിരുന്നു!

അതിനുശേഷം ഒരു ഹെൽത്ത് സെന്ററിൽ കുറച്ച് കാലം കരാർ അടിസ്ഥാനത്തിൽ ജോലി ചെയ്തു. ചെറിയ തുക കൈയിൽ തടഞ്ഞിരുന്നു. മൂന്നാമത്തെ അവസരത്തിലാണ് PGക്ക് കയറിയത്. സെ.ജോൺസിൽ. ലോണെടുത്ത് ഫീസടച്ചെങ്കിലും ബാക്കി ഉത്തരവാദിത്വമെല്ലാം വീട്ടുകാർക്കുതന്നെ. അതിനിടയിൽ കല്യാണം കഴിച്ചു. കുഞ്ഞിന് ഡയപർ വാങ്ങാനുള്ള പൈസ പോലും സ്റ്റൈപെൻഡായിട്ട് കിട്ടാതിരുന്നതിനാൽ അതും എന്റെ തലയിൽ നിന്നും ഒഴിവായി.

അപ്പോഴും ഉള്ളിൽ നിരാശയില്ല. മുപ്പത് വയസ്സ് വരെ വീട്ടുകാരെ ഊറ്റിക്കുടിക്കാം. (ഊറ്റാൻ പറ്റിയ അവസ്ഥ വീട്ടിലില്ലെങ്കിൽ

ഊ...) അത് കഴിഞ്ഞാൽ ആറക്ക ശമ്പളം, AC മുറി, കറങ്ങുന്ന കസേര!

പക്ഷേ ഞാൻ നേരിട്ട യാഥാർത്ഥ്യം മറ്റൊന്നായിരുന്നു. ഭാര്യ പഠിച്ചിരുന്നത് മൈസൂരായിരുന്നു. അതുകൊണ്ട് അവിടെയാണ് ആദ്യം ജോലിക്ക് ശ്രമിച്ചത്. രണ്ട് ആശുപത്രികൾ ബയോഡാറ്റ പോലും വാങ്ങിയില്ല. വേറെ രണ്ടിടത്ത് വിളിക്കാമെന്ന് പറഞ്ഞു. പക്ഷേ വിളിച്ചില്ല. അവസാനം ഒരു സ്ഥലത്ത് കിട്ടി. പ്രതീക്ഷിച്ചതിലും പകുതി ശമ്പളം. 365 ദിവസവും 24 മണിക്കൂറും ഡ്യൂട്ടി. ആശുപത്രിയിൽ തങ്ങേണ്ടതില്ല. പക്ഷേ എപ്പോൾ വിളിച്ചാലുമെത്തണം. പ്രൈവറ്റ് മെഡിക്കൽ കോളേജുകളിൽ വർഷാവർഷം അടവച്ച് വിരിയിക്കുന്ന സ്നോബുകൾ നിറഞ്ഞ കർണാടകയിലായതുകൊണ്ടാവും എന്നാശ്വസിച്ചു. കുറച്ച് കാലം അവിടെ നിൽക്കാം. നാട്ടിൽ എത്തിക്കഴിഞ്ഞാൽ ആറക്ക ശമ്പളം, AC മുറി, കറങ്ങുന്ന കസേര! ഏതായാലും ജോലി തുടർന്നിട്ട് സാമ്പത്തികമായി വലിയ മെച്ചമൊന്നുമില്ലാത്തതിനാൽ അധികം വൈകാതെ ഒരു കൊല്ലത്തെ ഫെല്ലോഷിപ് ചെയ്യാൻ പോയി.

ഫെല്ലോഷിപ് തീർത്ത് നേരെ കോഴിക്കോട്ടേക്ക് വച്ചുപിടിച്ചു. പിച്ചവച്ച സ്ഥലത്തുതന്നെ പച്ചപിടിക്കാമല്ലോ. മുപ്പതാം വയസ്സിൽ ലഭിക്കുമെന്ന് സ്വപ്നം കണ്ടതിന്റെ പകുതി സാലറിയിലാണ് മുപ്പത്തിരണ്ടാം വയസ്സിൽ കയറിയത്, കൈയിൽ ഒരു എക്സ്ട്രാ ഫെല്ലോഷിപ് സർട്ടിഫിക്കറ്റുണ്ടായിട്ട് കൂടി. പക്ഷേ വീട്ടിലെ ചില സാഹചര്യങ്ങൾ മൂലം രണ്ടാഴ്ചയ്ക്കുള്ളിൽ തൃശ്ശൂർക്ക് മാറേണ്ടതായി വന്നു. കിട്ടിയിരുന്നതിലും 10% കുറവ് ശമ്പളത്തിൻ ഒരു കൊല്ലം അവിടെ. ആ സമയത്ത് Naukri.com ഒക്കെയെടുത്ത് CV അപ്‌ലോഡ് ചെയ്തു. പക്ഷേ വിളിയൊന്നും വന്നില്ല.

ഒടുവിൽ കോഴിക്കോട് പഴയ സ്ഥലത്ത് നിന്നുതന്നെ, കൈകൊട്ടി കാണിച്ചു. മുൻപ് തന്നിരുന്നതിന്റെ ഇരട്ടി തരുമത്രെ. ആദ്യമായി ഇങ്ങോട്ട് വന്ന ഓഫർ. അതും, കുറച്ചധികം വൈകിയെങ്കിലും മുൻപ് പ്രതീക്ഷിച്ച തുകയ്ക്ക്. അതിനിടയ്ക്ക് ബഹ്റൈനിൽ നിന്നും ഒരു ഓഫർ വന്നു. കൊച്ചിയിൽ നിന്നും വന്നു. ഒടുവിൽ കൊച്ചി തിരഞ്ഞെടുത്തു. അങ്ങനെ, മുൻപ് പ്രതീക്ഷിച്ച ആറക്ക ശമ്പളവും AC മുറിയും കറങ്ങുന്ന കസേരയും ലഭിച്ചു. എന്നെങ്കിലും സ്വന്തമായി OP കിട്ടുമ്പോൾ മേശപ്പുറത്ത് വയ്ക്കാനായി വാങ്ങിയ കുഞ്ഞുങ്ങളുടെ രൂപങ്ങൾ അഞ്ച് വർഷങ്ങളോളം ബാഗിൽ ഒളിച്ചിരുന്ന ശേഷം ഒടുവിൽ പുറത്തിറങ്ങി. അപ്പോഴേക്കും വയസ്സ് മുപ്പത്തിമൂന്ന്!

മുപ്പത്തഞ്ച് വയസ്സ് തികഞ്ഞപ്പോൾ ആദ്യമായി കാർ വാങ്ങി. രണ്ട് വർഷങ്ങൾ കൂടി കഴിഞ്ഞപ്പോൾ എജ്യൂക്കേഷൻ ലോൺ അടച്ചുതീർത്തു. നാൽപ്പത് തികയുന്നതിന് മുൻപായി ഭാര്യയുമായി കൂട്ടുകൃഷിയിൽ വീട് പണിതു. അതിന്റെ അടവ് നാൽപ്പത്തിയഞ്ച് തികയുന്നതോടെ തീരേണ്ടതാണ്.

ഭക്ഷണം വാങ്ങാനാകാതെ പട്ടിണി കിടന്നതോ തല ചായ്ക്കാൻ ഇടമില്ലാതെ മഴ കൊണ്ടതോ ഒന്നുമില്ല എഴുതാൻ. അത് പക്ഷേ വീട്ടുകാരുടെ തണലുണ്ടായിരുന്നതുകൊണ്ട് മാത്രമാണ്. അല്ലാത്തവർക്ക് അതും പ്രതീക്ഷിക്കാം. ഇതെന്റെ മാത്രം സമയ സൂചികയല്ല. ഒരുവിധം എല്ലാ ഡോക്ടർമാരുടെയും സ്ഥിതി ഏറിയും കുറഞ്ഞും ഇതൊക്കെ തന്നെയാണ്. ഒന്നോ രണ്ടോ കൊല്ലം അങ്ങോട്ടോ ഇങ്ങോട്ടോ മാറിയേക്കാം. ഇനിയുള്ള കാലത്ത് അവസ്ഥ കൂടുതൽ മോശമാവാനാണ് സാധ്യത. ജോലിസ്ഥലത്തുള്ള അപകടങ്ങൾ വേറെ. നാട്ടിലാണെങ്കിൽ അപകടസാധ്യത കൂടുതലുമാണ്.

ഇനി, ഇതൊക്കെ കഴിഞ്ഞ് ജീവിച്ചുമരിച്ച് കുഴിയിലേക്കിറക്കുമ്പോഴും ചുറ്റും കൂടി നിൽക്കുന്നവർ വിഷമത്തോടെ പറയും,

“പാവം... നല്ലൊരു മനുഷ്യനായിരുന്നു. നാട്ടുകാരുടെ നികുതിപ്പണംകൊണ്ട് പഠിച്ചതാ. പഠിത്തമൊക്കെ കഴിഞ്ഞപ്പോ സാമൂഹിക പ്രതിബദ്ധത ഒന്നുമില്ലാതെ നേരെ പോയി പ്രൈവറ്റ് ആശുപത്രീല് ജോലിക്ക് കയറി. നാറി...”

കുഴിയിലിറങ്ങുന്ന വഴി ഞാനും ആലോചിക്കും. അയ്യോ! നാട്ടുകാരുടെ നികുതിപ്പണം ചെലവാക്കുന്നത് അവിടെ കുട്ടികളെ പഠിപ്പിക്കാൻ വേണ്ടി മാത്രല്ലല്ലോ. ആശുപത്രി നടത്താനും കൂടി വേണ്ടിയാണല്ലോ. ഇരുപതോളം വിഷയങ്ങൾ അഞ്ച് വർഷങ്ങൾക്കൊണ്ട് (അവിടെവരെ എത്താനുള്ള അതിന് മുൻപത്തെ കഷ്ടപ്പാട് ഞാൻ തല്ക്കാലം വിട്ട്) പലപ്പോഴും ഉറക്കമൊളിച്ച് പഠിച്ചാണ് പാസ്സായത്. അതുകഴിഞ്ഞ്, പഠനത്തിന്റെ ഭാഗമായി കണ്ട് വളരെ ചുരുങ്ങിയ വേതനത്തിന് അവിടെത്തന്നെ ജോലിയെടുത്തിട്ടാണ് പുറത്തിറങ്ങിയത്. അതിനുശേഷം അവിടെത്തന്നെ തുടർപ്പഠനം നടത്താൻ കയറിയവർ പിന്നെയും ഇത് തുടർന്നിരുന്നു. ഇതിനിടയിലൊക്കെ വരുന്ന നിർബന്ധിത ബോണ്ടുകൾ വേറെ. പിന്നെയും പിന്നെയും സാമൂഹിക പ്രതിബദ്ധത എന്ന് പറഞ്ഞോണ്ടിരുന്നാൽ ഇതിനൊരവസാനമില്ലേ? ഉദാഹരണത്തിന്, നാട്ടുകാരുടെ നികുതിപ്പണം ഉപയോഗിച്ച് പണിത റോഡിലൂടെ യാത്ര ചെയ്യാൻ സ്വന്തമായി കാറും ബൈക്കുമൊന്നും വാങ്ങാതെ നിങ്ങൾക്ക് വല്ല ബസും വാങ്ങി നാട്ടുകാരെ മൊത്തം സഹായിച്ചൂടെ? ചെയ്യുന്നില്ലല്ലോ!”

അപ്പോൾ ചിലർക്ക് കാര്യം മനസ്സിലാവും. വേറെ കുറച്ചാളു കളപ്പോഴും പറയും. "നിന്റെയൊരു കഷ്ടപ്പാട്! ഇത്ര ബുദ്ധിമുട്ടി പിന്നെന്തിനാടാ ഇത്രയും കാലം പണിയെടുത്തത്. ഇട്ടട്ട് പോവാ യിരുന്നില്ലേ?"

അപ്പോൾ ഞാൻ പറയും. "ഇത്രയും കാലം പഠിക്കാനെടുത്ത തല്ലേ ചേട്ടാ, മൊതലാവണ്ടേ? വേറെ പണി അറിയാനും പാടില്ല. പിന്നെ ചേട്ടന് അത്ര കൃമികടി തോന്നിണ്ടെങ്കി ചേട്ടന് ഈ പണി യെടുക്കാൻ പാടില്ലേ?"

അപ്പോൾ ചേട്ടൻ. "അയ്യേ... നിങ്ങളൊരു ഡോക്ടറാണോ? ഇങ്ങനെയൊക്കെ സംസാരിക്കാമോ? നിങ്ങളെയൊക്കെ ദൈവമായി കാണുന്ന..."

അതോടെ ഞാൻ ശരിക്കും കണ്ണടയ്ക്കും. ഇല്ലെങ്കിൽ കാല് തരിക്കും.

ശുഭാന്ത്യ വാലറ്റം:

Naukri.com കാലഘട്ടം.

9 AM to 5 PM job

Villa by the Meadows with chauffer driven car

10000 Australian dollars per month

One month paid vacation per year

One-year renewable contract

ആസ്ട്രേലിയയിൽനിന്ന് വന്ന മെയിലാണ്. ജോലി കുഞ്ഞുങ്ങളെ നോട്ടം. പക്ഷേ ആശുപത്രിയിലല്ല. ഏതോ ഒരു കോടീശ്വരന്റെ വീട്ടിലെ രണ്ട് കുഞ്ഞുങ്ങളെ! വികാരം വ്രണപ്പെട്ട ഞാൻ തിരിച്ചൊരു മെയിലയച്ചു. ഞാനൊരു ഡോക്ടറാണെന്ന കാര്യം ഓർമിപ്പിച്ചുകൊണ്ട്. മറുപടി വന്നു. അതുകൊണ്ടാണത്രെ ഇത്രയും നല്ല ഓഫർ.

അതൊരു തട്ടിപ്പായിരുന്നിരിക്കണേ എന്നിപ്പോഴും ആഗ്രഹിക്കും. അന്നതെടുത്തിരുന്നെങ്കിൽ ഇന്ന് റിട്ടയറായി വീട്ടിലിരിക്കാമായിരുന്നു എന്ന ചിന്ത കുറച്ചൊന്നുമല്ല എന്നെ അസ്വസ്ഥനാക്കുന്നത്! പോരാത്തതിന് അവിടെയാണ് കുഴിച്ചിടുന്നതെങ്കിൽ അവസാന സീൻ ഒറ്റ ഡയലോഗിൽ തീർന്നേനേ...

“അതേടാ സായിപ്പേ... എനിക്ക് സാമൂഹിക പ്രതിബദ്ധത കൊറവാടാ. ഞാനേ... നിന്റെ നികുതിപ്പണംകൊണ്ടല്ലടാ പുല്ലേ പഠിച്ചത്!”

■

www.ingramcontent.com/pod-product-compliance
Lightning Source LLC
LaVergne TN
LVHW060216051026
849517LV00005B/1427